ਰਾਜਲ ਨੀਤੀ

ਸਟ੍ਰੈਸ ਮੈਨਜਮੈਂਟ

(ਚਿੰਤਾ ਮੁਕਤ ਰਹੋ,ਖੁਸ਼ ਰਹੋ)

ਰਾਜਲ ਗੁਪਤਾ

ਡਾਇਮੰਡ ਬੁੱਕਸ
www.diamondbook.in

Publisher : **Diamond Pocket Books Pvt. Ltd.**
X-30, Okhla Industrial Area,
Phase-II, New Delhi-110020
Phone : 011- 40712200
E-Mail : wecare@diamondbooks.in
Website : www.diamondbook.in
Edition : 2026

Rajal Neeti Stressmanagement
By : Rajal Gupta

ਸਮਰਪਣ

'ਇਹ ਕਿਤਾਬ ਉਨ੍ਹਾਂ ਸਾਰੇ ਪਾਠਕਾਂ ਨੂੰ ਸਮਰਪਿਤ ਹੈ ਜਿਨ੍ਹਾਂ ਨੇ ਰਾਜਲਨੀਤੀ ਟਾਈਮ ਮੈਨੇਜਮੈਂਟ ਨੂੰ ਬੈਸਟ ਸੇਲਰ ਬਣਾਇਆ, ਮੈਂ ਤੁਹਾਡੇ ਪਿਆਰ ਲਈ ਹਮੇਸ਼ਾ ਰਿਣੀ ਰਹਾਂਗਾ।'

ਚਿੰਤਾ ਨਾਲ ਹੋਣ ਵਾਲੀ ਤਬਾਹੀ ਦੇ ਅੰਕੜੇ :

- ਦੁਨੀਆ ਵਿੱਚ ਲਗਭਗ 79.20 ਕਰੋੜ ਲੋਕ ਮਾਨਸਿਕ ਰੋਗਾਂ ਤੋਂ ਪੀੜਤ ਹਨ।
- ਦੁਨੀਆ ਵਿੱਚ ਲਗਭਗ 26.40 ਕਰੋੜ ਲੋਕ ਡਿਪ੍ਰੈਸ਼ਨ ਦੇ ਸ਼ਿਕਾਰ ਹਨ।
- ਦੁਨੀਆ ਵਿੱਚ ਹਰ ਸਾਲ ਲਗਭਗ 800,000 ਲੋਕ ਖੁਦਕੁਸ਼ੀ ਕਰਦੇ ਹਨ।
- ਦੁਨੀਆ ਵਿੱਚ ਲਗਭਗ 10.70 ਕਰੋੜ ਲੋਕ ਸ਼ਰਾਬ ਦੀ ਵਰਤੋਂ ਨਾਲ ਡਿਸਆਰਡਰ ਦੇ ਸ਼ਿਕਾਰ ਹਨ।
- ਦੁਨੀਆ ਵਿੱਚ ਲਗਭਗ 7.10 ਕਰੋੜ ਲੋਕ 'ਡਰੱਗ ਯੂਜ ਡਿਸਆਰਡਰ' ਦੇ ਸ਼ਿਕਾਰ ਹਨ।

ਵਿਸ਼ਾ ਸੂਚੀ

ਮੁਖਬੰਧ

ਸਾਲ 2017 ਵਿੱਚ, ਜਦੋਂ ਮੈਂ ਆਪਣੀ ਦੂਜੀ ਕਿਤਾਬ ਲਿਖਣ ਦੀ ਯੋਜਨਾ ਬਣਾਈ ਸੀ, ਮੇਰੇ ਮਨ ਵਿੱਚ ਇੱਕ ਹੀ ਵਿਚਾਰ ਸੀ ਕਿ ਮੈਂ ਕਿਹੜਾ ਵਿਸ਼ਾ ਚੁਣਾਂ ਜੋ ਹਰ ਕਿਸੇ ਲਈ ਲੋੜੀਂਦਾ ਹੋਵੇ ਅਤੇ ਜੋ ਸਾਰਿਆਂ ਲਈ ਲਾਭਦਾਇਕ ਹੋਵੇ। ਬਹੁਤ ਸੋਚਣ ਤੋਂ ਬਾਅਦ, ਮੈਨੂੰ ਇੱਕ ਵਿਸ਼ਾ ਮਿਲਿਆ ਜੋ ਜ਼ਿਆਦਾਤਰ ਲੋਕਾਂ ਦੇ ਜੀਵਨ ਵਿੱਚ ਸਮੱਸਿਆਵਾਂ ਪੈਦਾ ਕਰ ਰਿਹਾ ਸੀ ਅਤੇ ਉਹ ਵਿਸ਼ਾ ਸੀ ਸਮੇਂ ਦਾ ਪ੍ਰਬੰਧ।

ਅਜੋਕੇ ਯੁੱਗ ਵਿੱਚ ਲੋਕਾਂ ਦੇ ਜੀਵਨ ਵਿੱਚ ਕੰਮ ਦੀ ਮਾਤਰਾ ਵੱਧ ਰਹੀ ਹੈ ਪਰ ਸਾਡੇ ਕੋਲ ਉਸ ਕੰਮ ਨੂੰ ਕਰਨ ਲਈ ਸਮਾਂ ਸੀਮਤ ਹੈ ਅਤੇ ਇਸ ਨੂੰ ਧਿਆਨ ਵਿੱਚ ਰੱਖਦਿਆਂ ਮੈਂ ਟਾਈਮ ਮੈਨੇਜਮੈਂਟ ਦੇ ਵਿਸ਼ੇ ਦਾ ਡੂੰਘਾ ਅਧਿਐਨ ਕੀਤਾ, ਇਸ ਦੇ ਅਧਿਐਨ ਵਿੱਚ ਲੱਖਾਂ ਘੰਟੇ ਲਗਾ ਕੇ ਆਪਣੀ ਕਿਤਾਬ ਰਾਜਲਨੀਤੀ ਟਾਈਮ ਮੈਨੇਜਮੈਂਟ ਨੂੰ ਪੂਰਾ ਕੀਤਾ।

ਮੈਨੂੰ ਲਗਦਾ ਹੈ ਕਿ ਮੇਰਾ ਲੱਖਾਂ ਘੰਟਿਆਂ ਦਾ ਨਿਵੇਸ਼ ਇਸ ਲਈ ਯੋਗ ਸੀ ਕਿਉਂਕਿ ਤੁਹਾਨੂੰ (ਪਾਠਕਾਂ ਨੂੰ) ਇਹ ਕਿਤਾਬ ਬਹੁਤ ਲਾਭਦਾਇਕ ਲੱਗੀ ਅਤੇ ਤੁਸੀਂ ਇਸ ਨੂੰ ਬੈਸਟ ਸੇਲਰ ਬਣਾਇਆ, ਅਤੇ ਤੁਸੀਂ ਮੈਨੂੰ ਅੱਜ ਤੱਕ ਕਿਸੇ ਵੀ ਭਾਰਤੀ ਲੇਖਕ ਦੁਆਰਾ ਸਮਾਂ ਪ੍ਰਬੰਧਨ 'ਤੇ ਸਭ ਤੋਂ ਵੱਧ ਭਾਸ਼ਾਵਾਂ ਵਿਚ ਅਨੁਵਾਦ ਕੀਤੀ ਕਿਤਾਬ ਹੋਣ ਦਾ ਮਾਣ ਵੀ ਦਿੱਤਾ ਹੈ। ਤੁਹਾਡੇ ਲਈ ਧੰਨਵਾਦ ਪ੍ਰਗਟ ਕਰਨ ਲਈ ਮੇਰੇ ਕੋਲ ਸ਼ਬਦ ਨਹੀਂ ਹਨ।

ਸਾਲ 2022 ਵਿੱਚ, ਜਦੋਂ ਮੈਂ ਰਾਜਨਲਨੀਤੀ ਲੜੀ ਦੀ ਅਗਲੀ ਕਿਤਾਬ ਲਿਖਣੀ ਹੈ, ਮੇਰੇ ਮਨ ਵਿੱਚ ਅਜੇ ਵੀ ਇਹੀ ਸਵਾਲ ਹੈ ਕਿ ਮੈਨੂੰ ਕਿਹੜਾ ਵਿਸ਼ਾ ਚੁਣਨਾ ਚਾਹੀਦਾ ਹੈ ਜਿਸਦੀ ਅਜੋਕੇ ਸਮੇਂ ਵਿੱਚ ਹਰ ਕਿਸੇ ਨੂੰ ਲੋੜ ਹੈ ਅਤੇ ਜੋ ਸਾਰਿਆਂ ਲਈ ਲਾਭਦਾਇਕ ਹੋਵੇਗਾ।

ਪਿਛਲੇ ਦੋ ਸਾਲਾਂ ਵਿੱਚ ਪੂਰੀ ਦੁਨੀਆ ਵਿੱਚ ਬਹੁਤ ਵੱਡੀਆਂ ਤਬਦੀਲੀਆਂ ਆਈਆਂ ਹਨ। ਕਰੋਨਾ ਨਾਮ ਦੀ ਮਹਾਂਮਾਰੀ ਨੇ ਪੂਰੀ ਦੁਨੀਆ ਨੂੰ ਹਿਲਾ ਕੇ ਰੱਖ ਦਿੱਤਾ ਹੈ। ਇਸ ਦੌਰਾਨ ਸਾਨੂੰ ਉਹ ਚੀਜ਼ਾਂ ਦੇਖਣ ਨੂੰ ਮਿਲੀਆਂ, ਜਿਨ੍ਹਾਂ ਬਾਰੇ ਅਸੀਂ ਕਦੇ ਸੁਪਨੇ ਵਿੱਚ ਵੀ ਨਹੀਂ ਸੋਚਿਆ ਸੀ।

ਇਨ੍ਹਾਂ ਦੋ ਸਾਲਾਂ ਵਿੱਚ ਤੁਸੀਂ ਚਾਹੇ ਕੋਈ ਵੀ ਸੈਕਟਰ ਲਓ, ਵਪਾਰ, ਸਿੱਖਿਆ, ਰੀਅਲ ਅਸਟੇਟ, ਰੁਜ਼ਗਾਰ ਆਦਿ ਨਾਲ ਜੁੜੇ ਲੋਕ ਪ੍ਰਭਾਵਿਤ ਹੋਏ। ਕੁੱਲ ਮਿਲਾ ਕੇ, ਅੱਜ ਦੇ ਸੰਸਾਰ ਵਿੱਚ ਇੱਕ ਚੀਜ਼ ਜਿਸਨੇ ਸਭ ਤੋਂ ਵੱਧ ਵਾਧਾ ਕੀਤਾ ਹੈ ਉਹ ਹੈ ਚਿੰਤਾ/ਤਣਾਅ। ਚਿੰਤਾ ਸਾਡੀ ਜ਼ਿੰਦਗੀ ਵਿਚ ਪਹਿਲਾਂ ਵੀ ਸੀ ਪਰ ਇਨ੍ਹਾਂ ਦੋ ਸਾਲਾਂ ਵਿਚ ਇਹ ਆਪਣੇ ਸਿਖਰ 'ਤੇ ਪਹੁੰਚ ਗਈ ਹੈ।

ਰਾਜਲਨੀਤੀ ਸਟ੍ਰੈੱਸ ਮੈਨੇਜਮੈਂਟ ਵਿੱਚ, ਮੈਂ ਚਿੰਤਾ ਦੇ ਕਾਰਨਾਂ ਅਤੇ ਰੋਕਥਾਮ ਦੋਵਾਂ ਬਾਰੇ ਸਰਲ ਭਾਸ਼ਾ ਵਿੱਚ ਚਰਚਾ ਕਰਨ ਦੀ ਕੋਸ਼ਿਸ਼ ਕੀਤੀ ਹੈ ਤਾਂ ਜੋ ਤੁਸੀਂ ਆਪਣੀ ਚਿੰਤਾ ਨੂੰ ਘਟਾ ਕੇ ਇੱਕ ਵਧੀਆ ਜੀਵਨ ਦਾ ਆਨੰਦ ਮਾਣ ਸਕੋ।

ਕਿਤਾਬ ਵਿੱਚ ਅੱਗੇ ਵਧਣ ਤੋਂ ਪਹਿਲਾਂ, ਮੈਂ ਤੁਹਾਡੇ ਤੋਂ ਇਹ ਜਾਣਨਾ ਚਾਹਾਂਗਾ ਕਿ ਜਦੋਂ ਇੱਕ ਬੱਚਾ ਪ੍ਰੀਖਿਆ ਵਿੱਚ 10 ਵਿੱਚੋਂ 9 ਅੰਕ ਪ੍ਰਾਪਤ ਕਰਦਾ ਹੈ, ਤਾਂ ਤੁਹਾਡੇ ਅਨੁਸਾਰ ਇਸ ਪ੍ਰਦਰਸ਼ਨ ਨੂੰ ਕਿਵੇਂ ਕਿਹਾ ਜਾਵੇਗਾ? ਮੈਨੂੰ ਲਗਦਾ ਹੈ ਕਿ ਜ਼ਿਆਦਾਤਰ ਲੋਕ ਇਹ ਕਹਿਣਗੇ ਕਿ ਇਸ ਪ੍ਰਦਰਸ਼ਨ ਨੂੰ ਸ਼ਾਨਦਾਰ ਵਜੋਂ ਸ਼੍ਰੇਣੀਬੱਧ ਕੀਤਾ ਜਾਣਾ ਚਾਹੀਦਾ ਹੈ।

ਇੱਥੋਂ ਤੱਕ ਕਿ ਰਾਜਲਨੀਤੀ ਸਟ੍ਰੈੱਸ ਮੈਨੇਜਮੈਂਟ ਲਿਖਣ ਲਈ, ਮੈਨੂੰ ਇਸ ਵਿਸ਼ੇ ਦਾ ਅਧਿਐਨ ਕਰਨ ਲਈ ਲੱਖਾਂ ਘੰਟੇ ਲੱਗ ਗਏ ਅਤੇ ਇਸ ਦੌਰਾਨ, ਮੇਰਾ ਧਿਆਨ ਇੱਕ ਖੋਜ ਵੱਲ ਖਿੱਚਿਆ ਗਿਆ ਜਿਸ ਅਨੁਸਾਰ ਅਸੀਂ ਆਪਣੇ ਜੀਵਨ ਵਿੱਚ ਹੋਣ ਵਾਲੀਆਂ ਲਗਭਗ 90 ਪ੍ਰਤੀਸ਼ਤ ਚਿੰਤਾਵਾਂ ਨੂੰ ਕਾਬੂ ਕਰ ਸਕਦੇ ਹਾਂ ਅਤੇ ਲਗਭਗ 10 ਪ੍ਰਤੀਸ਼ਤ ਚਿੰਤਾਵਾਂ ਅਜਿਹੀਆਂ ਹਨ ਜੋ ਸਾਡੇ ਕੰਟਰੋਲ ਵਿੱਚ ਨਹੀਂ ਹਨ। ਭਾਵ, ਜਿਵੇਂ ਉਸ ਬੱਚੇ ਨੇ ਇਮਤਿਹਾਨ ਵਿੱਚ ਪ੍ਰਦਰਸ਼ਨ ਕੀਤਾ ਸੀ, ਅਸੀਂ ਵੀ ਤਣਾਅ ਪ੍ਰਬੰਧਨ ਵਿੱਚ ਸ਼ਾਨਦਾਰ ਪ੍ਰਦਰਸ਼ਨ ਕਰ ਸਕਦੇ ਹਾਂ, ਪਰ ਇਸਦੇ ਲਈ ਇਹ ਜ਼ਰੂਰੀ ਹੋਵੇਗਾ ਕਿ ਅਸੀਂ ਰਾਜਲਨੀਤੀ ਸਟ੍ਰੈੱਸ ਮੈਨੇਜਮੈਂਟ ਵਿੱਚ ਦੱਸੇ ਸਿਧਾਂਤਾਂ ਨੂੰ ਇੱਕ ਵਾਰ ਨਾ ਸਿਰਫ ਪੜ੍ਹੀਏ, ਬਲਕਿ ਉਨ੍ਹਾਂ ਨੂੰ ਲਾਗੂ ਵੀ ਕਰੀਏ।

ਮੇਰਾ ਸੁਝਾਅ ਹੈ ਕਿ ਤੁਸੀਂ ਇਸ ਕਿਤਾਬ ਨੂੰ ਸਿਰਫ਼ ਇੱਕ ਵਾਰ ਪੜ੍ਹ ਕੇ ਨਾ ਰੱਖੋ ਪਰ ਨਿਯਮਿਤ ਅੰਤਰਾਲ 'ਤੇ ਇਸ ਦਾ ਅਧਿਐਨ ਕਰਦੇ ਰਹੋ ਕਿਉਂਕਿ ਜਦੋਂ ਤੁਸੀਂ ਕੋਈ ਕਿਤਾਬ ਦੁਬਾਰਾ ਪੜ੍ਹਦੇ ਹੋ, ਤਾਂ ਤੁਹਾਨੂੰ ਉਸ ਵਿਚ ਕੁਝ ਅਜਿਹਾ ਦਿਖਾਈ ਦਿੰਦਾ ਹੈ ਜੋ ਤੁਸੀਂ ਪਿਛਲੀ ਵਾਰ ਨਹੀਂ ਦੇਖਿਆ ਸੀ। ਅਤੇ ਹਰ ਵਾਰ ਜਦੋਂ ਤੁਸੀਂ ਕਿਤਾਬ ਨੂੰ ਦੁਬਾਰਾ ਪੜ੍ਹੋਗੇ ਤਾਂ ਤੁਹਾਨੂੰ ਕੁਝ ਨਵਾਂ ਅਤੇ ਉਪਯੋਗੀ ਮਿਲੇਗਾ।

ਰਾਜਲਨੀਤੀ ਸਟ੍ਰੈੱਸ ਮੈਨੇਜਮੈਂਟ ਵਿੱਚ ਦੱਸੇ ਗਏ ਸਿਧਾਂਤ ਕਿਉਂਕਿ ਮੈਂ ਉਨ੍ਹਾਂ ਨੂੰ ਖੁਦ ਅਜ਼ਮਾਇਆ ਹੈ ਅਤੇ ਲਾਭ ਪ੍ਰਾਪਤ ਕੀਤਾ ਹੈ, ਅਤੇ ਮੈਂ ਇਸ ਕਿਤਾਬ ਵਿੱਚ ਚਿੰਤਾ ਦੇ ਨਾਲ ਆਪਣੇ ਕਈ ਅਨੁਭਵ ਵੀ ਸਾਂਝੇ ਕੀਤੇ ਹਨ ਤਾਂ ਜੋ ਤੁਸੀਂ ਸਮਝ ਸਕੋ ਕਿ ਚਿੰਤਾ ਤੁਹਾਡੀ ਅਤੇ ਮੇਰੀ, ਹਰ ਕਿਸੇ ਦੀ ਜ਼ਿੰਦਗੀ ਵਿੱਚ ਆਉਂਦੀ ਹੈ। ਪਰ ਜੇ ਅਸੀਂ ਉਨ੍ਹਾਂ ਨੂੰ ਸਮਝਦਾਰੀ ਨਾਲ ਸੰਭਾਲਦੇ ਹਾਂ, ਤਾਂ ਅਸੀਂ ਆਪਣੀਆਂ ਚਿੰਤਾਵਾਂ ਨੂੰ ਘੱਟ ਕਰ ਸਕਦੇ ਹਾਂ ਅਤੇ ਆਪਣੀ ਖੁਸ਼ੀ ਨੂੰ ਵਧਾ ਸਕਦੇ ਹਾਂ।

ਇੱਕ ਆਦਮੀ ਜੋ ਭਾਰ ਘਟਾਉਣ ਦੇ ਉਦੇਸ਼ ਨਾਲ ਇੱਕ ਕਸਰਤ ਸਾਈਕਲ ਖਰੀਦਣ ਲਈ ਦੁਕਾਨ 'ਤੇ ਗਿਆ ਸੀ। ਉਸਨੇ ਦੁਕਾਨਦਾਰ ਨੂੰ ਪੁੱਛਿਆ ਕਿ ਉਹ ਸਾਈਕਲ ਚਲਾ ਕੇ ਕਿੰਨਾ ਭਾਰ ਘਟਾ ਲੇ ਗਾ, ਜਿਸ 'ਤੇ ਦੁਕਾਨਦਾਰ ਨੇ ਮੁਸਕਰਾਉਂਦੇ ਹੋਏ ਜਵਾਬ ਦਿੱਤਾ, 'ਤੁਸੀਂ ਜਿੰਨਾ ਜ਼ਿਆਦਾ ਸਾਈਕਲ ਚਲਾਓਗੇ, ਉਹਨਾਂ ਹੀ ਭਾਰ ਘਟੇਗਾ'।

ਇਸ ਮੁਖਬੰਦ ਦਾ ਅੰਤ ਕਰਦੇ ਹੋਏ ਮੈਂ ਤੁਹਾਨੂੰ ਦੱਸਣਾ ਚਾਹਾਂਗਾ ਕਿ ਜਿਸ ਤਰ੍ਹਾਂ ਭਾਰ ਘਟਾਉਣ ਵਾਲੇ ਵਿਅਕਤੀ ਦਾ ਭਾਰ ਘਟਾਉਣਾ ਇਸ ਗੱਲ 'ਤੇ ਨਿਰਭਰ ਕਰਦਾ ਹੈ ਕਿ ਉਹ ਨਿਯਮਿਤ ਤੌਰ 'ਤੇ ਕਿੰਨੀ ਦੇਰ ਸਾਈਕਲ ਚਲਾਉਂਦਾ ਹੈ, ਨਾ ਕਿ ਸਿਰਫ ਇਕ ਦਿਨ ਲਈ, ਉਸੇ ਤਰ੍ਹਾਂ ਤੁਹਾਡੀ ਚਿੰਤਾ ਦਾ ਪ੍ਰਬੰਧਨ (ਚਿੰਤਾ ਨੂੰ ਘੱਟ ਕਰਨਾ ਅਤੇ ਵੱਧ ਤੋਂ ਵੱਧ ਖੁਸ਼ੀ ਦੇਣਾ) ਇਸ ਗੱਲ 'ਤੇ ਨਿਰਭਰ ਕਰਦਾ ਹੈ ਕਿ ਤੁਸੀਂ ਰਾਜਲਨੀਤੀ ਸਟ੍ਰੈੱਸ ਮੈਨੇਜਮੈਂਟ ਵਿਚ ਦੱਸੇ ਸਿਧਾਂਤਾਂ ਨੂੰ ਕਿੰਨੀ ਵਾਰ ਪੜ੍ਹਦੇ ਅਤੇ ਲਾਗੂ ਕਰਦੇ ਹੋ।

ਰਾਜਲਨੀਤੀ ਸਟ੍ਰੈੱਸ ਮੈਨੇਜਮੈਂਟ ਕਿਤਾਬ ਸ਼ੁਰੂ ਕਰਨ ਤੋਂ ਪਹਿਲਾਂ, ਮੈਂ ਕੁਝ ਵਿਸ਼ੇਸ਼ ਵਿਅਕਤੀਆਂ ਦਾ ਵਿਸ਼ੇਸ਼ ਧੰਨਵਾਦ ਕਰਨਾ ਚਾਹੁੰਦਾ ਹਾਂ, ਡਾਇਮੰਡ ਗਰੁੱਪ ਦੇ ਸਤਿਕਾਰਯੋਗ ਚੇਅਰਮੈਨ ਸ਼੍ਰੀ ਨਰੇਂਦਰ ਕੁਮਾਰ ਵਰਮਾ, ਉਹਨਾਂ ਵੱਲੋਂ ਮਿਲਿਆ ਮਾਰਗਦਰਸ਼ਨ ਅਤੇ ਹੌਂਸਲਾ-ਅਫ਼ਜ਼ਾਈ, ਮੈਨੂੰ ਲਗਾਤਾਰ ਹੋਰ ਵਧੀਆ ਉਪਰਾਲੇ ਕਰਨ ਦੀ ਪ੍ਰੇਰਣਾ ਦਿੰਦੀ ਹੈ, ਨਾਲ ਹੀ ਪਾਠਕਾਂ ਦਾ, ਰਾਜਲਨੀਤੀ ਸਟ੍ਰੈੱਸ ਮੈਨੇਜਮੈਂਟ ਵਿੱਚ ਸ਼ਾਮਲ ਹੋਣ ਲਈ ਮੈਂ ਤਹਿ ਦਿਲੋਂ ਤੁਹਾਡਾ ਧੰਨਵਾਦ ਕਰਦਾ ਹਾਂ, ਤੁਹਾਡੇ ਪਿਆਰ ਅਤੇ ਕਿਤਾਬਾਂ ਦੇ ਸੁਨਹਿਰੇ ਭਵਿੱਖ ਲਈ ਪ੍ਰਮਾਤਮਾ ਨੂੰ ਅਰਦਾਸ ਕਰਦਾਂ ਹਾਂ।

'ਰਾਜਲ', ਮਰਹੂਮ ਰਾਧੇਸ਼ਿਆਮ ਗੁਪਤਾ ਦਾ ਪੋਤਾ।

ਲੇਖਕ ਬਾਰੇ ਜਾਣਕਾਰੀ

ਰਾਜਲ

ਸਿੱਖਿਆ:

- B.COM [ਦਿਗਵਿਜੇ ਨਾਥ ਪੋਸਟ ਗ੍ਰੈਜੁਏਟ ਕਾਲਜ (ਦੀਨ ਦਿਆਲ ਉਪਾਧਿਆਏ ਗੋਰਖਪੁਰ ਯੂਨੀਵਰਸਿਟੀ ਨਾਲ ਸਬੰਧਤ) ਗੋਰਖਪੁਰ]
- B.C.A (ਅਲਗੱਪਾ ਯੂਨੀਵਰਸਿਟੀ, ਕਰਾਈਕੁਡੀ, ਤਮਿਲਨਾਡੂ)
- ਏ ਲੈਵਲ (ਪੀ.ਜੀ.ਡੀ.ਸੀ.ਏ.) NIELIT[ਪਹਿਲਾਂ DOEACC]। ਨਵੀਂ ਦਿੱਲੀ
- ਬੀ ਲੈਵਲ (ਐਮ ਸੀ ਏ) NIELIT (ਪਹਿਲਾਂ DOEACC, ਨਵੀਂ ਦਿੱਲੀ)
- ਐਲ.ਐਲ.ਬੀ. (ਸੈਂਟ ਐਂਡਰਿਊਜ਼ ਕਾਲਜ, ਗੋਰਖਪੁਰ)
- ਪੀ.ਜੀ.ਜੇ.ਐਮ.ਸੀ. (ਪੱਤਰਕਾਰੀ) (ਇਗਨੂ, ਨਵੀਂ ਦਿੱਲੀ)
- ਪੀ.ਜੀ.ਡੀ.ਬੀ.ਏ. (ਹਿਊਮਨ ਰਿਸੋਰਸ ਮੈਨੇਜਮੈਂਟ) ਸਿਮਬਾਇਓਸਿਸ ਸੈਂਟਰ ਫਾਰ ਡਿਸਟੈਂਸ ਲਰਨਿੰਗ, ਪੂਨੇ
- ਸੀ ਏਸ ਏਸ ਪੀ [NIELIT (ਪਹਿਲਾਂ DOEACC)]
- ਸੀ ਏਸ ਏਸ ਏ [NIELIT (ਪਹਿਲਾਂ DOEACC)]

'ਰਾਜਲ' ਸਭ ਤੋਂ ਵੱਧ ਵਿਕਣ ਵਾਲਾ ਲੇਖਕ ਅਤੇ ਬੁਲਾਰਾ ਹੈ। ਉਸਦੀ ਕਿਤਾਬ ਰਾਜਲਨੀਤੀ ਟਾਈਮ ਮੈਨੇਜਮੈਂਟ ਸਭ ਤੋਂ ਵੱਧ ਵਿਕਣ ਵਾਲੀ ਕਿਤਾਬ ਹੈ ਅਤੇ ਅਤੇ ਕਿਸੀ ਭਾਰਤੀ ਲੇਖਕ ਦੀ ਸਮਾਂ ਪ੍ਰਬੰਧਨ ਤੇ ਕਿਸੀ ਕਿਤਾਬ ਦਾ ਇਹਨਾਂ ਅਨੁਵਾਦ ਨਹੀਂ ਕੀਤਾ ਗਿਆ ਜਿਤਨਾ

ਕਿ ਰਾਜਲ ਦੁਆਰਾ ਰਾਜਲਨੀਤੀ ਟਾਈਮ ਮੈਨੇਜਮੈਂਟ ਦਾ ਬਾਕੀ ਭਾਸ਼ਾਵਾਂ ਵਿਚ ਅਨੁਵਾਦ ਕੀਤਾ ਗਿਆ ਹੈ।

ਰਾਜਲਨੀਤੀ ਟਾਈਮ ਮੈਨੇਜਮੈਂਟ ਨੂੰ ਉੱਤਰ ਪ੍ਰਦੇਸ਼ ਦੇ ਮਾਣਯੋਗ ਮੁੱਖ ਮੰਤਰੀ ਸ਼੍ਰੀ ਯੋਗੀ ਆਦਿਤਿਆਨਾਥ ਦੁਆਰਾ ਰਿਲੀਜ਼ ਕਰਨ ਦਾ ਅਨਮੋਲ ਮੌਕਾ ਮਿਲਿਆ, ਅਤੇ ਭਾਰਤ ਦੇ ਤਤਕਾਲੀ ਮਾਣਯੋਗ ਉਪ ਰਾਸ਼ਟਰਪਤੀ, ਸ਼੍ਰੀ ਵੈਂਕਈਆ ਨਾਇਡੂ ਜੀ ਤੋਂ ਸ਼ੁੱਭਕਾਮਨਾਵਾਂ ਪ੍ਰਾਪਤ ਕਰਨ ਦਾ ਸੁਭਾਗ ਪ੍ਰਾਪਤ ਹੋਇਆ। ਰਾਜਲਨੀਤੀ ਲੜੀ ਦੀ ਇੱਕ ਹੋਰ ਕਿਤਾਬ ਖੁਸ਼ਕਿਸਮਤ ਸੀ ਕਿ ਉੱਤਰ ਪ੍ਰਦੇਸ਼ ਦੇ ਤਤਕਾਲੀ ਰਾਜਪਾਲ ਸ਼੍ਰੀ ਰਾਮ ਨਾਇਕ ਜੀ ਦੁਆਰਾ ਰਿਲੀਜ਼ ਕੀਤੀ ਗਈ ਸੀ। ਰਾਜਲਨੀਤੀ ਕਿਤਾਬ ਦਾ ਪਹਿਲਾ ਅਧਿਆਏ - 1 ਜਦੋਂ ਬੱਚੇ ਮੁਸੀਬਤ ਵਿੱਚ ਹੁੰਦੇ ਹਨ, ਇਹ ਮਾਂ ਹੀ ਹੁੰਦੀ ਹੈ ਜੋ ਸਭ ਤੋਂ ਵੱਧ ਮਦਦ ਕਰਦੀ ਹੈ' ਨੂੰ ਇੰਟਰਨੈਟ 'ਤੇ ਪੰਜ ਲੱਖ ਤੋਂ ਵੱਧ ਲੋਕਾਂ ਨੇ ਪੜ੍ਹਿਆ ਅਤੇ ਪ੍ਰਸ਼ੰਸਾ ਕੀਤੀ।

ਰਾਜਲ ਦਾ ਜਨਮ ਇੱਕ ਕਾਰੋਬਾਰੀ ਪਰਿਵਾਰ ਵਿੱਚ ਹੋਇਆ ਸੀ। ਉਨ੍ਹਾਂ ਦੇ ਦਾਦਾ ਸਵਰਗਵਾਸੀ ਰਾਧੇਸ਼ਿਆਮ ਗੁਪਤਾ ਸ਼ਹਿਰ ਦੇ ਬਹੁਤ ਹੀ ਸਧਾਰਨ ਅਤੇ ਸਤਿਕਾਰਯੋਗ ਵਿਅਕਤੀਆਂ ਵਿੱਚੋਂ ਇੱਕ ਸਨ। ਬਚਪਨ ਵਿੱਚ ਹਰ ਕੋਈ ਸੋਚਦਾ ਸੀ ਕਿ ਰਾਜਲ ਵਿੱਚ ਕਿਸੇ ਕਿਸਮ ਦੀ ਕੋਈ ਪ੍ਰਤਿਭਾ ਨਹੀਂ ਹੈ ਕਿਉਂਕਿ ਜੀਵਨ ਦੇ ਹਰ ਖੇਤਰ ਵਿੱਚ ਉਸਦੀ ਕਾਰਗੁਜ਼ਾਰੀ ਬਿਲਕੁਲ ਵੀ ਚੰਗੀ ਨਹੀਂ ਸੀ, ਇਸ ਲਈ ਹਰ ਕੋਈ ਸੋਚਦਾ ਸੀ ਕਿ ਉਹ ਸਾਰੀ ਉਮਰ ਅਸਫਲ ਰਹੇਗੀ। ਇਸ ਦੇ ਬਾਵਜੂਦ ਉਸਦੇ ਦਾਦਾ ਜੀ ਉਸਨੂੰ ਨਿਰਸਵਾਰਥ ਪਿਆਰ ਕਰਦੇ ਸਨ ਅਤੇ ਸਿੱਧੇ ਸ਼ਬਦਾਂ ਵਿੱਚ, ਉਸਦੇ ਦਾਦਾ ਜੀ ਦਾ ਪਿਆਰ ਉਸਦੀ ਸਫਲਤਾ ਅਤੇ ਅਸਫਲਤਾ ਦੋਵਾਂ ਵਿੱਚ ਇੱਕੋ ਜਿਹਾ ਰਿਹਾ ਅਤੇ ਉਸਦੇ ਦਾਦਾ ਜੀ ਪਹਿਲੇ ਵਿਅਕਤੀ ਸਨ ਜਿਨ੍ਹਾਂ ਨੇ ਰਾਜਲ ਨੂੰ ਜ਼ਿੰਦਗੀ ਵਿੱਚ ਕੁਝ ਕਰਨ ਲਈ ਪ੍ਰੇਰਿਤ ਕੀਤਾ। ਉਸਦੀ ਪ੍ਰੇਰਨਾ ਸਦਕਾ, ਰਾਜਲ ਨੇ 9 ਡਿਗਰੀ/ਸਰਟੀਫਿਕੇਟ ਹਾਸਿਲ ਕੀਤੇ। 6ਵੀਂ ਜਮਾਤ ਵਿੱਚ ਫੇਲ੍ਹ ਹੋਣ ਦੇ ਬਾਵਜੂਦ ਲੱਖਾਂ ਲੋਕਾਂ ਦੀ ਮਦਦ ਅਤੇ ਮਾਰਗਦਰਸ਼ਨ ਦਾ ਮਾਧਿਅਮ ਬਣ ਗਿਆ। ਅੱਜ, ਉਹ ਆਪਣੀ ਸਫਲਤਾ ਦਾ ਸਿਹਰਾ ਆਪਣੇ ਦਾਦਾ ਸਵਰਗੀ ਰਾਧੇਸ਼ਿਆਮ ਗੁਪਤਾ ਨੂੰ ਦਿੰਦਾ ਹੈ। ਉਹ ਇਸ ਨੂੰ ਆਪਣੀ ਬਦਕਿਸਮਤੀ ਸਮਝਦਾ ਹੈ ਕਿ ਉਸ ਦੀ ਕਾਮਯਾਬੀ ਦੇਖਣ ਲਈ ਉਸ ਦੇ ਦਾਦਾ ਜੀ ਦੁਨੀਆਂ ਵਿਚ ਨਹੀਂ ਹਨ। ਪਰ ਉਸਦਾ ਮੰਨਣਾ ਹੈ ਕਿ ਉਸਦੇ ਦਾਦਾ ਜੀ ਜਿੱਥੇ ਵੀ ਹੋਣਗੇ ਬਹੁਤ ਖੁਸ਼ ਹੋਣਗੇ ਕਿਉਂਕਿ ਉਮੀਦਾਂ ਹਨ। ਰਾਜਲ ਤੋਂ ਉਸ ਦੀ ਉਮੀਦ ਕਾਫੀ ਹੱਦ ਤੱਕ ਪੂਰੀ ਹੋਈ ਹੈ।

"ਰਾਜਲਨੀਤੀ ਸਟ੍ਰੈਸ ਮੈਨੇਜਮੈਂਟ" ਕਿਤਾਬ ਤੋਂ ਤੁਸੀਂ ਸਿੱਖੋਗੇ ਕਿ 'ਚਿੰਤਾ ਨੂੰ ਕਿਵੇਂ ਘੱਟ ਕਰਨਾ ਹੈ ਅਤੇ ਖੁਸ਼ੀ ਨੂੰ ਵੱਧ ਤੋਂ ਵੱਧ ਕਰਨਾ ਹੈ। ਇਸ ਦੁਨੀਆਂ ਵਿੱਚ ਕੋਈ ਵੀ ਵਿਅਕਤੀ ਅਜਿਹਾ ਨਹੀਂ ਹੈ ਜੋ ਚਿੰਤਤ ਨਹੀਂ ਹੈ, ਪਰ ਸਿਰਫ ਉਹ ਲੋਕ ਸਫਲ ਅਤੇ ਖੁਸ਼ ਹਨ ਜੋ ਆਪਣੀਆਂ ਚਿੰਤਾਵਾਂ ਨੂੰ ਚੰਗੀ ਤਰ੍ਹਾਂ ਵਿਚਾਰਦੇ ਹਨ ਅਤੇ ਜੋ ਅਜਿਹਾ ਨਹੀਂ ਕਰ ਸਕਦੇ ਉਹ ਆਪਣੀ ਸਾਰੀ ਜ਼ਿੰਦਗੀ ਦੁਖੀ ਅਤੇ ਅਸਫਲ ਰਹਿੰਦੇ ਹਨ। ਰਾਜਲਨੀਤੀ ਸਟ੍ਰੈਸ ਮੈਨੇਜਮੈਂਟ ਪੜ੍ਹੋ ਅਤੇ ਜਾਣੋ ਕਿ ਕਿਵੇਂ ਸਫਲ ਅਤੇ ਖੁਸ਼ ਲੋਕ ਆਪਣੀ ਚਿੰਤਾ ਦਾ ਪ੍ਰਬੰਧਨ ਕਰਦੇ ਹਨ ਅਤੇ ਆਪਣੀ ਜ਼ਿੰਦਗੀ ਨੂੰ ਕਾਬੂ ਵਿੱਚ ਰੱਖਦੇ ਹਨ ਅਤੇ ਜ਼ਿੰਦਗੀ ਦੇ ਹਰ ਖੇਤਰ ਵਿੱਚ ਸਫਲ ਹੁੰਦੇ ਹਨ।

ਰਾਜਲਨੀਤੀ ਸਟ੍ਰੈੱਸ ਮੈਨੇਜਮੈਂਟ ਰਾਹੀਂ ਜਾਣੋ:

- ਸ਼ੁਕਰਗੁਜ਼ਾਰੀ ਦੀ ਉਮੀਦ ਰੱਖਣਾ ਤੁਹਾਨੂੰ ਪਾਗਲ ਕਿਉਂ ਬਣਾ ਸਕਦਾ ਹੈ
- ਜਦੋਂ ਤੁਸੀਂ ਗੁੱਸੇ ਹੁੰਦੇ ਹੋ ਤਾਂ ਕਿਹੜੀਆਂ ਸਿਆਣਪ ਵਾਲੀਆਂ ਗੱਲਾਂ ਕਰਨੀਆਂ ਚਾਹੀਦੀਆਂ ਹਨ?
- ਕਿਵੇਂ ਇੱਕ ਸਥਿਤੀ ਕੁਝ ਲੋਕਾਂ ਨੂੰ ਟੁੱਟਣ ਲਈ ਮਜਬੂਰ ਕਰਦੀ ਹੈ ਅਤੇ ਕੁਝ ਲੋਕ ਉਸੇ ਸਥਿਤੀ ਵਿੱਚ ਰਿਕਾਰਡ ਤੋੜਦੇ ਹਨ।
- ਇੱਕ ਬਿਹਤਰ ਕੰਮ ਕਰਨ ਦੀ ਨੈਤਿਕਤਾ ਤੁਹਾਡੀ ਚਿੰਤਾ ਨੂੰ ਕਿਵੇਂ ਘਟਾ ਸਕਦੀ ਹੈ
- ਚਿੰਤਾ ਨੇ ਮੈਨੂੰ ਕੀ ਦਿੱਤਾ ਅਤੇ ਇਹ ਤੁਹਾਨੂੰ ਕੀ ਦੇ ਸਕਦੀ ਹੈ
- ਸਭ ਤੋਂ ਵੱਡਾ ਰੋਗ, ਕਿ ਕਹਿਣਗੇ ਲੋਗ
- ਇਸ ਦੇ ਨਾਲ, ਪੈਸਾ, ਖੁਰਾਕ, ਕਾਰੋਬਾਰ, ਕੰਮ, ਬੱਚੇ, ਵਿਦਿਆਰਥੀ, ਲੋਕ, ਪਤੀ-ਪਤਨੀ ਆਦਿ ਵਿਸ਼ਿਆਂ 'ਤੇ ਵਿਸ਼ੇਸ਼ ਸੁਝਾਅ।

ਰਾਜਲ ਨੂੰ ਆਪਣੀ ਜ਼ਿੰਦਗੀ ਦੇ ਸ਼ੁਰੂਆਤੀ ਦੌਰ ਵਿੱਚ ਬਹੁਤ ਤਣਾਅ ਦਾ ਸਾਹਮਣਾ ਕਰਨਾ ਪਿਆ ਜਦੋਂ ਉਹ ਜ਼ਿੰਦਗੀ ਦੇ ਹਰ ਖੇਤਰ ਵਿੱਚ ਅਸਫਲ ਰਿਹਾ। ਉਹ ਛੇਵੀਂ ਜਮਾਤ ਵਿੱਚ ਫੇਲ੍ਹ ਹੋ ਗਿਆ ਸੀ ਅਤੇ ਸਕੂਲ ਵਿੱਚ ਲਗਾਤਾਰ ਸਜ਼ਾਵਾਂ ਅਤੇ ਤਾਅਨਿਆਂ ਕਾਰਨ ਉਸਨੇ ਆਪਣੀ ਪੜ੍ਹਾਈ ਛੱਡਣ ਦਾ ਫੈਸਲਾ ਵੀ ਕਰ ਲਿਆ ਸੀ ਪਰ ਆਪਣੇ ਦਾਦਾ ਜੀ ਦੇ ਉਤਸ਼ਾਹ ਅਤੇ ਬਿਹਤਰ ਤਣਾਅ ਪ੍ਰਬੰਧਨ ਕਾਰਨ ਉਸਨੇ 9 ਡਿਗਰੀਆਂ/ਸਰਟੀਫਿਕੇਟ ਪ੍ਰਾਪਤ ਕੀਤੇ ਜਿਸ ਵਿੱਚ ਐਲ.ਐਲ.ਬੀ., ਪੀ.ਜੀ.ਜੇ.ਐਮ.ਸੀ. (ਜਰਨਲਿਜ਼ਮ), ਪੀ.ਜੀ.ਡੀ.ਬੀ.ਏ. (ਐਮ.ਬੀ.ਏ.), ਬੀ ਲੈਵਲ (ਐਮ.ਸੀ.ਏ.) ਵਰਗੀਆਂ 4 ਪੇਸ਼ੇਵਰ ਡਿਗਰੀਆਂ ਸ਼ਾਮਲ ਹਨ। "ਰਾਜਲਨੀਤੀ ਸਟ੍ਰੈੱਸ ਮੈਨੇਜਮੈਂਟ" ਕਿਤਾਬ ਰਾਹੀਂ, ਉਹ ਤਣਾਅ ਪ੍ਰਬੰਧਨ 'ਤੇ ਆਪਣੀ ਸਾਲਾਂ ਦੀ ਸਖ਼ਤ ਮਿਹਨਤ ਅਤੇ ਖੋਜ ਨੂੰ ਤੁਹਾਡੇ ਸਾਹਮਣੇ ਪੇਸ਼ ਕਰ ਰਹੇ ਹਨ।

ਰਾਜਲ ਨਿਯਮਿਤ ਤੌਰ 'ਤੇ ਯੂਟਿਊਬ ਆਦਿ ਸਾਈਟਾਂ 'ਤੇ ਆਪਣੇ ਉਪਯੋਗੀ ਅਤੇ ਜਾਣਕਾਰੀ ਭਰਪੂਰ ਵੀਡੀਓ ਅਪਲੋਡ ਕਰਦੇ ਹਨ। ਤੁਸੀਂ ਰਾਜਲ ਨਾਲ ਔਨਲਾਈਨ ਵੀ ਜੁੜ ਸਕਦੇ ਹੋ:

E-mail : rajalneeti@gmail.com
Website : www.rajalneeti.com
Youtube : www.youtube.com/rajalneeti
Instagram : www.instagram.com/rajalneeti
Facebook : www.facebook.com/therajal
Twitter : www.twitter.com/therajal

ਅਧਿਆਇ 1

ਜਿੰਨਾ ਚਿਰ ਜ਼ਿੰਦਗੀ ਹੈ, ਚਿੰਤਾਵਾਂ ਵੀ ਰਹਿਣ ਗੀਆਂ

"ਦੁਨੀਆਂ ਦੇ ਹਰ ਵਿਅਕਤੀ ਦੀ ਜ਼ਿੰਦਗੀ ਵਿੱਚ ਚਿੰਤਾਵਾਂ ਹੁੰਦੀਆਂ ਹਨ, ਤੁਹਾਡੀਆਂ ਚਿੰਤਾਵਾਂ ਬਹੁਤ ਵੱਡੀਆਂ ਹੋ ਸਕਦੀਆਂ ਹਨ ਪਰ ਇਸ ਦੁਨੀਆਂ ਵਿੱਚ ਕੋਈ ਅਜਿਹਾ ਵੀ ਹੈ ਜਿਸਦੀਆਂ ਚਿੰਤਾਵਾਂ ਅਤੇ ਸਮੱਸਿਆਵਾਂ ਤੁਹਾਡੀਆਂ ਚਿੰਤਾਵਾਂ ਨਾਲੋਂ ਕਿਤੇ ਵੱਡੀਆਂ ਹਨ।"

- ਜੌਨ ਹਚਰਸਨ

ਕੀ ਤੁਸੀਂ ਕਦੇ ਮਹਾਨ ਲੋਕਾਂ ਦੀਆਂ ਜੀਵਨੀਆਂ ਪੜ੍ਹੀਆਂ ਹਨ, ਜੇ ਨਹੀਂ ਤਾਂ ਜ਼ਰੂਰ ਪੜ੍ਹੋ। ਕਈਆਂ ਦੇ ਮਾਪੇ ਨਹੀਂ ਸਨ, ਕੁਝ ਸਰੀਰਕ ਤੌਰ 'ਤੇ ਅਪਾਹਜ ਸਨ ਅਤੇ ਕੁਝ ਬਹੁਤ ਮਾੜੀ ਆਰਥਿਕ ਸਥਿਤੀ ਵਿੱਚ ਪੈਦਾ ਹੋਏ ਸਨ। ਗੱਲ ਇੱਥੇ ਹੀ ਖਤਮ ਨਹੀਂ ਹੁੰਦੀ, ਬਹੁਤ ਸਾਰੇ ਲੋਕ ਸਨ ਜੋ ਬਹੁਤ ਵਧੀਆ ਜ਼ਿੰਦਗੀ ਦਾ ਆਨੰਦ ਮਾਣ ਰਹੇ ਸਨ, ਫਿਰ ਕਿਸੇ ਨੇ ਉਨ੍ਹਾਂ ਨਾਲ ਧੋਖਾ ਕੀਤਾ ਅਤੇ ਉਹ ਪੂਰੀ ਤਰ੍ਹਾਂ ਬਰਬਾਦ ਹੋ ਗਏ।

ਅਜਿਹੀਆਂ ਬਹੁਤ ਸਾਰੀਆਂ ਘਟਨਾਵਾਂ ਹਨ ਜੋ ਸਾਬਤ ਕਰਦੀਆਂ ਹਨ ਕਿ ਅਸੀਂ ਦੁਨੀਆ ਦੇ ਪਹਿਲੇ ਲੋਕ ਨਹੀਂ ਹਾਂ ਜਿਨ੍ਹਾਂ ਦੀ ਜ਼ਿੰਦਗੀ ਵਿੱਚ ਚਿੰਤਾਵਾਂ ਹਨ। ਕੁਝ ਦਿਨ ਪਹਿਲਾਂ ਮੈਨੂੰ ਇੱਕ ਇੰਟਰਵਿਊ ਵਿੱਚ ਪੁੱਛਿਆ ਗਿਆ ਸੀ ਕਿ ਅੱਜਕੱਲ੍ਹ ਨੌਜਵਾਨ ਬਹੁਤ ਨਿਰਾਸ਼ ਹਨ। ਅਤੇ ਇਸੇ ਨਿਰਾਸ਼ਾ ਕਾਰਨ ਉਹ ਖੁਦਕੁਸ਼ੀ ਸਮੇਤ ਕਈ ਗਲਤ ਕਦਮ ਚੁੱਕ ਲੈਂਦੇ ਹਨ। ਤੁਸੀਂ ਇਸ 'ਤੇ ਕੀ ਕਹਿਣਾ ਚਾਹੋਗੇ? ਮੈਂ ਉਨ੍ਹਾਂ ਨੂੰ ਕਿਹਾ ਕਿ ਤੁਸੀਂ ਸਹੀ ਹੋ ਅਤੇ ਅਜਿਹੀਆਂ ਘਟਨਾਵਾਂ ਤੇਜ਼ੀ ਨਾਲ ਵੱਧ ਰਹੀਆਂ ਹਨ ਜੋ ਬਹੁਤ ਚਿੰਤਾਜਨਕ ਹੈ, ਸਾਡੀ ਜ਼ਿੰਦਗੀ ਅਜਿਹੀ ਹੈ ਕਿ ਤੁਸੀਂ ਚਾਹੇ ਕਿੰਨੇ ਵੀ ਸਫਲ ਹੋਵੋ ਜਾਂ ਤੁਸੀਂ ਆਪਣੇ ਕੰਮ ਵਿੱਚ ਕਿੰਨੇ ਵੀ ਮਾਹਰ ਹੋਵੋ, ਸਮੇਂ-ਸਮੇਂ 'ਤੇ ਅਜਿਹੀਆਂ ਮੁਸ਼ਕਲਾਂ ਆਉਂਦੀਆਂ ਰਹਿੰਦੀਆਂ ਹਨ ਜੋ ਤੁਹਾਨੂੰ ਹਿਲਾ ਦਿੰਦੀਆਂ ਹਨ ਅਤੇ ਜਦੋਂ ਅਜਿਹੀਆਂ ਸਮੱਸਿਆਵਾਂ ਆਉਂਦੀਆਂ ਹਨ ਤਾਂ ਕਈ ਵਾਰ ਅਸੀਂ ਪੂਰੀ ਤਰ੍ਹਾਂ ਟੁੱਟ ਜਾਂਦੇ ਹਾਂ ਪਰ ਮਹੱਤਵਪੂਰਨ ਗੱਲ ਇਹ ਹੈ ਕਿ ਅਸੀਂ ਉਸ ਸਮੱਸਿਆ ਤੋਂ ਜਲਦੀ ਤੋਂ ਜਲਦੀ ਉਭਰਦੇ ਹਾਂ ਕਿਉਂਕਿ ਸਾਡੀ ਜ਼ਿੰਦਗੀ ਸਿਰਫ਼ ਸਾਡੀ ਹੀ ਨਹੀਂ, ਸਾਡੀਆਂ ਖੁਸ਼ੀਆਂ ਦੀ ਪਰਵਾਹ ਕਰਨ ਵਾਲੇ ਹੋਰ ਵੀ ਬਹੁਤ ਸਾਰੇ ਲੋਕ ਹਨ। ਉਹ ਸਾਨੂੰ ਖੁਸ਼ ਦੇਖ ਕੇ ਖੁਸ਼ ਹੋ ਜਾਂਦੇ ਹਨ ਅਤੇ ਚਿੰਤਤ ਦੇਖ ਕੇ, ਉਹ ਵੀ ਚਿੰਤਤ ਰਹਿੰਦੇ ਹਨ। ਇਸ ਲਈ, ਜੇ ਆਪਣੇ ਲਈ ਨਹੀਂ, ਤਾਂ ਸਾਨੂੰ ਉਨ੍ਹਾਂ ਲੋਕਾਂ ਲਈ ਸੰਭਲਣਾ ਪਵੇਗਾ।

ਦੁਨੀਆ ਦੀ ਇੱਕੋ ਇੱਕ ਜਗ੍ਹਾ ਜਿੱਥੇ ਤੁਹਾਨੂੰ ਕੋਈ ਚਿੰਤਾ ਨਹੀਂ ਮਿਲੇਗੀ ਉਹ ਕਬਰਸਤਾਨ ਹੈ ਕਿਉਂਕਿ ਉੱਥੇ ਜ਼ਿੰਦਗੀ ਖਤਮ ਹੋ ਜਾਂਦੀ ਹੈ ਅਤੇ ਇਹ ਦਰਸਾਉਂਦਾ ਹੈ ਕਿ ਜਦੋਂ ਤੱਕ ਜ਼ਿੰਦਗੀ ਹੈ ਚਿੰਤਾਵਾਂ ਵੀ ਰਹਿਣ ਗੀਆਂ। ਮੈਂ ਇੱਕ ਅਜਿਹੇ ਵਿਅਕਤੀ ਦਾ ਉਦਾਹਰਣ ਦੇਣਾ ਚਾਹਾਂਗਾ ਜਿਸ ਨੇ ਜ਼ਿੰਦਗੀ ਵਿੱਚ ਹਮੇਸ਼ਾ ਚਿੰਤਾਵਾਂ ਦਾ ਸਾਹਮਣਾ ਕੀਤਾ। ਬਹੁਤ ਛੋਟੀ ਉਮਰ ਵਿੱਚ ਹੀ ਉਹਨਾਂ ਦੀ ਮਾਂ ਦਾ ਦਿਹਾਂਤ ਹੋ ਗਿਆ ਅਤੇ ਬਾਅਦ ਵਿੱਚ ਉਹਨਾਂ ਦੀ ਪ੍ਰੇਮਿਕਾ ਵੀ ਮਰ ਗਈ। ਉਹ ਕਾਰੋਬਾਰ ਵਿਚ ਕਈ ਵਾਰ ਅਸਫਲ ਰਹੇ ਅਤੇ ਵਾਰ-ਵਾਰ ਚੋਣਾਂ ਹਾਰ ਗਏ। ਕੀ ਤੁਸੀਂ ਸੋਚਦੇ ਹੋ ਕਿ ਇਹਨਾਂ ਨਿਰਾਸ਼ਾਵਾਂ ਦਾ ਉਹਨਾਂ 'ਤੇ ਕੋਈ ਅਸਰ ਨਹੀਂ ਸੀ; ਹੋਇਆ, ਬਹੁਤ ਹੀ ਡੂੰਗਾ ਪ੍ਰਭਾਵ ਪਿਆ। ਉਹ ਗੰਭੀਰ ਡਿਪਰੈਸ਼ਨ ਅਤੇ ਨਰਵਸ ਬ੍ਰੇਕ ਡਾਊਨ ਦਾ ਸ਼ਿਕਾਰ ਹੋ ਗਏ। ਉਹ ਅਤੇ ਉਹਨਾਂ ਦੇ ਪਰਿਵਾਰ ਨੂੰ ਡਰ ਸੀ ਕਿ ਉਹ ਖੁਦਕੁਸ਼ੀ ਕਰ ਸਕਦੇ ਨੇ, ਇਸ ਲਈ ਸਾਰੀਆਂ ਤਿੱਖੀਆਂ ਚੀਜ਼ਾਂ ਨੂੰ ਉਹਨਾਂ ਤੋਂ ਦੂਰ ਰੱਖੀਆਂ ਗਈਆਂ ਸਨ। ਉਹ ਆਪਣੀ ਬਿਮਾਰੀ ਤੋਂ ਇੰਨਾ ਥੱਕ ਗਏ ਸੀ ਕਿ ਉਹਨਾਂ ਨੇ ਸੋਚਿਆ ਕਿ ਮੈਂ ਆਪਣੇ ਆਪ ਨੂੰ ਆਪਣੇ ਕੰਮ ਵਿੱਚ ਇੰਨਾ ਲੀਨ ਕਰ ਲਵਾਂਗਾ ਕਿ ਮੇਰੇ ਕੋਲ ਸੋਚਣ ਦਾ ਸਮਾਂ ਨਹੀਂ ਹੋਵੇਗਾ, ਅਤੇ ਉਹਨਾਂ ਨੇ ਅਜਿਹਾ ਹੀ ਕੀਤਾ। ਉਹਨਾਂ ਨੇ ਆਪਣੇ ਆਪ ਨੂੰ ਸਮਾਜ ਅਤੇ ਦੇਸ਼ ਦੀ ਸੇਵਾ ਲਈ ਸਮਰਪਿਤ ਕੀਤਾ ਅਤੇ ਆਪਣੇ ਜੀਵਨ ਕਾਲ ਵਿੱਚ ਬਹੁਤ ਸਾਰੇ ਮਹਾਨ ਕੰਮ ਕੀਤੇ ਜਿਸ ਕਾਰਨ ਉਹ ਦੁਨੀਆ ਦੇ ਮਹਾਨ ਵਿਅਕਤੀਆਂ ਵਿੱਚੋਂ ਇੱਕ ਬਣ ਗਏ ਅਤੇ ਉਹ 52 ਸਾਲ ਦੀ ਉਮਰ ਵਿੱਚ ਅਮਰੀਕਾ ਦੇ ਰਾਸ਼ਟਰਪਤੀ ਬਣੇ ਅਤੇ ਉਹਨਾਂ ਦਾ ਨਾਮ "ਅਬਰਾਹਿਮ ਲਿੰਕਨ" ਸੀ।

ਇਸ ਕਹਾਣੀ ਨੂੰ ਜਾਣਨ ਤੋਂ ਬਾਅਦ, ਜੇਕਰ ਤੁਸੀਂ ਲੋਕਾਂ ਨੂੰ ਪੁੱਛੋ ਕਿ ਕੀ ਉਹ ਰਾਸ਼ਟਰਪਤੀ ਬਣਨਾ ਚਾਹੁਣ ਗੇ, ਤਾਂ ਸੰਭਾਵਨਾਵਾਂ ਬਹੁਤ ਜ਼ਿਆਦਾ ਹਨ ਕਿ ਉਨ੍ਹਾਂ ਦਾ ਜਵਾਬ "ਹਾਂ" ਹੋਵੇਗਾ ਪਰ ਜੇ ਤੁਸੀਂ ਉਨ੍ਹਾਂ ਨੂੰ ਪੁੱਛੋ ਕਿ ਕੀ ਉਹ ਵੀ ਉਨ੍ਹਾਂ ਮੁਸ਼ਕਲਾਂ ਵਿੱਚੋਂ ਲੰਘਣਾ ਪਸੰਦ ਕਰਨਗੇ ਜਿਨ੍ਹਾਂ ਵਿੱਚੋਂ ਅਬਰਾਹਮ ਲਿੰਕਨ ਲੰਘੇ ਸਨ, ਜਿਵੇਂ ਕਿ ਉਸਦੀ ਮਾਂ ਅਤੇ ਪ੍ਰੇਮਿਕਾ ਦੀ ਮੌਤ, ਉਸਦੇ

ਕਾਰੋਬਾਰ ਦੀ ਬਰਬਾਦੀ, ਵਾਰ-ਵਾਰ ਚੋਣਾਂ ਹਾਰਨਾ, ਅਤੇ ਡਿਪਰੈਸ਼ਨ ਅਤੇ ਘਬਰਾਹਟ ਤੋਂ ਪੀੜਤ ਹੋਣਾ, ਆਦਿ, ਤਾਂ ਸ਼ਾਇਦ ਹੀ ਕੋਈ "ਹਾਂ" ਕਹੇਗਾ।

ਇਸ ਤੋਂ, ਅਸੀਂ ਇਸ ਸਧਾਰਨ ਸਿੱਟੇ 'ਤੇ ਪਹੁੰਚ ਸਕਦੇ ਹਾਂ ਕਿ ਲੋਕ ਤੁਹਾਡੀਆਂ ਪ੍ਰਾਪਤੀਆਂ ਅਤੇ ਸਫਲਤਾਵਾਂ ਨੂੰ ਤਾਂ ਬਦਲਣਾ ਚਾਹੁੰਦੇ ਹਨ ਪਰ ਤੁਹਾਡੀਆਂ ਚਿੰਤਾਵਾਂ ਨੂੰ ਬਿਲਕੁਲ ਨਹੀਂ ਬਦਲਣਾ ਚਾਹੁੰਦੇ (ਖਾਸ ਕਰਕੇ ਜਦੋਂ ਉਹ ਚਿੰਤਾਵਾਂ ਕਾਫ਼ੀ ਵੱਡੀਆਂ ਹੋਣ)

ਸਟ੍ਰੈੱਸ ਮੈਨੇਜਮੈਂਟ ਨਾਲ ਸਬੰਧਤ ਉਪਯੋਗੀ ਸੁਝਾਅ:

- **ਇਹ ਜਾਂ ਲੋ ਕਿ ਤੁਸੀ ਸੰਸਾਰ ਵਿਚ ਕੱਲੇ ਨਹੀਂ ਹੋ:** ਇਸ ਦੁਨੀਆਂ ਵਿੱਚ ਜੀਉਂਦੇ ਹਰ ਵਿਅਕਤੀ ਨੂੰ ਕੋਈ ਨਾ ਕੋਈ ਚਿੰਤਾ ਹੁੰਦੀ ਹੈ। ਜੇ ਤੁਸੀਂ ਮਹਾਨ ਲੋਕਾਂ ਦਾ ਅਧਿਐਨ ਕਰੋਗੇ, ਤਾਂ ਤੁਸੀਂ ਦੇਖੋਗੇ ਕਿ ਚਿੰਤਾਵਾਂ ਅਤੇ ਤਣਾਅ ਦੇ ਬਾਵਜੂਦ, ਉਨ੍ਹਾਂ ਨੇ ਕੰਮ ਕਰਨਾ ਜਾਰੀ ਰੱਖਿਆ ਅਤੇ ਅੰਤ ਵਿੱਚ ਸਫਲ ਹੋਏ।
- ਜੇਕਰ ਉਸ ਸਮੱਸਿਆ ਦਾ ਹੱਲ ਹੋ ਸਕਦੀ ਹੈ ਤਾਂ ਇਸਨੂੰ ਹੱਲ ਕਰਨ ਵਿੱਚ ਆਪਣਾ ਸਭ ਕੁਝ ਲਗਾ ਦਿਓ। ਜੇਕਰ ਸਮੱਸਿਆ ਦਾ ਹੱਲ ਨਹੀਂ ਹੋ ਸਕਦਾ ਤਾਂ ਇਸ ਲਈ ਰੱਬ ਅੱਗੇ ਅਰਦਾਸ ਕਰੋ।
- ਜੇਕਰ ਤੁਸੀਂ ਲੋਕਾਂ ਦੀਆਂ ਜੀਵਨੀਆਂ ਦਾ ਅਧਿਐਨ ਕਰੋਗੇ, ਤਾਂ ਤੁਸੀਂ ਦੇਖੋਗੇ ਕਿ ਜਿਨ੍ਹਾਂ ਲੋਕਾਂ ਨੂੰ ਆਪਣੀ ਜ਼ਿੰਦਗੀ ਵਿੱਚ ਇੱਕ ਗੰਭੀਰ ਸਮੱਸਿਆ ਦਾ ਸਾਹਮਣਾ ਕਰਨ ਤੋਂ ਬਾਅਦ ਨਵੀਂ ਜ਼ਿੰਦਗੀ ਮਿਲੀ, ਉਨ੍ਹਾਂ ਦਾ ਜੀਵਨ ਪ੍ਰਤੀ ਪੂਰਾ ਨਜ਼ਰੀਆ ਬਦਲ ਗਿਆ। ਉਹਨਾਂ ਨੂੰ ਪਤਾ ਲੱਗਾ ਕਿ ਉਹਨਾਂ ਦੀ ਜ਼ਿੰਦਗੀ ਵਿੱਚ ਪਹਿਲਾਂ ਜੋ ਸਮੱਸਿਆਵਾਂ ਸਨ ਉਹ ਹੁਣ ਬਹੁਤ ਛੋਟੀਆਂ ਜਾਪਦੀਆਂ ਸਨ ਅਤੇ ਕਿਉਂਕਿ ਉਹਨਾਂ ਨੂੰ ਜੀਵਨ ਦਾ ਤੋਹਫ਼ਾ ਦਿੱਤਾ ਗਿਆ ਸੀ, ਉਹਨਾਂ ਨੇ ਆਪਣੀ ਜ਼ਿੰਦਗੀ ਨੂੰ ਪਰਮਾਤਮਾ ਵੱਲੋਂ ਇੱਕ ਵਰਦਾਨ ਸਮਝਿਆ ਅਤੇ ਜ਼ਿੰਦਗੀ ਦੀਆਂ ਸਮੱਸਿਆਵਾਂ ਬਾਰੇ ਦੁਬਾਰਾ ਕਦੇ ਸ਼ਿਕਾਇਤ ਨਹੀਂ ਕੀਤੀ।

• • •

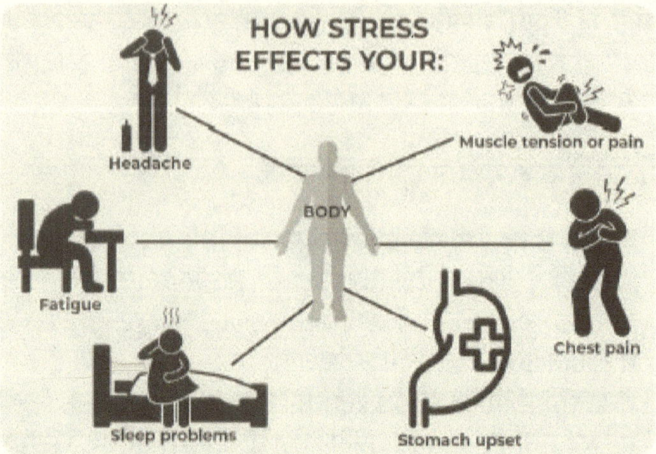

ਅਧਿਆਇ 2

ਚਿੰਤਾ ਕਾਰਨ ਹੋਣ ਵਾਲੇ ਨੁਕਸਾਨ

"ਜੋ ਹੋਣਾ ਹੈ ਉਹ ਹੋ ਕੇ ਰਹੇਗਾ, ਭਾਵੇਂ ਅਸੀਂ ਇਸਦੀ ਚਿੰਤਾ ਕਰੀਏ ਜਾਂ ਨਾ ਕਰੀਏ"

-ਏਨਾ ਮੋਨਾਰ

ਜਦੋਂ ਇੱਕ ਮਸ਼ਹੂਰ ਫਿਲਮ ਅਦਾਕਾਰਾ ਦੀ ਫਿਲਮ ਪੂਰੀ ਤਰ੍ਹਾਂ ਫਲਾਪ ਹੋ ਗਈ, ਤਾਂ ਇੱਕ ਪੱਤਰਕਾਰ ਉਸਦੀ ਪ੍ਰਤੀਕਿਰਿਆ ਜਾਣਨਾ ਚਾਹੁੰਦਾ ਸੀ। ਫਿਲਮ ਅਦਾਕਾਰਾ ਨੇ ਕਿਹਾ ਕਿ ਉਸਨੇ ਆਪਣੀ ਪੂਰੀ ਕੋਸ਼ਿਸ਼ ਕੀਤੀ ਸੀ ਪਰ ਦਰਸ਼ਕਾਂ ਨੂੰ ਫਿਲਮ ਪਸੰਦ ਨਹੀਂ ਆਈ। ਫਿਰ ਪੱਤਰਕਾਰ ਨੇ ਪੁੱਛਿਆ ਕਿ ਇੰਨੀ ਮਿਹਨਤ ਕਰਨ ਤੋਂ ਬਾਅਦ, ਜਦੋਂ ਫਿਲਮ ਇੰਨੀ ਬੁਰੀ ਤਰ੍ਹਾਂ ਫਲਾਪ ਹੋ ਜਾਏ, ਤਾਂ ਤੁਸੀ ਬਹੁਤ ਜਿਆਦਾ ਚਿੰਤਿਤ ਹੋ ਜਾਂਦੇ ਹੋਵੋ ਗੇ। ਇਸ 'ਤੇ ਅਦਾਕਾਰਾ ਨੇ ਜਵਾਬ ਦਿੱਤਾ ਕਿ 'ਜੇਕਰ ਫਿਲਮ ਸਫਲ ਹੁੰਦੀ ਹੈ ਤਾਂ ਅਸੀਂ ਬਹੁਤ ਖੁਸ਼ੀ ਮਹਿਸੂਸ ਕਰਦੇ ਹਾਂ ਅਤੇ ਸਾਨੂੰ ਲਗਦਾ ਹੈ ਕਿ ਸਾਡੀ ਮਿਹਨਤ ਰੰਗ ਲਿਆਈ ਹੈ ਪਰ ਜਦੋਂ ਫਿਲਮਾਂ ਨਹੀਂ ਚਲਦੀਆਂ, ਤਾਂ ਵੀ ਮੈਨੂੰ ਚਿੰਤਾ

ਨਹੀਂ ਹੁੰਦੀ।' ਫ਼ਿਲਮ ਇੰਡਸਟਰੀ ਵਿੱਚ ਅਦਾਕਾਰੀ ਮਾਇਨੇ ਰੱਖਦੀ ਹੈ ਪਰ ਤੁਹਾਡੀ ਸੁੰਦਰਤਾ ਵੀ ਓਨੀ ਹੀ ਮਾਇਨੇ ਰੱਖਦੀ ਹੈ। ਜਦੋਂ ਤੁਸੀਂ ਚਿੰਤਤ ਹੁੰਦੇ ਹੋ ਤਾਂ ਤੁਹਾਡਾ ਚਿਹਰਾ ਅਤੇ ਤੁਹਾਡੀ ਸੁੰਦਰਤਾ ਵੀ ਪ੍ਰਭਾਵਿਤ ਹੁੰਦੀ ਹੈ ਅਤੇ ਇਸਦਾ ਮੇਰੇ ਕਰੀਅਰ 'ਤੇ ਬੁਰਾ ਪ੍ਰਭਾਵ ਪੈ ਸਕਦਾ ਹੈ। ਇਸ ਲਈ, ਮੈਂ ਕਦੇ ਚਿੰਤਾ ਨਹੀਂ ਕਰਦੀ।" ਫਿਲਮ ਅਦਾਕਾਰਾ ਦਾ ਜਵਾਬ ਸਾਡੇ ਸਾਰਿਆਂ ਲਈ ਇਕ ਪ੍ਰੇਰਨਾ ਹੈ ਕਿ ਜੇਕਰ ਅਸੀਂ ਚੰਗੇ ਦਿਖਣਾ ਚਾਹੁੰਦੇ ਹਾਂ, ਤਾਂ ਸਾਨੂੰ ਚਿੰਤਾ ਮੁਕਤ ਰਹਿਣ ਦੀ ਲੋੜ ਹੈ।

ਪਰ ਅਜੋਕੇ ਸਮੇਂ ਵਿੱਚ, ਚਿੰਤਾ ਸਾਡੀ ਜ਼ਿੰਦਗੀ ਦਾ ਇੱਕ ਹਿੱਸਾ ਬਣ ਗਈ ਹੈ ਅਤੇ ਇਸ ਚਿੰਤਾ ਭਰੀ ਜੀਵਨ ਸ਼ੈਲੀ ਵਿੱਚ, ਬਹੁਤ ਸਾਰੀਆਂ ਬਿਮਾਰੀਆਂ ਅਤੇ ਸਮੱਸਿਆਵਾਂ ਹੋਣ ਲੱਗ ਪਈਆਂ ਹਨ ਜੋ ਪਹਿਲਾਂ ਦੇ ਲੋਕਾਂ ਵਿੱਚ ਇੰਨੀ ਵੱਡੀ ਗਿਣਤੀ ਵਿੱਚ ਨਹੀਂ ਸਨ। ਅਸੀਂ ਇਹ ਵੀ ਦੇਖਦੇ ਹਾਂ ਕਿ ਬੀਤੇ ਸਮੇਂ ਦੀਆਂ ਕੁਝ ਦੁਖਦਾਈ ਘਟਨਾਵਾਂ ਨੂੰ ਵਾਰ-ਵਾਰ ਯਾਦ ਕਰਨ ਨਾਲ ਵਿਅਕਤੀ ਬਿਮਾਰ ਹੋ ਜਾਂਦਾ ਹੈ ਅਤੇ ਜ਼ਿੰਦਗੀ ਵਿੱਚ ਅੱਗੇ ਵਧਣ ਦੇ ਯੋਗ ਨਹੀਂ ਹੁੰਦਾ। ਇੱਕ ਮਹਾਨ ਵਿਅਕਤੀ ਨੇ ਕਿਹਾ ਸੀ, "ਇਹ ਗੱਲ ਇਤਨੀ ਜਰੂਰੀ ਨਹੀਂ ਹੈ ਕਿ ਤੁਸੀ ਕੀ ਖਾਂਦੇ ਹੋ, ਬਲਕਿ ਇਹ ਜਰੂਰੀ ਹੈ ਕਿ ਤੁਹਾਨੂੰ ਕਿਹੜੀ ਗੱਲ ਖਾਏ ਜਾ ਰਹੀ ਹੈ।" ਜਦੋਂ ਕੁਝ ਲੋਕ ਦੁਨੀਆ ਦੇ ਇੱਕ ਬਹੁਤ ਹੀ ਸਿਆਣੇ ਆਦਮੀ ਕੋਲ ਆਪਣੀਆਂ ਸਮੱਸਿਆਵਾਂ ਲੈ ਕੇ ਆਏ, ਤਾਂ ਉਸਨੇ ਬਹੁਤ ਹੀ ਸਿਆਣਾ ਜਵਾਬ ਦਿੱਤਾ "ਮੈਂ ਤੁਹਾਡੀਆਂ ਸਮੱਸਿਆਵਾਂ ਆਪਣੇ ਹੱਥਾਂ ਵਿੱਚ ਲੈਣ ਲਈ ਤਿਆਰ ਹਾਂ ਪਰ ਆਪਣੇ ਦਿਲ, ਫੇਫੜਿਆਂ ਅਤੇ ਹੋਰ ਅੰਗਾਂ ਵਿੱਚ ਨਹੀਂ" (ਮਤਲਬ ਕਿ ਉਹ ਸਮੱਸਿਆ ਨੂੰ ਹੱਲ ਕਰਨ ਦੀ ਕੋਸ਼ਿਸ਼ ਕਰ ਸਕਦਾ ਹੈ ਪਰ ਇਸਦੀ ਬੇਲੋੜੀ ਚਿੰਤਾ ਕਰਕੇ ਆਪਣੇ ਆਪ ਨੂੰ ਬਿਮਾਰ ਨਹੀਂ ਕਰੇਗਾ)।

ਚਿੰਤਾ ਨਾ ਸਿਰਫ਼ ਇਨਸੌਮਨੀਆ, ਅਲਸਰ, ਦਿਲ ਦੀ ਬਿਮਾਰੀ, ਬਲੱਡ ਪ੍ਰੈਸ਼ਰ ਆਦਿ ਬਿਮਾਰੀਆਂ ਦਾ ਕਾਰਨ ਬਣਦੀ ਹੈ, ਸਗੋਂ ਇਹ ਸਾਡੀ ਸੋਚਣ, ਸਮਝਣ ਅਤੇ ਫੈਸਲੇ ਲੈਣ ਦੀ ਸਮਰੱਥਾ ਨੂੰ ਵੀ ਨਸ਼ਟ ਕਰ ਦਿੰਦੀ ਹੈ ਅਤੇ ਕਈ ਵਾਰ ਸਥਿਤੀ ਇਸ ਹੱਦ ਤੱਕ ਪਹੁੰਚ ਜਾਂਦੀ ਹੈ ਕਿ ਲੋਕ ਖੁਦਕੁਸ਼ੀ ਵੀ ਕਰ ਲੈਂਦੇ ਹਨ।

ਕਿਉਂਕਿ ਅਸੀਂ ਸਮਝ ਗਏ ਹਾਂ ਕਿ ਚਿੰਤਾ ਕਿੰਨੀਆਂ ਗੰਭੀਰ ਸਮੱਸਿਆਵਾਂ ਪੈਦਾ ਕਰ ਸਕਦੀ ਹੈ, ਸਾਨੂੰ ਹਰ ਕੀਮਤ 'ਤੇ ਚਿੰਤਾ ਤੋਂ ਬਚਣਾ ਚਾਹੀਦਾ ਹੈ, ਪਰ ਇਸ ਤੋਂ ਪਹਿਲਾਂ ਆਓ ਅਗਲੇ ਅਧਿਆਇ ਵਿੱਚ ਚਿੰਤਾ ਦੇ ਕੁਝ ਆਮ ਕਾਰਨਾਂ ਬਾਰੇ ਜਾਣੀਏ।

ਸਟ੍ਰੈੱਸ ਮੈਨੇਜਮੈਂਟ ਨਾਲ ਸਬੰਧਤ ਉਪਯੋਗੀ ਸੁਝਾਅ:

- ਕੀ ਤੁਸੀਂ ਇਸ ਵੇਲੇ ਕਿਸੇ ਬਿਮਾਰੀ ਤੋਂ ਪੀੜਤ ਹੋ? ਜੇਕਰ ਹਾਂ, ਤਾਂ ਪਤਾ ਕਰੋ ਕਿ ਕੀ ਇਹ ਤੁਹਾਡੀਆਂ ਕਿਸੇ ਚਿੰਤਾਵਾਂ ਕਾਰਨ ਤੇ ਨਹੀਂ ਹੋ ਰਿਹਾ ਹੈ।
- ਛੋਟੀਆਂ-ਛੋਟੀਆਂ ਗੱਲਾਂ ਨੂੰ ਮੁੱਦਾ ਬਣਾਉਣ ਤੋਂ ਬਚੋ ਕਿਉਂਕਿ ਛੋਟੀਆਂ-ਛੋਟੀਆਂ ਗੱਲਾਂ ਅਕਸਰ ਵੱਡੀਆਂ ਹੋ ਜਾਂਦੀਆਂ ਹਨ ਅਤੇ ਸਾਡੀ ਜ਼ਿੰਦਗੀ ਵਿੱਚ ਬੇਲੋੜੀਆਂ ਚਿੰਤਾਵਾਂ ਪੈਦਾ ਕਰਦੀਆਂ ਹਨ।

• • •

ਅਧਿਆਇ ੩

ਚਿੰਤਾ ਨੇ ਮੈਨੂੰ ਇਹ ਦਿੱਤਾ ਹੈ ਅਤੇ ਚਿੰਤਾ ਤੁਹਾਨੂੰ ਕੀ ਕੀ ਦੇ ਸਕਦੀ ਹੈ

"ਅਸੀਂ ਆਪਣੀਆਂ ਸਮੱਸਿਆਵਾਂ ਨੂੰ ਉਸੇ ਪੱਧਰ 'ਤੇ ਹੱਲ ਨਹੀਂ ਕਰ ਸਕਦੇ ਜਿਸ ਪੱਧਰ 'ਤੇ ਅਸੀਂ ਉਨ੍ਹਾਂ ਨੂੰ ਬਣਾਇਆ ਹੈ।"

-ਐਲਬਰਟ ਆਈਨਸਟਾਈਨ

ਜਿਵੇਂ ਕਿ ਮੈਂ ਤੁਹਾਨੂੰ ਪਹਿਲਾਂ ਦੱਸਿਆ ਸੀ ਕਿ ਇਸ ਦੁਨੀਆਂ ਵਿੱਚ ਕੋਈ ਵੀ ਅਜਿਹਾ ਨਹੀਂ ਜਿਸਨੂੰ ਚਿੰਤਾ ਨਾ ਹੁੰਦੀ ਹੋਵੇ, ਮੈਂ ਵੀ ਇਸਦਾ ਅਪਵਾਦ ਨਹੀਂ ਹਾਂ। ਬਹੁਤ ਸਮਾਂ ਪਹਿਲਾਂ, ਮੈਂ ਆਪਣੀ ਜ਼ਿੰਦਗੀ ਦੇ ਇੱਕ ਬਹੁਤ ਹੀ ਮਾੜੇ ਦੌਰ ਵਿੱਚੋਂ ਗੁਜ਼ਰ ਰਿਹਾ ਸੀ ਅਤੇ ਉਸ ਸਮੇਂ ਮੈਂ ਬਹੁਤ ਜ਼ਿਆਦਾ ਚਿੰਤਾ ਦਾ ਅਨੁਭਵ ਕਰ ਰਿਹਾ ਸੀ। ਹਰ ਦਿਨ ਕੱਟਣਾ ਪਹਾੜ ਵਾਂਗ ਜਾਪਦਾ ਸੀ ਅਤੇ ਮੈਨੂੰ ਸਮਝ ਨਹੀਂ ਆ ਰਿਹਾ ਸੀ ਕਿ ਅੱਗੇ ਕੀ ਹੋਵੇਗਾ।

ਕਿਉਂਕਿ ਜਿਵੇਂ ਮੈਂ ਕਿਹਾ, ਚਿੰਤਾ ਦੀ ਮਾਤਰਾ ਬਹੁਤ ਜ਼ਿਆਦਾ ਸੀ ਅਤੇ ਮੈਂ ਇਸਨੂੰ ਆਪਣੇ ਉੱਤੇ ਹਾਵੀ ਹੋਣ ਦਿੱਤਾ ਅਤੇ ਹੁਣ ਮੈਂ ਤੁਹਾਨੂੰ ਦੱਸਾਂਗਾ ਕਿ ਇਸ ਚਿੰਤਾ ਨੇ ਮੇਰੇ ਨਾਲ ਕੀ ਕੀਤਾ। ਇਸਨੇ ਮੇਰੇ ਨਾਲ ਸਭ ਤੋਂ ਪਹਿਲਾਂ ਇਹ ਕੀਤਾ ਕਿ ਮੇਰੀ ਨੀਂਦ ਪੂਰੀ ਤਰ੍ਹਾਂ ਉੜ ਗਈ, ਰਾਤ ਨੂੰ 2-3 ਵਜ ਜਾਂਦੇ ਸਨ ਪਰ ਮੈਨੂੰ ਸੌਣ ਵਿੱਚ ਬਹੁਤ ਮੁਸ਼ਕਲ ਹੋ ਰਹੀ ਸੀ, ਮੇਰੇ ਵਾਲ ਬਹੁਤ ਝੜਨ ਲੱਗੇ ਅਤੇ ਬਹੁਤ ਸਾਰੇ ਵਾਲ ਸਲੇਟੀ ਹੋ ਗਏ, ਮੇਰੀ ਪਾਚਨ ਕਿਰਿਆ ਪ੍ਰਭਾਵਿਤ ਹੋਈ, ਮੈਨੂੰ ਭੁੱਖ ਨਹੀਂ ਲੱਗੀ ਅਤੇ ਨਾ ਹੀ ਮੇਰਾ ਕੁਝ ਖਾਣ ਨੂੰ ਜੀਅ ਕਰਦਾ ਸੀ, ਮੈਂ ਆਪਣੇ ਕੰਮ 'ਤੇ ਧਿਆਨ ਨਹੀਂ ਦੇ ਪਾ ਰਿਹਾ ਸੀ ਅਤੇ ਇਸ ਲਈ ਮੈਨੂੰ ਵਿੱਤੀ ਨੁਕਸਾਨ ਹੋ ਰਿਹਾ ਸੀ ਅਤੇ ਕੁਝ ਹੋਰ ਚੀਜ਼ਾਂ ਵੀ ਹੋਈਆਂ ਜਿਨ੍ਹਾਂ ਦੀ ਮੈਨੂੰ ਉਮੀਦ ਨਹੀਂ ਸੀ। ਉਦਾਹਰਣ ਵਜੋਂ, ਮੈਂ ਆਪਣੇ ਦੰਦਾਂ ਦਾ ਬਹੁਤ ਧਿਆਨ ਰੱਖਦਾ ਹਾਂ ਅਤੇ ਉਨ੍ਹਾਂ ਨੂੰ ਦੋਵੇਂ ਵਾਰ ਬੁਰਸ਼ ਕਰਨ ਦੀ ਆਦਤ ਪਾ ਲਈ ਹੈ, ਭਾਵ ਸਵੇਰੇ ਅਤੇ ਰਾਤ ਨੂੰ। ਮੈਨੂੰ ਇਹ ਆਦਤ ਬਹੁਤ ਸਮਾਂ ਪਹਿਲਾਂ ਹੋ ਗਈ ਸੀ ਪਰ ਜਦੋਂ ਮੈਂ ਲੰਬੇ ਸਮੇਂ ਤੱਕ ਚਿੰਤਤ ਰਿਹਾ, ਤਾਂ ਮੇਰੇ 9 ਦੰਦਾਂ ਵਿੱਚ ਖੋੜ ਪੈ ਗਈ (cavity) ਅਤੇ ਇਹ 3 ਦੰਦ ਕੱਢਣ ਦੀ ਸਥਿਤੀ ਤੱਕ ਬਣ ਗਈ। ਜਦੋਂ ਮੈਂ ਡਾਕਟਰ ਨਾਲ ਗੱਲ ਕੀਤੀ ਤਾਂ ਉਸਨੇ ਕਿਹਾ, ਪੁੱਤਰ, ਚਿੰਤਾ ਦੀਆਂ ਜੜ੍ਹਾਂ ਲੱਭੋ ਅਤੇ ਉਨ੍ਹਾਂ ਨੂੰ ਖਤਮ ਕਰੋ। ਚਿੰਤਾ ਨੇ ਤਾਂ ਅਜੇ ਸਿਰਫ਼ ਤੁਹਾਡੇ ਦੰਦਾਂ ਨੂੰ ਹੀ ਖੋਖਲਾ ਕੀਤਾ ਹੈ, ਭਵਿੱਖ ਵਿੱਚ ਇਹ ਤੁਹਾਨੂੰ ਅਤੇ ਤੁਹਾਡੇ ਪੂਰੇ ਸਰੀਰ ਨੂੰ ਖੋਖਲਾ ਕਰ ਦੇਵੇਗੀ। ਮੈਂ ਬਿਲਕੁਲ ਉਵੇਂ ਹੀ ਕੀਤਾ ਜਿਵੇਂ ਡਾਕਟਰ ਨੇ ਮੈਨੂੰ ਕਿਹਾ ਸੀ, ਯਾਨੀ ਚਿੰਤਾ ਦੇ ਕਾਰਨ ਲੱਭੇ ਅਤੇ ਉਨ੍ਹਾਂ ਨੂੰ ਦੂਰ ਕੀਤਾ, ਨਹੀਂ ਤਾਂ ਇਹ ਮੈਨੂੰ ਪੂਰੀ ਤਰ੍ਹਾਂ ਖੋਖਲਾ ਕਰ ਦਿੰਦੀ।

ਇਹ ਸਨ ਕੁਝ ਉਹ ਚੀਜ਼ਾਂ ਜੋ ਚਿੰਤਾ ਨੇ ਮੈਨੂੰ ਦਿੱਤੀਆਂ। ਜੇਕਰ ਤੁਸੀਂ ਵੀ ਲੋੜ ਤੋਂ ਵੱਧ ਚਿੰਤਤ ਹੋ ਤਾਂ ਚਿੰਤਾ ਤੁਹਾਨੂੰ ਵੀ ਇਸੇ ਤਰ੍ਹਾਂ ਦੀਆਂ ਜਾਂ ਵੱਡੀਆਂ ਚੀਜ਼ਾਂ ਦੇ ਸਕਦੀ ਹੈ।

ਜੇਕਰ ਅਸੀਂ ਚਿੰਤਾ ਕਰਨ ਨਾਲ ਆਉਣ ਵਾਲੀਆਂ ਸਮੱਸਿਆਵਾਂ ਦੀ ਗਿਣਤੀ ਕਰਨਾ ਸ਼ੁਰੂ ਕਰ ਦੇਈਏ ਤਾਂ ਸਾਡੀ ਗਿਣਤੀ ਸਿਰ ਦਰਦ, ਗੈਸ ਵਰਗੀਆਂ ਛੋਟੀਆਂ ਬਿਮਾਰੀਆਂ ਤੋਂ ਸ਼ੁਰੂ ਹੁੰਦੀ ਹੈ ਅਤੇ ਸ਼ੂਗਰ, ਬਲੱਡ ਪ੍ਰੈਸ਼ਰ, ਦਿਲ ਦੀ ਬਿਮਾਰੀ ਵਰਗੀਆਂ ਬਿਮਾਰੀਆਂ ਤਕ ਪਹੁੰਚ ਜਾਏ ਗੀ ਜੋ ਭਵਿੱਖ ਵਿੱਚ ਘਾਤਕ ਸਾਬਤ ਹੋ ਸਕਦੀਆਂ ਹਨ।

ਚਿੰਤਾ ਕਰਨ ਦੇ ਹਜ਼ਾਰਾਂ ਕਾਰਨ ਹਨ, ਪਰ ਆਓ ਇੱਕ ਨਜ਼ਰ ਮਾਰੀਏ ਚਿੰਤਾ ਦੇ ਕੁਝ ਆਮ ਕਾਰਨਾ ਤੇ:

- ਆਪਣੇ ਆਪ ਜਾਂ ਦੂਜਿਆਂ ਤੋਂ ਉਮੀਦਾਂ ਜੋ ਪੂਰੀਆਂ ਨਹੀਂ ਹੋ ਰਹੀਆਂ
- ਦੂਜਿਆਂ ਨਾਲ ਯਥਾਰਥਵਾਦੀ ਜਾਂ ਗੈਰ-ਯਥਾਰਥਵਾਦੀ ਤੁਲਨਾਵਾਂ ਜੋ ਘਟਦੇ ਆਤਮ-ਵਿਸ਼ਵਾਸ ਵੱਲ ਲੈ ਜਾਂਦੀਆਂ ਹਨ।
- ਕਿਸੇ ਨੂੰ ਅੱਗੇ ਵਧਦੇ ਦੇਖ ਕੇ ਈਰਖਾ ਦੀ ਭਾਵਨਾ
- ਦੂਜਿਆਂ ਵਾਂਗ ਬਣਨ ਦੀ ਇੱਛਾ
- ਲੋਕਾਂ ਨੂੰ ਬਦਲਣ ਦੀ ਇੱਛਾ

- ਲੋਕ ਤੁਹਾਡੇ ਬਾਰੇ ਕੀ ਸੋਚਣਗੇ
- ਲੋਕ ਤੁਹਾਡੇ ਬਾਰੇ ਕੀ ਕਹਿਣਗੇ
- ਆਪਣੇ ਆਪ ਨੂੰ ਬਹੁਤ ਗੰਭੀਰਤਾ ਨਾਲ ਲੈਣਾ
- ਆਲੋਚਨਾ ਜਾਂ ਨਿੰਦਾ
- ਕੰਮ ਦਾ ਬੋਝ
- ਲੋਕਾਂ ਜਾਂ ਕਿਸੇ ਖਾਸ ਵਿਅਕਤੀ ਦੁਆਰਾ ਪ੍ਰਸ਼ੰਸਾ ਕੀਤੇ ਜਾਣ ਦੀ ਇੱਛਾ
- ਪੈਸੇ ਕਮਾਉਣ ਜਾਂ ਕਰਜ਼ੇ ਦੀ ਚਿੰਤਾ
- ਸਿਹਤ ਜਾਂ ਬੀਮਾਰੀ ਨਾਲ ਸਬੰਧਤ ਚਿੰਤਾ
- ਬਿਨਾਂ ਬੀਜੇ ਵੱਢਣ ਦੀ ਇੱਛਾ (ਬਹੁਤ ਜਲਦੀ ਸਫਲਤਾ ਪ੍ਰਾਪਤ ਕਰਨ ਲਈ ਸ਼ਾਰਟਕੱਟਾਂ ਦੀ ਭਾਲ)
- ਹਮੇਸ਼ਾ ਲਈ ਗਲਤ ਸੰਗਤ ਵਿੱਚ ਫਸ ਜਾਣਾ
- ਆਪਣੀ ਪੂਰੀ ਸਮਰੱਥਾ ਦੀ ਵਰਤੋਂ ਨਾ ਕਰ ਸਕਣ ਕਾਰਨ ਚਿੜਚਿੜਾਪਨ
- ਫੈਸਲਾ ਲੈਣ ਦੀ ਦੁਬਿਧਾ
- ਅਸਲੀਅਤ ਦੇ ਨਾਲ ਸਮਕਾਲੀਕਰਨ ਤੋਂ ਬਾਹਰ
- ਪ੍ਰੇਮ ਸਬੰਧ
- ਰਿਸ਼ਤਿਆਂ ਵਿੱਚ ਅੰਤਰ ਆਦਿ

ਇਹ ਸੂਚੀ ਬਹੁਤ ਲੰਬੀ ਹੈ ਪਰ ਇਹ ਕੁਝ ਆਮ ਕਾਰਨ ਹਨ ਜਿਨ੍ਹਾਂ ਕਾਰਨ ਸਾਡੀ ਜ਼ਿੰਦਗੀ ਵਿੱਚ ਚਿੰਤਾ ਪੈਦਾ ਹੁੰਦੀ ਹੈ। ਖੋਜ ਦਰਸਾਉਂਦੀ ਹੈ ਕਿ ਜੇਕਰ ਅਸੀਂ ਬੁੱਧੀ ਦੀ ਵਰਤੋਂ ਕਰੀਏ, ਤਾਂ ਅਸੀਂ ਆਪਣੇ ਜੀਵਨ ਵਿੱਚ ਚਿੰਤਾ ਪੈਦਾ ਕਰਨ ਵਾਲੀਆਂ ਲਗਭਗ 90 ਪ੍ਰਤੀਸ਼ਤ ਸਥਿਤੀਆਂ ਨੂੰ ਖਤਮ ਕਰ ਸਕਦੇ ਹਾਂ। ਭਾਵੇਂ ਇਹ ਖੋਜ ਸਹੀ ਹੈ, ਇਹ ਬਹੁਤ ਰਾਹਤ ਵਾਲੀ ਗੱਲ ਹੈ। ਅਤੇ ਕਲਪਨਾ ਕਰੋ ਕਿ ਅਸੀਂ ਕਿੰਨੀ ਰਾਹਤ ਮਹਿਸੂਸ ਕਰਾਂਗੇ ਜੇਕਰ ਸਾਡੀ ਜ਼ਿੰਦਗੀ ਦੀਆਂ 90 ਪ੍ਰਤੀਸ਼ਤ ਚਿੰਤਾਵਾਂ ਖਤਮ ਹੋ ਜਾਣ।

ਇਸ ਲਈ ਹੁਣ ਤੋਂ ਦੂਜਿਆਂ ਨੂੰ ਦੋਸ਼ ਦੇਣਾ ਬੰਦ ਕਰੋ ਅਤੇ ਆਪਣੀ ਜ਼ਿੰਦਗੀ ਦੀ ਪੂਰੀ ਜ਼ਿੰਮੇਵਾਰੀ ਲਓ ਕਿਉਂਕਿ ਇਹ ਤੁਹਾਡੀ ਜ਼ਿੰਦਗੀ ਹੈ, ਕਿਸੇ ਹੋਰ ਦੀ ਨਹੀਂ। ਜੇਕਰ ਅਸੀਂ ਖੁਸ਼ ਅਤੇ ਚਿੰਤਾ ਮੁਕਤ ਰਹਿਣਾ ਚਾਹੁੰਦੇ ਹਾਂ ਤਾਂ ਇਹ ਸਾਡੇ 'ਤੇ ਨਿਰਭਰ ਕਰਦਾ ਹੈ ਨਾ ਕਿ ਕਿਸੇ ਹੋਰ 'ਤੇ।

ਸਟ੍ਰੈੱਸ ਮੈਨੇਜਮੈਂਟ ਨਾਲ ਸਬੰਧਤ ਉਪਯੋਗੀ ਸੁਝਾਅ:

- ਚਿੰਤਾ ਨੇ ਹੁਣ ਤੱਕ ਤੁਹਾਨੂੰ ਜੋ ਵੀ ਨੁਕਸਾਨ ਪਹੁੰਚਾਇਆ ਹੈ, ਉਸਦੀ ਇੱਕ ਸੂਚੀ ਬਣਾਓ।

- ਕੀ ਤੁਸੀਂ ਕਿਸੇ ਅਜਿਹੇ ਵਿਅਕਤੀ ਨੂੰ ਜਾਣਦੇ ਹੋ ਜੋ ਚਿੰਤਾ ਕਾਰਨ ਬਰਬਾਦ ਹੋ ਗਿਆ ਸੀ, ਜੇ ਹਾਂ ਤਾਂ ਕਾਰਨਾਂ ਦਾ ਪਤਾ ਲਗਾਓ।
- ਇੱਕ ਕਾਗਜ਼ ਦਾ ਟੁਕੜਾ ਲਓ ਅਤੇ ਆਪਣੀਆਂ ਸਾਰੀਆਂ ਚਿੰਤਾਵਾਂ ਲਿਖੋ ਜੋ ਤੁਹਾਨੂੰ ਇਸ ਸਮੇਂ ਹਨ। ਫਿਰ ਕਾਗਜ਼ ਦਾ ਇੱਕ ਹੋਰ ਟੁਕੜਾ ਲਓ ਅਤੇ ਉਸ ਉੱਤੇ ਦੋ ਵੱਡੇ ਚੱਕਰ ਬਣਾਓ। ਇੱਕ ਚੱਕਰ 'ਤੇ ਲਿਖੋ "ਕੰਟਰੋਲ ਵਿੱਚ, ਮੈਂ ਇਸ ਬਾਰੇ ਕੁਝ ਕਰ ਸਕਦਾ ਹਾਂ" ਅਤੇ ਦੂਜੇ ਚੱਕਰ 'ਤੇ ਲਿਖੋ "ਕੰਟਰੋਲ ਤੋਂ ਬਾਹਰ, ਮੈਂ ਇਸ ਬਾਰੇ ਕੁਝ ਨਹੀਂ ਕਰ ਸਕਦਾ।"

ਹੁਣ ਆਪਣੀਆਂ ਚਿੰਤਾਵਾਂ ਨੂੰ ਦੋ ਚੱਕਰਾਂ ਵਿੱਚ ਵੰਡੋ, ਯਾਨੀ ਉਨ੍ਹਾਂ ਚਿੰਤਾਵਾਂ ਨੂੰ ਜਿਨ੍ਹਾਂ ਬਾਰੇ ਤੁਸੀਂ ਕੁਝ ਕਰ ਸਕਦੇ ਹੋ, ਪਹਿਲੇ ਚੱਕਰ ਵਿੱਚ ਰੱਖੋ ਅਤੇ ਉਨ੍ਹਾਂ ਚਿੰਤਾਵਾਂ ਨੂੰ ਜਿਨ੍ਹਾਂ ਬਾਰੇ ਤੁਸੀਂ ਕੁਝ ਨਹੀਂ ਕਰ ਸਕਦੇ, ਉਹਨਾਂ ਨੂੰ ਦੂਜੇ ਚੱਕਰ ਵਿੱਚ ਰੱਖੋ। ਜਦੋਂ ਤੁਸੀਂ ਅਜਿਹਾ ਕਰਦੇ ਹੋ ਤਾਂ ਤੁਸੀਂ ਇਹ ਦੇਖ ਕੇ ਹੈਰਾਨ ਹੋਵੋਗੇ ਕਿ ਕਿੰਨੇ ਕੰਮ ਪੂਰੀ ਤਰ੍ਹਾਂ ਤੁਹਾਡੇ ਕਾਬੂ ਵਿੱਚ ਸਨ, ਪਰ ਜਿਨ੍ਹਾਂ ਬਾਰੇ ਤੁਸੀਂ ਬੇਲੋੜੀ ਚਿੰਤਾ ਕਰ ਰਹੇ ਸੀ।

• • •

IT'S JUST ME MYSELF AND I

ਅਧਿਆਇ 4

ਉਹ ਵਿਅਕਤੀ ਜੋ ਤੁਹਾਡੀ ਸਭ ਤੋਂ ਵੱਧ ਮਦਦ ਕਰ ਸਕਦਾ ਹੈ

"ਜਿਹੜੇ ਚਿੰਤਾ ਨਾਲ ਨਜਿੱਠਣਾ ਨਹੀਂ ਜਾਣਦੇ, ਉਹ ਜਵਾਨੀ ਵਿੱਚ ਹੀ ਮਰ ਜਾਂਦੇ ਹਨ।"

-ਅਲੈਕਸਸ ਕੈਰਲ

ਇੱਕ ਵਾਰ ਦੀ ਗੱਲ ਹੈ, ਇੱਕ ਨੌਜਵਾਨ ਪੁਲ 'ਤੇ ਨਦੀ ਵਿੱਚ ਛਾਲ ਮਾਰ ਕੇ ਖੁਦਕੁਸ਼ੀ ਕਰਨ ਵਾਲਾ ਸੀ, ਜਦੋਂ ਅਚਾਨਕ ਕਿਸੇ ਨੇ ਉਸਨੂੰ ਉਸਦੇ ਕੱਪੜਿਆਂ ਰਾਹੀਂ ਪਿੱਛੇ ਤੋਂ ਫੜ ਲਿਆ ਅਤੇ ਬਹੁਤ ਤੇਜ਼ੀ ਨਾਲ ਪਿੱਛੇ ਵੱਲ ਖਿੱਚ ਲਿਆ, ਜਿਸ ਤੋਂ ਬਾਅਦ ਉਹ ਨੌਜਵਾਨ ਜ਼ਮੀਨ 'ਤੇ ਡਿੱਗ ਪਿਆ, ਆਦਮੀ ਨੇ ਗੁੱਸੇ ਨਾਲ ਨੌਜਵਾਨ ਨੂੰ ਪੁੱਛਿਆ, "ਤੂੰ ਕੀ ਕਰ ਰਿਹਾ ਸੀ, ਤੇਰਾ ਦਿਮਾਗ ਤੇ

ਠੀਕ ਹੈ?" ਇਹ ਸੁਣ ਕੇ, ਨੌਜਵਾਨ ਬਹੁਤ ਰੋਣ ਲੱਗ ਪਿਆ ਅਤੇ ਦੱਸਿਆ ਕਿ ਕਿਵੇਂ ਉਸਦਾ ਕਾਰੋਬਾਰ ਬਰਬਾਦ ਹੋ ਗਿਆ ਸੀ ਅਤੇ ਉਹ ਪੂਰੀ ਤਰ੍ਹਾਂ ਦੀਵਾਲੀਆ ਹੋ ਗਿਆ ਸੀ ਅਤੇ ਉਸਨੇ ਇਹ ਵੀ ਦੱਸਿਆ ਕਿ ਗਰੀਬ ਹੋਣ ਤੋਂ ਬਾਅਦ ਉਸਦੀ ਪਤਨੀ ਵੀ ਉਸਨੂੰ ਛੱਡ ਗਈ ਸੀ।

ਉਹ ਆਦਮੀ ਨੌਜਵਾਨ ਦੀਆਂ ਗੱਲਾਂ ਬਹੁਤ ਧਿਆਨ ਨਾਲ ਸੁਣ ਰਿਹਾ ਸੀ ਅਤੇ ਜਦੋਂ ਉਸਨੇ ਨੌਜਵਾਨ ਦੀਆਂ ਗੱਲਾਂ ਪੂਰੀ ਤਰ੍ਹਾਂ ਸੁਣ ਲਈਆਂ, ਤਾਂ ਉਸਨੇ ਕਿਹਾ, "ਦੇਖ ਪੁੱਤਰ, ਤੁਹਾਡੀ ਸਮੱਸਿਆ ਸੱਚਮੁੱਚ ਗੰਭੀਰ ਹੈ ਅਤੇ ਇਸ ਵਿੱਚ ਕੋਈ ਸ਼ੱਕ ਨਹੀਂ ਕਿ ਤੁਸੀਂ ਪੂਰੀ ਤਰ੍ਹਾਂ ਟੁੱਟ ਗਏ ਹੋ ਪਰ ਮੈਂ ਇਸ ਵਿੱਚ ਤੁਹਾਡੀ ਮਦਦ ਨਹੀਂ ਕਰ ਸਕਦਾ ਪਰ ਮੈਂ ਇੱਕ ਅਜਿਹੇ ਵਿਅਕਤੀ ਨੂੰ ਜਾਣਦਾ ਹਾਂ ਜੋ ਇਸ ਸਥਿਤੀ ਵਿੱਚ ਤੁਹਾਡੀ ਸਭ ਤੋਂ ਵੱਧ ਮਦਦ ਕਰ ਸਕਦਾ ਹੈ।" ਇਹ ਸੁਣ ਕੇ, ਨੌਜਵਾਨ ਦੇ ਚਿਹਰੇ 'ਤੇ ਇੱਕ ਨਵੀਂ ਚਮਕ ਆ ਗਈ ਅਤੇ ਉਹ ਉਸ ਆਦਮੀ ਦੇ ਪੈਰਾਂ 'ਤੇ ਡਿੱਗ ਪਿਆ ਅਤੇ ਕਿਹਾ, "ਕਿਰਪਾ ਕਰਕੇ ਮੈਨੂੰ ਉਸ ਵਿਅਕਤੀ ਕੋਲ ਲੈ ਜਾਓ, ਮੈਂ ਜ਼ਿੰਦਗੀ ਭਰ ਤੁਹਾਡਾ ਧੰਨਵਾਦੀ ਰਹਾਂਗਾ।" ਆਦਮੀ ਝੁਕਿਆ ਅਤੇ ਨੌਜਵਾਨ ਨੂੰ ਚੁੱਕ ਕੇ ਕਿਹਾ, "ਹਾਂ, ਠੀਕ ਹੈ ਮੈਂ ਤੁਹਾਨੂੰ ਉਸ ਨਾਲ ਮਿਲਾਵਾਂਗਾ, ਮੇਰੇ ਨਾਲ ਆਓ।"

ਉਹ ਆਦਮੀ ਉਸਨੂੰ ਇੱਕ ਬੇਸਮੈਂਟ ਵਿੱਚ ਲੈ ਗਿਆ ਜਿੱਥੇ ਪੂਰੀ ਤਰ੍ਹਾਂ ਹਨੇਰਾ ਸੀ। ਕੁਝ ਦੂਰ ਤੁਰਨ ਤੋਂ ਬਾਅਦ ਆਦਮੀ ਨੇ ਨੌਜਵਾਨ ਨੂੰ ਕਿਹਾ, "ਰੁਕੋ! ਇਹ ਉਹ ਵਿਅਕਤੀ ਹੈ ਜੋ ਤੁਹਾਡੀ ਸਭ ਤੋਂ ਵੱਧ ਮਦਦ ਕਰ ਸਕਦਾ ਹੈ।" ਨੌਜਵਾਨ ਨੇ ਪੁੱਛਿਆ, "ਕਿੱਥੇ? ਮੈਨੂੰ ਤੇ ਕੋਈ ਦਿਖਾਈ ਨਹੀਂ ਦੇ ਰਿਹਾ।" ਆਦਮੀ ਨੇ ਕਿਹਾ, "ਬਸ ਇੱਕ ਮਿੰਟ ਰੁਕੋ, ਮੈਂ ਤੁਹਾਨੂੰ ਦਿਖਾਉਂਦਾ ਹਾਂ"। ਉਸ ਆਦਮੀ ਨੇ ਕੁਝ ਕਦਮ ਅੱਗੇ ਵਧ ਕੇ ਲਾਈਟ ਦਾ ਸਵਿੱਚ ਚਾਲੂ ਕੀਤਾ ਅਤੇ ਇੱਕ ਵੱਡਾ ਪਰਦਾ ਹਟਾਇਆ ਅਤੇ ਨੌਜਵਾਨ ਨੂੰ ਕਿਹਾ, "ਇਹੀ ਉਹ ਵਿਅਕਤੀ ਹੈ ਜੋ ਤੁਹਾਡੀ ਸਭ ਤੋਂ ਵੱਧ ਮਦਦ ਕਰ ਸਕਦਾ ਹੈ।"

ਕੀ ਤੁਸੀਂ ਜਾਣਨਾ ਚਾਹੋਗੇ ਕਿ ਉਹ ਵਿਅਕਤੀ ਕੌਣ ਸੀ? ਬਿਲਕੁਲ, ਮੈਨੂੰ ਪਤਾ ਹੈ ਕਿ ਤੁਸੀਂ ਜਾਣਨਾ ਚਾਹੁੰਦੇ ਹੋ, ਆਓ ਕਹਾਣੀ ਵੱਲ ਵਾਪਸ ਚੱਲੀਏ। ਜਦੋਂ ਉਸ ਆਦਮੀ ਨੇ ਪਰਦਾ ਹਟਾਇਆ ਅਤੇ ਨੌਜਵਾਨ ਨੂੰ ਕਿਹਾ ਕਿ ਇਹ ਉਹ ਵਿਅਕਤੀ ਹੈ ਜੋ ਤੁਹਾਡੀ ਸਭ ਤੋਂ ਵੱਧ ਮਦਦ ਕਰ ਸਕਦਾ ਹੈ, ਤਾਂ ਨੌਜਵਾਨ ਉੱਚੀ-ਉੱਚੀ ਰੋਣ ਲੱਗ ਪਿਆ ਕਿਉਂਕਿ ਇਹ ਵਿਅਕਤੀ ਹੋਰ ਕੋਈ ਨਹੀਂ ਸਗੋਂ ਉਹੀ ਨੌਜਵਾਨ ਆਪ ਸੀ। ਜਦੋਂ ਆਦਮੀ ਨੇ ਪਰਦਾ ਹਟਾਇਆ ਤਾਂ ਉੱਥੇ ਇੱਕ ਸ਼ੀਸ਼ਾ ਸੀ ਜਿਸ ਵਿੱਚ ਨੌਜਵਾਨ ਦਾ ਪ੍ਰਤੀਬਿੰਬ ਦਿਖਾਈ ਦੇ ਰਿਹਾ ਸੀ। ਇਸ ਘਟਨਾ ਨੇ ਨੌਜਵਾਨ ਦੀਆਂ ਅੱਖਾਂ ਖੋਲ੍ਹ ਦਿੱਤੀਆਂ। ਇਸ ਘਟਨਾ ਰਾਹੀਂ ਨੌਜਵਾਨ ਸਮਝ ਗਿਆ ਕਿ ਜੇਕਰ ਉਹ ਆਪਣੀ ਜ਼ਿੰਦਗੀ ਨੂੰ ਸੁਧਾਰਨਾ ਚਾਹੁੰਦਾ ਹੈ ਤਾਂ ਇਹ ਪੂਰੀ ਤਰ੍ਹਾਂ ਉਸ 'ਤੇ ਨਿਰਭਰ ਹੈ। ਇਸ ਨੌਜਵਾਨ ਨੇ ਨਾ ਸਿਰਫ਼ ਆਪਣੇ ਆਪ ਨੂੰ ਸਾਂਭਿਆ, ਸਗੋਂ ਆਪਣੇ ਦੇਸ਼ ਦੇ ਹਜ਼ਾਰਾਂ ਲੋਕਾਂ ਦਾ ਵੀ ਧਿਆਨ ਰੱਖਿਆ। ਉਸਨੇ ਪੂਰੇ ਦਿਲ ਅਤੇ ਆਤਮਾ ਨਾਲ ਦੁਬਾਰਾ ਸ਼ੁਰੂਆਤ ਕੀਤੀ ਅਤੇ ਸਖ਼ਤ ਮਿਹਨਤ ਕੀਤੀ ਅਤੇ ਵੱਡੀ ਸਫਲਤਾ ਪ੍ਰਾਪਤ ਕੀਤੀ। ਇਸ ਤੋਂ ਬਾਅਦ, ਉਸਨੇ ਬਹੁਤ ਸਾਰੇ ਸਕੂਲ, ਕਾਲਜ ਖੋਲ੍ਹੇ ਅਤੇ ਹਸਪਤਾਲ ਬਣਾਏ ਜਿਨ੍ਹਾਂ ਦਾ ਉਦੇਸ਼ ਗਰੀਬਾਂ ਦੀ ਸੇਵਾ ਕਰਨਾ ਸੀ। ਕੀ ਤੁਹਾਨੂੰ ਲੱਗਦਾ ਹੈ ਕਿ ਜੇ ਉਸ ਨੌਜਵਾਨ ਨੇ ਉਸ ਦਿਨ ਆਪਣੀ ਜਾਨ ਕੁਰਬਾਨ ਕਰ ਦਿੱਤੀ ਹੁੰਦੀ, ਤਾਂ

ਕੀ ਇਨ੍ਹਾਂ ਹਜ਼ਾਰਾਂ ਜਾਨਾਂ ਨੂੰ ਇਹ ਲਾਭ ਮਿਲਦਾ? ਅਤੇ ਇਸਦਾ ਜਵਾਬ ਹੋਵੇਗਾ ਬਿਲਕੁਲ ਵੀ ਨਹੀਂ।

ਸਾਨੂੰ ਪਤਾ ਨਹੀਂ ਕਿੰਨੀ ਵਾਰ ਅਸੀਂ ਸੁਣਿਆ ਹੈ ਕਿ ਇਕ ਵਿਅਕਤੀ ਇਕੱਲਾ ਆਉਂਦਾ ਹੈ ਅਤੇ ਇਕੱਲਾ ਹੀ ਚਲਾ ਜਾਂਦਾ ਹੈ। ਇਹ ਸਹੀ ਹੈ ਪਰ ਇਸ ਦੌਰਾਨ ਉਹ ਕੀ ਕੰਮ ਕਰ ਰਿਹਾ ਹੈ ਇਹ ਮਾਈਨੇ ਰੱਖਦਾ ਹੈ। ਕੀ ਅਸੀਂ ਅਜਿਹੇ ਕੰਮ ਕਰਦੇ ਹਾਂ ਜਿਸ ਤੋਂ ਬਾਅਦ ਲੋਕ ਸਾਨੂੰ ਯਾਦ ਕਰਦੇ ਹਨ ਕਿ ਇਸ ਦੁਨੀਆਂ ਨੂੰ ਸਾਡੀ ਜ਼ਿੰਦਗੀ ਤੋਂ ਕਿੰਨਾ ਫਾਇਦਾ ਹੋਇਆ ਹੈ ਅਤੇ ਇਹ ਦੁਨੀਆਂ ਸਾਡੇ ਕਾਰਨ ਇੱਕ ਬਿਹਤਰ ਦੁਨੀਆਂ ਬਣ ਗਈ ਹੈ ਜਾਂ ਅਸੀਂ ਆਪਣੀ ਜ਼ਿੰਦਗੀ ਦੀ ਦੁਰਵਰਤੋਂ ਕਰਦੇ ਹਾਂ ਅਤੇ ਲੋਕਾਂ ਦਾ ਫਾਇਦਾ ਉਠਾਉਂਦੇ ਰਹਿੰਦੇ ਹਾਂ ਅਤੇ ਸਾਡੇ ਜਾਣ ਤੋਂ ਬਾਅਦ ਲੋਕ ਖੁਸ਼ੀ ਮਹਿਸੂਸ ਕਰਦੇ ਹਨ ਕਿ ਇਹ ਚੰਗਾ ਤਾਂ ਚੰਗਾ ਹਿ ਹੋਇਆ ਕਿਉਂਕਿ ਇਹ ਇਸ ਧਰਤੀ 'ਤੇ ਬੋਝ ਸੀ। ਸਾਡੀ ਜ਼ਿੰਦਗੀ ਦਾ ਸਟੀਅਰਿੰਗ ਵ੍ਹੀਲ ਜਾਂ ਹੈਂਡਲ ਸਾਡੇ ਹੱਥਾਂ ਵਿੱਚ ਹੈ ਹੁਣ ਇਹ ਸਾਡੇ 'ਤੇ ਨਿਰਭਰ ਕਰਦਾ ਹੈ ਕਿ ਅਸੀਂ ਇਸਨੂੰ ਕਿਸ ਦਿਸ਼ਾ ਵਿੱਚ ਮੋੜਦੇ ਹਾਂ, ਮੈਂ ਕਹਾਂਗਾ ਕਿ ਆਪਣੀ ਜ਼ਿੰਦਗੀ ਨੂੰ ਸਕਾਰਾਤਮਕਤਾ ਵੱਲ ਮੋੜੋ ਅਤੇ ਲੋਕਾਂ ਦੇ ਦਿਲਾਂ ਨੂੰ ਜੋੜੋ ਕਿਉਂਕਿ ਸਾਨੂੰ ਇਹ ਜ਼ਿੰਦਗੀ ਸਿਰਫ ਇੱਕ ਵਾਰ ਮਿਲਦੀ ਹੈ।

ਸਟ੍ਰੈੱਸ ਮੈਨੇਜਮੈਂਟ ਨਾਲ ਸਬੰਧਤ ਉਪਯੋਗੀ ਸੁਝਾਅ:

ਜਦੋਂ ਵੀ ਤੁਹਾਨੂੰ ਜ਼ਿੰਦਗੀ ਵਿੱਚ ਕੋਈ ਮੁਸ਼ਕਲ ਆਉਂਦੀ ਹੈ, ਤਾਂ ਆਪਣੇ ਆਪ ਨੂੰ ਪੁੱਛੋ ਕਿ:-

- ਇਸ ਸਮੱਸਿਆ ਨੂੰ ਹੱਲ ਕਰਨ ਲਈ ਮੈਂ ਕੀ ਕਰ ਸਕਦਾ ਹਾਂ?
- ਜੇਕਰ ਮੈਂ ਇਸ ਸਮੱਸਿਆ ਨੂੰ ਹੱਲ ਨਹੀਂ ਕਰ ਸਕਦਾ, ਤਾਂ ਮੈਂ ਇਸਨੂੰ ਹੱਲ ਕਰਨ ਲਈ ਜਾਣਕਾਰੀ ਇਕੱਠੀ ਕਰਨ ਲਈ ਕੀ ਕਰ ਸਕਦਾ ਹਾਂ?
- ਕੀ ਮੈਂ ਕੋਈ ਕਿਤਾਬਾਂ ਪੜ੍ਹ ਸਕਦਾ ਹਾਂ?
- ਜਾਂ ਕੀ ਮੈਂ ਇਸ ਸਮੱਸਿਆ ਬਾਰੇ ਇੰਟਰਨੈੱਟ 'ਤੇ ਖੋਜ ਕਰ ਸਕਦਾ ਹਾਂ?
- ਕੀ ਮੈਂ ਇਸ ਬਾਰੇ ਕਿਸੇ ਨੂੰ ਪੁੱਛ ਸਕਦਾ ਹਾਂ?
- ਕੀ ਮੈਂ ਇਸ ਬਾਰੇ ਆਪਣੇ ਪਰਿਵਾਰ ਦੇ ਕਿਸੇ ਮੈਂਬਰ, ਦੋਸਤ ਜਾਂ ਸ਼ੁਭਚਿੰਤਕ ਤੋਂ ਪੁੱਛ ਸਕਦਾ ਹਾਂ?
- ਕੀ ਕੋਈ ਪੇਸ਼ੇਵਰ ਵਿਅਕਤੀ ਹੈ ਜੋ ਮੇਰੀ ਮਦਦ ਕਰ ਸਕਦਾ ਹੈ?
- ਜਾਂ ਕੀ ਕੋਈ ਅਜਿਹਾ ਹੈ ਜਿਸਨੇ ਇਸੇ ਸਮੱਸਿਆ ਦਾ ਸਾਹਮਣਾ ਕੀਤਾ ਹੋਵੇ ਅਤੇ ਇਸ ਨੂੰ ਦੂਰ ਕੀਤਾ ਹੋਵੇ ਜਿਸ ਤੋਂ ਮੈਂ ਮਾਰਗਦਰਸ਼ਨ ਲੈ ਸਕਦਾ ਹਾਂ?

• • •

ਅਧਿਆਇ 5

ਸਭ ਕੁਝ ਅਜੇ ਖਤਮ ਨਹੀਂ ਹੋਇਆ ਹੈ

"ਚਿੰਤਾ ਦੇ ਵਿਰੁੱਧ ਸਾਡਾ ਸਭ ਤੋਂ ਵੱਡਾ ਹਥਿਆਰ ਸਾਡੇ ਮਨ ਦੀ ਇੱਕ ਵਿਚਾਰ ਨੂੰ ਦੂਜੇ ਨਾਲ ਬਦਲਣ ਦੀ ਯੋਗਤਾ ਹੈ।"

-ਵਿਲੀਅਮ ਜੇਮਸ

ਇੱਕ ਵਾਰ ਦੀ ਗੱਲ ਹੈ ਕਿ ਇੱਕ ਸਕਾਰਾਤਮਕ ਵਿਅਕਤੀ ਨੇ ਇੱਕ ਬਹੁਤ ਹੀ ਪਰੇਸ਼ਾਨ ਨਕਾਰਾਤਮਕ ਵਿਅਕਤੀ ਨੂੰ ਦੇਖਿਆ। ਸਕਾਰਾਤਮਕ ਵਿਅਕਤੀ ਨੇ ਮਦਦ ਕਰਨ ਦੇ ਇਰਾਦੇ ਨਾਲ, ਨਕਾਰਾਤਮਕ ਵਿਅਕਤੀ ਨੂੰ ਪੁੱਛਿਆ, "ਤੁਸੀਂ ਬਹੁਤ ਪਰੇਸ਼ਾਨ ਲੱਗ ਰਹੇ ਹੋ, ਕੀ ਗੱਲ ਹੈ?" ਨਕਾਰਾਤਮਕ ਵਿਅਕਤੀ ਨੇ ਕਿਹਾ, "ਸਭ ਕੁਝ ਖਤਮ ਹੋ ਗਿਆ ਹੈ, ਹੁਣ ਕੁਝ ਵੀ ਨਹੀਂ ਬਚਿਆ। ਮੈਂ 45 ਸਾਲ ਤੋਂ ਵੱਧ ਉਮਰ ਦਾ ਹਾਂ ਅਤੇ ਮੇਰੇ ਕੋਲ ਕੋਈ ਨੌਕਰੀ ਵੀ ਨਹੀਂ ਬਚੀ ਹੈ, ਮੇਰਾ ਸਭ ਕੁਝ ਖਤਮ ਹੋ ਗਿਆ ਹੈ।"

ਇਸ 'ਤੇ ਸਕਾਰਾਤਮਕ ਵਿਅਕਤੀ ਨੇ ਪੁੱਛਿਆ, "ਕੀ ਸੱਚਮੁੱਚ ਸਭ ਕੁਝ ਖਤਮ ਹੋ ਗਿਆ ਹੈ?" ਇਸ 'ਤੇ ਨਕਾਰਾਤਮਕ ਵਿਅਕਤੀ ਨੇ ਗੁੱਸੇ ਵਿੱਚ ਜਵਾਬ ਦਿੱਤਾ, "ਕੀ ਤੁਸੀਂ ਨਹੀਂ ਸੁਣਿਆ ਕਿ ਸਭ ਕੁਝ ਖਤਮ ਹੋ ਗਿਆ ਹੈ?"

ਇਸ 'ਤੇ ਸਕਾਰਾਤਮਕ ਆਦਮੀ ਮੁਸਕਰਾਇਆ ਅਤੇ ਕਿਹਾ, "ਚਲੋ ਇੱਕ ਵਾਰ ਜਾਂਚ ਕਰਦੇ ਹਾਂ, ਸ਼ਾਇਦ ਕੁਝ ਬਚਿਆ ਹੀ ਹੋਵੇ?"

ਸਕਾਰਾਤਮਕ ਵਿਅਕਤੀ ਕੁਝ ਸਮੇਂ ਲਈ ਕਿਤੇ ਗਿਆ ਅਤੇ ਫਿਰ ਜਦੋਂ ਉਹ ਵਾਪਸ ਆਇਆ ਤਾਂ ਉਸਦੇ ਹੱਥਾਂ ਵਿੱਚ ਇੱਕ ਪੈੱਨ ਅਤੇ ਡਾਇਰੀ ਸੀ। ਇਸ ਤੋਂ ਬਾਅਦ ਸਕਾਰਾਤਮਕ ਵਿਅਕਤੀ ਨੇ ਕਿਹਾ, "ਆਓ ਹਿਸਾਬ ਲਗਾਉਂਦੇ ਹਾਂ ਕਿ ਕੀ ਸੱਚਮੁੱਚ ਕੁਝ ਬਚਿਆ ਹੈ? ਕੀ ਤੁਹਾਡੀ ਪਤਨੀ ਹੈ?

ਇਸ 'ਤੇ ਨਕਾਰਾਤਮਕ ਵਿਅਕਤੀ ਨੇ ਕਿਹਾ, "ਹਾਂ, ਉਹ ਹੈ, ਅਤੇ ਉਹ ਬਹੁਤ ਚੰਗੀ ਹੈ, ਵਿਆਹ ਦੇ ਇੰਨੇ ਸਾਲਾਂ ਵਿੱਚ ਉਸਨੇ ਕਦੇ ਮੇਰੇ ਕੋਲ ਸ਼ਿਕਾਇਤ ਨਹੀਂ ਕੀਤੀ, ਮੇਰੇ ਸੰਘਰਸ਼ ਦੇ ਦਿਨਾਂ ਤੋਂ ਲੈ ਕੇ ਅੱਜ ਤੱਕ ਉਸਨੇ ਕਦੇ ਵੀ ਮੇਰਾ ਸਾਥ ਨਹੀਂ ਛੱਡਿਆ"

ਸਕਾਰਾਤਮਕ ਵਿਅਕਤੀ ਨੇ ਇਹ ਆਪਣੀ ਡਾਇਰੀ ਵਿੱਚ ਨੋਟ ਕੀਤਾ ਅਤੇ ਪੁੱਛਿਆ, "ਅਤੇ ਤੁਹਾਡੇ ਬੱਚੇ?" ਨਕਾਰਾਤਮਕ ਵਿਅਕਤੀ ਨੇ ਕਿਹਾ, "ਮੇਰੇ 2 ਬੱਚੇ ਹਨ ਅਤੇ ਦੋਵੇਂ ਰੱਬ ਦੀਆਂ ਅਸੀਸਾਂ ਹਨ। ਉਹ ਬਹੁਤ ਖੁਸ਼ ਹਨ ਅਤੇ ਹਮੇਸ਼ਾ ਮੇਰਾ ਸਮਰਥਨ ਕਰਦੇ ਹਨ। ਜਦੋਂ ਉਨ੍ਹਾਂ ਨੂੰ ਮੇਰੀ ਮੌਜੂਦਾ ਹਾਲਤ ਬਾਰੇ ਪਤਾ ਲੱਗਾ, ਤਾਂ ਉਹ ਤੁਰੰਤ ਮੇਰੇ ਕੋਲ ਆਏ ਅਤੇ ਕਿਹਾ, ਪਿਤਾ ਜੀ, ਤੁਸੀਂ ਸਾਨੂੰ ਸਿਖਾਉਂਦੇ ਹੋ ਕਿ ਜ਼ਿੰਦਗੀ ਵਿੱਚ ਉਤਾਰ-ਚੜ੍ਹਾਅ ਆਉਂਦੇ ਹਨ ਅਤੇ ਇੱਕ ਵਿਅਕਤੀ ਨੂੰ ਉਨ੍ਹਾਂ ਦਾ ਬਹਾਦਰੀ ਨਾਲ ਸਾਹਮਣਾ ਕਰਨਾ ਚਾਹੀਦਾ ਹੈ ਅਤੇ ਅੱਜ ਤੁਸੀਂ ਉਹ ਸਬਕ ਭੁੱਲ ਗਏ ਹੋ?"

ਸਕਾਰਾਤਮਕ ਵਿਅਕਤੀ ਨੇ ਮੁਸਕਰਾਉਂਦੇ ਹੋਏ ਆਪਣੀ ਡਾਇਰੀ ਵਿੱਚ ਇਹ ਗੱਲ ਲਿਖੀ ਅਤੇ ਫਿਰ ਨਕਾਰਾਤਮਕ ਵਿਅਕਤੀ ਨੂੰ ਪੁੱਛਿਆ, "ਅਤੇ ਤੁਹਾਡੇ ਦੋਸਤ?"

ਇਸ 'ਤੇ ਨਕਾਰਾਤਮਕ ਵਿਅਕਤੀ ਨੇ ਕਿਹਾ ਕਿ "ਮੇਰੇ ਸਿਰਫ਼ 3 ਦੋਸਤ ਹਨ ਪਰ ਉਹ ਕਿਸੇ ਵੀ ਵਿਅਕਤੀ ਦੇ 30 ਦੋਸਤਾਂ ਦੇ ਬਰਾਬਰ ਹਨ, ਉਹ ਮੈਨੂੰ ਬਹੁਤ ਪਿਆਰ ਕਰਦੇ ਹਨ, ਜੇਕਰ ਉਨ੍ਹਾਂ ਨੂੰ ਕਦੇ ਲੱਗਦਾ ਸੀ ਕਿ ਮੈਂ ਕੋਈ ਗਲਤੀ ਕਰਨ ਜਾ ਰਿਹਾ ਹਾਂ ਤਾਂ ਉਹ ਤੁਰੰਤ ਮੈਨੂੰ ਰੋਕ ਦਿੰਦੇ ਸਨ ਅਤੇ ਉਨ੍ਹਾਂ ਤਿੰਨਾਂ ਦੀ ਵਜ੍ਹਾ ਨਾਲ ਮੈਂ ਬਹੁਤ ਸਾਰੇ ਨੁਕਸਾਨ ਤੋਂ ਬਚ ਸਕਿਆ ਹਾਂ।"

ਸਕਾਰਾਤਮਕ ਵਿਅਕਤੀ ਨੇ ਮੁਸਕਰਾਉਂਦੇ ਹੋਏ ਆਪਣੀ ਡਾਇਰੀ ਵਿੱਚ ਇਹ ਵੀ ਨੋਟ ਕੀਤਾ। ਅਜਿਹਾ ਕਰਦੇ ਹੋਏ, ਉਸਨੇ ਕੁੱਲ 15 ਸਵਾਲ ਪੁੱਛੇ ਅਤੇ ਨਕਾਰਾਤਮਕ ਵਿਅਕਤੀ ਦੁਆਰਾ ਦਿੱਤੇ ਗਏ ਸਾਰੇ ਜਵਾਬ ਨੋਟ ਕੀਤੇ ਅਤੇ ਇਸ ਤੋਂ ਬਾਅਦ ਸਕਾਰਾਤਮਕ ਵਿਅਕਤੀ ਨੇ ਨਕਾਰਾਤਮਕ ਵਿਅਕਤੀ ਨੂੰ ਕਿਹਾ, "ਦੇਖੋ, ਤੁਸੀਂ ਕਿਹਾ ਸੀ ਕਿ ਤੁਹਾਡੀ ਜ਼ਿੰਦਗੀ ਵਿੱਚ ਕੁਝ ਵੀ ਨਹੀਂ ਬਚਿਆ ਹੈ ਪਰ ਹੁਣੇ ਤੁਸੀਂ ਮੈਨੂੰ 15 ਚੀਜ਼ਾਂ ਦੱਸੀਆਂ ਹਨ ਜਿਨ੍ਹਾਂ ਲਈ ਲੋਕ ਆਪਣੀ ਪੂਰੀ ਜ਼ਿੰਦਗੀ ਤਰਸਦੇ ਹਨ, ਜੇਕਰ ਅਸੀਂ ਹੁਣ ਹੋਰ ਗੱਲਾਂ 'ਤੇ ਚਰਚਾ ਕਰੀਏ ਤਾਂ ਮੈਨੂੰ ਯਕੀਨ ਹੈ ਕਿ

ਤੁਹਾਡੀ ਜ਼ਿੰਦਗੀ ਵਿੱਚ ਅਜੇ ਵੀ ਬਹੁਤ ਕੁਝ ਬਾਕੀ ਹੈ ਅਤੇ ਤੁਸੀਂ ਅਜੇ ਵੀ ਜ਼ਿੰਦਗੀ ਵਿੱਚ ਬਹੁਤ ਕੁਝ ਕਰ ਸਕਦੇ ਹੋ।"

ਇੱਕ ਡੂੰਘਾ ਸਾਹ ਲੈਂਦੇ ਹੋਏ ਅਤੇ ਮੁਸਕਰਾਉਂਦੇ ਹੋਏ, ਨਕਾਰਾਤਮਕ ਵਿਅਕਤੀ ਨੇ ਸਕਾਰਾਤਮਕ ਵਿਅਕਤੀ ਨੂੰ ਕਿਹਾ, "ਤੁਸੀਂ ਬਿਲਕੁਲ ਸਹੀ ਹੋ, ਮੈਂ ਨਕਾਰਾਤਮਕਤਾ ਦੁਆਰਾ ਪੂਰੀ ਤਰ੍ਹਾਂ ਅੰਨ੍ਹਾ ਹੋ ਗਿਆ ਸੀ, ਅਜੇ ਵੀ ਬਹੁਤ ਕੁਝ ਬਾਕੀ ਹੈ ਅਤੇ ਮੈਂ ਅਜੇ ਵੀ ਬਹੁਤ ਕੁਝ ਕਰ ਸਕਦਾ ਹਾਂ ਅਤੇ ਕਰਾਂਗਾ।"

ਇਸ ਤੋਂ ਬਾਅਦ ਨਕਾਰਾਤਮਕ ਵਿਅਕਤੀ ਨੇ ਆਪਣੇ ਪਰਿਵਾਰ ਨਾਲ ਮਿਲ ਕੇ ਇੱਕ ਕਾਰੋਬਾਰ ਸ਼ੁਰੂ ਕੀਤਾ। ਇਸ ਵਿੱਚ ਕੁਝ ਸਮਾਂ ਲੱਗਿਆ, ਪਰ ਉਹ ਆਪਣੇ ਕਾਰੋਬਾਰ ਵਿੱਚ ਬਹੁਤ ਸਫਲ ਹੋ ਗਿਆ, ਅਤੇ ਉਸਨੇ ਇਸ ਸਫਲਤਾ ਦਾ ਸਿਹਰਾ ਉਸ ਸਕਾਰਾਤਮਕ ਵਿਅਕਤੀ ਦੀ ਹੋਣ ਨੂੰ ਦਿੱਤਾ।

ਇਹ ਇੱਕ ਵਧੀਆ ਉਦਾਹਰਣ ਹੈ ਕਿ ਜਦੋਂ ਵੀ ਸਾਨੂੰ ਲੱਗਦਾ ਹੈ ਕਿ ਸਾਡੀ ਜ਼ਿੰਦਗੀ ਵਿੱਚ ਕੁਝ ਵੀ ਨਹੀਂ ਬਚਿਆ ਹੈ, ਤਾਂ ਸਾਨੂੰ ਉਨ੍ਹਾਂ ਚੀਜ਼ਾਂ ਦੀ ਇੱਕ ਸੂਚੀ ਵੀ ਬਣਾਉਣੀ ਚਾਹੀਦੀ ਹੈ ਜਿਨ੍ਹਾਂ ਲਈ ਅਸੀਂ ਧੰਨਵਾਦੀ ਹਾਂ। ਹਰ ਕਿਸੇ ਦੀ ਜ਼ਿੰਦਗੀ ਵਿੱਚ ਇੱਕ ਅਜਿਹਾ ਪਲ ਆਉਂਦਾ ਹੈ ਜਦੋਂ ਅਸੀਂ ਸੋਚਦੇ ਹਾਂ ਕਿ ਕੀ ਸਾਡੀ ਜ਼ਿੰਦਗੀ ਵਿੱਚ ਅਜੇ ਵੀ ਕੁਝ ਬਚਿਆ ਹੈ? ਜਦੋਂ ਮੈਨੂੰ ਅਜਿਹਾ ਮਹਿਸੂਸ ਹੁੰਦਾ ਹੈ, ਮੈਂ ਇੱਕ ਪੈੱਨ ਅਤੇ ਕਾਗਜ਼ ਜਾਂ ਲੈਪਟਾਪ 'ਤੇ ਇੱਕ ਸੂਚੀ ਬਣਾਉਣਾ ਸ਼ੁਰੂ ਕਰ ਦਿੰਦਾ ਹਾਂ। ਇਸ ਵਿੱਚ ਛੋਟੀਆਂ-ਛੋਟੀਆਂ ਚੀਜ਼ਾਂ ਜਿਵੇਂ ਕਿ ਸਾਫ਼-ਸੁਥਰਾ ਅਤੇ ਪੂਰਾ ਖਾਣਾ, ਸਿਰ 'ਤੇ ਸੁਰੱਖਿਅਤ ਛੱਤ, ਪਰਿਵਾਰ, ਇੱਕ ਚੰਗਾ ਨਾਮ, ਚੰਗੀ ਸਿਹਤ ਆਦਿ ਤੋਂ ਲੈ ਕੇ ਉਹ ਚੀਜ਼ਾਂ ਸ਼ਾਮਲ ਹਨ ਜੋ ਬਹੁਤ ਘੱਟ ਲੋਕਾਂ ਨੂੰ ਮਿਲਦੀਆਂ ਹਨ ਜਿਵੇਂ ਕਿ 9 ਡਿਗਰੀ ਸਰਟੀਫਿਕੇਟ, ਇੱਕ ਮਸ਼ਹੂਰ ਲੇਖਕ ਬਣਨਾ, ਮੇਰੀਆਂ ਕਿਤਾਬਾਂ ਜੋ ਹੁਣ ਬਹੁਤ ਸਾਰੀਆਂ ਭਾਸ਼ਾਵਾਂ ਵਿੱਚ ਹਨ, ਲੱਖਾਂ ਲੋਕਾਂ ਦੇ ਜੀਵਨ ਨੂੰ ਬਿਹਤਰ ਬਣਾਉਣ ਦਾ ਮਾਧਿਅਮ ਬਣ ਗਈਆਂ ਹਨ ਅਤੇ ਮੁੱਖ ਮੰਤਰੀ ਅਤੇ ਰਾਜਪਾਲ ਦੁਆਰਾ ਰਿਲੀਜ਼ ਕੀਤੀਆਂ ਜਾਣ ਲਈ ਵੀ ਖੁਸ਼ਕਿਸਮਤ ਰਹੀਆਂ ਹਨ, ਆਦਿ। ਜਦੋਂ ਮੈਂ ਇੱਕ ਸੂਚੀ ਬਣਾਉਣਾ ਸ਼ੁਰੂ ਕਰਦਾ ਹਾਂ, ਤਾਂ ਮੈਨੂੰ 1.5-2 ਘੰਟੇ ਲੱਗ ਜਾਂਦੇ ਹਨ ਅਤੇ ਉਸ ਤੋਂ ਬਾਅਦ ਵੀ ਮੇਰੀ ਸੂਚੀ ਖਤਮ ਨਹੀਂ ਹੁੰਦੀ ਅਤੇ ਮੈਨੂੰ ਅਹਿਸਾਸ ਹੁੰਦਾ ਹੈ ਕਿ ਮੈਂ ਝੂਠੀ ਚਿੰਤਾ ਕਰ ਰਿਹਾ ਸੀ। ਰੱਬ ਨੇ ਮੈਨੂੰ ਇੰਨੀਆਂ ਚੀਜ਼ਾਂ ਦਿੱਤੀਆਂ ਹਨ ਜੋ ਉਹ ਬਹੁਤ ਘੱਟ ਲੋਕਾਂ ਨੂੰ ਦਿੰਦਾ ਹੈ।

ਸਟ੍ਰੈੱਸ ਮੈਨੇਜਮੈਂਟ ਨਾਲ ਸਬੰਧਤ ਉਪਯੋਗੀ ਸੁਝਾਅ:

- ਸਾਡੀ ਜ਼ਿੰਦਗੀ ਵਿੱਚ ਸਮੇਂ-ਸਮੇਂ 'ਤੇ, ਸਾਨੂੰ ਨਹੀਂ ਪਤਾ ਕਿ ਅਜਿਹੇ ਕਿੰਨੇ ਸਮੇਂ ਆਉਂਦੇ ਹਨ ਜਦੋਂ ਅਸੀਂ ਸੋਚਦੇ ਹਾਂ ਕਿ ਜ਼ਿੰਦਗੀ ਵਿੱਚ ਕੁਝ ਵੀ ਨਹੀਂ ਬਚਿਆ ਹੈ ਅਤੇ ਜਦੋਂ ਅਜਿਹਾ ਸਮਾਂ ਆਉਂਦਾ ਹੈ, ਤਾਂ ਸਾਨੂੰ ਵੀ ਕੁਝ ਇਸੇ ਤਰ੍ਹਾਂ ਦੀ ਗਣਨਾ ਕਰਨੀ ਚਾਹੀਦੀ ਹੈ ਕਿ ਸਾਡੀ ਜ਼ਿੰਦਗੀ ਵਿੱਚ ਕੀ ਕੀ ਬਚਿਆ ਹੈ। ਅਤੇ ਜਦੋਂ ਤੁਸੀਂ ਇਹ ਹਿਸਾਬ ਲਗਾਉਂਦੇ ਹੋ, ਤਾਂ ਤੁਹਾਨੂੰ ਅਹਿਸਾਸ ਹੋਵੇਗਾ ਕਿ ਅਜੇ ਵੀ ਨਿਰਾਸ਼ ਹੋਣ ਦੀ ਕੋਈ ਲੋੜ ਨਹੀਂ ਹੈ, ਅਜੇ ਵੀ ਬਹੁਤ ਕੁਝ ਬਾਕੀ ਹੈ।

- ਜਦੋਂ ਵੀ ਤੁਹਾਨੂੰ ਕੋਈ ਅਜਿਹਾ ਵਿਅਕਤੀ ਮਿਲਦਾ ਹੈ ਜੋ ਬਹੁਤ ਨਿਰਾਸ਼ ਹੈ, ਤਾਂ ਉਸਨੂੰ ਇਹ ਗਣਨਾ ਦਾ ਫਾਰਮੂਲਾ ਸਮਝਾਓ।
- ਮੈਨੂੰ ਕ੍ਰਿਕਟ ਮੈਚ ਦੇਖਣਾ ਬਹੁਤ ਪਸੰਦ ਹੈ ਅਤੇ ਮੈਨੂੰ ਅਜਿਹੇ ਬਹੁਤ ਸਾਰੇ ਮੈਚ ਦੇਖਣ ਦਾ ਸੁਭਾਗ ਮਿਲਿਆ ਹੈ ਜਿਨ੍ਹਾਂ ਵਿੱਚ ਬਹੁਤ ਸਾਰੇ ਦਰਸ਼ਕਾਂ ਨੇ ਇਹ ਸੋਚ ਕੇ ਮੈਚ ਛੱਡ ਦਿੱਤਾ ਕਿ ਹੁਣ ਕੁਝ ਵੀ ਨਹੀਂ ਬਚਿਆ ਹੈ ਅਤੇ ਟੀਮ ਜ਼ਰੂਰ ਹਾਰ ਜਾਵੇਗੀ। ਪਰ ਬਾਅਦ ਵਿੱਚ ਹੈਰਾਨੀ ਦੀ ਗੱਲ ਹੈ ਕਿ ਟੀਮ ਨੇ ਉਹ ਹਾਰਿਆ ਹੋਇਆ ਮੈਚ ਵੀ ਜਿੱਤ ਲਿਆ। ਮੈਂ ਤੁਹਾਨੂੰ ਇੰਟਰਨੈੱਟ 'ਤੇ ਕੁਝ ਅਜਿਹੇ ਇਤਿਹਾਸਕ ਮੈਚ ਦੇਖਣ ਅਤੇ ਪ੍ਰੇਰਿਤ ਹੋਣ ਦਾ ਸੁਝਾਅ ਵੀ ਦੇਵਾਂਗਾ।

• • •

ਅਧਿਆਇ 6

ਜ਼ਿਆਦਾਤਰ ਚੀਜ਼ਾਂ ਚੰਗੇ ਲਈ ਹੁੰਦੀਆਂ ਹਨ

"ਇੱਕ ਪੁਰਾਣੀ ਕਹਾਵਤ ਹੈ ਕਿ ਸਾਰੀਆਂ ਚੀਜ਼ਾਂ ਚੰਗੇ ਲਈ ਹੁੰਦੀਆਂ ਹਨ। ਮੈਂ ਇਸਨੂੰ ਥੋੜਾ ਬਦਲ ਕੇ ਕਹਿਣਾ ਚਾਹਾਂਗਾ, ਸਾਰੀਆਂ ਚੀਜ਼ਾਂ ਨਹੀਂ, ਪਰ ਜ਼ਿਆਦਾਤਰ ਚੀਜ਼ਾਂ ਚੰਗੇ ਲਈ ਹੁੰਦੀਆਂ ਹਨ।"

-ਰਾਜਲ

ਮੈਨੂੰ ਲੱਗਦਾ ਹੈ ਕਿ ਤੁਸੀਂ ਵੀ ਬਚਪਨ ਵਿੱਚ ਅਕਬਰ-ਬੀਰਬਲ ਦੀਆਂ ਬਹੁਤ ਸਾਰੀਆਂ ਕਹਾਣੀਆਂ ਸੁਣੀਆਂ ਹੋਣਗੀਆਂ, ਮੈਂ ਵੀ ਟੀਵੀ 'ਤੇ ਅਕਬਰ-ਬੀਰਬਲ ਦੀਆਂ ਬਹੁਤ ਸਾਰੀਆਂ ਕਹਾਣੀਆਂ ਦੇਖੀਆਂ ਹਨ ਅਤੇ ਮੈਂ ਉਨ੍ਹਾਂ ਵਿੱਚੋਂ ਇੱਕ ਕਹਾਣੀ ਤੁਹਾਡੇ ਨਾਲ ਸਾਂਝੀ ਕਰਨਾ ਚਾਹੁੰਦਾ ਹਾਂ। ਕਹਾਣੀ ਕੁਝ ਇਸ ਤਰ੍ਹਾਂ ਹੈ। ਇੱਕ ਵਾਰ ਬਾਦਸ਼ਾਹ ਅਕਬਰ ਦਾ ਹੱਥ ਜ਼ਖਮੀ ਹੋ ਗਿਆ ਅਤੇ

ਖੂਨ ਵਗਣ ਲੱਗ ਪਿਆ। ਅਕਬਰ ਦੇ ਦਰਬਾਰ ਦੇ ਸਾਰੇ ਮੰਤਰੀ ਅਕਬਰ ਲਈ ਚਿੰਤਤ ਹੋ ਗਏ ਅਤੇ ਇੱਕ-ਇੱਕ ਕਰਕੇ ਅਕਬਰ ਅੱਗੇ ਆਪਣਾ ਅਫ਼ਸੋਸ ਪ੍ਰਗਟ ਕਰਨ ਲੱਗੇ। ਜਦੋਂ ਬੀਰਬਲ ਦੀ ਵਾਰੀ ਆਈ, ਤਾਂ ਪਛਤਾਵਾ ਜਾਂ ਚਿੰਤਾ ਪ੍ਰਗਟ ਕਰਨ ਦੀ ਬਜਾਏ, ਬੀਰਬਲ ਨੇ ਕੁਝ ਅਜਿਹਾ ਕਿਹਾ ਜਿਸਨੇ ਸਾਰਿਆਂ ਨੂੰ ਹੈਰਾਨ ਕਰ ਦਿੱਤਾ ਅਤੇ ਅਕਬਰ ਨੂੰ ਪੁੱਛਣਾ ਪਿਆ ਕਿ ਕੀ ਬੀਰਬਲ ਆਪਣੇ ਹੋਸ਼ ਵਿੱਚ ਹੈ ਜਾਂ ਨਹੀਂ।

ਬੀਰਬਲ ਨੇ ਕਿਹਾ ਸੀ ਕਿ "ਜੋ ਕੁਝ ਹੁੰਦਾ ਹੈ ਉਹ ਚੰਗੇ ਲਈ ਹੁੰਦਾ ਹੈ" ਜਦੋਂ ਅਕਬਰ ਨੇ ਬੀਰਬਲ ਨੂੰ ਪੁੱਛਿਆ ਕਿ ਕੀ ਉਹ ਆਪਣੇ ਹੋਸ਼ ਵਿੱਚ ਹੈ ਜਾਂ ਨਹੀਂ, ਤਾਂ ਬੀਰਬਲ ਨੇ ਮੁਸਕਰਾਉਂਦੇ ਹੋਏ ਹਮੇਸ਼ਾ ਵਾਂਗ ਵਿਸ਼ਵਾਸ ਨਾਲ ਜਵਾਬ ਦਿੱਤਾ ਕਿ "ਮੈਂ ਜੋ ਕੁਝ ਕਿਹਾ ਹੈ ਉਹ ਸਹੀ ਹੈ ਯਾਨੀ ਜੋ ਕੁਝ ਹੁੰਦਾ ਹੈ ਉਹ ਚੰਗੇ ਲਈ ਹੁੰਦਾ ਹੈ।" ਅਕਬਰ ਬਹੁਤ ਗੁੱਸੇ ਵਿੱਚ ਆ ਗਿਆ ਅਤੇ ਉਸਨੇ ਆਪਣੇ ਸਿਪਾਹੀਆਂ ਨੂੰ ਬੀਰਬਲ ਨੂੰ ਤੁਰੰਤ ਗ੍ਰਿਫ਼ਤਾਰ ਕਰਨ ਦਾ ਹੁਕਮ ਦਿੱਤਾ।

ਅਗਲੇ ਦਿਨ ਅਕਬਰ ਆਪਣੇ ਸਾਥੀਆਂ ਨਾਲ ਸ਼ਿਕਾਰ ਲਈ ਬਾਹਰ ਗਿਆ। ਜਦੋਂ ਉਹ ਜੰਗਲ ਵਿੱਚ ਪਹੁੰਚਿਆ ਤਾਂ ਉਸਦੀ ਨਜ਼ਰ ਇੱਕ ਹਿਰਨ 'ਤੇ ਪਈ ਅਤੇ ਉਸਨੂੰ ਦੇਖ ਕੇ ਹਿਰਨ ਬਹੁਤ ਤੇਜ਼ ਦੌੜਨ ਲੱਗ ਪਿਆ। ਹਿਰਨ ਬਹੁਤ ਤੇਜ਼ ਦੌੜ ਰਿਹਾ ਸੀ ਅਤੇ ਉਸਦੀ ਗਤੀ ਇੰਨੀ ਤੇਜ਼ ਸੀ ਕਿ ਇੱਕ ਸਮਾਂ ਆਇਆ ਜਦੋਂ ਉਸਦਾ ਪਿੱਛਾ ਕਰਦੇ ਹੋਏ, ਅਕਬਰ ਦੇ ਸਾਥੀ ਬਹੁਤ ਪਿੱਛੇ ਰਹਿ ਗਏ ਅਤੇ ਅਕਬਰ ਨੇ ਆਪਣੇ ਆਪ ਨੂੰ ਸੰਘਣੇ ਜੰਗਲ ਵਿੱਚ ਇਕੱਲਾ ਪਾਇਆ। ਫਿਰ ਜੰਗਲੀ ਕਬੀਲਿਆਂ ਦੇ ਇੱਕ ਸਮੂਹ ਦੇ 8-10 ਲੋਕਾਂ ਨੇ ਅਕਬਰ ਨੂੰ ਘੇਰ ਲਿਆ ਅਤੇ ਉਸਨੂੰ ਫੜ ਲਿਆ। ਉਸਨੂੰ ਫੜਨ ਤੋਂ ਬਾਅਦ, ਇਹ ਲੋਕ ਅਕਬਰ ਨੂੰ ਆਪਣੇ ਆਗੂ ਕੋਲ ਲੈ ਗਏ ਜਿੱਥੇ ਆਗੂ ਨੇ ਉਨ੍ਹਾਂ ਨੂੰ ਅਕਬਰ ਨੂੰ ਤਿਆਰ ਕਰਨ ਅਤੇ ਉਸਦੀ ਕੁਰਬਾਨੀ ਦੇਣ ਲਈ ਕਿਹਾ। ਜਦੋਂ ਉਹ ਅਕਬਰ ਨੂੰ ਤਿਆਰ ਕਰ ਰਹੇ ਸਨ ਤਾਂ ਉਨ੍ਹਾਂ ਦੀ ਨਜ਼ਰ ਅਕਬਰ ਦੇ ਹੱਥ 'ਤੇ ਪਈ। ਜਦੋਂ ਉਨ੍ਹਾਂ ਨੇ ਦੇਖਿਆ ਕਿ ਅਕਬਰ ਦਾ ਇੱਕ ਹੱਥ ਜ਼ਖਮੀ ਹੈ, ਤਾਂ ਉਹ ਥੋੜੇ ਚਿੰਤਤ ਹੋਏ ਅਤੇ ਤੁਰੰਤ ਸਰਦਾਰ ਨੂੰ ਇਸ ਬਾਰੇ ਸੂਚਿਤ ਕੀਤਾ। ਇਹ ਸੁਣ ਕੇ ਸਰਦਾਰ ਬਹੁਤ ਨਿਰਾਸ਼ ਹੋਇਆ ਅਤੇ ਉਸਨੇ ਆਪਣੇ ਸਾਥੀਆਂ ਨੂੰ ਕਿਹਾ ਕਿ ਪਰੰਪਰਾ ਅਨੁਸਾਰ, ਕਿਉਂਕਿ ਅਕਬਰ ਜ਼ਖਮੀ ਹੋ ਗਿਆ ਸੀ, ਉਹ ਲੜਾਈ ਲਈ ਯੋਗ ਨਹੀਂ ਸੀ ਅਤੇ ਇਸ ਲਈ ਅਕਬਰ ਨੂੰ ਤੁਰੰਤ ਰਿਹਾਅ ਕਰ ਦੇਣਾ ਚਾਹੀਦਾ ਹੈ। ਸਰਦਾਰ ਦੇ ਹੁਕਮ 'ਤੇ, ਅਕਬਰ ਨੂੰ ਰਿਹਾਅ ਕਰ ਦਿੱਤਾ ਗਿਆ ਅਤੇ ਉਹ ਆਪਣੇ ਸਾਥੀਆਂ ਕੋਲ ਵਾਪਸ ਆਇਆ ਅਤੇ ਉਨ੍ਹਾਂ ਨੂੰ ਸਾਰੀ ਘਟਨਾ ਦੱਸੀ। ਮਹਿਲ ਵਾਪਸ ਆਉਣ 'ਤੇ, ਅਕਬਰ ਨੇ ਆਪਣੇ ਸਿਪਾਹੀਆਂ ਨੂੰ ਹੁਕਮ ਦਿੱਤਾ ਕਿ ਬੀਰਬਲ ਨੂੰ ਜੇਲ੍ਹ ਤੋਂ ਰਿਹਾਅ ਕੀਤਾ ਜਾਵੇ ਅਤੇ ਉਸਨੂੰ ਤੁਰੰਤ ਆਪਣੇ ਸਾਹਮਣੇ ਪੇਸ਼ ਕੀਤਾ ਜਾਵੇ। ਸਿਪਾਹੀਆਂ ਨੇ ਅਕਬਰ ਦੇ ਹੁਕਮਾਂ ਦੀ ਪਾਲਣਾ ਕੀਤੀ ਅਤੇ ਤੁਰੰਤ ਬੀਰਬਲ ਨੂੰ ਉਸਦੇ ਸਾਹਮਣੇ ਪੇਸ਼ ਕੀਤਾ। ਅਕਬਰ ਨੇ ਬੀਰਬਲ ਨੂੰ ਜੱਫੀ ਪਾ ਲਈ ਅਤੇ ਕਿਹਾ, "ਬੀਰਬਲ ਤੂੰ ਸਹੀ ਸੀ ਜੋ ਵੀ ਹੁੰਦਾ ਹੈ ਚੰਗੇ ਲਈ ਹੁੰਦਾ ਹੈ" ਅਤੇ ਫਿਰ ਅਕਬਰ ਨੇ ਬੀਰਬਲ ਨੂੰ ਸਾਰੀ ਕਹਾਣੀ ਦੱਸੀ।

ਜਦੋਂ ਅਕਬਰ ਦੀ ਕਹਾਣੀ ਖਤਮ ਹੋਈ, ਉਸਨੇ ਬੀਰਬਲ ਨੂੰ ਪੁੱਛਿਆ, "ਮੈਂ ਸਮਝ ਗਿਆ ਹਾਂ ਕਿ ਮੇਰੀ ਸੱਟ ਕਾਰਨ ਮੇਰੀ ਜਾਨ ਬਚ ਗਈ ਸੀ। ਪਰ ਮੈਨੂੰ ਸਮਝ ਨਹੀਂ ਆ ਰਿਹਾ ਕਿ ਤੈਨੂੰ ਕੈਦ ਕਰਕੇ ਕੀ ਫਾਇਦਾ ਹੋਇਆ?"

ਬੀਰਬਲ ਹਮੇਸ਼ਾ ਵਾਂਗ ਮੁਸਕਰਾਇਆ ਅਤੇ ਕਿਹਾ, "ਮਹਾਰਾਜ, ਜੇ ਤੁਸੀਂ ਮੈਨੂੰ ਕੈਦ ਨਾ ਕੀਤਾ ਹੁੰਦਾ, ਤਾਂ ਤੁਸੀਂ ਮੈਨੂੰ ਸ਼ਿਕਾਰ ਲਈ ਆਪਣੇ ਨਾਲ ਲੈ ਜਾਂਦੇ ਅਤੇ ਜਦੋਂ ਉਹ ਲੋਕ ਤੁਹਾਨੂੰ ਫੜ ਰਹੇ ਸਨ, ਤਾਂ ਇਹ ਸੰਭਵ ਹੈ ਕਿ ਉਹ ਮੈਨੂੰ ਵੀ ਆਪਣੇ ਨਾਲ ਫੜ ਲੈਂਦੇ। ਜ਼ਖਮੀ ਹੋ ਕੇ, ਉਹ ਤੁਹਾਨੂੰ ਛੱਡ ਦਿੰਦੇ ਪਰ ਮੈਨੂੰ ਨਹੀਂ ਛੱਡਦੇ ਅਤੇ ਮੈਨੂੰ ਕੁਰਬਾਨ ਕਰ ਦਿੰਦੇ। ਇਸ ਲਈ, ਮਹਾਰਾਜ, ਜੋ ਵੀ ਹੁੰਦਾ ਹੈ ਉਹ ਭਲੇ ਲਈ ਹੁੰਦਾ ਹੈ ਅਤੇ ਮੈਨੂੰ ਕੈਦ ਕਰਨ ਦਾ ਤੁਹਾਡਾ ਹੁਕਮ ਮੇਰੇ ਲਈ ਵਰਦਾਨ ਸਾਬਤ ਹੋਇਆ।"

ਇਹ ਕਹਾਣੀ ਬਹੁਤ ਪ੍ਰੇਰਨਾਦਾਇਕ ਹੈ ਅਤੇ ਇਸਨੇ ਮੈਨੂੰ ਕਈ ਵਾਰ ਪ੍ਰੇਰਿਤ ਕੀਤਾ ਹੈ ਪਰ ਮੈਂ ਬੀਰਬਲ ਦੇ ਇਸ ਕਥਨ ਨੂੰ ਥੋੜ੍ਹਾ ਬਦਲਣਾ ਚਾਹਾਂਗਾ ਕਿ ਸਾਰੀਆਂ ਨਹੀਂ ਪਰ ਜ਼ਿਆਦਾਤਰ ਚੀਜ਼ਾਂ ਚੰਗੇ ਲਈ ਹੁੰਦੀਆਂ ਹਨ ਅਤੇ ਜ਼ਿਆਦਾਤਰ ਤੋਂ ਮੇਰਾ ਕੀ ਭਾਵ ਹੈ?

ਮੈਂ ਦੇਖਿਆ ਹੈ ਕਿ 100 ਘਟਨਾਵਾਂ ਵਿੱਚੋਂ, 1-2 ਘਟਨਾਵਾਂ ਅਜਿਹੀਆਂ ਹੁੰਦੀਆਂ ਹਨ ਜਿਨ੍ਹਾਂ ਵਿੱਚ ਸਾਨੂੰ ਕੋਈ ਸਕਾਰਾਤਮਕ ਪਹਿਲੂ ਨਹੀਂ ਮਿਲਦਾ ਪਰ ਬਾਕੀ 98-99 ਘਟਨਾਵਾਂ ਵਿੱਚ, ਅਸੀਂ ਕੁਝ ਅਜਿਹਾ ਲੱਭ ਸਕਦੇ ਹਾਂ ਜੋ ਸਾਡੇ ਹੱਕ ਵਿੱਚ ਹੈ ਜਾਂ ਅਸੀਂ ਕੁਝ ਅਜਿਹਾ ਸਿੱਖ ਸਕਦੇ ਹਾਂ ਜੋ ਅਸੀਂ ਕਦੇ ਨਹੀਂ ਸਿੱਖ ਸਕਦੇ ਜੇਕਰ ਉਹ ਘਟਨਾ ਸਾਡੇ ਨਾਲ ਨਾ ਵਾਪਰੀ ਹੁੰਦੀ।

ਮੈਂ ਤੁਹਾਡੇ ਨਾਲ ਆਪਣਾ ਇੱਕ ਅਨੁਭਵ ਸਾਂਝਾ ਕਰਨਾ ਚਾਹੁੰਦਾ ਹਾਂ। ਇਹ ਭਾਰਤ ਦੇ ਚੰਗੇ MBA ਕਾਲਜਾਂ ਵਿੱਚੋਂ ਇੱਕ ਵਿੱਚ 2008 ਦਾ ਸਾਲ ਸੀ। ਮੈਨੂੰ ਕਾਲਜ ਵਿੱਚ ਇੰਟਰਵਿਊ ਲਈ ਬੁਲਾਇਆ ਗਿਆ ਸੀ। ਮੈਂ ਇੰਟਰਵਿਊ ਲਈ ਹੈਦਰਾਬਾਦ ਗਿਆ ਸੀ ਪਰ ਮੈਨੂੰ ਉਸ ਕਾਲਜ ਵਿੱਚ ਚੁਣਿਆ ਨਹੀਂ ਗਿਆ। ਮੈਂ ਉਸ ਸਮੇਂ ਬਹੁਤ ਨਿਰਾਸ਼ ਸੀ। ਪਰ ਮੈਨੂੰ ਲੱਗਦਾ ਹੈ ਕਿ ਜੇਕਰ ਮੈਨੂੰ ਇਸ ਕਾਲਜ ਵਿੱਚ ਦਾਖਲਾ ਮਿਲ ਜਾਂਦਾ ਤਾਂ ਇਸ ਗੱਲ ਦੀ ਬਹੁਤ ਸੰਭਾਵਨਾ ਹੈ ਕਿ ਕਾਲਜ ਦੀ ਪੜ੍ਹਾਈ ਪੂਰੀ ਕਰਨ ਤੋਂ ਬਾਅਦ, ਮੈਂ ਆਪਣੇ ਸਹਿਪਾਠੀਆਂ ਵਾਂਗ ਇੱਕ ਚੰਗੀ ਜਗ੍ਹਾ 'ਤੇ ਕੰਮ ਕਰਨਾ ਸ਼ੁਰੂ ਕਰ ਦਿੰਦਾ ਅਤੇ ਜੇਕਰ ਅਜਿਹਾ ਹੁੰਦਾ ਤਾਂ ਸ਼ਾਇਦ ਮੇਰੇ ਲਈ ਰ-ਜੀ-ਟੈਕ ਸਿੱਖਿਆ ਜਾਂ ਰਾਜਨੀਤੀ ਸੰਭਵ ਨਾ ਹੁੰਦੀ। ਅਤੇ ਇਸ ਲਈ ਮੈਂ ਪਰਮਾਤਮਾ ਦਾ ਸ਼ੁਕਰਗੁਜ਼ਾਰ ਹਾਂ ਕਿ ਉਸਨੇ ਮੈਨੂੰ ਉਸ ਸਮੇਂ ਉਸ ਕਾਲਜ ਵਿੱਚ ਦਾਖਲਾ ਨਹੀਂ ਦਿਵਾਇਆ।

ਸਟ੍ਰੈੱਸ ਮੈਨੇਜਮੈਂਟ ਨਾਲ ਸਬੰਧਤ ਉਪਯੋਗੀ ਸੁਝਾਅ

- ਇਸ ਲਈ ਜਦੋਂ ਵੀ ਤੁਸੀਂ ਅਸਫਲ ਹੋ ਜਾਂਦੇ ਹੋ ਜਾਂ ਹਾਲਾਤ ਮਾੜੇ ਹੁੰਦੇ ਹਨ ਜਾਂ ਤੁਸੀਂ ਧੋਖਾ ਖਾਂਦੇ ਹੋ, ਨਿਰਾਸ਼ ਹੋਣ ਦੀ ਬਜਾਏ, ਆਪਣੇ ਆਪ ਨੂੰ ਯਾਦ ਦਿਵਾਓ ਕਿ ਜ਼ਿਆਦਾਤਰ ਚੀਜ਼ਾਂ ਚੰਗੇ ਲਈ ਹੁੰਦੀਆਂ ਹਨ।
- ਜੇਕਰ ਤੁਸੀਂ ਇਸ ਗੱਲ ਨੂੰ ਚੰਗੀ ਤਰ੍ਹਾਂ ਸਮਝਣਾ ਚਾਹੁੰਦੇ ਹੋ ਤਾਂ ਮੇਰਾ ਸੁਝਾਅ ਹੈ ਕਿ ਤੁਸੀਂ ਲੋਕਾਂ ਦੀਆਂ ਜੀਵਨੀਆਂ ਦਾ ਅਧਿਐਨ ਕਰੋ ਤਾਂ ਤੁਹਾਨੂੰ ਪਤਾ ਲੱਗੇਗਾ ਕਿ ਜੋ ਚੀਜ਼ਾਂ ਜਾਂ ਸਮੱਸਿਆਵਾਂ ਸ਼ੁਰੂ ਵਿੱਚ ਸਰਾਪ ਲੱਗਦੀਆਂ ਸਨ, ਉਹ ਬਾਅਦ ਵਿੱਚ ਵਰਦਾਨ ਬਣ ਗਈਆਂ। ਇਸ ਲਈ ਘਬਰਾਓ ਨਾ, ਹਰ ਸਥਿਤੀ ਤੋਂ ਸਿੱਖੋ, ਲੋੜ

ਅਨੁਸਾਰ ਆਪਣੀ ਯੋਜਨਾ ਬਦਲੋ ਅਤੇ ਸਭ ਤੋਂ ਮਹੱਤਵਪੂਰਨ ਗੱਲ ਇਹ ਹੈ ਕਿ ਪਰਮਾਤਮਾ ਵਿੱਚ ਵਿਸ਼ਵਾਸ ਰੱਖੋ ਕਿ ਜ਼ਿਆਦਾਤਰ ਚੀਜ਼ਾਂ ਚੰਗੇ ਲਈ ਹੁੰਦੀਆਂ ਹਨ।

- ਰੱਬ ਨੇ ਜ਼ਰੂਰ ਕੁਝ ਚੰਗਾ ਸੋਚਿਆ ਹੋਵੇਗਾ। ਜਦੋਂ ਅਸੀਂ ਲੋਕਾਂ ਦੀਆਂ ਜੀਵਨੀਆਂ ਦਾ ਅਧਿਐਨ ਕਰਦੇ ਹਾਂ, ਤਾਂ ਸਾਨੂੰ ਪਤਾ ਲੱਗਦਾ ਹੈ ਕਿ ਉਹ ਜੋ ਚੀਜ਼ ਬਣਨਾ ਚਾਹੁੰਦੇ ਸਨ ਪਰ ਬਾਅਦ ਵਿੱਚ ਕੁਝ ਹੋਰ ਬਣ ਗਏ ਅਤੇ ਉਸ ਖੇਤਰ ਵਿੱਚ ਸਫਲਤਾ ਦੇ ਸਿਖਰ 'ਤੇ ਪਹੁੰਚ ਗਏ, ਉਹ ਚੀਜ਼ਾਂ ਜੋ ਕਦੇ ਵੀ ਸੰਭਵ ਨਹੀਂ ਹੁੰਦੀਆਂ ਜੇਕਰ ਉਹ ਆਪਣੀ ਪਸੰਦ ਦੇ ਖੇਤਰ ਵਿੱਚ ਜਾਂਦੇ। ਉਦਾਹਰਣ ਵਜੋਂ, ਮੈਗਾਸਟਾਰ ਅਮਿਤਾਭ ਬੱਚਨ ਰੇਡੀਓ ਵਿੱਚ ਜਾਣਾ ਚਾਹੁੰਦੇ ਸਨ ਪਰ ਉੱਥੇ ਦੇ ਲੋਕਾਂ ਨੂੰ ਲੱਗਦਾ ਸੀ ਕਿ ਉਨ੍ਹਾਂ ਵਿੱਚ ਪ੍ਰਤਿਭਾ ਨਹੀਂ ਹੈ। ਉਸ ਤੋਂ ਬਾਅਦ, ਉਹ ਭਾਰਤੀ ਫਿਲਮ ਇੰਡਸਟਰੀ ਵਿੱਚ ਦਾਖਲ ਹੋਏ ਅਤੇ ਬਾਕੀ ਇਤਿਹਾਸ ਹੈ। ਮੈਨੂੰ ਲੱਗਦਾ ਹੈ ਕਿ ਜੇਕਰ ਉਹ ਰੇਡੀਓ ਨਾਲ ਜੁੜ ਜਾਂਦੇ, ਤਾਂ ਸ਼ਾਇਦ ਉਹਨਾਂ ਨੂੰ ਭਾਰਤੀ ਫਿਲਮ ਇੰਡਸਟਰੀ ਤੋਂ ਇੰਨੀ ਪ੍ਰਸਿੱਧੀ ਅਤੇ ਸਤਿਕਾਰ ਨਾ ਮਿਲਦਾ।

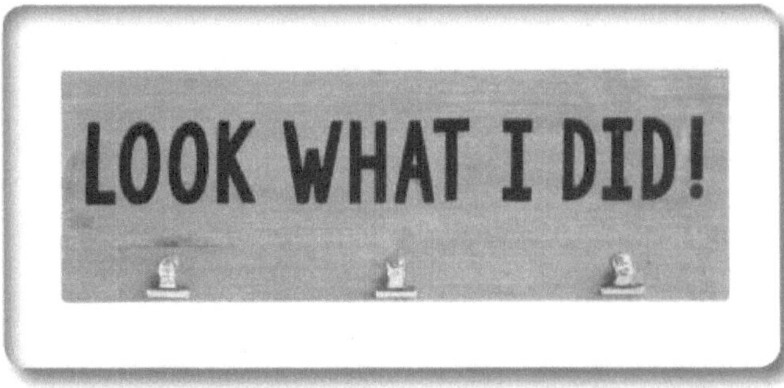

ਅਧਿਆਇ 7

ਬਹੁਤ ਜ਼ਿਆਦਾ ਉਦਾਸੀ ਦੇ ਦੌਰ ਨੂੰ ਦੂਰ ਕਰਨ ਲਈ ਮੈਂ ਕੀ ਕੀਤਾ

"ਇਹ ਚਿੰਤਾ ਨਹੀਂ ਹੈ, ਪਰ ਚਿੰਤਾ ਪ੍ਰਤੀ ਸਾਡੀ ਪ੍ਰਤੀਕਿਰਿਆ ਹੈ ਜੋ ਸਾਨੂੰ ਮਾਰਦੀ ਹੈ"

-ਹੰਸ ਸੇਲਯੇ

ਜਿਵੇਂ ਕਿ ਅਸੀਂ ਪਹਿਲਾਂ ਚਰਚਾ ਕੀਤੀ ਹੈ, ਅਸੀਂ ਸਾਰੇ ਆਪਣੀ ਜ਼ਿੰਦਗੀ ਵਿੱਚ ਕਿਸੇ ਨਾ ਕਿਸੇ ਸਮੇਂ ਨਿਰਾਸ਼ਾ ਦਾ ਸਾਹਮਣਾ ਕਰਦੇ ਹਾਂ। ਅਤੇ ਮੇਰੀ ਜ਼ਿੰਦਗੀ ਵਿੱਚ ਨਿਰਾਸ਼ਾ ਦਾ ਇੱਕ ਬਹੁਤ ਵੱਡਾ ਦੌਰ ਆਇਆ ਜਦੋਂ ਮੇਰੇ ਸਾਰੇ ਦਾਅ ਗਲਤ ਹੋ ਰਹੇ ਸਨ ਅਤੇ ਅਜਿਹਾ ਲੱਗ ਰਿਹਾ ਸੀ ਜਿਵੇਂ ਮੁਸੀਬਤ ਮੇਰੇ ਪਿੱਛੇ ਭੱਜ ਰਹੀ ਹੋਵੇ। ਇਹ ਬਹੁਤ ਮੁਸ਼ਕਲ ਸਮਾਂ ਸੀ ਅਤੇ ਜਿਵੇਂ ਕਿ ਤੁਸੀਂ ਜਾਣਦੇ ਹੋ, ਚਿੰਤਾ ਹਰ ਚੀਜ਼ ਨੂੰ ਪ੍ਰਭਾਵਿਤ ਕਰਦੀ ਹੈ ਜਿਸ ਵਿੱਚ ਲੋਕਾਂ ਨਾਲ ਤੁਹਾਡੇ ਸਬੰਧਾਂ ਅਤੇ ਤੁਹਾਡੀ ਸਿਹਤ ਸ਼ਾਮਲ ਹੈ ਅਤੇ ਮੈਨੂੰ ਇਨ੍ਹਾਂ ਦੋਵਾਂ ਖੇਤਰਾਂ ਵਿੱਚ ਬਹੁਤ ਸਾਰੀਆਂ ਸਮੱਸਿਆਵਾਂ ਆ ਰਹੀਆਂ ਸਨ। ਮੈਨੂੰ ਇਸ ਚਿੰਤਾ ਤੋਂ ਆਪਣੇ ਆਪ ਨੂੰ ਮੁਕਤ ਕਰਨਾ ਪਿਆ ਨਹੀਂ ਤਾਂ ਇਹ ਹੋਰ ਵੀ ਸਮੱਸਿਆਵਾਂ ਪੈਦਾ ਕਰ ਦਿੰਦਾ।

ਇਸ ਲਈ, ਇਸ ਪੜਾਅ ਵਿੱਚੋਂ ਲੰਘਣ ਲਈ:

- ਸਭ ਤੋਂ ਪਹਿਲਾਂ ਮੈਂ ਉਨ੍ਹਾਂ ਲੋਕਾਂ ਨੂੰ ਲੱਭਣਾ ਸੀ ਹੋ ਮੇਰੇ ਨਾਲੋਂ ਜਾਦਾ ਪਰੇਸ਼ਾਨੀ ਵਿਚ ਸਨ। ਮੈ ਇੱਕ ਅਨਾਥ ਆਸ਼ਰਮ ਤੋਂ ਸ਼ੁਰਵਾਤ ਕੀਤੀ। ਓਥੇ ਮੈਂ ਪਿਆਰੇ ਛੋਟੇ ਬੱਚੇ ਦੇਖੇ ਜਿਨ੍ਹਾਂ ਨੂੰ ਗਲੀ ਤੋਂ, ਰੇਲਵੇ ਸਟੇਸ਼ਨ ਤੋਂ ਜਾਂ ਕਈ ਵਾਰ ਕਿਸੇ ਜਾਨਵਰ ਤੋਂ ਲਿਆਂਦਾ ਜਾਂਦਾ ਸੀ। ਮੈਂ ਇਨ੍ਹਾਂ ਬੱਚਿਆਂ ਵੱਲ ਦੇਖਿਆ ਅਤੇ ਸੋਚਿਆ ਕਿ ਕੋਈ ਇੰਨਾ ਜ਼ਾਲਮ ਕਿਵੇਂ ਹੋ ਸਕਦਾ ਹੈ। ਇੰਨੇ ਦਿਨਾਂ ਵਿੱਚ ਪਹਿਲੀ ਵਾਰ, ਮੈਨੂੰ ਚਿੰਤਾ ਤੋਂ ਮੁਕਤੀ ਮਿਲੀ ਅਤੇ ਮੈਨੂੰ ਮਹਿਸੂਸ ਹੋਇਆ ਕਿ ਜੇ ਮੈਂ ਆਪਣੀ ਤੁਲਨਾ ਇਨ੍ਹਾਂ ਬੱਚਿਆਂ ਨਾਲ ਕਰਾਂ ਤਾਂ ਮੈਂ ਬਹੁਤ ਖੁਸ਼ਕਿਸਮਤ ਹਾਂ ਅਤੇ ਮੈਨੂੰ ਹਮੇਸ਼ਾ ਆਪਣੇ ਪਰਿਵਾਰ ਦਾ ਸਾਥ ਮਿਲਿਆ ਹੈ, ਜੇਕਰ ਮੇਰੀ ਸਥਿਤੀ ਉਨ੍ਹਾਂ ਵਰਗੀ ਹੁੰਦੀ ਤਾਂ ਮੇਰਾ ਕੀ ਹਾਲ ਹੁੰਦਾ।

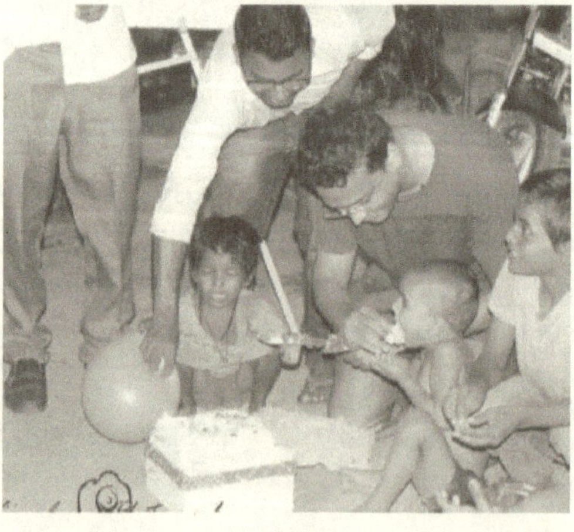

ਇਸ ਤੋਂ ਬਾਅਦ, ਮੈਂ ਇੱਕ ਅਜਿਹੀ ਜਗ੍ਹਾ ਗਿਆ ਜਿੱਥੇ ਸਰੀਰਕ ਅਤੇ ਮਾਨਸਿਕ ਤੌਰ 'ਤੇ ਅਪਾਹਜ ਬੱਚਿਆਂ ਨੂੰ ਰੱਖਿਆ ਜਾਂਦਾ ਸੀ। ਜਦੋਂ ਮੈਂ ਉੱਥੇ ਗਿਆ, ਤਾਂ ਮੈਂ ਅਜਿਹੇ ਬੱਚੇ ਦੇਖੇ ਜੋ ਇੱਕ ਜਗ੍ਹਾ ਆਪਣੀ ਜ਼ਿੰਦਗੀ ਜੀਉਣ ਲਈ ਮਜਬੂਰ ਸਨ। ਕੁਝ ਅਜਿਹੇ ਵੀ ਸਨ ਜਿਨ੍ਹਾਂ ਕੋਲ ਸਮਝਣ ਜਾਂ ਬੋਲਣ ਦੀ ਸ਼ਕਤੀ ਨਹੀਂ ਸੀ, ਫਿਰ ਵੀ ਉਹ ਦਿਲੋਂ ਮੁਸਕਰਾ ਰਹੇ ਸਨ। ਇਹ ਦੇਖਣ ਤੋਂ ਬਾਅਦ, ਮੈਨੂੰ ਆਪਣੇ ਆਪ 'ਤੇ ਬਹੁਤ ਸ਼ਰਮ ਮਹਿਸੂਸ ਹੋਈ ਅਤੇ ਮੈਂ ਆਪਣੇ ਆਪ ਨੂੰ ਕਿਹਾ, "ਹੇ ਪ੍ਰਭੂ, ਤੁਸੀਂ ਸਾਨੂੰ ਆਮ ਬਣਾਇਆ ਅਤੇ ਸਾਨੂੰ ਸਭ ਕੁਝ ਦਿੱਤਾ, ਉਸ ਤੋਂ ਬਾਅਦ ਵੀ ਮੈਂ ਹਮੇਸ਼ਾ ਤੁਹਾਡੇ ਕੋਲ ਆਪਣੀ ਹਰ ਛੋਟੀ ਜਾਂ ਵੱਡੀ ਸਮੱਸਿਆ ਅਤੇ ਦੁੱਖ ਬਾਰੇ ਸ਼ਿਕਾਇਤ ਕਰਦਾ ਰਿਹਾ, ਅਤੇ ਇਨ੍ਹਾਂ ਨੂੰ ਦੇਖਣ ਤੋਂ ਬਾਅਦ ਮੈਂ ਤੁਹਾਨੂੰ ਕੀ ਕਹਾਂ?" ਉਸ ਸਮੇਂ ਮੇਰੇ ਪਰਿਵਾਰ ਦੇ ਮੈਂਬਰ ਵੀ ਮੇਰੇ ਨਾਲ ਸਨ ਅਤੇ ਇਨ੍ਹਾਂ ਬੱਚਿਆਂ ਨੂੰ ਦੇਖ ਕੇ ਉਹ ਸਾਰੇ ਰੋਣ ਲੱਗ ਪਏ ਅਤੇ ਮੈਂ ਵੀ ਬਹੁਤ ਭਾਵੁਕ ਹੋ ਗਿਆ।

ਗੱਲ ਇੱਥੇ ਹੀ ਨਹੀਂ ਰੁਕੀ, ਮੈਂ ਬਹੁਤ ਸਾਰੀਆਂ ਥਾਵਾਂ 'ਤੇ ਗਿਆ ਜਿਵੇਂ ਕਿ ਬਿਰਧ ਆਸ਼ਰਮ, ਕੋੜ੍ਹ ਆਸ਼ਰਮ ਆਦਿ ਅਤੇ ਮੈਨੂੰ ਅਹਿਸਾਸ ਹੋਇਆ ਕਿ ਇਸ ਧਰਤੀ 'ਤੇ ਬਹੁਤ ਸਾਰੇ ਲੋਕ ਹਨ ਜਿਨ੍ਹਾਂ ਦੀਆਂ ਸਮੱਸਿਆਵਾਂ ਪਹਾੜ ਦੇ ਸਾਹਮਣੇ ਇੱਕ ਕੀੜੀ ਵਾਂਗ ਹਨ, ਇਸ ਲਈ ਹੁਣ ਮੈਨੂੰ ਆਪਣੀ ਜ਼ਿੰਦਗੀ ਵਿੱਚ ਜੋ ਕੁਝ ਵੀ ਹੈ ਉਸ ਲਈ ਪਰਮਾਤਮਾ ਦਾ ਸ਼ੁਕਰਗੁਜ਼ਾਰ ਹੋਣਾ ਚਾਹੀਦਾ ਹੈ ਅਤੇ ਫਿਰ ਆਪਣੀਆਂ ਸਮੱਸਿਆਵਾਂ ਨੂੰ ਹੱਲ ਕਰਨ 'ਤੇ ਧਿਆਨ ਕੇਂਦਰਿਤ ਕਰਨਾ ਚਾਹੀਦਾ ਹੈ।

ਦੂਜਾ ਕੰਮ ਜੋ ਮੈਂ ਕੀਤਾ ਉਹ ਇਹ ਸੀ ਕਿ ਮੈਂ ਸਕਾਰਾਤਮਕ ਕਿਤਾਬਾਂ ਅਤੇ ਜੀਵਨੀਆਂ ਪੜ੍ਹਨੀਆਂ ਸ਼ੁਰੂ ਕਰ ਦਿੱਤੀਆਂ। ਇਸ ਨਾਲ ਮੈਨੂੰ ਨਾ ਸਿਰਫ਼ ਦੁਨੀਆ ਦੇ ਮਹਾਨ ਲੋਕਾਂ ਨੂੰ ਜਾਣਨ ਦਾ ਮੌਕਾ ਮਿਲਿਆ, ਸਗੋਂ ਇੱਕ ਉਦਾਹਰਣ ਵੀ ਮਿਲੀ ਕਿ ਅਜਿਹੇ ਪ੍ਰਤੀਕੂਲ ਹਾਲਾਤਾਂ ਵਿੱਚ, ਇਨ੍ਹਾਂ ਲੋਕਾਂ ਨੇ ਹਿੰਮਤ ਨਹੀਂ ਹਾਰੀ, ਸ਼ਿਕਾਇਤ ਨਹੀਂ ਕੀਤੀ ਸਗੋਂ ਉਹ ਕੀਤਾ ਜੋ ਉਹ ਕਰ ਸਕਦੇ ਸਨ ਯਾਨੀ ਆਪਣੀ ਪੂਰੀ ਕੋਸ਼ਿਸ਼ ਕੀਤੀ ਅਤੇ ਫਿਰ ਇਨ੍ਹਾਂ ਲੋਕਾਂ ਨੇ ਇਤਿਹਾਸ ਰਚਿਆ।

- ਇਨ੍ਹਾਂ ਲੋਕਾਂ ਦਾ ਅਧਿਐਨ ਕਰਨ ਤੋਂ ਮੈਨੂੰ ਇੱਕ ਗੱਲ ਸਮਝ ਆਈ ਕਿ ਜੇਕਰ ਇਹ ਲੋਕ ਇੰਨੇ ਮਾੜੇ ਹਾਲਾਤਾਂ ਦੇ ਬਾਵਜੂਦ ਇੰਨੀਆਂ ਉਚਾਈਆਂ ਤੱਕ ਪਹੁੰਚ ਸਕਦੇ ਹਨ, ਤਾਂ ਮੇਰੀ ਸਥਿਤੀ ਬਹੁਤ ਬਿਹਤਰ ਹੈ ਅਤੇ ਫਿਰ ਮੈਂ ਆਪਣੀ ਜ਼ਿੰਦਗੀ ਵਿੱਚ ਬਹੁਤ ਸਫਲਤਾ ਪ੍ਰਾਪਤ ਕੀਤੀ।

- **ਸੰਗੀਤ:** ਤੀਜਾ ਕੰਮ ਜੋ ਮੈਂ ਕੀਤਾ ਉਹ ਸੀ ਹਰ ਰੋਜ਼ ਘੱਟੋ-ਘੱਟ ਇੱਕ ਘੰਟੇ ਲਈ ਸੰਗੀਤ ਦਾ ਆਨੰਦ ਮਾਣਨਾ। ਮੈਂ ਹਨੂੰਮਾਨ ਚਾਲੀਸਾ ਜਾਂ ਹਨੂੰਮਾਨ ਜੀ ਦੀ ਆਰਤੀ ਨਾਲ ਸ਼ੁਰੂਆਤ ਕਰਦਾ ਸੀ ਅਤੇ ਫਿਰ ਮੈਂ ਫਿਲਮੀ ਗਾਣੇ ਸੁਣਦਾ ਸੀ ਅਤੇ ਇਸ ਨਾਲ ਮੈਨੂੰ ਬਹੁਤ ਰਾਹਤ ਮਿਲਦੀ ਸੀ।

- **ਵੇਟ ਟ੍ਰੇਨਿੰਗ:** ਚੌਥੀ ਚੀਜ਼ ਜੋ ਮੈਂ ਕੀਤੀ ਉਹ ਸੀ ਸਰਲ ਸ਼ਬਦਾਂ ਵਿੱਚ ਅਜਿਹੀਆਂ ਕਸਰਤਾਂ ਜਿਨ੍ਹਾਂ ਵਿੱਚ ਅਸੀਂ ਡੰਬਲ, ਬਾਰਬੈਲ ਆਦਿ ਵਜ਼ਨ ਦੀ ਵਰਤੋਂ ਕਰਦੇ ਹਾਂ। ਮੈਂ ਇਹ ਕਸਰਤਾਂ ਦਿਨ ਵਿੱਚ ਸਿਰਫ਼ ਇੱਕ ਵਾਰ ਨਹੀਂ ਸਗੋਂ ਦੋ ਵਾਰ ਕੀਤੀਆਂ, ਪਹਿਲਾਂ ਤਾਂ ਮੈਨੂੰ ਭੁੱਖ ਲੱਗਣ ਲੱਗੀ ਅਤੇ ਦੂਜਾ ਮੈਨੂੰ ਰਾਤ ਨੂੰ ਚੰਗੀ ਨੀਂਦ ਆਉਣ ਲੱਗੀ ਜੋ ਮੈਂ ਲੰਬੇ ਸਮੇਂ ਤੱਕ ਨਹੀਂ ਕਰ ਸਕਿਆ ਅਤੇ ਕਸਰਤਾਂ ਸ਼ੁਰੂ ਕਰਨ ਤੋਂ ਬਾਅਦ ਮੈਂ ਬੱਚਿਆਂ ਵਾਂਗ ਸੌਣ ਲੱਗ ਪਿਆ ਯਾਨੀ ਜਦੋਂ ਮੈਂ ਰਾਤ ਨੂੰ ਸੌਂਦਾ ਸੀ ਤਾਂ ਮੈਂ ਇੰਨੀ ਗੂੜ੍ਹੀ ਨੀਂਦ ਸੌਂਦਾ ਸੀ ਕਿ ਮੈਂ ਸਿੱਧਾ ਸਵੇਰੇ ਹੀ ਉੱਠਦਾ ਸੀ।

ਖੁਰਾਕ: ਇੱਕ ਕਹਾਵਤ ਹੈ, ਜੈਸਾ ਅੰਨ, ਵੈਸਾ ਮਨ। ਮੈਂ ਸਾਰਾ ਫਾਸਟ ਫੂਡ ਅਤੇ ਮਸਾਲੇਦਾਰ ਭੋਜਨ ਛੱਡ ਦਿੱਤਾ ਅਤੇ ਉਸ ਤੋਂ ਬਾਅਦ ਮੈਂ ਸਾਦਾ ਭੋਜਨ ਖਾਣਾ ਸ਼ੁਰੂ ਕਰ ਦਿੱਤਾ। ਮੈਂ ਸਲਾਦ, ਫਲ, ਸੁੱਕੇ ਮੇਵੇ ਅਤੇ ਦੁੱਧ ਤੋਂ ਬਣੇ ਪਦਾਰਥਾਂ ਦੀ ਵਰਤੋਂ ਕਰਨੀ ਸ਼ੁਰੂ ਕਰ ਦਿੱਤੀ ਅਤੇ ਇਸ ਨਾਲ ਮੈਨੂੰ ਬਹੁਤ ਫਾਇਦਾ ਹੋਇਆ।

ਜਦੋਂ ਮੈਂ ਇਹ 5 ਕੰਮ ਕੀਤੇ, ਉਸ ਤੋਂ ਥੋੜ੍ਹੀ ਦੇਰ ਬਾਅਦ, ਮੇਰੀ ਜ਼ਿੰਦਗੀ ਵਿੱਚ ਬਹੁਤ ਸਾਰੀਆਂ ਤਬਦੀਲੀਆਂ ਆਉਣ ਲੱਗੀਆਂ ਅਤੇ ਮੇਰੀ ਜ਼ਿੰਦਗੀ ਵਿੱਚ ਬਹੁਤ ਸਾਰੀਆਂ ਅਜਿਹੀਆਂ ਚੀਜ਼ਾਂ ਵਾਪਰੀਆਂ ਜੋ ਡਿਪਰੈਸ਼ਨ ਦੇ ਸਮੇਂ ਮੇਰੇ ਲਈ ਅਸੰਭਵ ਸਨ। ਮੈਂ ਸਮਾਂ ਪ੍ਰਬੰਧਨ 'ਤੇ ਇੱਕ ਸਭ ਤੋਂ ਵੱਧ ਵਿਕਣ ਵਾਲੀ ਕਿਤਾਬ ਲਿਖੀ, ਹੋ ਕਿ ਕਿਸੇ ਵੀ ਭਾਰਤੀ ਲੇਖਕ ਦੁਆਰਾ ਸਭ ਤੋਂ ਵੱਧ ਭਾਸ਼ਾਵਾਂ ਵਿੱਚ ਅਨੁਵਾਦ ਕੀਤੀ ਗਈ ਅਤੇ ਇਸ ਦਾ ਮਾਣ ਪ੍ਰਾਪਤ ਕੀਤਾ, ਮੁੱਖ ਮੰਤਰੀ ਅਤੇ ਰਾਜਪਾਲ ਦੁਆਰਾ ਇਸਨੂੰ ਰਿਲੀਜ਼ ਕਰਨ ਦਾ ਸਨਮਾਨ ਵੀ ਪ੍ਰਾਪਤ ਕੀਤਾ, ਬਹੁਤ ਸਾਰੇ ਪੁਰਸਕਾਰ ਅਤੇ ਸਨਮਾਨ ਪ੍ਰਾਪਤ ਹੋਏ ਅਤੇ ਸਭ ਤੋਂ ਮਹੱਤਵਪੂਰਨ ਗੱਲ ਇਹ ਸੀ ਕਿ ਪਾਠਕਾਂ ਤੋਂ ਮੈਨੂੰ

ਸਕਾਰਾਤਮਕ ਫੀਡਬੈਕ ਮਿਲਿਆ ਕਿ ਮੇਰੀਆਂ ਕਿਤਾਬਾਂ ਨੇ ਉਨ੍ਹਾਂ ਦੀ ਜ਼ਿੰਦਗੀ ਨੂੰ ਕਿਵੇਂ ਬਿਹਤਰ ਬਣਾਇਆ ਹੈ, ਜੋ ਕਿ ਮੇਰੇ ਲਈ ਸਭ ਤੋਂ ਵੱਡੀ ਪ੍ਰਾਪਤੀ ਸੀ।

ਸਟ੍ਰੈੱਸ ਮੈਨੇਜਮੈਂਟ ਨਾਲ ਸਬੰਧਤ ਉਪਯੋਗੀ ਸੁਝਾਅ:

- ਕੀ ਤੁਸੀਂ ਵੀ ਆਪਣੀ ਜ਼ਿੰਦਗੀ ਦੇ ਸਭ ਤੋਂ ਮਾੜੇ ਦੌਰ ਵਿੱਚੋਂ ਗੁਜ਼ਰ ਰਹੇ ਹੋ? ਜੇ ਹਾਂ, ਤਾਂ ਉਨ੍ਹਾਂ ਲੋਕਾਂ ਨੂੰ ਲੱਭੋ ਜੋ ਤੁਹਾਡੇ ਤੋਂ ਵੀ ਮਾੜੀ ਮੁਸੀਬਤ ਵਿੱਚ ਹਨ।

- ਕੀ ਤੁਹਾਨੂੰ ਲੱਗਦਾ ਹੈ ਕਿ ਤੁਹਾਡੀ ਜ਼ਿੰਦਗੀ ਵਿੱਚ ਕਰਨ ਲਈ ਕੁਝ ਨਹੀਂ ਹੈ? ਜੇਕਰ ਹਾਂ, ਤਾਂ ਆਪਣਾ ਜੀਵਨ ਦੇਸ਼ ਅਤੇ ਸਮਾਜ ਦੇ ਅਜਿਹੇ ਲੋਕਾਂ ਨੂੰ ਸਮਰਪਿਤ ਕਰੋ, ਅਜਿਹੇ ਲੋੜਵੰਦ ਲੋਕਾਂ ਦੀ ਜ਼ਿੰਦਗੀ ਨੂੰ ਬਿਹਤਰ ਬਣਾਓ ਅਤੇ ਇਸ ਪ੍ਰਕਿਰਿਆ ਵਿੱਚ ਤੁਹਾਨੂੰ ਪਤਾ ਵੀ ਨਹੀਂ ਲੱਗੇਗਾ ਕਿ ਤੁਹਾਡੀ ਜ਼ਿੰਦਗੀ ਵੀ ਕਦੋਂ ਬਿਹਤਰ ਹੋ ਜਾਵੇਗੀ।

• • •

ਅਧਿਆਇ 8

ਦਿਨੋ ਦਿਨ ਹੋਰ ਵੀ ਬਿਹਤਰ ਬਣੋ

"ਤੁਹਾਡੀ ਜ਼ਿੰਦਗੀ ਉਦੋਂ ਹੀ ਬਿਹਤਰ ਹੁੰਦੀ ਹੈ ਜਦੋਂ ਤੁਸੀਂ ਬਿਹਤਰ ਹੁੰਦੇ ਹੋ।"

- ਬ੍ਰਾਇਨ ਟਰੇਸੀ

ਇੱਕ ਦਿਨ ਮੈਂ ਇੰਟਰਨੈੱਟ 'ਤੇ ਇੱਕ ਲੇਖ ਪੜ੍ਹ ਰਿਹਾ ਸੀ ਜਿਸ ਵਿੱਚ ਕਿਹਾ ਗਿਆ ਸੀ ਕਿ ਹਵਾਈ ਯਾਤਰਾ ਸੜਕ ਯਾਤਰਾ ਨਾਲੋਂ 40 ਗੁਣਾ ਜਿਆਦਾ ਸੁਰੱਖਿਅਤ ਹੈ ਪਰ ਇਹ ਹਮੇਸ਼ਾ ਤੋਂ ਇਸ ਤਰ੍ਹਾਂ ਨਹੀਂ ਸੀ। ਜਦੋਂ ਵੀ ਕੋਈ ਹਾਦਸਾ ਵਾਪਰਦਾ ਸੀ, ਤਾਂ ਹਵਾਈ ਏਜੰਸੀਆਂ ਦੁਆਰਾ ਇਸਦੇ ਕਾਰਨਾਂ ਦੀ ਜਾਂਚ ਕੀਤੀ ਜਾਂਦੀ ਸੀ ਅਤੇ ਅਗਲੀ ਵਾਰ ਅਜਿਹੀ ਸਮੱਸਿਆ ਤੋਂ ਬਚਣ ਲਈ ਹਰ ਸੰਭਵ ਕੋਸ਼ਿਸ਼ ਕੀਤੀ ਜਾਂਦੀ ਸੀ। ਜਿਵੇਂ-ਜਿਵੇਂ ਸਮਾਂ ਬੀਤਦਾ ਗਿਆ, ਉਹ ਇਨ੍ਹਾਂ ਹਾਦਸਿਆਂ ਤੋਂ ਸਿੱਖਦੇ ਰਹੇ ਅਤੇ ਅੱਜ ਨਤੀਜਾ ਇਹ ਹੈ ਕਿ ਹਵਾਈ ਯਾਤਰਾ ਸੜਕ ਯਾਤਰਾ ਨਾਲੋਂ 40 ਗੁਣਾ ਸੁਰੱਖਿਅਤ ਹੈ।

ਇਸੇ ਤਰ੍ਹਾਂ, ਡਾਕਟਰੀ ਖੇਤਰ ਵਿੱਚ ਵੀ, ਡਾਕਟਰੀ ਪੇਸ਼ੇਵਰਾਂ ਨੇ ਨਾ ਸਿਰਫ਼ ਨਵੇਂ ਪ੍ਰਯੋਗ ਕੀਤੇ, ਸਗੋਂ ਆਪਣੀਆਂ ਗਲਤੀਆਂ ਤੋਂ ਸਿੱਖਿਆ ਅਤੇ ਉਨ੍ਹਾਂ ਨੂੰ ਸੁਧਾਰਿਆ ਅਤੇ ਅੱਜ ਨਤੀਜਾ ਇਹ ਹੈ ਕਿ ਬਹੁਤ ਸਾਰੇ ਔਖੇ ਆਪ੍ਰੇਸ਼ਨ ਵੀ ਸਫਲਤਾਪੂਰਵਕ ਅਤੇ ਆਸਾਨੀ ਨਾਲ ਕੀਤੇ ਜਾ ਸਕਦੇ ਹਨ।

ਇਸੇ ਤਰ੍ਹਾਂ, ਜੇਕਰ ਅਸੀਂ ਖੇਡਾਂ ਦੇ ਖੇਤਰ ਨੂੰ ਲੈਂਦੇ ਹਾਂ, ਤਾਂ ਟੀਮਾਂ ਆਪਣੇ ਮੈਚਾਂ ਦੀ ਰਿਕਾਰਡਿੰਗ ਨੂੰ ਵਾਰ-ਵਾਰ ਦੇਖਦੀਆਂ ਹਨ ਤਾਂ ਜੋ ਉਹ ਆਪਣੀਆਂ ਕਮੀਆਂ ਦੀ ਪਛਾਣ ਕਰ ਸਕਣ ਅਤੇ ਉਨ੍ਹਾਂ ਨੂੰ ਸੁਧਾਰ ਸਕਣ ਅਤੇ ਜਦੋਂ ਉਹ ਅਜਿਹਾ ਕਰਨਗੇ, ਤਾਂ ਹੀ ਉਹ ਆਪਣੀ ਟੀਮ ਨੂੰ ਜੇਤੂ ਬਣਾ ਸਕਣਗੇ।

ਇਨਸਾਨ ਹੋਣ ਦੇ ਨਾਤੇ, ਸਾਡੇ ਲਈ ਗਲਤੀਆਂ ਕਰਨਾ ਸੁਭਾਵਿਕ ਹੈ, ਪਰ ਸਾਨੂੰ ਇੱਕ ਅਜਿਹਾ ਸਿਸਟਮ ਵੀ ਬਣਾਉਣ ਦੀ ਲੋੜ ਹੈ ਤਾਂ ਜੋ ਅਸੀਂ ਪਹਿਲਾਂ ਨਾਲੋਂ ਬਿਹਤਰ ਬਣ ਸਕੀਏ ਅਤੇ ਆਪਣੀ ਚਿੰਤਾ ਘਟਾ ਸਕੀਏ।

ਇਸ ਲਈ ਮੈਂ ਤੁਹਾਨੂੰ ਇੱਕ ਸੁਝਾਅ ਦੇਵਾਂਗਾ ਜੋ ਮੇਰੇ ਲਈ ਬਹੁਤ ਪ੍ਰਭਾਵਸ਼ਾਲੀ ਰਿਹਾ ਹੈ; ਇੱਕ ਡਾਇਰੀ ਰੱਖੋ ਅਤੇ ਹਰ ਸ਼ਾਮ ਆਪਣਾ ਮੁਲਾਂਕਣ ਕਰੋ ਕਿ ਕਿਹੜੀਆਂ ਚੀਜ਼ਾਂ ਤੁਹਾਨੂੰ ਚਿੰਤਤ ਕਰ ਰਹੀਆਂ ਹਨ ਅਤੇ ਤੁਸੀਂ ਉਨ੍ਹਾਂ ਚਿੰਤਾਵਾਂ ਪ੍ਰਤੀ ਕਿਵੇਂ ਪ੍ਰਤੀਕਿਰਿਆ ਕਰ ਰਹੇ ਹੋ।

ਜਦੋਂ ਤੁਸੀਂ ਇਹ ਰੋਜ਼ਾਨਾ ਕਰਦੇ ਹੋ, ਤਾਂ ਤੁਸੀਂ ਦੇਖੋਗੇ ਕਿ ਬਹੁਤ ਸਾਰੀਆਂ ਚਿੰਤਾਵਾਂ ਹਨ ਜੋ ਤੁਸੀਂ ਆਦਤਨ ਕਰਦੇ ਹੋ ਅਤੇ ਬਹੁਤ ਸਾਰੀਆਂ ਚਿੰਤਾਵਾਂ ਹਨ ਜਿਨ੍ਹਾਂ ਨੂੰ ਤੁਸੀਂ ਹੁਣ ਸਮਝਦਾਰੀ ਨਾਲ ਹੱਲ ਕਰ ਸਕਦੇ ਹੋ।

ਉਦਾਹਰਨ ਲਈ, ਜਦੋਂ ਮੈਂ ਇਹ ਕਰਨਾ ਸ਼ੁਰੂ ਕੀਤਾ, ਤਾਂ ਮੈਂ ਦੇਖਿਆ ਕਿ ਮੈਂ ਬ਼ਹੁਤ ਸਾਰੇ ਬਿੱਲਾਂ ਦਾ ਭੁਗਤਾਨ ਦੇਰ ਨਾਲ ਕਰ ਰਿਹਾ ਸੀ ਜਿਸਦੇ ਨਤੀਜੇ ਵਜੋਂ ਫੀਸਾਂ ਵਿੱਚ ਦੇਰੀ ਹੋਈ, ਜਿਸ ਨਾਲ ਬੇਲੋੜਾ ਤਣਾਅ ਪੈਦਾ ਹੋਇਆ। ਇਸੇ ਤਰ੍ਹਾਂ, ਮੈਂ ਦੇਖਿਆ ਕਿ ਬਹੁਤ ਸਾਰੇ ਲੋਕ ਹਨ ਜੋ ਮੇਰੇ ਨਾਲ ਈਰਖਾ ਕਰਦੇ ਹਨ ਅਤੇ ਮੈਨੂੰ ਭੜਕਾਉਂਦੇ ਹਨ ਅਤੇ ਉਨ੍ਹਾਂ ਦੀਆਂ ਗੱਲਾਂ ਦਾ ਜਵਾਬ ਦੇ ਕੇ ਮੈਂ ਵੀ ਤੰਗ ਦਿਮਾਗੀਤਾ ਦਿਖਾਉਂਦਾ ਹਾਂ ਅਤੇ ਜਦੋਂ ਮੈਂ ਅਜਿਹਾ ਕਰਦਾ ਹਾਂ ਤਾਂ ਉਨ੍ਹਾਂ ਅਤੇ ਮੇਰੇ ਵਿੱਚ ਕੋਈ ਫ਼ਰਕ ਨਹੀਂ ਰਹਿੰਦਾ, ਇੱਕ ਹੋਰ ਚੀਜ਼ ਜੋ ਮੈਂ ਪਾਈ ਉਹ ਇਹ ਹੈ ਕਿ ਮੈਂ ਚੀਜ਼ਾਂ ਨੂੰ ਇੱਧਰ-ਉੱਧਰ ਰੱਖ ਰਿਹਾ ਹਾਂ ਅਤੇ ਮੈਨੂੰ ਉਨ੍ਹਾਂ ਦੀ ਭਾਲ ਵਿੱਚ ਸਮਾਂ ਬਿਤਾਉਣਾ ਪੈਂਦਾ ਹੈ ਅਤੇ ਕਈ ਵਾਰ ਜਦੋਂ ਮੈਨੂੰ ਚੀਜ਼ ਨਹੀਂ ਮਿਲਦੀ ਤਾਂ ਮੈਨੂੰ ਉਨ੍ਹਾਂ ਚੀਜ਼ਾਂ ਨੂੰ ਖਰੀਦਣ ਵਿੱਚ ਵੀ ਬਹੁਤ ਸਾਰਾ ਪੈਸਾ ਖਰਚ ਕਰਨਾ ਪੈਂਦਾ ਹੈ। ਇੱਕ ਹੋਰ ਗੱਲ ਜੋ ਮੈਨੂੰ ਪਤਾ ਲੱਗੀ ਉਹ ਇਹ ਸੀ ਕਿ ਜਦੋਂ ਚਿੰਤਾ ਕਾਰਨ ਮੇਰਾ ਮੂਡ ਖਰਾਬ ਹੋ ਜਾਂਦਾ ਸੀ ਤਾਂ ਆਮ ਜਿਹੀ ਪਰਿਸਤਿਥੀ ਵਿਚ ਵੀ ਵਾਪਸ ਆਉਣ ਵਿਚ ਵੀ ਬਹੁਤ ਜ਼ਿਆਦਾ ਸਮਾਂ ਲੱਗ ਰਿਹਾ ਸੀ, ਜੋ ਮੇਰੇ ਦੂਜੇ ਕੰਮ ਨੂੰ ਵੀ ਪ੍ਰਭਾਵਿਤ ਕਰ ਰਿਹਾ ਸੀ।

ਉਦਾਹਰਨ ਲਈ, ਮੰਨ ਲਓ ਕਿ ਦਿਨ ਵੇਲੇ ਤੁਹਾਡਾ ਕਿਸੇ ਨਾਲ ਝਗੜਾ ਹੁੰਦਾ ਹੈ; ਸ਼ਾਮ ਨੂੰ ਤੁਸੀਂ ਆਪਣੀ ਡਾਇਰੀ ਵਿੱਚ ਬਹਿਸ ਦੇ ਕਾਰਨਾਂ ਦਾ ਮੁਲਾਂਕਣ ਕਰਦੇ ਹੋ। ਤੁਹਾਨੂੰ ਇਹ ਪਤਾ ਲੱਗਦਾ ਹੈ ਕਿ ਜੇ ਤੁਸੀਂ ਉਸ ਸਮੇਂ ਪੁਰਾਣੀਆਂ ਚੀਜ਼ਾਂ ਨੂੰ ਨਹੀਂ ਉਠਾਉਂਦੇ ਤਾਂ ਤੁਸੀਂ ਬਹਿਸ ਤੋਂ ਬਚ ਸਕਦੇ ਸੀ; ਹੁਣ ਜੇਕਰ ਭਵਿੱਖ ਵਿੱਚ ਵੀ ਅਜਿਹੀ ਹੀ ਸਥਿਤੀ ਪੈਦਾ ਹੁੰਦੀ ਹੈ, ਤਾਂ ਸੰਭਾਵਨਾ ਬਹੁਤ ਜ਼ਿਆਦਾ ਹੈ ਕਿ ਤੁਸੀਂ ਉਹੀ ਗਲਤੀ ਨਹੀਂ ਕਰੋਗੇ।

ਜਿਵੇਂ ਕਿ ਤੁਸੀਂ ਦੇਖ ਸਕਦੇ ਹੋ, ਇੱਕ ਵਾਰ ਜਦੋਂ ਤੁਸੀਂ ਸਵੈ-ਮੁਲਾਂਕਣ ਦੀ ਨਿਯਮਤ ਆਦਤ ਪਾ ਲੈਂਦੇ ਹੋ, ਤਾਂ ਤੁਸੀਂ ਦਿਨ-ਬ-ਦਿਨ ਘੱਟ ਗਲਤੀਆਂ ਕਰਨ ਲੱਗੋਗੇ ਅਤੇ ਨਤੀਜੇ ਵਜੋਂ, ਤੁਹਾਡੀ ਚਿੰਤਾ ਵੀ ਦਿਨ-ਬ-ਦਿਨ ਘੱਟਣ ਲੱਗ ਪਵੇਗੀ।

ਸਟ੍ਰੈੱਸ ਮੈਨੇਜਮੈਂਟ ਨਾਲ ਸਬੰਧਤ ਉਪਯੋਗੀ ਸੁਝਾਅ:

- ਅੱਜ ਹੀ ਇੱਕ ਡਾਇਰੀ ਖਰੀਦੋ ਅਤੇ ਰਾਤ ਨੂੰ ਇੱਕ ਖਾਸ ਸਮਾਂ ਰੱਖੋ ਜਦੋਂ ਤੁਸੀਂ ਆਪਣੀ ਚਿੰਤਾ ਦੇ ਕਾਰਨਾਂ ਦਾ ਮੁਲਾਂਕਣ ਕਰੋਗੇ।
- ਕਿਹਾ ਜਾਂਦਾ ਹੈ ਕਿ ਗਿਆਨ ਵੰਡਣ ਨਾਲ ਵਧਦਾ ਹੈ। ਅੱਜ, ਆਪਣੇ ਦੋਸਤ ਜਾਂ ਸ਼ੁਭਚਿੰਤਕ ਨੂੰ "ਹਰ ਰੋਜ਼ ਬਿਹਤਰ ਬਣੋ" ਦਾ ਫਾਰਮੂਲਾ ਦੱਸੋ।

• • •

ਅਧਿਆਇ 9

ਗੁੱਸਾ ਆਉਣ ਤੇ ਇਹ ਕਰਨਾ ਸਿਆਣਪ ਹੋਵੇਗੀ

"ਚਿੰਤਾ ਨਾ ਕਰੋ, ਆਪਣੀ ਪੂਰੀ ਕੋਸ਼ਿਸ਼ ਕਰੋ ਅਤੇ ਇਸਨੂੰ ਭੁੱਲ ਜਾਓ।"

-ਰਾਜਲ"

ਕੀ ਤੁਸੀਂ ਵੀ ਅਕਸਰ ਗੁੱਸੇ ਵਿੱਚ ਆ ਜਾਂਦੇ ਹੋ ਅਤੇ ਗੁੱਸੇ ਵਿੱਚ ਲੋਕਾਂ ਨੂੰ ਬੁਰਾ-ਭਲਾ ਕਹਿੰਦੇ ਹੋ ਅਤੇ ਕਈ ਵਾਰ ਤੁਸੀਂ ਆਪਣਾ ਗੁੱਸਾ ਕਿਸੇ ਮਾਸੂਮ ਵਿਅਕਤੀ 'ਤੇ ਵੀ ਕੱਢਦੇ ਹੋ ਅਤੇ ਬਾਅਦ ਵਿੱਚ ਤੁਹਾਨੂੰ ਪਛਤਾਵਾ ਹੁੰਦਾ ਹੈ ਕਿ ਤੁਹਾਨੂੰ ਇਹ ਕਹਿਣਾ ਜਾਂ ਕਰਨਾ ਨਹੀਂ ਚਾਹੀਦਾ ਸੀ ਅਤੇ ਤੁਸੀਂ ਇਸ ਬਾਰੇ ਚਿੰਤਤ ਹੋ ਜਾਂਦੇ ਹੋ।

ਗੁੱਸਾ ਵੀ ਸਾਡੀ ਰੋਜ਼ਾਨਾ ਜ਼ਿੰਦਗੀ ਦਾ ਇੱਕ ਹਿੱਸਾ ਹੈ। ਸਾਨੂੰ ਗੁੱਸੇ ਤੋਂ ਬਚਣਾ ਸਿੱਖਣਾ ਚਾਹੀਦਾ ਹੈ। ਆਪਣੇ ਗੁੱਸੇ ਤੋਂ ਵੀ ਅਤੇ ਦੂਜਿਆਂ ਦੇ ਗੁੱਸੇ ਤੋਂ ਵੀ। ਅਕਸਰ ਸਾਡੇ ਰਿਸ਼ਤੇ ਗੁੱਸੇ ਕਾਰਨ ਖਰਾਬ ਹੋ ਜਾਂਦੇ ਹਨ ਅਤੇ ਕਈ ਵਾਰ ਸਥਾਈ ਤੌਰ 'ਤੇ। ਸਾਨੂੰ ਕੀ ਕਰਨਾ ਚਾਹੀਦਾ ਹੈ ਤਾਂ

ਜੋ ਅਸੀਂ ਗੁੱਸੇ ਨਾ ਹੋਈਏ? ਮੈਨੂੰ ਇਸ ਬਾਰੇ ਜ਼ਿਆਦਾ ਜਾਣਕਾਰੀ ਨਹੀਂ ਹੈ। ਹਾਂ, ਮੈਂ ਤੁਹਾਨੂੰ ਜ਼ਰੂਰ ਦੱਸ ਸਕਦਾ ਹਾਂ ਕਿ ਜਦੋਂ ਸਾਨੂੰ ਗੁੱਸਾ ਆਉਂਦਾ ਹੈ ਤਾਂ ਅਸੀਂ ਕੀ ਕਰ ਸਕਦੇ ਹਾਂ।

- ਸਭ ਤੋਂ ਪਹਿਲਾਂ, ਜਦੋਂ ਤੁਹਾਨੂੰ ਗੁੱਸਾ ਆਉਂਦਾ ਹੈ, ਤਾਂ ਘਰ ਦੇ ਕਿਸੇ ਕੋਨੇ ਜਾਂ ਕਿਸੇ ਹੋਰ ਜਗ੍ਹਾ ਜਾਣ ਦੀ ਕੋਸ਼ਿਸ਼ ਕਰੋ ਜਿੱਥੇ ਕੋਈ ਵੀ ਤੁਹਾਡੇ ਗੁੱਸੇ ਦਾ ਸ਼ਿਕਾਰ ਨਾ ਬਣ ਸਕੇ।
- ਦੂਜਾ, ਜਦੋਂ ਵੀ ਤੁਹਾਨੂੰ ਗੁੱਸਾ ਆਉਂਦਾ ਹੈ, ਤਾਂ ਜਿੰਨਾ ਹੋ ਸਕੇ ਘੱਟ ਬੋਲਣ ਦੀ ਕੋਸ਼ਿਸ਼ ਕਰੋ ਕਿਉਂਕਿ ਇਸ ਗੱਲ ਦੀ ਸੰਭਾਵਨਾ ਜ਼ਿਆਦਾ ਹੁੰਦੀ ਹੈ ਕਿ ਜਦੋਂ ਵੀ ਤੁਸੀਂ ਗੁੱਸੇ ਵਿੱਚ ਆਪਣਾ ਮੂੰਹ ਖੋਲ੍ਹੋਗੇ, ਤਾਂ ਤੁਹਾਡੇ ਮੂੰਹ ਵਿੱਚੋਂ ਇੱਕ ਜਵਾਲਾਮੁਖੀ ਫਟ ਜਾਵੇਗਾ।
- ਤੀਜਾ, ਆਪਣੇ ਆਪ ਨਾਲ ਸਕਾਰਾਤਮਕ ਗੱਲ ਕਰੋ। ਆਪਣੇ ਆਪ ਨੂੰ ਯਾਦ ਦਿਵਾਓ ਕਿ ਦੂਜਾ ਵਿਅਕਤੀ ਤੁਹਾਡੇ ਜਿੰਨਾ ਬੁੱਧੀਮਾਨ ਨਹੀਂ ਹੈ ਅਤੇ ਜੇਕਰ ਤੁਸੀਂ ਗੁੱਸੇ ਹੋ ਜਾਂਦੇ ਹੋ, ਤਾਂ ਤੁਸੀਂ ਵੀ ਉਸਦੇ ਪੱਧਰ 'ਤੇ ਆ ਜਾਓਗੇ ਅਤੇ ਤੁਹਾਡੇ ਅਤੇ ਉਸ ਵਿੱਚ ਕੋਈ ਅੰਤਰ ਨਹੀਂ ਰਹੇਗਾ।
- ਚੌਥਾ, ਜਦੋਂ ਵੀ ਤੁਹਾਨੂੰ ਗੁੱਸਾ ਆਉਂਦਾ ਹੈ, ਤਾਂ ਇੱਕ ਕਾਗਜ਼ ਦਾ ਟੁਕੜਾ ਲਓ ਅਤੇ ਉਸ ਕਾਗਜ਼ 'ਤੇ ਆਪਣੇ ਗੁੱਸੇ ਦਾ ਕਾਰਨ ਪੂਰੀ ਤਰ੍ਹਾਂ ਲਿਖੋ। ਹੁੰਦਾ ਇਹ ਹੈ ਕਿ ਜਦੋਂ ਤੁਸੀਂ ਵਿਸਥਾਰ ਨਾਲ ਲਿਖਦੇ ਹੋ, ਤਾਂ ਬਹੁਤ ਸਮਾਂ ਬੀਤ ਜਾਂਦਾ ਹੈ ਅਤੇ ਇਸ ਗੱਲ ਦੀ ਬਹੁਤ ਸੰਭਾਵਨਾ ਹੁੰਦੀ ਹੈ ਕਿ ਉਦੋਂ ਤੱਕ ਤੁਹਾਡਾ ਗੁੱਸਾ ਸ਼ਾਂਤ ਹੋ ਜਾਵੇਗਾ ਅਤੇ ਤੁਸੀਂ ਉਦੋਂ ਤੱਕ ਸ਼ਾਂਤ ਹੋ ਜਾਓਗੇ। ਅਤੇ ਦੂਜਾ ਇਹ ਕਿ ਜਦੋਂ ਤੁਸੀਂ ਆਪਣਾ ਗੁੱਸਾ ਕਾਗਜ਼ 'ਤੇ ਲਿਖਦੇ ਹੋ, ਤਾਂ ਤੁਸੀਂ ਇੱਕ ਤਰ੍ਹਾਂ ਨਾਲ ਆਪਣੀ ਨਿਰਾਸ਼ਾ ਨੂੰ ਬਾਹਰ ਕੱਢ ਰਹੇ ਹੁੰਦੇ ਹੋ ਅਤੇ ਇਸ ਨਾਲ ਤੁਹਾਨੂੰ ਬਹੁਤ ਰਾਹਤ ਵੀ ਮਿਲਦੀ ਹੈ।
- ਰਾਹਤ ਪਾਉਣ ਦਾ ਪੰਜਵਾਂ ਤਰੀਕਾ ਹੈ ਸੰਗੀਤ ਦਾ ਆਨੰਦ ਮਾਣਨਾ ਜਾਂ ਕੋਈ ਮਨੋਰੰਜਕ ਫਿਲਮ ਦੇਖਣਾ।

ਹੁਣ ਦੂਜੇ ਪਹਿਲੂ ਵੱਲ ਆਉਂਦੇ ਹਾਂ, ਜੇਕਰ ਦੂਜਾ ਵਿਅਕਤੀ ਗੁੱਸੇ ਵਿੱਚ ਹੋਵੇ ਤਾਂ ਕੀ ਕਰਨਾ ਚਾਹੀਦਾ ਹੈ:

- ਸਭ ਤੋਂ ਪਹਿਲਾਂ, ਗੁੱਸੇ ਵਾਲੇ ਵਿਅਕਤੀ ਨੂੰ ਗੱਲਾਂ ਸਮਝਾਉਣ ਦੀ ਕੋਸ਼ਿਸ਼ ਕਰਨ ਤੋਂ ਬਚੋ, ਖਾਸ ਕਰਕੇ ਜਦੋਂ ਉਹ ਗੁੱਸੇ ਵਿੱਚ ਹੁੰਦਾ ਹੈ ਕਿਉਂਕਿ ਜਦੋਂ ਕੋਈ ਵਿਅਕਤੀ ਗੁੱਸੇ ਵਿੱਚ ਹੁੰਦਾ ਹੈ, ਤਾਂ ਉਹ ਸਭ ਤੋਂ ਸਹੀ ਗੱਲਾਂ ਨੂੰ ਵੀ ਨਹੀਂ ਸਮਝ ਸਕਦਾ।
- ਦੂਜਾ, ਗੁੱਸੇ ਵਾਲੇ ਵਿਅਕਤੀ ਦੇ ਨੇੜੇ ਜਿੰਨਾ ਹੋ ਸਕੇ ਘੱਟ ਜਾਓ ਜਾਂ ਉੱਥੇ ਥੋੜ੍ਹੇ ਸਮੇਂ ਲਈ ਰਹੋ ਕਿਉਂਕਿ ਗੁੱਸੇ ਵਾਲੇ ਵਿਅਕਤੀ ਦੇ ਨੇੜੇ ਜਾਣ ਨਾਲ ਉਸ ਦੁਆਰਾ ਸ਼ਿਕਾਰ ਹੋਣ ਦੀ ਸੰਭਾਵਨਾ ਵੱਧ ਜਾਂਦੀ ਹੈ।
- ਤੀਜਾ, ਕੋਈ ਵੀ ਰੌਲਾ ਨਾ ਪਾਓ ਜਾਂ ਕੋਈ ਅਜਿਹੀ ਗਤੀਵਿਧੀ ਨਾ ਕਰੋ ਜਿਸ ਨਾਲ ਗੁੱਸੇ ਵਾਲੇ ਵਿਅਕਤੀ ਦਾ ਗੁੱਸਾ ਹੋਰ ਵੀ ਵਧ ਜਾਵੇ।

- ਚੌਥਾ, ਜੇਕਰ ਕੋਈ ਬਾਹਰੋਂ ਘਰ ਆ ਰਿਹਾ ਹੈ ਜਿਸਨੂੰ ਉਸਦੇ ਗੁੱਸੇ ਬਾਰੇ ਨਹੀਂ ਪਤਾ, ਤਾਂ ਉਸਨੂੰ ਪਹਿਲਾਂ ਹੀ ਚੇਤਾਵਨੀ ਦੇ ਦਿਓ ਕਿ ਇਹ ਬਿਹਤਰ ਹੋਵੇਗਾ ਕਿ ਉਹ ਵੀ ਥੋੜੀ ਦੇਰ ਲਈ ਦੂਰ ਰਹੇ।
- ਪੰਜਵਾਂ, ਜੇਕਰ ਤੁਸੀਂ ਕਿਸੇ ਗੁੱਸੇ ਵਾਲੇ ਵਿਅਕਤੀ ਤੋਂ ਬਚ ਨਹੀਂ ਸਕਦੇ ਅਤੇ ਉਹ ਤੁਹਾਨੂੰ ਫੜ ਲੈਂਦਾ ਹੈ ਅਤੇ ਆਪਣਾ ਗੁੱਸਾ ਕੱਢਣਾ ਸ਼ੁਰੂ ਕਰ ਦਿੰਦਾ ਹੈ, ਤਾਂ ਵਿਚਕਾਰ ਕੁਝ ਨਾ ਕਹੋ ਕਿਉਂਕਿ ਜਿੰਨਾ ਜ਼ਿਆਦਾ ਤੁਸੀਂ ਬਹਿਸ ਕਰੋਗੇ, ਉਹ ਓਨਾ ਹੀ ਆਪਣਾ ਗੁੱਸਾ ਕੱਢੇਗਾ।
- ਤਾਂ ਇਹ ਕੁਝ ਵਿਚਾਰ ਸਨ ਆਪਣੇ ਅਤੇ ਦੂਜਿਆਂ ਦੇ ਗੁੱਸੇ ਤੋਂ ਬਚਣ ਲਈ। ਉਹਨਾਂ ਨੂੰ ਅਜ਼ਮਾਓ ਅਤੇ ਦੇਖੋ ਕਿ ਕਿਹੜੇ ਵਿਚਾਰ ਤੁਹਾਡੇ ਲਈ ਕੰਮ ਕਰਦੇ ਹਨ।

ਸਟ੍ਰੈੱਸ ਮੈਨੇਜਮੈਂਟ ਨਾਲ ਸਬੰਧਤ ਉਪਯੋਗੀ ਸੁਝਾਅ:

- ਮਹਾਤਮਾ ਬੁੱਧ ਨੇ ਕਿਹਾ ਹੈ ਕਿ ਗੁੱਸਾ ਕਰਨਾ ਆਪਣੇ ਹੱਥਾਂ ਨਾਲ ਬਲਦਾ ਹੋਇਆ ਕੋਲਾ ਚੁੱਕਣ ਵਾਂਗ ਹੈ। ਮਹਾਤਮਾ ਬੁੱਧ ਸਾਨੂੰ ਸਰਲ ਸ਼ਬਦਾਂ ਵਿੱਚ ਸਮਝਾਉਣਾ ਚਾਹੁੰਦੇ ਸਨ ਕਿ ਗੁੱਸਾ ਕਿੰਨਾ ਖ਼ਤਰਨਾਕ ਹੈ ਅਤੇ ਇਸ ਲਈ ਸਾਨੂੰ ਇਸ ਤੋਂ ਬਚਣਾ ਚਾਹੀਦਾ ਹੈ।
- ਕਿਸੇ ਮਹਾਂਪੁਰਖ ਨੇ ਕਿਹਾ ਹੈ ਕਿ ਗੁੱਸੇ ਵਾਲਾ ਵਿਅਕਤੀ ਜ਼ਹਿਰ ਨਾਲ ਭਰਿਆ ਹੁੰਦਾ ਹੈ, ਯਾਨੀ ਉਹ ਕੁਝ ਵੀ ਕਹਿ ਜਾਂ ਕਰ ਸਕਦਾ ਹੈ, ਇਸ ਲਈ ਲੋਕਾਂ ਨੂੰ ਬੇਲੋੜਾ ਗੁੱਸਾ ਨਾ ਕਰੋ, ਖੁਦ ਖੁਸ਼ ਰਹੋ ਅਤੇ ਦੂਜਿਆਂ ਵਿੱਚ ਵੀ ਖੁਸ਼ੀ ਫੈਲਾਓ, ਗੁੱਸਾ ਨਹੀਂ।
- ਹਮੇਸ਼ਾ ਯਾਦ ਰੱਖੋ ਕਿ ਜ਼ਿਆਦਾਤਰ ਲੋਕ ਦਿਲ ਦੇ ਚੰਗੇ ਹੁੰਦੇ ਹਨ, ਉਹ ਸਿਰਫ਼ ਪਰੇਸ਼ਾਨ ਹੁੰਦੇ ਹਨ। ਉਹ ਚਿੰਤਤ ਹਨ, ਇਸ ਲਈ ਕਈ ਵਾਰ ਅਸੀਂ ਉਨ੍ਹਾਂ ਦੇ ਗੁੱਸੇ ਦਾ ਸ਼ਿਕਾਰ ਹੋ ਜਾਂਦੇ ਹਾਂ, ਇਸ ਲਈ ਬਿਹਤਰ ਹੋਵੇਗਾ ਜੇਕਰ ਅਸੀਂ ਗੁੱਸੇ ਤੋਂ ਬਚਣ ਦੇ ਇਨ੍ਹਾਂ ਤਰੀਕਿਆਂ ਨੂੰ ਲਾਗੂ ਕਰਕੇ ਉਨ੍ਹਾਂ ਦੇ ਗੁੱਸੇ ਤੋਂ ਬਚੀਏ।
- ਕੁਝ ਵੀ ਨਵਾਂ ਸਿੱਖਣ ਲਈ ਬਹੁਤ ਮਿਹਨਤ ਦੀ ਲੋੜ ਹੁੰਦੀ ਹੈ। ਆਪਣੇ ਗੁੱਸੇ ਨੂੰ ਕਾਬੂ ਕਰਨ ਅਤੇ ਦੂਜਿਆਂ ਦੇ ਗੁੱਸੇ ਤੋਂ ਬਚਣ ਲਈ ਵੀ ਬਹੁਤ ਮਿਹਨਤ ਦੀ ਲੋੜ ਪਵੇਗੀ।

• • •

ਅਧਿਆਇ 10

ਕੋਈ ਵੀ ਪੈਦਾਇਸ਼ੀ ਸਫਲ ਨਹੀਂ ਹੁੰਦਾ

"ਕੰਮ ਸ਼ੁਰੂ ਕਰਨ ਲਈ ਤੁਹਾਨੂੰ ਮਹਾਨ ਹੋਣਾ ਜ਼ਰੂਰੀ ਨਹੀਂ ਹੈ, ਪਰ ਮਹਾਨ ਹੋਣ ਲਈ ਤੁਹਾਨੂੰ ਕੰਮ ਸ਼ੁਰੂ ਕਰਨਾ ਬਹੁਤ ਜ਼ਰੂਰੀ ਹੈ।"

- ਜ਼ਿਗ ਜ਼ਿਗਲਰ

ਮੇਰੇ ਇੱਕ ਕਰੀਬੀ ਦੋਸਤ ਦੇ ਘਰ ਵਿਆਹ ਸੀ ਅਤੇ ਵਿਆਹ ਵਾਲੇ ਦਿਨ ਉਸਨੇ ਮੈਨੂੰ ਵਿਆਹ ਵਿੱਚ ਆਏ ਮਹਿਮਾਨਾਂ ਨਾਲ ਮਿਲਾਉਣਾ ਸ਼ੁਰੂ ਕਰ ਦਿੱਤਾ। ਕਈ ਲੋਕਾਂ ਨਾਲ ਮੇਰੀ ਜਾਣ-ਪਛਾਣ ਕਰਵਾਉਣ ਤੋਂ ਬਾਅਦ ਉਸਨੇ ਮੈਨੂੰ ਇੱਕ ਪਤਲੇ ਮੁੰਡੇ ਨਾਲ ਮਿਲਾਇਆ ਅਤੇ ਪੁੱਛਿਆ ਕਿ ਕੀ ਮੈਂ ਉਸਨੂੰ ਪਛਾਣਦਾ ਹਾਂ, ਮੈਂ ਕਿਹਾ "ਨਹੀਂ", ਉਸਨੇ ਮੈਨੂੰ ਦੱਸਿਆ ਕਿ ਉਹ ਮੇਰੀ ਮਾਸੀ ਦਾ ਪੁੱਤਰ ਹੈ ਅਤੇ ਇਸ ਸਾਲ ਉਸਨੇ ਆਪਣੀ ਇੰਜੀਨੀਅਰਿੰਗ ਪੂਰੀ ਕੀਤੀ ਹੈ ਅਤੇ ਇੱਕ ਮਲਟੀ ਨੈਸ਼ਨਲ ਕੰਪਨੀ ਵਿੱਚ ਸਾਫਟਵੇਅਰ ਇੰਜੀਨੀਅਰ ਵਜੋਂ ਨੌਕਰੀ ਕਰ ਰਿਹਾ ਹੈ। ਮੈਂ

ਆਪਣੇ ਦੋਸਤ ਨੂੰ ਪੁੱਛਿਆ ਕਿ ਕੀ ਇਹ ਉਹੀ ਬੱਚਾ ਹੈ ਜਿਸਦਾ ਜਨਮ xvz ਹਸਪਤਾਲ ਵਿੱਚ ਹੋਇਆ ਸੀ ਅਤੇ ਜਿਸਨੂੰ ਅਸੀਂ ਸਾਰੇ ਦੋਸਤ ਮਿਲਣ ਗਏ ਸੀ। ਮੇਰੇ ਦੋਸਤ ਨੇ ਉਤਸ਼ਾਹ ਨਾਲ ਕਿਹਾ, "ਹਾਂ! ਇਹ ਉਹੀ ਬੱਚਾ ਹੈ।"

ਇਹ ਸੱਚ ਹੈ ਕਿ ਸਮਾਂ ਬਹੁਤ ਜਲਦੀ ਬੀਤ ਜਾਂਦਾ ਹੈ ਪਰ ਇੱਕ ਹੋਰ ਗੱਲ ਇਹ ਵੀ ਸੱਚ ਹੈ ਕਿ ਕੋਈ ਵੀ ਬੱਚਾ, ਭਾਵੇਂ ਉਹ ਮੁੰਡਾ ਹੋਵੇ ਜਾਂ ਕੁੜੀ, ਇੱਕ ਆਦਮੀ ਵਜੋਂ ਪੈਦਾ ਹੁੰਦੇ ਹਾਂ, ਡਾਕਟਰ, ਇੰਜੀਨੀਅਰ, ਵਕੀਲ ਜਾਂ ਉੱਦਮੀ ਵਜੋਂ ਨਹੀਂ। ਜਨਮ ਤੋਂ ਬਾਅਦ ਅਸੀਂ ਕੀ ਸਿੱਖਦੇ ਅਤੇ ਕਰਦੇ ਹਾਂ ਇਹ ਸਾਡਾ ਭਵਿੱਖ ਨਿਰਧਾਰਤ ਕਰਦਾ ਹੈ।

ਇਸ ਦੁਨੀਆਂ ਦਾ ਸਭ ਤੋਂ ਵੱਡਾ ਨਿਅਮ ਬੀਜਣ ਅਤੇ ਵੱਢਣ ਦਾ ਹੈ। ਇਸਨੂੰ ਕਾਰਨ ਅਤੇ ਪ੍ਰਭਾਵ ਦਾ ਨਿਅਮ ਵੀ ਕਿਹਾ ਜਾਂਦਾ ਹੈ, ਯਾਨੀ ਕਿ ਬਿਨਾਂ ਕਾਰਨ ਕੁਝ ਵੀ ਨਹੀਂ ਹੁੰਦਾ। ਜੇਕਰ ਤੁਸੀਂ ਕਿਸੇ ਵੀ ਕਿਸਮ ਦਾ ਨਤੀਜਾ ਪੈਦਾ ਕਰਨਾ ਚਾਹੁੰਦੇ ਹੋ, ਤਾਂ ਤੁਹਾਨੂੰ ਉਨ੍ਹਾਂ ਕਾਰਨਾਂ 'ਤੇ ਕੰਮ ਕਰਨਾ ਪਵੇਗਾ ਜੋ ਉਸ ਨਤੀਜੇ ਨੂੰ ਪੈਦਾ ਕਰਦੇ ਹਨ।

ਇਸਦੀ ਇੱਕ ਬਹੁਤ ਵਧੀਆ ਉਦਾਹਰਣ ਖੇਤੀ ਹੈ। ਫ਼ਸਲ ਬੀਜਣ ਤੋਂ ਪਹਿਲਾਂ, ਕਿਸਾਨ ਜ਼ਮੀਨ ਤਿਆਰ ਕਰਦਾ ਹੈ, ਬੀਜ ਬੀਜਦਾ ਹੈ, ਨਿਯਮਿਤ ਤੌਰ 'ਤੇ ਫ਼ਸਲ ਨੂੰ ਖਾਦ ਅਤੇ ਪਾਣੀ ਦਿੰਦਾ ਹੈ, ਇਸਨੂੰ ਕੀੜਿਆਂ ਤੋਂ ਬਚਾਉਂਦਾ ਹੈ, ਅਤੇ ਉਹ ਇਹ ਸਿਰਫ਼ ਇੱਕ ਦਿਨ ਲਈ ਨਹੀਂ ਸਗੋਂ ਨਿਯਮਿਤ ਤੌਰ 'ਤੇ ਕਰਦਾ ਹੈ ਅਤੇ ਇਹ ਸਾਰੇ "ਕਾਰਨ" ਹਨ ਅਤੇ ਜਦੋਂ ਕਿਸਾਨ ਇਨ੍ਹਾਂ ਸਾਰੇ "ਕਾਰਨਾਂ" 'ਤੇ ਕੰਮ ਕਰਦਾ ਹੈ ਤਾਂ ਫ਼ਸਲ ਦੇ ਰੂਪ ਵਿੱਚ "ਨਤੀਜਾ" ਪੈਦਾ ਹੁੰਦਾ ਹੈ।

ਹੁਣ ਮੈਂ ਤੁਹਾਨੂੰ ਇੱਕ ਸਵਾਲ ਪੁੱਛਦਾ ਹਾਂ: ਜੇਕਰ ਕਿਸਾਨ "ਕਾਰਨ" 'ਤੇ ਕੰਮ ਨਾ ਕਰਦਾ, ਤਾਂ ਕੀ ਉਸਨੂੰ "ਨਤੀਜੇ" ਦੇ ਰੂਪ ਵਿੱਚ ਫਸਲ ਮਿਲਦੀ? ਜਵਾਬ ਬਿਲਕੁਲ "ਨਹੀਂ" ਹੈ।

ਜੇਕਰ ਕੋਈ ਵਿਅਕਤੀ ਆਪਣੀ ਜ਼ਿੰਦਗੀ ਵਿੱਚ ਡਾਕਟਰ ਬਣਨ ਦਾ "ਨਤੀਜਾ" ਚਾਹੁੰਦਾ ਹੈ, ਤਾਂ ਉਸਨੂੰ 12ਵੀਂ ਜਮਾਤ ਤੱਕ ਜੀਵ ਵਿਗਿਆਨ ਦੀ ਪੜ੍ਹਾਈ ਅਤੇ ਫਿਰ MBBS ਦੀ ਪੜ੍ਹਾਈ ਵਰਗੇ "ਕਾਰਨਾਂ" ਦੇ ਬੀਜ ਬੀਜਣੇ ਪੈਂਦੇ ਹਨ। ਕੇਵਲ ਤਦ ਹੀ ਉਸਨੂੰ ਡਾਕਟਰ ਦੀ ਡਿਗਰੀ ਦੇ ਰੂਪ ਵਿੱਚ "ਨਤੀਜਾ" ਜਾਂ ਫਸਲ ਮਿਲੇਗੀ। ਕੀ ਇਹ ਆਸਾਨ ਹੋਵੇਗਾ? ਬਿਲਕੁਲ ਨਹੀਂ, ਕਿਉਂਕਿ ਜ਼ਿੰਦਗੀ ਵਿੱਚ ਜ਼ਿਆਦਾਤਰ ਚੰਗੀਆਂ ਚੀਜ਼ਾਂ ਪ੍ਰਾਪਤ ਕਰਨਾ ਔਖਾ ਹੁੰਦਾ ਹੈ।

ਇਸੇ ਤਰ੍ਹਾਂ, ਤੁਹਾਡੇ ਮਨ ਵਿੱਚ ਜੋ ਵੀ ਹੈ, ਤੁਸੀਂ ਕੀ ਬਣਨਾ ਅਤੇ ਕਰਨਾ ਚਾਹੁੰਦੇ ਹੋ, ਫਿਰ ਇੱਕ ਕਾਗਜ਼ ਦਾ ਟੁਕੜਾ ਲਓ ਅਤੇ ਉਹਨਾਂ "ਕਾਰਨਾਂ" ਨੂੰ ਲਿਖੋ ਜਿਨ੍ਹਾਂ 'ਤੇ ਤੁਹਾਨੂੰ ਨਿਯਮਿਤ ਤੌਰ 'ਤੇ ਕੰਮ ਕਰਨਾ ਪਵੇਗਾ ਤਾਂ ਜੋ ਤੁਸੀਂ ਉਸ "ਨਤੀਜੇ" ਦੀ ਫ਼ਸਲ ਪ੍ਰਾਪਤ ਕਰ ਸਕੋ।

ਇਸ ਲਈ ਇੱਕ ਗੱਲ ਸਪੱਸ਼ਟ ਹੈ ਕਿ ਜਨਮ ਸਮੇਂ ਅਸੀਂ ਸਾਰੇ ਇੱਕ ਸਲੇਟ ਵਾਂਗ ਹੁੰਦੇ ਹਾਂ ਜਿਸ ਉੱਤੇ ਕੁਝ ਵੀ ਲਿਖਿਆ ਜਾ ਸਕਦਾ ਹੈ। ਸ਼ੁਰੂ ਵਿੱਚ ਸਾਡੇ ਮਾਪੇ ਇਸ ਸਲੇਟ ਉੱਤੇ ਜ਼ਿਆਦਾਤਰ ਚੀਜ਼ਾਂ ਲਿਖਦੇ ਹਨ ਅਤੇ ਬਾਅਦ ਵਿੱਚ ਜਦੋਂ ਅਸੀਂ ਥੋੜੇ ਵੱਡੇ ਹੋ ਜਾਂਦੇ ਹਾਂ ਤਾਂ ਇਹ ਸਾਡੇ 'ਤੇ ਨਿਰਭਰ ਕਰਦਾ ਹੈ ਕਿ ਅਸੀਂ ਇਸ ਸਲੇਟ 'ਤੇ ਕੀ ਲਿਖਦੇ ਹਾਂ ਜਾਂ ਦੂਜਿਆਂ ਨੂੰ ਲਿਖਣ ਦਿੰਦੇ ਹਾਂ।

ਇਸ ਉਦਾਹਰਣ ਨੂੰ ਸਾਂਝਾ ਕਰਨ ਦਾ ਇੱਕੋ ਇੱਕ ਮਕਸਦ ਇਹ ਹੈ ਕਿ ਜਿਹੜੇ ਲੋਕ ਸੋਚਦੇ ਹਨ ਕਿ ਕੋਈ ਵਿਅਕਤੀ ਜ਼ਿੰਦਗੀ ਵਿੱਚ ਇਸ ਲਈ ਸਫਲ ਜਾਂ ਅੱਗੇ ਹੈ ਕਿਉਂਕਿ ਉਹ ਵਿਸ਼ੇਸ਼

ਪ੍ਰਤਿਭਾ ਨਾਲ ਪੈਦਾ ਹੋਇਆ ਹੈ, ਉਨ੍ਹਾਂ ਨੂੰ ਇਸ ਗਲਤ ਧਾਰਨਾ ਤੋਂ ਤੁਰੰਤ ਛੁਟਕਾਰਾ ਪਾਉਣਾ ਚਾਹੀਦਾ ਹੈ ਕਿਉਂਕਿ ਜ਼ਿਆਦਾਤਰ ਬੱਚੇ ਇੱਕੋ ਜਿਹੀ ਬੌਧਿਕ ਸਮਰੱਥਾ ਨਾਲ ਪੈਦਾ ਹੁੰਦੇ ਹਨ। ਫਰਕ ਸਿਰਫ ਇਹ ਹੈ ਕਿ ਉਹ ਕੀ ਸਿੱਖਣ ਅਤੇ ਕਰਨ ਦਾ ਫੈਸਲਾ ਕਰਦੇ ਹਨ। ਹੁਣ ਜਦੋਂ ਤੁਸੀਂ ਇਹ ਜਾਣਦੇ ਹੋ, ਤਾਂ ਇਸ ਬਾਰੇ ਚਿੰਤਾ ਨਾ ਕਰੋ ਕਿ ਦੂਜਾ ਵਿਅਕਤੀ ਕਿੰਨਾ ਖੁਸ਼ਕਿਸਮਤ ਹੈ, ਪਰ ਇਹ ਪਤਾ ਲਗਾਓ ਕਿ ਦੂਜੇ ਵਿਅਕਤੀ ਨੇ ਕੀ ਸਿੱਖਿਆ ਅਤੇ ਕੀ ਕੀਤਾ ਜਿਸ ਕਾਰਨ ਉਹ ਇੰਨੀਆਂ ਉਚਾਈਆਂ 'ਤੇ ਪਹੁੰਚਿਆ।

ਸਟ੍ਰੈੱਸ ਮੈਨੇਜਮੈਂਟ ਨਾਲ ਸਬੰਧਤ ਉਪਯੋਗੀ ਸੁਝਾਅ:

- ਜਦੋਂ ਵੀ ਕੋਈ ਤੁਹਾਨੂੰ ਕਹਿੰਦਾ ਹੈ ਕਿ "ਉਹ ਬਹੁਤ ਖੁਸ਼ਕਿਸਮਤ ਹੈ", ਤਾਂ ਇਸ ਬਾਰੇ ਚਿੰਤਾ ਕਰਨ ਦੀ ਬਜਾਏ, ਪਤਾ ਲਗਾਓ ਕਿ ਉਸਨੇ ਆਪਣੀ ਕਿਸਮਤ ਨੂੰ ਜਗਾਉਣ ਲਈ ਕੀ ਸਿੱਖਿਆ ਅਤੇ ਕੀ ਕੀਤਾ ਹੈ।
- ਕਿਸਮਤ ਨਾਲੋਂ ਆਪਣੇ ਕੰਮਾਂ 'ਤੇ ਜ਼ਿਆਦਾ ਵਿਸ਼ਵਾਸ ਰੱਖੋ, ਇੱਕ ਮਹਾਨ ਵਿਅਕਤੀ ਦੀ ਇਹ ਕਹਾਵਤ ਹਮੇਸ਼ਾ ਯਾਦ ਰੱਖੋ "ਮੈਂ ਜਿੰਨਾ ਜ਼ਿਆਦਾ ਮਿਹਨਤ ਕਰਦਾ ਹਾਂ, ਓਨਾ ਹੀ ਜ਼ਿਆਦਾ ਕਿਸਮਤ ਵਾਲਾ ਬਣਦਾ ਜਾਂਦਾ ਹਾਂ।"

• • •

ਅਧਿਆਇ 11

ਚਿੰਤਾ ਨੂੰ ਕਾਬੂ ਵਿੱਚ ਰੱਖਣ ਲਈ ਸੀਮਾਵਾਂ ਨਿਰਧਾਰਤ ਕਰੋ

"ਮੈਂ ਆਪਣੀਆਂ ਸੀਮਾਵਾਂ ਦਾ ਸਤਿਕਾਰ ਕਰਦੀ ਹਾਂ ਅਤੇ ਮੈਂ ਚਾਹੁੰਦੀ ਹਾਂ ਕਿ ਦੂਸਰੇ ਵੀ ਅਜਿਹਾ ਹੀ ਕਰਨ।"

- ਲੁਈਸ ਐਲ. ਹੇ

ਮੇਰੇ ਬਾਊ ਜੀ, ਮਤਲਬ ਦਾਦਾ ਜੀ, ਸਿਧਾਂਤਾਂ ਦੇ ਪਾਤਰ ਸਨ ਅਤੇ ਉਨ੍ਹਾਂ ਨੇ ਕਦੇ ਵੀ ਕਿਸੇ ਵੀ ਹਾਲਾਤ ਵਿੱਚ ਆਪਣੇ ਸਿਧਾਂਤਾਂ ਨਾਲ ਸਮਝੌਤਾ ਨਹੀਂ ਕੀਤਾ। ਅਤੇ ਸ਼ਾਇਦ ਇਹੀ ਕਾਰਨ ਸੀ ਕਿ ਉਨ੍ਹਾਂ ਨੇ ਸਾਡੇ ਘੜੀ ਦੇ ਕਾਰੋਬਾਰ ਨੂੰ ਸਾਡੇ ਸ਼ਹਿਰ ਵਿੱਚ ਜ਼ੀਰੋ ਤੋਂ ਸਿਖਰ 'ਤੇ ਪਹੁੰਚਾਇਆ।

ਉਹ ਆਪਣੀਆਂ ਤਾਕਤਾਂ ਅਤੇ ਕਮਜ਼ੋਰੀਆਂ ਨੂੰ ਜਾਣਦੇ ਸਨ, ਇਸ ਲਈ ਉਨ੍ਹਾਂ ਨੇ ਆਪਣੇ ਲਈ ਬਹੁਤ ਸਾਰੀਆਂ ਸੀਮਾਵਾਂ ਨਿਰਧਾਰਤ ਕੀਤੀਆਂ ਤਾਂ ਜੋ ਉਹ ਚਿੰਤਾ ਮੁਕਤ ਰਹਿ ਸਕਣ ਅਤੇ ਇਸ ਅਧਿਆਇ ਵਿੱਚ, ਮੈਂ ਤੁਹਾਡੇ ਨਾਲ ਉਨ੍ਹਾਂ ਦੁਆਰਾ ਨਿਰਧਾਰਤ 2 ਸੀਮਾਵਾਂ ਸਾਂਝੀਆਂ ਕਰਾਂਗਾ।

ਸੀਮਾਵਾਂ ਤੋਂ ਮੇਰਾ ਮਤਲਬ ਹੈ ਕਿ ਜਿਸ ਤਰ੍ਹਾਂ ਪਾਣੀ ਡੈਮ ਦੀ ਸੀਮਾ ਤੋਂ ਬਾਹਰ ਨਹੀਂ ਵਹਿ ਸਕਦਾ ਜਾਂ ਜਿਵੇਂ ਅਸੀਂ ਆਪਣੇ ਦੇਸ਼ ਦੀ ਸੀਮਾ ਨੂੰ ਪਾਰ ਕਰਕੇ ਕਿਸੇ ਹੋਰ ਦੇਸ਼ ਦੀ ਸੀਮਾ ਵਿੱਚ ਦਾਖਲ ਨਹੀਂ ਹੋ ਸਕਦੇ, ਉਸੇ ਤਰ੍ਹਾਂ ਦਾਦਾ ਜੀ ਨੇ ਆਪਣੀਆਂ ਕੁਝ ਸੀਮਾਵਾਂ ਬਣਾ ਲਈਆਂ ਸਨ। ਇਸ ਲਈ ਉਹਨਾਂ ਦਾ ਇਸ ਸੀਮਾ ਤੋਂ ਬਾਹਰ ਨਿਕਲਣ ਦਾ ਕੋਈ ਸਵਾਲ ਹੀ ਨਹੀਂ ਸੀ ਉੱਠਦਾ। ਸਰਲ ਸ਼ਬਦਾਂ ਵਿੱਚ "ਜੋ ਵੀ ਹੋ ਜਾਏ, ਮੈਂ ਐਸਾ ਨਹੀਂ ਕਰਾਂਗਾ।"

ਚਲੋ ਆਓ ਦੇਖੀਏ ਕਿ ਦਾਦਾ ਜੀ ਨੇ ਆਪਣੇ ਕਾਰੋਬਾਰ ਵਿੱਚ ਉਹ ਦੋ ਕਿਹੜੀਆਂ ਸੀਮਾਵਾਂ ਅਪਣਾਈਆਂ ਜਿਸ ਨਾਲ ਉਹ ਆਪਣੇ ਕਾਰੋਬਾਰ ਵਿਚ ਹਮੇਸ਼ਾ ਚਿੰਤਾ ਮੁਕਤ ਰਹੇ। ਉਨ੍ਹਾਂ ਨੇ ਪਹਿਲੀ ਸੀਮਾ ਇਹ ਨਿਰਧਾਰਤ ਕੀਤੀ ਕਿ ਉਹ ਕਦੇ ਵੀ ਉਧਾਰ 'ਤੇ ਕੋਈ ਸਾਮਾਨ ਨਹੀਂ ਖਰੀਦਦੇ ਸਨ। ਉਹ ਕਹਿੰਦੇ ਸਨ ਕਿ ਜਦੋਂ ਅਸੀਂ ਉਧਾਰ 'ਤੇ ਸਾਮਾਨ ਖਰੀਦਦੇ ਹਾਂ, ਤਾਂ ਅਸੀਂ ਆਪਣੇ ਆਪ 'ਤੇ ਬੇਲੋੜਾ ਦਬਾਅ ਪਾਉਂਦੇ ਹਾਂ ਅਤੇ ਜੇਕਰ ਕਿਸੇ ਕਾਰਨ ਕਰਕੇ ਅਸੀਂ ਸਮੇਂ ਸਿਰ ਭੁਗਤਾਨ ਨਹੀਂ ਕਰ ਪਾਉਂਦੇ, ਤਾਂ ਨਾ ਸਿਰਫ਼ ਸਾਡਾ ਭਰੋਸਾ ਘੱਟ ਜਾਵੇਗਾ ਬਲਕਿ ਸਾਡਾ ਸਵੈ-ਮਾਣ ਵੀ ਘੱਟ ਜਾਵੇਗਾ ਅਤੇ ਇਸੇ ਤਰ੍ਹਾਂ ਉਨ੍ਹਾਂ ਨੇ ਦੂਜੀ ਸੀਮਾ ਇਹ ਨਿਰਧਾਰਤ ਕੀਤੀ ਕਿ ਉਨ੍ਹਾਂ ਨੇ ਕਦੇ ਵੀ ਥੋਕ ਵਿੱਚ ਸਾਮਾਨ ਨਹੀਂ ਵੇਚਿਆ। ਉਹ ਕਹਿੰਦੇ ਸਨ ਕਿ ਥੋਕ ਵਿੱਚ ਸਾਮਾਨ ਵੇਚਣ ਵਿੱਚ ਸਭ ਤੋਂ ਵੱਡੀ ਸਮੱਸਿਆ ਇਹ ਹੈ ਕਿ ਸਾਮਾਨ ਨੂੰ ਉਧਾਰ 'ਤੇ ਵੰਡਣਾ ਪੈਂਦਾ ਹੈ ਅਤੇ ਉਧਾਰ ਵਸੂਲੀ ਕਰਨ ਵਿੱਚ, ਨਾ ਸਿਰਫ਼ ਸਮਾਂ ਬਰਬਾਦ ਹੁੰਦਾ ਹੈ ਬਲਕਿ ਰਿਸ਼ਤੇ ਵੀ ਵਿਗੜ ਜਾਂਦੇ ਹਨ।

ਜਦੋਂ ਮੈਂ ਆਪਣੇ ਦਾਦਾ ਜੀ ਨੂੰ ਇਨ੍ਹਾਂ ਸੀਮਾਵਾਂ ਬਾਰੇ ਪੁੱਛਦਾ ਹੁੰਦਾ ਸੀ ਕਿ, "ਦਾਦਾ ਜੀ, ਹੋਰ ਲੋਕ ਵੀ ਉਧਾਰ 'ਤੇ ਸਾਮਾਨ ਖਰੀਦਦੇ ਹਨ ਅਤੇ ਥੋਕ ਵਿੱਚ ਵੇਚਣ ਦਾ ਕੰਮ ਕਰਦੇ ਹਨ ਅਤੇ ਹੁਣ ਸਮਾਂ ਵੀ ਬਦਲ ਗਿਆ ਹੈ, ਸਾਨੂੰ ਵੀ ਇਹ ਕਰਨਾ ਚਾਹੀਦਾ ਹੈ," ਪਰ ਉਨ੍ਹਾਂ ਦਾ ਕਹਿਣਾ ਸੀ ਕਿ "ਪੁੱਤਰ, ਛੋਟੇ ਲਾਲਚ ਤੋਂ ਬਚਣਾ ਚਾਹੀਦਾ ਹੈ ਅਤੇ ਲੰਬੇ ਸਮੇਂ ਬਾਰੇ ਸੋਚਣਾ ਚਾਹੀਦਾ ਹੈ। ਜੇ ਮੈਂ ਇਹ ਸੀਮਾਵਾਂ ਨਾ ਰੱਖੀਆਂ ਹੁੰਦੀਆਂ, ਤਾਂ ਮੈਂ ਸ਼ਾਇਦ ਇੱਥੇ ਨਾ ਪਹੁੰਚਦਾ। ਦੂਜੇ ਕੀ ਕਰ ਰਹੇ ਹਨ, ਇਸ ਨਾਲੋਂ ਧਿਆਨ ਦੇਣ ਨਾਲੋਂ ਆਪਣੇ ਆਪ ਨੂੰ ਜਾਣਨਾ ਅਤੇ ਉਸ ਅਨੁਸਾਰ ਕੰਮ ਕਰਨਾ ਜ਼ਿਆਦਾ ਮਹੱਤਵਪੂਰਨ ਹੈ।"

ਅਤੇ ਮੈਂ ਇਸ ਤਰ੍ਹਾਂ ਦੀਆਂ ਬਹੁਤ ਸਾਰੀਆਂ ਸੀਮਾਵਾਂ ਵੀ ਬਣਾਈਆਂ ਹਨ ਤਾਂ ਜੋ ਮੈਂ ਹਮੇਸ਼ਾ ਚਿੰਤਾ ਮੁਕਤ ਰਹਿ ਸਕਾਂ ਅਤੇ ਫੈਸਲੇ ਲੈਂਦੇ ਸਮੇਂ ਕਦੇ ਵੀ ਉਲਝਣ ਵਿੱਚ ਨਾ ਪਵਾਂ। ਮੈਂ ਇਹਨਾਂ ਸੀਮਾਵਾਂ ਵਿੱਚੋਂ ਕੁਝ ਤੁਹਾਡੇ ਨਾਲ ਸਾਂਝੀਆਂ ਕਰਨਾ ਚਾਹੁੰਦਾ ਹਾਂ। ਆਪਣੇ ਪੁਰਖਿਆਂ ਵਾਂਗ, ਮੈਂ ਇੱਕ ਸੀਮਾ ਬਣਾਈ ਹੈ ਕਿ ਮੈਂ ਹਮੇਸ਼ਾ ਆਂਡੇ, ਮਾਸ, ਸ਼ਰਾਬ ਅਤੇ ਨਸ਼ਿਆਂ ਤੋਂ ਦੂਰ ਰਹਾਂਗਾ ਅਤੇ ਮੇਰੇ ਸਾਰੇ ਦੋਸਤ ਅਤੇ ਰਿਸ਼ਤੇਦਾਰ ਇਸ ਸੀਮਾ ਬਾਰੇ ਜਾਣਦੇ ਹਨ ਅਤੇ ਮੇਰੀ ਇਸ ਸੀਮਾ ਦਾ ਸਤਿਕਾਰ ਕਰਦੇ ਹਨ।

ਇਸੇ ਤਰ੍ਹਾਂ, ਮੈਂ ਇੱਕ ਸੀਮਾ ਨਿਰਧਾਰਤ ਕੀਤੀ ਹੈ ਕਿ ਮੈਂ ਦੂਜਿਆਂ ਨਾਲ ਮੁਕਾਬਲਾ ਕਰਨ ਵਿੱਚ ਆਪਣਾ ਸਮਾਂ ਬਰਬਾਦ ਨਹੀਂ ਕਰਦਾ। ਮੈਂ ਆਪਣੇ ਆਪ ਨਾਲ ਮੁਕਾਬਲਾ ਕਰਦਾ ਹਾਂ ਅਤੇ ਨਿਅਮਿਤ ਤੌਰ 'ਤੇ ਮੁਲਾਂਕਣ ਕਰਦਾ ਹਾਂ ਕਿ ਮੈਂ ਆਪਣੇ ਆਪ ਨੂੰ ਕਿਵੇਂ ਸੁਧਾਰ ਸਕਦਾ ਹਾਂ।

ਮੈਂ ਇੱਕ ਹੋਰ ਸੀਮਾ ਬਣਾ ਲਈ ਹੈ ਕਿ ਮੈ ਕਿਸੇ ਵੀ ਕੀਮਤ 'ਤੇ ਰਾਤ 10 ਵਜੇ ਤੋਂ ਪਹਿਲਾਂ ਘਰ ਪਹੁੰਚ ਜਾਵਾਂ (ਕਈ ਵਾਰ ਇਹ ਖਾਸ ਮੌਕਿਆਂ 'ਤੇ ਸੰਭਵ ਨਹੀਂ ਹੁੰਦਾ ਜਿਵੇਂ ਕਿ ਮੇਰੇ ਕਿਸੇ ਨਜ਼ਦੀਕੀ ਦਾ ਵਿਆਹ ਆਦਿ ਅਤੇ ਹੋਰ ਸਾਰੀਆਂ ਸਥਿਤੀਆਂ ਵਿੱਚ, ਮੈਂ ਹਮੇਸ਼ਾ ਇਸ ਸੀਮਾ 'ਤੇ ਕਾਇਮ ਰਹਿੰਦਾ ਹਾਂ)।

ਕੀ ਤੁਸੀਂ ਚਿੰਤਾ ਤੋਂ ਬਚਣ ਲਈ ਆਪਣੇ ਲਈ ਕੋਈ ਸੀਮਾ ਨਿਰਧਾਰਤ ਕੀਤੀ ਹੈ? ਜੇ ਨਹੀਂ, ਤਾਂ ਜਰੂਰ ਬਣਾਓ। ਇਹ ਖਰਚਿਆਂ ਨਾਲ ਸਬੰਧਤ ਹੋ ਸਕਦਾ ਹੈ। ਉਦਾਹਰਣ ਵਜੋਂ, ਬਹੁਤ ਸਾਰੇ ਲੋਕ ਦਿਖਾਵੇ ਦੀ ਦੁਨੀਆ ਵਿੱਚ ਰਹਿੰਦੇ ਹਨ। ਜਦੋਂ ਉਨ੍ਹਾਂ ਦਾ ਗੁਆਂਢੀ ਜਾਂ ਦੋਸਤ ਕਾਰ ਖਰੀਦਦਾ ਹੈ, ਤਾਂ ਉਹ ਕਾਰ ਖਰੀਦਣ ਵਿੱਚ ਪਿੱਛੇ ਕਿਉਂ ਰਹਿਣ ਅਤੇ ਉਹ ਉਨ੍ਹਾਂ ਤੋਂ ਵੱਡੀ ਅਤੇ ਵਧੀਆ ਕਾਰ ਖਰੀਦਦੇ ਹਨ। ਉਸ ਸਮੇਂ ਉਨ੍ਹਾਂ ਨੂੰ ਤੁਰੰਤ ਖੁਸ਼ੀ ਅਤੇ ਸੰਤੁਸ਼ਟੀ ਮਿਲਦੀ ਹੈ ਪਰ ਇਸ ਕਾਰਨ ਉਨ੍ਹਾਂ ਨੂੰ ਬੈਂਕ ਤੋਂ ਲਿਆ ਗਿਆ ਕਰਜ਼ਾ ਅਤੇ ਵਿਆਜ ਲੰਬੇ ਸਮੇਂ ਤੱਕ ਅਦਾ ਕਰਨਾ ਪੈਂਦਾ ਹੈ। ਜਿਸਦਾ ਉਨ੍ਹਾਂ ਨੂੰ ਬਾਅਦ ਵਿੱਚ ਪਛਤਾਵਾ ਹੁੰਦਾ ਹੈ। ਜੇਕਰ ਉਨ੍ਹਾਂ ਨੇ ਆਪਣੇ ਲਈ ਇੱਕ ਸੀਮਾ ਨਿਰਧਾਰਤ ਕੀਤੀ ਹੁੰਦੀ ਤਾਂ ਇਹ ਸਥਿਤੀ ਕਦੇ ਪੈਦਾ ਨਾ ਹੁੰਦੀ।

ਸਟ੍ਰੈੱਸ ਮੈਨੇਜਮੈਂਟ ਨਾਲ ਸਬੰਧਤ ਉਪਯੋਗੀ ਸੁਝਾਅ

- ਸਭ ਤੋਂ ਪਹਿਲਾਂ, ਆਪਣੇ ਆਪ ਦਾ ਮੁਲਾਂਕਣ ਕਰੋ ਅਤੇ ਕੁਝ ਸੀਮਾਵਾਂ ਨਿਰਧਾਰਤ ਕਰੋ ਜੋ ਤੁਸੀਂ ਕਦੇ ਵੀ ਪਾਰ ਨਹੀਂ ਕਰੋਗੇ, ਤਾਂ ਜੋ ਚਿੰਤਾ ਤੋਂ ਬਚਿਆ ਜਾ ਸਕੇ। ਇਹ ਉਧਾਰ 'ਤੇ ਖਰੀਦਦਾਰੀ ਨਾ ਕਰਨਾ ਜਾਂ ਇੱਕ ਸੀਮਾ ਤੋਂ ਵੱਧ ਖਰਚ ਨਾ ਕਰਨ ਦਾ ਵਾਅਦਾ ਵੀ ਹੋ ਸਕਦਾ ਹੈ।
- ਆਪਣੇ ਪਰਿਵਾਰ ਦੇ ਕਿਸੇ ਵੀ ਬਜ਼ੁਰਗ ਨੂੰ ਪੁੱਛੋ ਕਿ ਕੀ ਉਨ੍ਹਾਂ ਨੇ ਆਪਣੀ ਜ਼ਿੰਦਗੀ ਵਿੱਚ ਕੋਈ ਅਜਿਹੀ ਸੀਮਾ ਨਿਰਧਾਰਤ ਕੀਤੀ ਹੈ ਜੋ ਉਨ੍ਹਾਂ ਨੇ ਅੱਜ ਤੱਕ ਪਾਰ ਨਹੀਂ ਕੀਤੀ ਹੈ। ਉਹ ਜੋ ਵੀ ਜਵਾਬ ਦੇਣ, ਇਸ ਬਾਰੇ ਸੋਚੋ ਕਿ ਕੀ ਤੁਹਾਨੂੰ ਵੀ ਆਪਣੀ ਜ਼ਿੰਦਗੀ ਵਿੱਚ ਅਜਿਹੀਆਂ ਸੀਮਾਵਾਂ ਨਿਰਧਾਰਤ ਕਰਨੀਆਂ ਚਾਹੀਦੀਆਂ ਹਨ।

• • •

ਅਧਿਆਇ 12

ਲਚਕਦਾਰ ਬਣੋ

"ਆਪਣੇ ਟੀਚਿਆਂ 'ਤੇ ਟਿਕੇ ਰਹੋ ਪਰ ਉਨ੍ਹਾਂ ਨੂੰ ਪ੍ਰਾਪਤ ਕਰਨ ਦੇ ਤਰੀਕਿਆਂ ਬਾਰੇ ਲਚਕਦਾਰ ਬਣੋ।"

- ਰਾਜਲ

ਮੈਂ ਕਿਤੇ ਪੜ੍ਹਿਆ ਸੀ ਕਿ ਤੂਫ਼ਾਨ ਵਿੱਚ ਸਿਰਫ਼ ਉਹੀ ਰੁੱਖ ਬਚਦੇ ਹਨ ਜੋ ਹਵਾਵਾਂ ਅਨੁਸਾਰ ਝੁਕਦੇ ਹਨ ਅਤੇ ਉਹ ਰੁੱਖ ਨਹੀਂ ਬਚਦੇ ਜੋ ਤੂਫ਼ਾਨ ਦੌਰਾਨ ਮਜ਼ਬੂਤੀ ਨਾਲ ਖੜ੍ਹੇ ਰਹਿੰਦੇ ਹਨ। ਇਸੇ ਤਰ੍ਹਾਂ, ਪਾਣੀ ਵੀ ਉਸ ਭਾਂਡੇ ਦਾ ਰੂਪ ਧਾਰਨ ਕਰਦਾ ਹੈ ਜਿਸ ਵਿੱਚ ਉਹ ਹੁੰਦਾ ਹੈ। ਲਚਕੀਲੇ ਹੋਣ ਦੀ ਸਭ ਤੋਂ ਵਧੀਆ ਉਦਾਹਰਣ ਜੋ ਮੈਨੂੰ ਸਿੱਖਣ ਨੂੰ ਮਿਲੀ ਉਹ ਇੱਕ ਟਾਇਰ ਕੰਪਨੀ ਤੋਂ ਸੀ, ਜਿਸਨੇ ਪਹਿਲਾਂ ਸ਼ਹਿਰ ਦੀਆਂ ਸੜਕਾਂ ਦੇ ਅਨੁਸਾਰ ਟਾਇਰ ਬਣਾਏ ਸਨ। ਸ਼ਹਿਰ ਵਿੱਚ ਟਾਇਰ ਸਫਲ ਰਹੇ ਪਰ ਉਹ ਪੱਥਰੀਲੀਆਂ ਸੜਕਾਂ 'ਤੇ ਸਫਲ ਨਹੀਂ ਰਹੇ। ਇਸ ਲਈ, ਕੰਪਨੀ ਨੇ ਪੱਥਰੀਲੀਆਂ ਸੜਕਾਂ ਲਈ ਇੱਕ ਵੱਖਰੀ ਕਿਸਮ ਦੇ ਟਾਇਰ ਪੇਸ਼ ਕੀਤੇ। ਇਸ ਵਾਰ ਵੀ ਸਮੱਸਿਆ ਇਹੀ ਸੀ ਕਿ ਟਾਇਰ ਪੱਥਰੀਲੀਆਂ ਸੜਕਾਂ 'ਤੇ ਸਫਲ ਰਹੇ ਪਰ ਟੋਇਆਂ ਵਾਲੀਆਂ

ਸੜਕਾਂ 'ਤੇ ਸਫਲ ਨਹੀਂ ਰਹੇ। ਜਦੋਂ ਕੰਪਨੀ ਨੇ ਟੋਇਆਂ ਵਾਲੀਆਂ ਸੜਕਾਂ ਲਈ ਟਾਇਰ ਪੇਸ਼ ਕੀਤੇ, ਤਾਂ ਉਹ ਟਾਇਰ ਟੋਇਆਂ ਵਾਲੀਆਂ ਸੜਕਾਂ ਲਈ ਵੀ ਵਧੀਆ ਸਨ ਪਰ ਹੋਰ ਕਿਸਮਾਂ ਦੀਆਂ ਸੜਕਾਂ 'ਤੇ ਸਮੱਸਿਆਵਾਂ ਪੈਦਾ ਹੋਣ ਲੱਗੀਆਂ।

ਹੁਣ ਕੰਪਨੀ ਚਿੰਤਤ ਸੀ ਅਤੇ ਉਸਨੇ ਆਪਣੀ ਪੂਰੀ ਟੀਮ ਨੂੰ ਬੁਲਾਇਆ ਤਾਂ ਜੋ ਪਤਾ ਲਗਾਇਆ ਜਾ ਸਕੇ ਕਿ ਇਸਦਾ ਹੱਲ ਕੀ ਹੋ ਸਕਦਾ ਹੈ। ਜ਼ਿਆਦਾਤਰ ਲੋਕਾਂ ਕੋਲ ਕੋਈ ਮਜ਼ਬੂਤ ਜਵਾਬ ਨਹੀਂ ਸੀ ਪਰ ਉਸ ਮੀਟਿੰਗ ਵਿੱਚ ਇੱਕ ਨੌਜਵਾਨ ਖੜ੍ਹਾ ਹੋਇਆ ਅਤੇ ਵਿਸ਼ਵਾਸ ਨਾਲ ਕਿਹਾ ਕਿ ਅਸੀਂ ਅਜਿਹਾ ਟਾਇਰ ਕਿਉਂ ਨਹੀਂ ਬਣਾਉਂਦੇ ਜੋ ਸੜਕ ਦੀ ਕਿਸਮ ਦੇ ਅਨੁਸਾਰ ਆਪਣੇ ਆਪ ਨੂੰ ਢਾਲ ਸਕੇ, ਯਾਨੀ ਕਿ ਇਸ ਵਿੱਚ ਹਰ ਤਰ੍ਹਾਂ ਦੀਆਂ ਸੜਕਾਂ, ਸਮਤਲ, ਟੋਏ, ਪੱਥਰੀਲੀਆਂ 'ਤੇ ਚੱਲਣ ਦੀ ਸਮਰੱਥਾ ਹੋਣੀ ਚਾਹੀਦੀ ਹੈ। ਕੰਪਨੀ ਦੇ ਪ੍ਰਧਾਨ ਨੇ ਪੁੱਛਿਆ ਕਿ ਕੀ ਇਹ ਕੀਤਾ ਜਾ ਸਕਦਾ ਹੈ, ਤਾਂ ਉਸਨੇ ਕਿਹਾ, ਹਾਂ ਇਹ ਕੀਤਾ ਜਾ ਸਕਦਾ ਹੈ ਪਰ ਇਸ ਲਈ ਬਹੁਤ ਸਾਰਾ ਪੈਸਾ ਅਤੇ ਖੋਜ ਲਈ ਇੱਕ ਸਾਲ ਦਾ ਸਮਾਂ ਲੱਗੇਗਾ। ਪ੍ਰਧਾਨ ਨੇ ਪ੍ਰਵਾਨਗੀ ਦੇ ਦਿੱਤੀ ਅਤੇ ਇੱਕ ਸਾਲ ਬਾਅਦ ਅੰਤ ਵਿੱਚ ਅਜਿਹਾ ਲਚਕਦਾਰ ਟਾਇਰ ਬਣਾਇਆ ਗਿਆ ਜੋ ਹਰ ਤਰ੍ਹਾਂ ਦੀਆਂ ਸੜਕਾਂ ਦੇ ਅਨੁਸਾਰ ਆਪਣੇ ਆਪ ਨੂੰ ਢਾਲ ਸਕਦਾ ਹੈ। ਇਸ ਟਾਇਰ ਦੀ ਉਦਾਹਰਣ ਦੇਣ ਪਿੱਛੇ ਮੇਰਾ ਮਕਸਦ ਇਹ ਸੀ ਕਿ ਜ਼ਿਆਦਾਤਰ ਲੋਕ ਮੰਨਦੇ ਹਨ ਕਿ ਦੁਨੀਆ ਦੇ ਸਾਰੇ ਲੋਕ ਉਨ੍ਹਾਂ ਵਰਗੇ ਹਨ ਅਤੇ ਉਹ ਦੂਜਿਆਂ ਨੂੰ ਆਪਣੇ ਵਰਗੇ ਬਣਾਉਣ ਦੀ ਕੋਸ਼ਿਸ਼ ਕਰਨ ਦੀ ਇੱਕ ਵੱਡੀ ਗਲਤੀ ਕਰਦੇ ਹਨ, ਜੋ ਕਿ ਬਿਲਕੁਲ ਵੀ ਸੰਭਵ ਨਹੀਂ ਹੈ। ਅਜਿਹਾ ਸੋਚਣ ਅਤੇ ਕਰਨ ਨਾਲ ਉਨ੍ਹਾਂ ਨੂੰ ਬਹੁਤ ਜ਼ਿਆਦਾ ਚਿੰਤਾ ਹੁੰਦੀ ਹੈ। ਇਸ ਚਿੰਤਾ ਤੋਂ ਬਚਣ ਲਈ, ਇਹਨਾਂ ਦੋ ਨਿਅਮਾਂ ਨੂੰ ਯਾਦ ਰੱਖੋ: "ਲੋਕ ਸਿਰਫ਼ ਉਦੋਂ ਹੀ ਬਦਲਦੇ ਹਨ ਜਦੋਂ ਉਹ ਬਦਲਣਾ ਚਾਹੁੰਦੇ ਹਨ" ਅਤੇ ਦੂਜਾ ਜਿਵੇਂ ਮਹਾਤਮਾ ਗਾਂਧੀ ਨੇ ਕਿਹਾ ਸੀ, "ਉਹ ਬਦਲਾਅ ਬਣੋ ਜੋ ਅਸੀਂ ਦੂਜਿਆਂ ਵਿੱਚ ਦੇਖਣਾ ਚਾਹੁੰਦੇ ਹਾਂ।" ਸਰਲ ਸ਼ਬਦਾਂ ਵਿੱਚ, ਦੂਜਿਆਂ ਨੂੰ ਪ੍ਰਚਾਰ ਕਰਨ ਤੋਂ ਪਹਿਲਾਂ, ਆਪਣੇ ਆਪ ਦੀ ਜਾਂਚ ਕਰੋ ਕਿ ਤੁਸੀਂ ਖੁਦ ਉਨ੍ਹਾਂ ਚੀਜ਼ਾਂ ਦੀ ਪਾਲਣਾ ਕਰ ਰਹੇ ਹੋ ਜਾਂ ਨਹੀਂ।

ਇੱਕ ਵਾਰ ਇੱਕ ਵਿਅਕਤੀ ਜੋ ਦੂਜਿਆਂ ਨੂੰ ਬਦਲਣ ਦੀ ਕੋਸ਼ਿਸ਼ ਕਰਨ ਵਿੱਚ ਪੂਰੀ ਤਰ੍ਹਾਂ ਅਸਫਲ ਰਿਹਾ ਸੀ, ਉਸ ਨੇ ਕਿਹਾ, "ਮੈਂ ਪੂਰੀ ਦੁਨੀਆ ਬਦਲਣ ਗਿਆ ਸੀ ਅਤੇ ਪੂਰੀ ਤਰ੍ਹਾਂ ਅਸਫਲ ਰਿਹਾ। ਬਿਹਤਰ ਹੁੰਦਾ ਜੇਕਰ ਮੈਂ ਪਹਿਲਾਂ ਆਪਣੇ ਆਪ ਨੂੰ ਬਦਲ ਲੈਂਦਾ। ਹੋ ਸਕਦਾ ਹੈ ਕਿ ਮੇਰੇ ਵਿੱਚ ਇੱਕ ਚੰਗੀ ਤਬਦੀਲੀ ਦੇਖ ਕੇ ਮੇਰੇ ਪਰਿਵਾਰ ਦੇ ਮੈਂਬਰ ਬਦਲ ਜਾਂਦੇ। ਅਤੇ ਮੇਰੇ ਪਰਿਵਾਰਕ ਮੈਂਬਰਾਂ ਵਿੱਚ ਇਸ ਚਮਤਕਾਰੀ ਤਬਦੀਲੀ ਨੂੰ ਦੇਖ ਕੇ, ਮੇਰਾ ਆਂਢ-ਗੁਆਂਢ ਬਦਲ ਜਾਂਦਾ। ਅਤੇ ਆਂਢ-ਗੁਆਂਢ ਵਿੱਚ ਇਸ ਤਬਦੀਲੀ ਨੂੰ ਦੇਖ ਕੇ, ਮੇਰਾ ਸ਼ਹਿਰ ਬਦਲ ਜਾਂਦਾ। ਅਤੇ ਮੇਰੇ ਸ਼ਹਿਰ ਵਿੱਚ ਇਸ ਸਕਾਰਾਤਮਕ ਤਬਦੀਲੀ ਨੂੰ ਦੇਖ ਕੇ, ਮੇਰਾ ਪੂਰਾ ਦੇਸ਼ ਬਦਲ ਜਾਂਦਾ। ਅਤੇ ਮੇਰੇ ਦੇਸ਼ ਵਿੱਚ ਇਸ ਆਦਰਸ਼ ਤਬਦੀਲੀ ਨੂੰ ਦੇਖ ਕੇ, ਇਹ ਪੂਰੀ ਦੁਨੀਆ ਬਦਲ ਜਾਂਦੀ।"

ਸਟ੍ਰੈੱਸ ਮੈਨੇਜਮੈਂਟ ਨਾਲ ਸਬੰਧਤ ਉਪਯੋਗੀ ਸੁਝਾਅ:

- ਸਾਲ 2011 ਵਿੱਚ, ਮੈਂ ਇੱਕ ਵੈੱਬਸਾਈਟ www.govegetarian.in ਬਣਾਈ ਅਤੇ ਇਸਦਾ ਉਦੇਸ਼ ਲੋਕਾਂ ਨੂੰ 100 ਪ੍ਰਤੀਸ਼ਤ ਸ਼ਾਕਾਹਾਰੀ ਬਣਾਉਣਾ ਸੀ। ਮੈਂ ਇਸ

ਵੈੱਬਸਾਈਟ ਵਿੱਚ ਲੋਕਾਂ ਨੂੰ ਜੋੜਨ 'ਤੇ ਬਹੁਤ ਜ਼ਿਆਦਾ ਜ਼ੋਰ ਦੇ ਰਿਹਾ ਸੀ, ਜਿਸ ਕਾਰਨ ਬਹੁਤ ਸਾਰੇ ਲੋਕ ਗੁੱਸੇ ਵਿੱਚ ਆ ਗਏ ਅਤੇ ਕੁਝ ਲੋਕਾਂ ਨਾਲ ਮੇਰੇ ਸਬੰਧ ਵੀ ਵਿਗੜ ਗਏ। ਮੈਂ ਇਸ ਵੈੱਬਸਾਈਟ 'ਤੇ ਰਜਿਸਟਰਡ ਲੋਕਾਂ ਨੂੰ ਸੜਕ 'ਤੇ ਆਮਲੇਟ ਖਾਂਦੇ ਦੇਖਿਆ, ਇਸ ਘਟਨਾ ਨੂੰ ਦੇਖ ਕੇ ਮੈਂ ਬਹੁਤ ਨਿਰਾਸ਼ ਹੋਇਆ ਅਤੇ ਮੈਂ ਤੁਰੰਤ ਵੈੱਬਸਾਈਟ ਬੰਦ ਕਰ ਦਿੱਤੀ। ਇਸ ਲਈ ਕੁੱਲ ਮਿਲਾ ਕੇ, ਲੋਕਾਂ ਨੂੰ ਜ਼ਬਰਦਸਤੀ ਬਦਲਣ ਦੀ ਕੋਸ਼ਿਸ਼ ਨਾ ਕਰੋ, ਲੋਕ ਉਦੋਂ ਹੀ ਬਦਲਦੇ ਹਨ ਜਦੋਂ ਉਹ ਬਦਲਣਾ ਚਾਹੁੰਦੇ ਹਨ।

- ਮੈਂ ਇੱਕ ਬਹੁਤ ਹੀ ਖੁਸ਼ ਅਤੇ ਊਰਜਾਵਾਨ ਬਜ਼ੁਰਗ ਆਦਮੀ ਨੂੰ ਦੇਖਿਆ ਅਤੇ ਮੈਂ ਦੇਖਿਆ ਕਿ ਉਹ ਹਰ ਕਿਸੇ ਨਾਲ ਬਹੁਤ ਵਧੀਆ ਢੰਗ ਨਾਲ ਮਿਲਦਾ- ਜੁਲਦਾ ਸੀ, ਭਾਵੇਂ ਉਹ ਬੱਚਾ, ਜਵਾਨ ਜਾਂ ਬੁੱਢਾ ਹੋਵੇ। ਮੈਂ ਉਸ ਬਜ਼ੁਰਗ ਤੋਂ ਇਸ ਦਾ ਰਾਜ਼ ਜਾਣਨਾ ਚਾਹੁੰਦਾ ਸੀ ਅਤੇ ਉਸਨੇ ਮੈਨੂੰ ਇੱਕ ਬਹੁਤ ਹੀ ਸਧਾਰਨ ਰਾਜ਼ ਦੱਸਿਆ। ਉਸਨੇ ਕਿਹਾ ਕਿ ਜਦੋਂ ਮੈਂ 12 ਸਾਲ ਦੇ ਬੱਚੇ ਨੂੰ ਮਿਲਦਾ ਹਾਂ, ਤਾਂ ਮੈਂ ਸੋਚਦਾ ਹਾਂ ਕਿ ਜਦੋਂ ਮੈਂ 12 ਸਾਲ ਦਾ ਸੀ ਤਾਂ ਮੈਂ ਕਿਵੇਂ ਸੀ ਅਤੇ ਮੈਂ ਕਿਵੇਂ ਦਾ ਵਿਵਹਾਰ ਕਰਦਾ ਸੀ ਅਤੇ ਉਸ ਤੋਂ ਬਾਅਦ ਮੈਂ ਉਸ ਨਾਲ ਉਸੇ ਤਰ੍ਹਾਂ ਵਿਵਹਾਰ ਕਰਦਾ ਹਾਂ ਜਿਵੇਂ ਮੈਂ 12 ਸਾਲ ਦੀ ਉਮਰ ਵਿੱਚ ਕਰਦਾ ਸੀ ਅਤੇ ਇਸੇ ਤਰ੍ਹਾਂ ਵੱਖ-ਵੱਖ ਉਮਰ ਸਮੂਹਾਂ ਦੇ ਲੋਕਾਂ ਨਾਲ ਪੇਸ਼ ਆਉਣ ਤੋਂ ਪਹਿਲਾਂ, ਮੈਂ ਸੋਚਦਾ ਹਾਂ ਕਿ ਜਦੋਂ ਮੈਂ ਉਨ੍ਹਾਂ ਦੀ ਉਮਰ ਦਾ ਸੀ ਤਾਂ ਮੈਂ ਕਿਵੇਂ ਸੀ ਅਤੇ ਮੈਂ ਕਿਵੇਂ ਦਾ ਵਿਵਹਾਰ ਕਰਦਾ ਸੀ ਅਤੇ ਇਸ ਨੂੰ ਯਾਦ ਕਰਨ ਤੋਂ ਬਾਅਦ ਮੈਂ ਉਨ੍ਹਾਂ ਨਾਲ ਉਸੇ ਅਨੁਸਾਰ ਵਿਵਹਾਰ ਕਰਦਾ ਹਾਂ ਅਤੇ ਇਹ ਮੇਰੀ ਸਫਲਤਾ ਦਾ ਰਾਜ਼ ਹੈ। ਇਸ ਲਈ, ਲੋਕਾਂ ਨਾਲ ਪੇਸ਼ ਆਉਂਦੇ ਸਮੇਂ, ਮੈਂ ਉਨ੍ਹਾਂ ਦੇ ਦ੍ਰਿਸ਼ਟੀਕੋਣ ਤੋਂ ਵੀ ਸੋਚਣਾ ਚਾਹੀਦਾ ਹੈ।

• • •

ਅਧਿਆਇ 13

ਡੁਪਲਿਕੇਟ ਨਹੀਂ ਓਰੀਜ਼ਨਲ ਬਣੋ

"ਤੁਸੀਂ ਓਰੀਜ਼ਨਲ ਬਣ ਕੇ ਪੈਦਾ ਹੋਏ ਸੀ, ਕਿਸੀ ਦੀ ਕਾਪੀ ਬਣ ਕੇ ਨਾ ਮਰੋ।"

- ਜੌਨ ਮੇਸਨ

ਇਹ ਬਹੁਤ ਸਮੇਂ ਪਹਿਲਾਂ ਦੀ ਗੱਲ ਹੈ ਦੁਨੀਆਂ ਦੇ ਇੱਕ ਬਹੁਤ ਖੁਸ਼ਹਾਲ ਦੇਸ਼ ਵਿੱਚ ਜਿੱਥੇ ਇੱਕ ਕਲਾਕਾਰ ਰਹਿੰਦਾ ਸੀ ਅਤੇ ਚਿੱਤਰ ਬਣਾਉਂਦਾ ਸੀ ਪਰ ਉਹ ਆਪਣੀਆਂ ਪੇਂਟਿੰਗਾਂ ਕਿਸੇ ਨੂੰ ਨਹੀਂ ਦਿਖਾਉਂਦਾ ਸੀ ਕਿਉਂਕਿ ਉਸਨੂੰ ਡਰ ਸੀ ਕਿ ਕੋਈ ਉਸਦੀ ਪੇਂਟਿੰਗਾਂ ਦੀ ਆਲੋਚਨਾ ਨਹੀਂ ਕਰੇਗਾ ਅਤੇ ਇਸ ਲਈ ਉਹ ਆਪਣੀ ਰੋਜ਼ੀ-ਰੋਟੀ ਕਮਾਉਣ ਲਈ ਕੁਝ ਛੋਟੇ-ਮੋਟੇ ਕੰਮ ਕਰਦਾ ਸੀ ਪਰ ਇਸ ਤੋਂ ਬਾਅਦ ਵੀ ਉਹ ਆਪਣੇ ਖਰਚੇ ਪੂਰੇ ਨਹੀਂ ਕਰ ਸਕਿਆ ਕਿਉਂਕਿ ਉਸ ਕੋਲ

ਕਲਾ ਦਾ ਹੁਨਰ ਸੀ ਇਸ ਲਈ ਉਸਨੇ ਅਜਿਹੇ ਨੋਟ ਪੇਂਟ ਕਰਨ ਦੀ ਯੋਜਨਾ ਬਣਾਈ ਜੋ ਬਿਲਕੁਲ ਅਸਲੀ ਵਰਗੇ ਦਿਖਾਈ ਦੇਣ ਅਤੇ ਉਹ ਉਨ੍ਹਾਂ ਨੂੰ ਬਣਾਉਣ ਵਿੱਚ ਸਫਲ ਵੀ ਰਿਹਾ ਅਤੇ ਕਈ ਵਾਰ ਉਸਨੇ ਇਨ੍ਹਾਂ ਨਕਲੀ ਨੋਟਾਂ ਦੇ ਬਦਲੇ ਖਰੀਦਦਾਰੀ ਵੀ ਕੀਤੀ ਪਰ ਇੱਕ ਵਾਰ ਉਹ ਇੱਕ ਸਬਜ਼ੀ ਵਾਲੇ ਤੋਂ ਸਬਜ਼ੀਆਂ ਖਰੀਦ ਰਿਹਾ ਸੀ, ਸਬਜ਼ੀਆਂ ਖਰੀਦਣ ਤੋਂ ਬਾਅਦ ਉਸਨੇ ਸਬਜ਼ੀ ਵਾਲੇ ਨੂੰ ਪੈਸੇ ਦਿੱਤੇ ਪਰ ਸਬਜ਼ੀ ਵਾਲੇ ਦੇ ਹੱਥ ਗਿੱਲੇ ਸਨ ਅਤੇ ਇਸ ਕਾਰਨ ਉਸ ਨੋਟ ਦਾ ਰੰਗ ਫਿੱਕਾ ਪੈ ਗਿਆ। ਸਬਜ਼ੀ ਵਾਲੇ ਨੇ ਇੱਕ ਹੋਰ ਨੋਟ ਮੰਗਿਆ ਅਤੇ ਇਸ ਵਾਰ ਵੀ ਕਹਾਣੀ ਉਹੀ ਸੀ।

ਸਬਜ਼ੀ ਵੇਚਣ ਵਾਲੇ ਨੇ ਉਸਨੂੰ ਸਥਾਨਕ ਪੁਲਿਸ ਦੇ ਹਵਾਲੇ ਕਰ ਦਿੱਤਾ ਅਤੇ ਕਈ ਸਾਲਾਂ ਦੀ ਕੈਦ ਤੋਂ ਬਾਅਦ ਉਸਦੀ ਮੌਤ ਹੋ ਗਈ। ਜਦੋਂ ਉਸਦੀ ਮੌਤ ਤੋਂ ਬਾਅਦ, ਉਸਦਾ ਘਰ ਖੋਲ੍ਹਿਆ ਗਿਆ ਤਾਂ ਉਸਦੀ ਪੇਂਟਿੰਗਾਂ ਦੀ ਨਿਲਾਮੀ ਕੀਤੀ ਗਈ ਅਤੇ ਉਸਦੀ ਹਰ ਪੇਂਟਿੰਗ ਲੱਖਾਂ ਵਿੱਚ ਵਿਕ ਗਈ। ਹੈਰਾਨੀ ਵਾਲੀ ਗੱਲ ਇਹ ਹੈ ਕਿ ਉਸਨੂੰ 5-10 ਰੁਪਏ ਦਾ ਨੋਟ ਬਣਾਉਣ ਵਿੱਚ ਓਨਾ ਹੀ ਸਮਾਂ ਲੱਗਿਆ ਜਿੰਨਾ ਉਸਨੂੰ ਆਪਣੀ ਇੱਕ ਪੇਂਟਿੰਗ ਬਣਾਉਣ ਵਿੱਚ ਲੱਗਿਆ।

ਇਹ ਦੁਖਦਾਈ ਕਹਾਣੀ ਸਾਨੂੰ ਸਪੱਸ਼ਟ ਤੌਰ 'ਤੇ ਸਿਖਾਉਂਦੀ ਹੈ ਕਿ ਸਾਨੂੰ ਆਪਣੀਆਂ ਯੋਗਤਾਵਾਂ ਅਤੇ ਸਮਰੱਥਾਵਾਂ ਨੂੰ ਪਛਾਣਨਾ ਚਾਹੀਦਾ ਹੈ ਅਤੇ ਕਿਸੇ ਹੋਰ ਵਰਗਾ ਬਣਨ ਜਾਂ ਕਿਸੇ ਹੋਰ ਦੀ ਨਕਲ ਕਰਨ ਦੀ ਕੋਸ਼ਿਸ਼ ਕਰਨ ਦੀ ਬਜਾਏ ਉਨ੍ਹਾਂ ਦੀ ਬਿਹਤਰ ਵਰਤੋਂ ਕਰਨੀ ਚਾਹੀਦੀ ਹੈ।

ਹੁਣ ਗੱਲ ਆਉਂਦੀ ਹੈ, ਦੁਨੀਆਂ ਦੇ ਬਹੁਤ ਸਾਰੇ ਲੋਕ ਚਿੰਤਤ ਹਨ ਕਿਉਂਕਿ ਉਹ ਕਿਸੇ ਹੋਰ ਵਰਗੇ ਬਣਨਾ ਚਾਹੁੰਦੇ ਹਨ ਨਾ ਕਿ ਆਪਣੇ ਵਰਗੇ। ਮੈਂ ਇਹ ਕਹਿਣਾ ਚਾਹੁੰਦਾ ਹਾਂ ਕਿ ਅਸਲੀ ਚੀਜ਼ ਹਮੇਸ਼ਾ ਅਸਲੀ ਹੁੰਦੀ ਹੈ ਅਤੇ ਨਕਲੀ ਹਮੇਸ਼ਾ ਨਕਲੀ ਹੁੰਦੀ ਹੈ। ਜੇਕਰ ਤੁਸੀਂ ਕੋਈ ਵੀ ਚੀਜ਼ ਖਰੀਦਣ ਜਾਂਦੇ ਹੋ ਅਤੇ ਤੁਹਾਨੂੰ ਸ਼ੱਕ ਹੁੰਦਾ ਹੈ ਕਿ ਇਹ ਨਕਲੀ ਹੈ ਤਾਂ ਤੁਸੀਂ ਉਸਨੂੰ ਨਹੀਂ ਖਰੀਦਦੇ ਅਤੇ ਤੁਸੀਂ ਅਸਲੀ ਚੀਜ਼ ਖਰੀਦਣ ਲਈ ਵੱਧ ਕੀਮਤ ਦੇਣ ਲਈ ਵੀ ਤਿਆਰ ਹੋ ਜਾਂਦੇ ਹੋ।

ਪਰ ਸਮੱਸਿਆ ਇਹ ਹੈ ਕਿ ਜ਼ਿਆਦਾਤਰ ਲੋਕ ਆਪਣੇ ਵਰਗੇ ਬਣਨ ਦੀ ਬਜਾਏ ਕਿਸੇ ਹੋਰ ਵਰਗੇ ਬਣਨਾ ਚਾਹੁੰਦੇ ਹਨ। ਆਪਣੀ ਪਛਾਣ ਬਣਾਉਣ ਦੀ ਬਜਾਏ, ਉਹ ਕਿਸੇ ਹੋਰ ਦੀ ਪਛਾਣ ਹੇਠ ਦੱਬੇ ਰਹਿਣਾ ਚਾਹੁੰਦੇ ਹਨ। ਉਹ ਦਿਖਾਵਾ ਕਰਦੇ ਹਨ ਅਤੇ ਉਹ ਬਣਨ ਦਾ ਨਾਟਕ ਕਰਦੇ ਹਨ ਜੋ ਉਹ ਕਦੀ ਹੈ ਹੀ ਨਹੀਂ ਅਤੇ ਨ ਹੀ ਕਦੀ ਬਣ ਸਕਦੇ ਹਨ।

ਜੇਕਰ ਤੁਸੀਂ ਭਾਰਤ ਵਿੱਚ ਰਹਿੰਦੇ ਹੋ, ਤਾਂ ਤੁਸੀਂ ਆਧਾਰ ਕਾਰਡ ਜ਼ਰੂਰ ਬਣਵਾਇਆ ਹੋਵੇਗਾ ਅਤੇ ਜਦੋਂ ਤੁਸੀਂ ਆਪਣਾ ਆਧਾਰ ਕਾਰਡ ਬਣਾਉਣ ਗਏ ਸੀ, ਤਾਂ ਤੁਹਾਡੇ ਫਿੰਗਰਪ੍ਰਿੰਟ ਵੀ ਲਏ ਗਏ ਸਨ। ਅਤੇ ਇਸ ਦੇ ਪਿੱਛੇ ਕਾਰਨ ਇਹ ਹੈ ਕਿ ਇਸ ਦੁਨੀਆਂ ਵਿੱਚ ਤੁਹਾਡੇ ਵਰਗੇ ਫਿੰਗਰਪ੍ਰਿੰਟ ਵਾਲਾ ਕੋਈ ਹੋਰ ਵਿਅਕਤੀ ਨਹੀਂ ਹੈ। ਕਲਪਨਾ ਕਰੋ, ਲੱਖਾਂ-ਕਰੋੜਾਂ-ਅਰਬਾਂ ਦੀ ਆਬਾਦੀ ਵਾਲੀ ਇਸ ਦੁਨੀਆਂ ਵਿੱਚ, ਤੁਹਾਡੇ ਵਰਗੇ ਫਿੰਗਰਪ੍ਰਿੰਟ ਵਾਲਾ ਕੋਈ ਹੋਰ ਨਹੀਂ ਹੈ। ਜੇਕਰ ਅਜਿਹਾ ਹੈ, ਤਾਂ ਇਹ ਸਪੱਸ਼ਟ ਹੈ ਕਿ ਪਰਮਾਤਮਾ ਨੇ ਤੁਹਾਨੂੰ ਪੂਰੀ ਤਰ੍ਹਾਂ ਵੱਖਰਾ ਅਤੇ ਵਿਲੱਖਣ ਬਣਾਇਆ ਹੈ। ਤੁਹਾਡੇ ਗੁਣ ਦੂਜਿਆਂ ਦੇ ਗੁਣਾਂ ਤੋਂ ਵੱਖਰੇ ਹਨ ਅਤੇ ਇਹ ਸਾਡਾ ਫਰਜ਼ ਹੈ ਕਿ ਅਸੀਂ ਉਨ੍ਹਾਂ ਗੁਣਾਂ ਨੂੰ ਪਛਾਣੀਏ ਅਤੇ ਉਨ੍ਹਾਂ ਨੂੰ ਵਧਾਈਏ। ਪਰ ਬਹੁਤ ਘੱਟ ਲੋਕ ਅਜਿਹਾ ਕਰਦੇ ਹਨ।

ਬਹੁਤ ਸਾਰੇ ਅਦਾਕਾਰ ਜੋ ਸਫਲ ਫਿਲਮੀ ਸਿਤਾਰਿਆਂ ਦੀ ਨਕਲ ਕਰਦੇ ਹਨ ਅਤੇ ਜਿਨ੍ਹਾਂ ਨੂੰ ਡੁਪਲੀਕੇਟ ਵੀ ਕਿਹਾ ਜਾਂਦਾ ਹੈ, ਆਪਣੀ ਪੂਰੀ ਜ਼ਿੰਦਗੀ ਉਨ੍ਹਾਂ ਦੀ ਨਕਲ ਕਰਦੇ ਹੋਏ ਬਿਤਾਉਂਦੇ ਹਨ। ਇਹ ਸੰਭਵ ਹੈ ਕਿ ਉਨ੍ਹਾਂ ਨੂੰ ਲੋਕਾਂ ਤੋਂ ਪ੍ਰਸ਼ੰਸਾ ਮਿਲੇ ਪਰ ਉਨ੍ਹਾਂ ਨੂੰ ਉਤਨਾ ਸਤਿਕਾਰ, ਪੈਸਾ ਅਤੇ ਪ੍ਰਸਿੱਧੀ ਨਹੀਂ ਮਿਲਦੀ ਜਿੰਨੀ ਉਨ੍ਹਾਂ ਨੂੰ ਮਿਲਦੀ ਜੇਕਰ ਉਹ ਆਪਣੇ ਅਸਲੀ ਰੂਪ ਵਿੱਚ ਬਣੇ ਰਹਿੰਦੇ ਅਤੇ ਆਪਣੀ ਪਛਾਣ ਬਣਾਉਂਦੇ।

ਦੁਨੀਆ ਦੇ ਸਭ ਤੋਂ ਮਹਾਨ ਅਦਾਕਾਰਾਂ ਵਿੱਚੋਂ ਇੱਕ, ਜਿਸਨੂੰ ਅਸੀਂ ਚਾਰਲੀ ਚੈਪਲਿਨ ਦੇ ਨਾਮ ਨਾਲ ਜਾਣਦੇ ਹਾਂ, ਉਸ ਨੇ ਆਪਣੇ ਇੱਕ ਇੰਟਰਵਿਊ ਵਿੱਚ ਕਿਹਾ ਸੀ ਕਿ ਉਹ ਆਪਣੇ ਕਰੀਅਰ ਵਿੱਚ ਉਦੋਂ ਤੱਕ ਸਫਲ ਨਹੀਂ ਹੋਇਆ ਜਦੋਂ ਤੱਕ ਉਸਨੇ ਉਸ ਯੁੱਗ ਦੇ ਮਹਾਨ ਜਰਮਨ ਕਲਾਕਾਰ ਦੀ ਨਕਲ ਕਰਨਾ ਬੰਦ ਨਹੀਂ ਕਰ ਦਿੱਤਾ। ਜਿਸ ਦਿਨ ਮੈਂ ਉਸਦੀ ਨਕਲ ਕਰਨੀ ਛੱਡ ਦਿੱਤੀ ਅਤੇ ਆਪਣਾ ਅਸਲ ਕੰਮ ਕਰਨਾ ਸ਼ੁਰੂ ਕਰ ਦਿੱਤਾ, ਮੈਨੂੰ ਚਮਤਕਾਰੀ ਢੰਗ ਨਾਲ ਸਫਲਤਾ ਮਿਲਣੀ ਸ਼ੁਰੂ ਹੋ ਗਈ।

ਇੱਕ ਬਹੁਤ ਵੱਡੀ ਕੰਪਨੀ ਦੇ ਪ੍ਰਧਾਨ ਦੱਸਦੇ ਹਨ ਕਿ ਸਾਡੀ ਕੰਪਨੀ ਵਿੱਚ ਲੋਕਾਂ ਨੂੰ ਨੌਕਰੀ 'ਤੇ ਰੱਖਣ ਵੇਲੇ ਸਮੱਸਿਆ ਇਹ ਹੈ ਕਿ ਜ਼ਿਆਦਾਤਰ ਲੋਕ ਆਪਣੇ ਬਾਇਓ ਡੇਟਾ/ਰਿਜ਼ਿਊਮ ਵਿੱਚ ਸਾਨੂੰ ਪ੍ਰਭਾਵਿਤ ਕਰਨ ਲਈ ਅਜਿਹੀਆਂ ਗੱਲਾਂ ਲਿਖਦੇ ਹਨ ਜੋ ਉਹ ਨਹੀਂ ਹਨ। ਉਹ ਇੱਥੇ ਆਉਂਦੇ ਹਨ ਅਤੇ ਆਪਣੀ ਨਕਲੀਤਾ ਨਾਲ ਸਾਨੂੰ ਪ੍ਰਭਾਵਿਤ ਕਰਨ ਦੀ ਕੋਸ਼ਿਸ਼ ਕਰਦੇ ਹਨ ਪਰ ਸਾਨੂੰ ਅਸਲੀ ਲੋਕਾਂ ਦੀ ਲੋੜ ਹੈ, ਨਕਲੀ ਜਾਂ ਦਿਖਾਵਟੀ ਲੋਕਾਂ ਦੀ ਨਹੀਂ ਅਤੇ ਸਾਡੀ ਕੰਪਨੀ ਦੀ ਸਫਲਤਾ ਦਾ ਰਾਜ਼ ਇਹ ਹੈ ਕਿ ਅਸੀਂ ਨਕਲੀ ਲੋਕਾਂ ਨੂੰ ਹਟਾ ਦਿੱਤਾ ਅਤੇ ਅਸਲੀ ਲੋਕਾਂ ਨੂੰ ਨੌਕਰੀ 'ਤੇ ਰੱਖਿਆ।

ਸਟ੍ਰੈੱਸ ਮੈਨੇਜਮੈਂਟ ਨਾਲ ਸਬੰਧਤ ਉਪਯੋਗੀ ਸੁਝਾਅ:

- ਕੀ ਤੁਸੀਂ ਟੀਵੀ ਜਾਂ ਮੋਬਾਈਲ 'ਤੇ ਪਹਾੜਾਂ, ਨਦੀਆਂ ਵਰਗਾ ਕੋਈ ਕੁਦਰਤੀ ਦ੍ਰਿਸ਼ ਦੇਖਿਆ ਹੈ? ਤੁਸੀਂ ਇਹ ਸਭ ਜ਼ਰੂਰ ਦੇਖਿਆ ਹੋਵੇਗਾ, ਹੁਣ ਇੱਕ ਕੰਮ ਕਰੋ, ਜਾ ਕੇ ਉਸੇ ਪਹਾੜ ਜਾਂ ਨਦੀ ਨੂੰ ਨਿੱਜੀ ਤੌਰ 'ਤੇ ਦੇਖੋ, ਕੀ ਤੁਹਾਨੂੰ ਵੀ ਉਹੀ ਮਹਿਸੂਸ ਹੋਇਆ ਜੋ ਤੁਸੀਂ ਟੀਵੀ 'ਤੇ ਦੇਖ ਕੇ ਮਹਿਸੂਸ ਕੀਤਾ ਸੀ। ਅਸਲੀ ਅਤੇ ਨਕਲੀ ਵਿੱਚ ਬਿਲਕੁਲ ਉਹੀ ਅੰਤਰ ਹੈ।
- ਕੀ ਤੁਸੀਂ ਕਿਸੀ ਛੋਟੇ ਬੱਚੇ ਨੂੰ ਦੇਖਿਆ ਹੈ, ਜਰੂਰ ਦੇਖਿਆ ਹੋਵੇ ਗਾ। ਭਾਵੇਂ ਉਹ ਬੱਚਾ ਕਿਸੀ ਦਾ ਵੀ ਹੋਵੇ, ਸਾਡਾ ਮਨ ਕਰਦਾ ਹੈ ਕਿ ਅਸੀਂ ਉਸ ਬੱਚੇ ਕੋਲ ਜਾ ਕੇ ਆਪਣਾ ਸਾਰਾ ਪਿਆਰ ਉਸ 'ਤੇ ਵਾਰੀਏ। ਆਖ਼ਰਕਾਰ, ਇਸ ਪਿੱਛੇ ਕੀ ਕਾਰਨ ਹੈ? ਸਭ ਤੋਂ ਵੱਡਾ ਕਾਰਨ ਇਹ ਹੈ ਕਿ ਉਹ ਆਪਣੇ ਅਸਲੀ ਰੂਪ ਵਿੱਚ ਰਹਿੰਦੇ ਹਨ, ਉਹ ਖੁੱਲ੍ਹ ਕੇ ਮੁਸਕਰਾਉਂਦੇ ਹਨ ਅਤੇ ਖੁੱਲ੍ਹ ਕੇ ਗੱਲ ਕਰਦੇ ਹਨ। ਉਹ ਜੋ ਵੀ ਕਰਦੇ ਹਨ, ਉਹ ਖੁੱਲ੍ਹ ਕੇ ਕਰਦੇ ਹਨ। ਜਿਵੇਂ-ਜਿਵੇਂ ਅਸੀਂ ਵੱਡੇ ਹੁੰਦੇ ਹਾਂ, ਅਸੀਂ ਨਕਲੀ ਬਣਨਾ ਸ਼ੁਰੂ ਕਰ ਦਿੰਦੇ ਹਾਂ। ਇਸ ਲਈ ਆਪਣੇ ਆਪ ਨਾਲ ਸਹਿਜ ਰਹੋ ਅਤੇ ਨਕਲੀ ਬਣਨਾ ਬੰਦ ਕਰੋ।

- ਕਿਸੇ ਗਹਿਣਿਆਂ ਦੀ ਦੁਕਾਨ 'ਤੇ ਜਾਓ ਅਤੇ ਸੋਨੇ ਦੇ ਬਣੇ ਇੱਕ ਸੁੰਦਰ ਗਹਿਣੇ ਚੁਣੋ ਅਤੇ ਫਿਰ ਦੁਕਾਨਦਾਰ ਨੂੰ ਕਹੋ ਕਿ ਉਹ ਤੁਹਾਨੂੰ ਇੱਕੋ ਜਿਹੇ ਜਾਂ ਬਿਲਕੁਲ ਉਵੇਂ ਦੇ ਹੀ ਨਕਲੀ ਗਹਿਣੇ ਦਿਖਾਵੇ। ਹੁਣ ਦੋਵਾਂ ਦੀਆਂ ਕੀਮਤਾਂ ਦੀ ਤੁਲਨਾ ਕਰੋ ਅਤੇ ਫਿਰ ਫੈਸਲਾ ਕਰੋ ਕਿ ਤੁਸੀਂ ਆਪਣੀ ਕੀਮਤ ਨਕਲੀ ਗਹਿਣਿਆਂ 'ਤੇ ਨਿਰਧਾਰਤ ਕਰਨਾ ਚਾਹੁੰਦੇ ਹੋ ਜਾਂ ਅਸਲੀ ਗਹਿਣਿਆਂ 'ਤੇ।

• • •

ਅਧਿਆਇ 14

ਤੁਹਾਡਾ ਰਿਮੋਟ ਕੰਟਰੋਲ ਤੁਹਾਡੇ ਹੱਥਾਂ ਵਿੱਚ ਹੈ

"ਆਪਣੀ ਕਿਸਮਤ ਦਾ ਫੈਸਲਾ ਆਪ ਕਰੋ ਨਹੀਂ ਤਾਂ ਕੋਈ ਹੋਰ ਤੁਹਾਡੀ ਕਿਸਮਤ ਦਾ ਫੈਸਲਾ ਕਰੇਗਾ।"

- ਜੈਕ ਵੇਲਚ

ਮੈਨੂੰ ਲੱਗਦਾ ਹੈ ਕਿ ਤੁਹਾਨੂੰ ਵੀ ਬਚਪਨ ਵਿੱਚ ਕਦੇ ਨਾ ਕਦੇ ਭਾਵੇਂ ਸਕੂਲ ਵਿੱਚ ਜਾਂ ਘਰ ਵਿੱਚ ਝਿੜਕਿਆ ਜਰੂਰ ਗਿਆ ਹੋਵੇਗਾ। ਮੈਨੂੰ ਤਾਂ ਬਹੁਤ ਝਿੜਕਿਆ ਗਿਆ ਹੈ ਅਤੇ ਮੈ ਤਾਂ ਘਰ ਵਿੱਚ ਵੀ ਬਹੁਤ ਡਾਂਟ ਖਾਦੀ ਹੈ।

ਜਿੰਨੇ ਸਾਲ ਮੈਂ ਸਕੂਲ ਵਿੱਚ ਪੜ੍ਹਦਾ ਸੀ, ਜੇ ਕੋਈ ਅਧਿਆਪਕ ਮੈਨੂੰ ਝਿੜਕਦਾ ਸੀ, ਤਾਂ ਮੈਂ ਉਸਨੂੰ ਚੁੱਪਚਾਪ ਸੁਣਦਾ ਸੀ ਅਤੇ ਭਾਵੇਂ ਉਹ ਮੈਨੂੰ ਸਜ਼ਾ ਦਿੰਦਾ ਸੀ, ਮੈਂ ਬਿਨਾਂ ਕੁਝ ਕਹੇ ਉਸਦੇ ਹੁਕਮਾਂ ਦੀ ਪਾਲਣਾ ਕਰਦਾ ਸੀ। ਜੇ ਸਾਡੇ ਅਧਿਆਪਕ ਮੈਨੂੰ ਕਲਾਸ ਵਿੱਚ ਕੁਝ ਕਰਨ ਲਈ

ਕਹਿੰਦੇ, ਤਾਂ ਮੈਂ ਉਹ ਕਰਦਾ, ਪਰ ਜੇ ਮੇਰੇ ਪਰਿਵਾਰ ਦਾ ਕੋਈ ਮੈਂਬਰ ਮੈਨੂੰ ਇਹ ਸਾਰੀਆਂ ਚੀਜ਼ਾਂ ਕਰਨ ਲਈ ਕਹਿੰਦਾ, ਤਾਂ ਨਤੀਜੇ ਵੱਖਰੇ ਹੁੰਦੇ।

ਜੇ ਘਰ ਵਿੱਚ ਕੋਈ ਮੈਨੂੰ ਝਿੜਕਦਾ, ਤਾਂ ਮੈਂ ਸ਼ਾਇਦ ਸ਼ਾਂਤੀ ਨਾਲ ਨਹੀਂ ਸੁਣਦਾ, ਮੈਂ ਕੋਈ ਨਾ ਕੋਈ ਦਲੀਲ ਦਿੰਦਾ ਕਿ ਇਹ ਮੇਰੀ ਗਲਤੀ ਨਹੀਂ ਹੈ, ਸਗੋਂ ਮੇਰੀ ਭੈਣ ਦੀ ਹੈ ਜਾਂ ਕੋਈ ਹੋਰ ਦਲੀਲ ਵੀ ਦੇ ਸਕਦਾ ਸੀ। ਜੇ ਉਹ ਮੈਨੂੰ ਕੋਈ ਸਜ਼ਾ ਦਿੰਦੇ, ਤਾਂ ਮੈਂ ਇਸਦਾ ਵਿਰੋਧ ਕਰਦਾ। ਜੇ ਮੈਨੂੰ ਕੁਝ ਕਰਨ ਤੋਂ ਵਰਜਿਤ ਕੀਤਾ ਜਾਂਦਾ, ਤਾਂ ਮੈਂ ਕਾਰਨ ਜਾਣਨ 'ਤੇ ਜ਼ੋਰ ਦਿੰਦਾ ਅਤੇ ਕਈ ਵਾਰ ਮੈਂ ਵਰਜਿਤ ਕੰਮ ਵੀ ਕਰਦਾ।

ਇੰਨਾ ਫ਼ਰਕ ਕਿਉਂ? ਮੈਂ ਇੱਕੋ ਜਿਹੀ ਦੋ ਚੀਜ਼ਾਂ 'ਤੇ ਇੰਨਾ ਵੱਖਰਾ ਪ੍ਰਤੀਕਰਮ ਕਿਉਂ ਕੀਤਾ? ਮੈਂ ਇਸ ਬਾਰੇ ਬਹੁਤ ਸਮੇਂ ਤੱਕ ਸੋਚਿਆ ਅਤੇ ਮੈਂ ਇਸ ਸਿੱਟੇ 'ਤੇ ਪਹੁੰਚਣ ਤੋਂ ਬਹੁਤ ਖੁਸ਼ ਹਾਂ ਅਤੇ ਕਾਸ਼ ਮੈਨੂੰ ਇਹ ਗੱਲ ਬਚਪਨ ਵਿੱਚ ਸਮਝ ਆਉਂਦੀ।

"ਅਸੀਂ ਆਪਣੇ ਨਾਲ ਕੀ ਵਾਪਰਦਾ ਹੈ, ਇਸ ਨੂੰ ਕੰਟਰੋਲ ਨਹੀਂ ਕਰ ਸਕਦੇ ਪਰ ਅਸੀਂ ਇਸ 'ਤੇ ਕਿਵੇਂ ਪ੍ਰਤੀਕਿਰਿਆ ਕਰਦੇ ਹਾਂ, ਇਹ ਪੂਰੀ ਤਰ੍ਹਾਂ ਸਾਡੇ ਹੱਥਾਂ ਵਿੱਚ ਹੈ।" ਸਕੂਲ ਵਿੱਚ, ਜੇ ਮੈਂ ਚਾਹੁੰਦਾ, ਤਾਂ ਮੈਂ ਅਧਿਆਪਕ ਨਾਲ ਲੜ ਸਕਦਾ ਸੀ ਅਤੇ ਬਹਿਸ ਕਰ ਸਕਦਾ ਸੀ (ਸਾਰੇ ਅਧਿਆਪਕਾਂ ਦੇ ਸਤਿਕਾਰ ਨਾਲ, ਮੈਂ ਇਹ ਦੱਸਣਾ ਚਾਹਾਂਗਾ ਕਿ ਇਹ ਇੱਕ ਕਾਲਪਨਿਕ ਉਦਾਹਰਣ ਹੈ ਸਿਰਫ਼ ਇਹ ਸਮਝਾਉਣ ਲਈ ਕਿ ਸਾਡਾ ਆਪਣੇ ਮਨ 'ਤੇ ਕੰਟਰੋਲ ਹੈ), ਜਿਵੇਂ ਮੈਂ ਘਰ ਵਿੱਚ ਕਰਦਾ ਸੀ ਅਤੇ ਘਰ ਵਿੱਚ ਮੈਂ ਬਿਨਾਂ ਸਵਾਲ ਕੀਤੇ ਉਦੇਸ਼ ਦਾ ਪੂਰੀ ਤਰ੍ਹਾਂ ਪਾਲਣਾ ਕਰ ਸਕਦਾ ਸੀ, ਜਿਵੇਂ ਮੈਂ ਸਕੂਲ ਵਿੱਚ ਕਰਦਾ ਸੀ। ਸਰਲ ਸ਼ਬਦਾਂ ਵਿੱਚ, ਸਾਡੇ ਮਨ ਦਾ ਪੂਰਾ ਰਿਮੋਟ ਕੰਟਰੋਲ ਸਾਡੇ ਹੱਥ ਵਿਚ ਹੀ ਹੈ। ਮੈਂ ਉਹ ਬਟਨ ਦਬਾਉਂਦਾ ਹਾਂ ਜੋ ਮੈਂ ਚਾਹੁੰਦਾ ਹਾਂ ਅਤੇ ਪ੍ਰਤੀਕਿਰਿਆ ਉਸ ਅਨੁਸਾਰ ਹੋਵੇਗੀ ਅਤੇ ਮੈਨੂੰ ਲੱਗਦਾ ਹੈ ਕਿ ਪ੍ਰਭੂ ਦਾ ਇਹ ਵਰਦਾਨ ਸਾਨੂੰ ਜਾਨਵਰਾਂ ਤੋਂ ਵੱਖਰਾ ਕਰਦਾ ਹੈ। ਜਾਨਵਰਾਂ ਨੂੰ ਆਪਣੀ ਪ੍ਰਤੀਕਿਰਿਆ ਚੁਣਨ ਦੀ ਇੰਨੀ ਵੱਡੀ ਆਜ਼ਾਦੀ ਨਹੀਂ ਹੈ। ਉਹ ਸਿਰਫ਼ ਆਪਣੇ ਆਦਤਨ ਸੁਭਾਅ ਨਾਲ ਬੱਝੇ ਹੋਏ ਹਨ। ਜਿਵੇਂ ਜਦੋਂ ਇੱਕ ਹਾਥੀ ਦਾ ਬੱਚਾ ਪੈਦਾ ਹੁੰਦਾ ਹੈ, ਉਸਨੂੰ ਰੱਸੀ ਨਾਲ ਬੰਨ੍ਹਿਆ ਜਾਂਦਾ ਹੈ, ਉਹ ਕਈ ਵਾਰ ਰੱਸੀ ਖਿੱਚਣ ਅਤੇ ਆਜ਼ਾਦ ਹੋਣ ਦੀ ਕੋਸ਼ਿਸ਼ ਕਰਦਾ ਹੈ ਅਤੇ ਅਸਫਲ ਹੋ ਜਾਂਦਾ ਹੈ। ਉਹ ਥੱਕ ਜਾਂਦਾ ਹੈ ਅਤੇ ਸਵੀਕਾਰ ਕਰਦਾ ਹੈ ਕਿ ਹੁਣ ਉਹ ਕਦੇ ਵੀ ਰੱਸੀ ਨੂੰ ਤੋੜ ਨਹੀਂ ਸਕੇਗਾ। ਸਮਾਂ ਬੀਤਦਾ ਹੈ, ਉਹ ਵੱਡਾ ਹੁੰਦਾ ਹੈ, ਉਸਦਾ ਆਕਾਰ ਅਤੇ ਤਾਕਤ ਵੀ ਕਈ ਗੁਣਾ ਵੱਧ ਜਾਂਦੀ ਹੈ, ਪਰ ਉਸਦਾ ਵਿਸ਼ਵਾਸ ਅਜੇ ਵੀ ਕਾਇਮ ਹੈ ਕਿ ਕਿਉਂਕਿ ਮੈਂ ਪਹਿਲਾਂ ਕੋਸ਼ਿਸ਼ ਕੀਤੀ ਸੀ ਅਤੇ ਮੈਂ ਅਸਫਲ ਹੋ ਗਿਆ ਸੀ, ਇਸ ਲਈ ਦੁਬਾਰਾ ਕੋਸ਼ਿਸ਼ ਕਰਨ ਦਾ ਕੀ ਫਾਇਦਾ?

ਉਹ ਇੱਕ ਜਾਨਵਰ ਹੈ, ਉਹ ਆਪਣੀ ਆਦਤ ਅਨੁਸਾਰ ਪ੍ਰਤੀਕਿਰਿਆ ਨਹੀਂ ਬਦਲ ਸਕਦਾ, ਪਰ ਅਸੀਂ ਇਨਸਾਨ ਹਾਂ, ਜਿਵੇਂ-ਜਿਵੇਂ ਅਸੀਂ ਵੱਡੇ ਹੁੰਦੇ ਹਾਂ, ਸਾਡੀ ਤਾਕਤ ਅਤੇ ਬੁੱਧੀ ਵਧਣੀ ਚਾਹੀਦੀ ਹੈ। ਇਸ ਦੇ ਨਾਲ-ਨਾਲ ਹਰ ਤਰ੍ਹਾਂ ਦੀ ਸਥਿਤੀ ਪ੍ਰਤੀ ਸਾਡੀ ਪ੍ਰਤੀਕਿਰਿਆ ਦੀ ਚੋਣ ਵਿੱਚ ਵੀ ਸੁਧਾਰ ਹੋਣਾ ਚਾਹੀਦਾ ਹੈ। ਮੈਂ ਕਈ ਵਾਰ ਕ੍ਰਿਕਟ ਮੈਚ ਦੇਖੇ ਹਨ। ਮੈਂ ਦੇਖਿਆ ਹੈ ਕਿ ਗੇਂਦਬਾਜ਼ ਬੱਲੇਬਾਜ਼ਾਂ ਨੂੰ ਗਾਲ੍ਹਾਂ ਕੱਢ ਕੇ ਜਾਂ ਇਸ਼ਾਰੇ ਕਰਕੇ ਭੜਕਾਉਂਦੇ ਹਨ ਤਾਂ ਜੋ ਉਹ ਗੁੱਸੇ ਦੀ ਕੁਦਰਤੀ ਆਦਤ ਅਨੁਸਾਰ ਪ੍ਰਤੀਕਿਰਿਆ ਕਰਨ ਅਤੇ ਗੁੱਸੇ ਵਿੱਚ ਗਲਤ ਸ਼ਾਟ ਖੇਡ ਕੇ

ਆਊਟ ਹੋ ਜਾਣ। ਇਹ ਪ੍ਰਤੀਕਿਰਿਆ ਬਿਲਕੁਲ ਬਲਦ ਨੂੰ ਲਾਲ ਕੱਪੜਾ ਦਿਖਾ ਕੇ ਉਸਨੂੰ ਗੁੱਸਾ ਦਿਵਾਉਣ ਵਾਂਗ ਹੈ ਅਤੇ ਫਿਰ ਕੱਪੜਾ ਹਟਾ ਕੇ ਸੀਮਿੰਟ ਦੀ ਕੰਧ ਨਾਲ ਟਕਰਾਉਣ ਨਾਲ ਇਹ ਢਹਿ ਜਾਂਦਾ ਹੈ। ਮੈਂ ਵੀ ਜ਼ਿੰਦਗੀ ਵਿੱਚ ਕਈ ਵਾਰ ਅਜਿਹੇ ਭੜਕਾਊ ਲੋਕਾਂ ਨੂੰ ਮਿਲਦਾ ਹਾਂ। ਉਨ੍ਹਾਂ ਨਾਲ ਸ਼ਾਂਤੀ ਨਾਲ ਨਜਿੱਠਣਾ ਮੁਸ਼ਕਲ ਹੁੰਦਾ ਹੈ ਪਰ ਮੈਂ ਆਪਣੇ ਆਪ ਨੂੰ ਯਾਦ ਦਿਵਾਉਂਦਾ ਹਾਂ ਕਿ ਜੇਕਰ ਕੋਈ ਜਾਨਵਰ, ਉਦਾਹਰਣ ਵਜੋਂ ਇੱਕ ਪਾਗਲ ਕੁੱਤਾ ਤੁਹਾਨੂੰ ਕੱਟਦਾ ਹੈ, ਤਾਂ ਘੱਟੋ ਘੱਟ ਤੁਸੀਂ ਕੁੱਤੇ ਨੂੰ ਕੱਟਣ ਲਈ ਨਹੀਂ ਜਾਓਗੇ, ਸਗੋਂ ਆਪਣਾ ਇਲਾਜ ਕਰਵਾਓਗੇ। ਇਸ ਲਈ, ਇਹ ਬਿਹਤਰ ਹੈ ਕਿ ਤੁਸੀਂ ਨਕਾਰਾਤਮਕ ਲੋਕਾਂ ਤੋਂ ਦੂਰ ਰਹੋ। ਤੁਸੀਂ ਪਰਮਾਤਮਾ ਦੀ ਇੱਕ ਸ਼ਾਨਦਾਰ ਰਚਨਾ ਹੋ। ਇਸ ਲਈ, ਤੁਹਾਨੂੰ ਸਿਆਣਪ ਦਿਖਾਉਣੀ ਚਾਹੀਦੀ ਹੈ। ਜੇ ਮੈਂ ਅੰਗਰੇਜ਼ੀ ਸ਼ਬਦ "responsibility" ਲੈਂਦਾ ਹਾਂ, ਤਾਂ ਇਸਦਾ ਹਿੰਦੀ ਅਰਥ ਸ਼ਾਇਦ 'ਜ਼ਿਮੇਦਾਰੀ' ਹੋਵੇਗਾ। ਇਸ ਲਈ ਮੈਂ ਚਾਹੁੰਦਾ ਹਾਂ ਕਿ ਤੁਸੀਂ ਅਤੇ ਮੈਂ ਆਪਣੀ ਜ਼ਿੰਦਗੀ ਦੀ ਹਰ ਸਥਿਤੀ ਵਿੱਚ ਆਪਣੀ ਪ੍ਰਤੀਕਿਰਿਆ ਚੁਣਨ ਦੀ ਜ਼ਿੰਮੇਵਾਰੀ ਲਈਏ।

ਮੈਂ ਦੇਖਿਆ ਹੈ ਕਿ ਠੰਡਾ ਦਿਮਾਗ ਹਮੇਸ਼ਾ ਗਰਮ ਦਿਮਾਗ ਨਾਲੋਂ ਬਿਹਤਰ ਕੰਮ ਕਰਦਾ ਹੈ। ਇਸ ਲਈ ਹਰ ਸਥਿਤੀ ਵਿੱਚ ਸਮਝਦਾਰੀ ਵਰਤੋ।

ਸਟ੍ਰੈੱਸ ਮੈਨੇਜਮੈਂਟ ਨਾਲ ਸਬੰਧਤ ਉਪਯੋਗੀ ਸੁਝਾਅ

- ਕੀ ਤੁਸੀਂ ਕਦੇ ਕੋਈ ਕੰਮ ਇੱਕ ਵਾਰ ਕੀਤਾ ਹੈ ਅਤੇ ਉਸ ਵਿੱਚ ਅਸਫਲ ਰਹੇ ਹੋ ਅਤੇ ਅਸਫਲਤਾ ਦੇ ਡਰ ਕਾਰਨ ਤੁਸੀਂ ਇਸਨੂੰ ਦੁਬਾਰਾ ਕਰਨ ਦੀ ਕੋਸ਼ਿਸ਼ ਨਹੀਂ ਕੀਤੀ, ਜੇਕਰ ਅਜਿਹਾ ਹੈ ਤਾਂ ਆਪਣੀ ਅਸਫਲਤਾ ਦੇ ਕਾਰਨਾਂ ਦਾ ਦੁਬਾਰਾ ਮੁਲਾਂਕਣ ਕਰੋ ਅਤੇ ਇਸ ਵਾਰ ਸਮਝਦਾਰੀ ਨਾਲ ਕੋਸ਼ਿਸ਼ ਕਰੋ।
- ਹੁਣ ਤੋਂ, ਜਦੋਂ ਵੀ ਕੋਈ ਤੁਹਾਨੂੰ ਭੜਕਾਏ, ਤਾਂ ਯਾਦ ਰੱਖੋ ਕਿ ਤੁਸੀਂ ਉਹ ਬਲਦ ਨਹੀਂ ਹੋ ਜੋ ਲਾਲ ਕੱਪੜਾ ਦੇਖ ਕੇ ਭੱਜਣਾ ਸ਼ੁਰੂ ਕਰ ਦੇਵੋਗੇ।

• • •

NO EXPECTATION

NO DISAPPOINTMENT

ਅਧਿਆਇ 15

ਜੇ ਤੁਸੀਂ ਲੋਕਾਂ ਤੋਂ ਸ਼ੁਕਰਗੁਜ਼ਾਰੀ ਦੀ ਉਮੀਦ ਰੱਖੋਗੇ ਤਾਂ ਤੁਸੀਂ ਪਾਗਲ ਹੋ ਜਾਓਗੇ।

"ਦਿਆਲਤਾ ਦਾ ਕੋਈ ਵੀ ਕੰਮ, ਭਾਵੇਂ ਕਿੰਨਾ ਵੀ ਛੋਟਾ ਕਿਉਂ ਨਾ ਹੋਵੇ, ਕਦੇ ਵੀ ਵਿਅਰਥ ਨਹੀਂ ਜਾਂਦਾ।"

- ਈਸਪ

ਇੱਕ ਦਿਨ ਮੈਂ ਇੰਟਰਨੈੱਟ 'ਤੇ ਦੁਨੀਆ ਦੇ ਇੱਕ ਮਹਾਨ ਜੱਜ ਬਾਰੇ ਪੜ੍ਹਿਆ ਜੋ ਬਹੁਤ ਹੀ ਉਦਾਰ ਸੀ ਅਤੇ ਉਸਨੇ ਆਪਣੇ ਕਾਰਜਕਾਲ ਦੌਰਾਨ 90 ਲੋਕਾਂ ਨੂੰ ਜ਼ਿੰਦਗੀ ਦਿੱਤੀ। ਬਾਅਦ ਵਿੱਚ ਜਦੋਂ ਉਸਨੂੰ ਇੱਕ ਇੰਟਰਵਿਊ ਵਿੱਚ ਪੁੱਛਿਆ ਗਿਆ ਕਿ ਤੁਸੀਂ ਇੰਨੇ ਸਾਰੇ ਲੋਕਾਂ ਨੂੰ ਜ਼ਿੰਦਗੀ ਦਿੱਤੀ ਹੈ, ਉਹ ਲੋਕ ਹਮੇਸ਼ਾ ਤੁਹਾਡੇ ਉਪਕਾਰੀ ਰਹਿਣਗੇ, ਤਾਂ ਜੱਜ ਨੇ ਇਸ ਸਵਾਲ ਦਾ ਜਵਾਬ ਬਹੁਤ ਉੱਚੀ ਆਵਾਜ਼ ਵਿੱਚ ਨਾਰਾਜ਼ਗੀ ਨਾਲ ਦਿੱਤਾ, "ਕੀ ਉਹ ਉਪਕਾਰੀ ਹੋਣਗੇ? ਇਨ੍ਹਾਂ 90 ਲੋਕਾਂ ਵਿੱਚੋਂ ਇੱਕ ਨੇ ਵੀ ਮੇਰਾ ਧੰਨਵਾਦ ਤਕ ਨਹੀਂ ਕੀਤਾ।"

ਇੱਕ ਹੋਰ ਉਦਾਹਰਣ ਵਿੱਚ, ਆਪਣੇ ਸਮੇਂ ਦੇ ਸਭ ਤੋਂ ਅਮੀਰ ਆਦਮੀਆਂ ਵਿੱਚੋਂ ਇੱਕ ਨੇ ਆਪਣੇ ਰਿਸ਼ਤੇਦਾਰ ਨੂੰ ਆਪਣਾ ਕਾਰੋਬਾਰ ਚਲਾਉਣ ਲਈ ਇੱਕ ਲੱਖ ਰੁਪਏ ਦਿੱਤੇ ਪਰ ਜਦੋਂ ਉਹ ਅਮੀਰ ਆਦਮੀ ਮਰ ਗਿਆ, ਤਾਂ ਤੁਹਾਨੂੰ ਕੀ ਲੱਗਦਾ ਹੈ ਕਿ ਉਹ ਰਿਸ਼ਤੇਦਾਰ ਇਸ ਅਮੀਰ ਵਿਅਕਤੀ ਦਾ ਸ਼ੁਕਰਗੁਜ਼ਾਰ ਹੁੰਦਾ। ਨਹੀਂ, ਅਜਿਹਾ ਬਿਲਕੁਲ ਨਹੀਂ ਹੋਇਆ, ਸਗੋਂ ਰਿਸ਼ਤੇਦਾਰ ਉਸ ਨਾਲ ਦੁਰਵਿਵਹਾਰ ਕਰ ਰਿਹਾ ਸੀ ਕਿਉਂਕਿ ਉਸ ਅਮੀਰ ਵਿਅਕਤੀ ਨੇ ਸਮਾਜ ਨੂੰ ਸੁਧਾਰਨ ਲਈ ਆਪਣੀ ਵਸੀਅਤ ਵਿੱਚ ਇੱਕ ਸਮਾਜਿਕ ਸੰਸਥਾ ਨੂੰ 10 ਕਰੋੜ ਦਾਨ ਕੀਤੇ ਸਨ ਅਤੇ ਰਿਸ਼ਤੇਦਾਰ ਦੇ ਸ਼ਬਦਾਂ ਵਿੱਚ, ਉਸਨੂੰ ਸਿਰਫ਼ ਇੱਕ ਲੱਖ ਦਾ ਦਾਨ ਦਿੱਤਾ ਗਿਆ ਸੀ।

ਇਸੇ ਤਰ੍ਹਾਂ, ਮੈਂ ਇੱਕ ਹੋਰ ਘਟਨਾ ਪੜ੍ਹੀ ਜਿਸ ਵਿੱਚ ਇੱਕ ਕੰਪਨੀ ਵਿੱਚ ਇੱਕ ਸਾਥੀ ਨੇ ਆਪਣੇ ਸਾਥੀ ਦੀ ਔਖੇ ਸਮੇਂ ਵਿੱਚੋਂ ਲੰਘਣ ਵਿੱਚ ਮਦਦ ਕੀਤੀ ਅਤੇ ਉਸਨੂੰ ਕੁਝ ਪੈਸੇ ਉਧਾਰ ਦਿੱਤੇ; ਜਦੋਂ ਸਾਥੀ ਮੁਸੀਬਤ ਵਿੱਚੋਂ ਬਾਹਰ ਆਇਆ, ਤਾਂ ਉਸਨੇ ਨਾ ਸਿਰਫ਼ ਪੈਸੇ ਵਾਪਸ ਕਰਨ ਤੋਂ ਇਨਕਾਰ ਕਰ ਦਿੱਤਾ ਬਲਕਿ ਉਸਦੇ ਵਿਰੁੱਧ ਇੱਕ ਸਾਜ਼ਿਸ਼ ਵੀ ਰਚੀ।

ਹੁਣ ਤੁਸੀਂ ਖੁਦ ਸੋਚੋ, ਜਦੋਂ ਲੋਕ ਉਸ ਵਿਅਕਤੀ ਪ੍ਰਤੀ ਸ਼ੁਕਰਗੁਜ਼ਾਰੀ ਨਹੀਂ ਪ੍ਰਗਟ ਕਰਦੇ ਜੋ ਉਨ੍ਹਾਂ ਨੂੰ ਜ਼ਿੰਦਗੀ ਦਿੰਦਾ ਹੈ, ਤਾਂ ਅਸੀਂ ਜ਼ਿੰਦਗੀ ਦੇਣ ਦੇ ਮੁਕਾਬਲੇ ਆਪਣੇ ਛੋਟੇ-ਛੋਟੇ ਉਪਕਾਰ ਪ੍ਰਤੀ ਸ਼ੁਕਰਗੁਜ਼ਾਰੀ ਦੀ ਉਮੀਦ ਕਿਵੇਂ ਕਰ ਸਕਦੇ ਹਾਂ।

ਚਿੰਤਾ ਦਾ ਇੱਕ ਵੱਡਾ ਕਾਰਨ ਇਹ ਹੈ ਕਿ ਅਸੀਂ ਦੂਜਿਆਂ ਤੋਂ ਬਹੁਤ ਉਮੀਦਾਂ ਰੱਖਦੇ ਹਾਂ, ਅਸੀਂ ਇਹ ਮੰਨਦੇ ਹਾਂ ਕਿ ਕਿਉਂਕਿ ਅਸੀਂ ਦੂਜੇ ਵਿਅਕਤੀ ਨਾਲ ਚੰਗਾ ਕੀਤਾ ਹੈ, ਉਹ ਬਦਲੇ ਵਿੱਚ ਸਾਡੇ ਨਾਲ ਚੰਗਾ ਕਰੇਗਾ। ਦੇਖੋ, ਇਹ ਹੋ ਸਕਦਾ ਹੈ ਜਾਂ ਨਹੀਂ ਵੀ, ਯਾਨੀ ਇਹ ਸੰਭਵ ਹੈ ਕਿ ਦੂਜਾ ਵਿਅਕਤੀ ਵੀ ਤੁਹਾਡੇ ਚੰਗੇ ਵਿਵਹਾਰ ਦੇ ਬਦਲੇ ਚੰਗਾ ਵਿਵਹਾਰ ਕਰੇ ਅਤੇ ਇਹ ਵੀ ਸੰਭਵ ਹੈ ਕਿ ਉਹ ਤੁਹਾਡੇ ਅਹਿਸਾਨ ਭੁੱਲ ਜਾਵੇ।[[[[[[[[[

ਜੇਕਰ ਅਸੀਂ ਚਿੰਤਾ ਤੋਂ ਬਚਣਾ ਚਾਹੁੰਦੇ ਹਾਂ ਅਤੇ ਖੁਸ਼ ਰਹਿਣਾ ਚਾਹੁੰਦੇ ਹਾਂ ਤਾਂ ਇਨ੍ਹਾਂ ਦੋ ਨਿਅਮਾਂ ਨੂੰ ਹਮੇਸ਼ਾ ਯਾਦ ਰੱਖੀਏ:

- ਅਸੀਂ ਲੋਕਾਂ ਦੀ ਮਦਦ ਕਰਾਂਗੇ ਕਿਉਂਕਿ ਇਹ ਸਾਡਾ ਸੁਭਾਅ ਹੈ ਜਿਵੇਂ ਗੁਲਾਬ ਦਾ ਸੁਭਾਅ ਖੁਸ਼ਬੂ ਦੇਣਾ ਹੈ ਅਤੇ ਕੰਡੇ ਦਾ ਸੁਭਾਅ ਚੁਭਣਾ ਹੈ, ਤੁਸੀਂ ਕੀ ਬਣਨਾ ਚਾਹੋਗੇ ਕੰਡਾ ਜਾਂ ਗੁਲਾਬ।
- ਭਾਵੇਂ ਅਸੀਂ ਦੂਜਿਆਂ ਦੀ ਮਦਦ ਕਰਦੇ ਹਾਂ, ਅਸੀਂ ਇਹ ਬਿਨਾਂ ਕਿਸੇ ਉਮੀਦ ਦੇ ਅਤੇ ਦੇਣ ਦੀ ਖੁਸ਼ੀ ਲਈ ਕਰਾਂਗੇ। ਸਰਲ ਸ਼ਬਦਾਂ ਵਿੱਚ, ਲੋਕਾਂ ਦੀ ਮਦਦ ਕਰਦੇ ਸਮੇਂ, ਅਸੀਂ ਉਨ੍ਹਾਂ ਤੋਂ ਸਾਡੀ ਮਦਦ ਕਰਨ ਜਾਂ ਸਾਡੇ ਪ੍ਰਤੀ ਧੰਨਵਾਦ ਪ੍ਰਗਟ ਕਰਨ ਦੀ ਉਮੀਦ ਨਹੀਂ ਕਰਾਂਗੇ, ਸਗੋਂ ਅਸੀਂ ਆਪਣੇ ਆਪ ਨੂੰ ਕਹਾਂਗੇ ਕਿ 'ਜੇਕਰ ਲੋਕ ਮੇਰੇ ਭਲਾ ਕਰਨ ਤੇ ਮੇਰਾ ਸ਼ੁਕਰਗੁਜ਼ਾਰ ਹੋਣਗੇ ਜਾਂ ਧੰਨਵਾਦ ਪ੍ਰਗਟ ਕਰਨਗੇ ਤਾਂ ਇਹ ਚੰਗੀ ਗੱਲ ਹੈ, ਜੇ ਇਹ ਨਹੀਂ ਹੁੰਦਾ, ਤਾਂ ਵੀ ਕੋਈ ਸਮੱਸਿਆ ਨਹੀਂ ਹੈ।"

ਇਸ ਅਧਿਆਇ ਨੂੰ ਖਤਮ ਕਰਨ ਤੋਂ ਪਹਿਲਾਂ, ਮੈਂ ਇੱਕ ਕਹਾਣੀ ਸੁਣਾਉਣਾ ਚਾਹੁੰਦਾ ਹਾਂ। ਦੋ ਭਰਾ ਪਰਮਾਤਮਾ ਅੱਗੇ ਅਰਦਾਸ ਕਰ ਰਹੇ ਸਨ। ਇੱਕ ਭਰਾ ਪਰਮਾਤਮਾ ਅੱਗੇ ਅਰਦਾਸ ਕਰ ਰਿਹਾ ਸੀ, "ਪ੍ਰਭੂ, ਮੇਰੇ ਅਗਲੇ ਜਨਮ ਵਿੱਚ, ਮੈਨੂੰ ਸਿਰਫ਼ ਅਤੇ ਸਿਰਫ਼ ਮਿਲਦਾ ਰਹਿਣਾ ਚਾਹੀਦਾ ਹੈ" ਅਤੇ ਦੂਜੇ ਭਰਾ ਨੇ ਪਰਮਾਤਮਾ ਅੱਗੇ ਅਰਦਾਸ ਕੀਤੀ, "ਪ੍ਰਭੂ, ਮੈਨੂੰ ਅਗਲੇ ਜਨਮ ਵਿੱਚ ਅਜਿਹਾ ਬਣਾ ਕਿ ਮੈਂ ਸਿਰਫ਼ ਅਤੇ ਸਿਰਫ਼ ਲੋਕਾਂ ਨੂੰ ਹੀ ਦਿੰਦਾ ਰਹਾਂ।" ਧਰਤੀ 'ਤੇ ਦੋਵਾਂ ਦਾ ਜੀਵਨ ਕਾਲ ਖਤਮ ਹੋ ਗਿਆ ਅਤੇ ਅਗਲੇ ਜਨਮ ਵਿੱਚ, ਉਹ ਭਰਾ ਜੋ ਸਿਰਫ਼ ਪ੍ਰਾਪਤ ਕਰਨਾ ਚਾਹੁੰਦਾ ਸੀ, ਇੱਕ ਭਿਖਾਰੀ ਬਣ ਗਿਆ ਅਤੇ ਦੂਜਾ ਭਰਾ ਜੋ ਯੋਗ ਬਣਨਾ ਅਤੇ ਦੇਣਾ ਚਾਹੁੰਦਾ ਸੀ, ਇੱਕ ਰਾਜਾ ਬਣ ਗਿਆ ਜੋ ਲੋਕਾਂ ਦੇ ਦਿਲਾਂ ਵਿੱਚ ਰਾਜ ਕਰਦਾ ਸੀ। ਹੁਣ ਤੁਸੀਂ ਮੈਨੂੰ ਦੱਸੋ, ਤੁਹਾਡੇ ਅਨੁਸਾਰ ਕਿਹੜਾ ਭਰਾ ਬਿਹਤਰ ਹੈ, ਉਹ ਜੋ ਹਮੇਸ਼ਾ ਪ੍ਰਾਪਤ ਕਰਨ ਲਈ ਅਰਦਾਸ ਕਰਦਾ ਹੈ ਜਾਂ ਉਹ ਜੋ ਹਮੇਸ਼ਾ ਦੇਣ ਲਈ ਅਰਦਾਸ ਕਰਦਾ ਹੈ?

ਸਟ੍ਰੈੱਸ ਮੈਨੇਜਮੈਂਟ ਨਾਲ ਸਬੰਧਤ ਉਪਯੋਗੀ ਸੁਝਾਅ:

- ਜੇਕਰ ਤੁਹਾਨੂੰ ਸਹਿਯੋਗ ਕਰਨਾ ਹੀ ਪਵੇ, ਤਾਂ ਬਿਨਾਂ ਕਿਸੇ ਉਮੀਦ ਦੇ ਕਰੋ। ਜੇਕਰ ਤੁਸੀਂ ਇਸ ਉਮੀਦ ਨਾਲ ਸਹਿਯੋਗ ਕਰਦੇ ਹੋ ਕਿ ਦੂਜਾ ਵਿਅਕਤੀ ਤੁਹਾਡੇ ਪ੍ਰਤੀ ਧੰਨਵਾਦ ਪ੍ਰਗਟ ਕਰੇਗਾ ਜਾਂ ਲੋੜ ਪੈਣ 'ਤੇ ਤੁਹਾਡੀ ਮਦਦ ਕਰੇਗਾ, ਤਾਂ ਤੁਸੀਂ ਭਵਿੱਖ ਵਿੱਚ ਦੁਖੀ ਹੋਣ ਦੀ ਤਿਆਰੀ ਕਰ ਰਹੇ ਹੋ।
- ਆਪਣੇ ਆਪ ਨੂੰ ਯਾਦ ਦਿਵਾਓ ਕਿ ਜਦੋਂ ਲੋਕ ਜ਼ਿੰਦਗੀ ਦਾ ਤੋਹਫ਼ਾ ਮਿਲਣ ਤੋਂ ਬਾਅਦ ਵੀ ਸ਼ੁਕਰਗੁਜ਼ਾਰੀ ਨਹੀਂ ਪ੍ਰਗਟ ਕਰਦੇ, ਤਾਂ ਅਸੀਂ ਆਪਣੇ ਛੋਟੇ-ਛੋਟੇ ਉਪਕਾਰ ਲਈ ਲੋਕਾਂ ਤੋਂ ਕੁਝ ਵੀ ਉਮੀਦ ਕਿਉਂ ਕਰੀਏ। ਜੇ ਤੁਹਾਨੂੰ ਕੋਈ ਉਪਕਾਰ ਕਰਨਾ ਹੈ, ਤਾਂ ਇਹ ਨਿਰਸਵਾਰਥ ਭਾਵ ਨਾਲ ਦੇਣ ਦੀ ਖੁਸ਼ੀ ਲਈ ਕਰੋ।

• • •

ਅਧਿਆਇ 16

ਚਿੰਤਾ ਘਟਾਉਣ ਵਿੱਚ ਮਨ ਦੀ ਭੂਮਿਕਾ

"ਦੂਜਿਆਂ ਦੇ ਵਿਵਹਾਰ ਨੂੰ ਆਪਣੀ ਮਾਨਸਿਕ ਸ਼ਾਂਤੀ ਨੂੰ ਤਬਾਹ ਨਾ ਕਰਨ ਦਿਓ"

- ਦਲਾਈ ਲਾਮਾ

ਤੁਹਾਡਾ ਮਨ ਚਿੰਤਾ ਘਟਾਉਣ ਵਿੱਚ ਬਹੁਤ ਮਹੱਤਵਪੂਰਨ ਭੂਮਿਕਾ ਨਿਭਾਉਂਦਾ ਹੈ। ਇਸ ਨੂੰ ਸਮਝਾਉਣ ਲਈ, ਮੈਂ ਤੁਹਾਨੂੰ ਇੱਕ ਉਦਾਹਰਣ ਦਿੰਦਾ ਹਾਂ। ਇੱਕੋ ਦਫ਼ਤਰ ਵਿੱਚ ਕੰਮ ਕਰਨ ਵਾਲੇ ਦੋ ਸਾਥੀਆਂ ਨੂੰ ਆਪਣੇ ਬੌਸ ਨੂੰ ਮਿਲਣਾ ਪੈਂਦਾ ਹੈ ਅਤੇ ਉਨ੍ਹਾਂ ਨਾਲ ਆਪਣੀ ਤਨਖਾਹ ਦੇ ਵਾਧੇ ਬਾਰੇ ਗੱਲ ਕਰਨੀ ਪੈਂਦੀ ਹੈ। ਦੋਵੇਂ ਬੌਸ ਦੇ ਦਫ਼ਤਰ ਦੇ ਬਾਹਰ ਬੈਠੇ ਹੁੰਦੇ ਹਨ ਜਦੋਂ ਚਪਰਾਸੀ ਆਉਂਦਾ ਹੈ ਅਤੇ ਉਨ੍ਹਾਂ ਨੂੰ ਦੱਸਦਾ ਹੈ ਕਿ ਬੌਸ ਕਿਸੇ ਕੰਮ ਵਿੱਚ ਫਸਿਆ ਹੋਇਆ ਹੈ ਅਤੇ ਆਉਣ ਵਿੱਚ ਇੱਕ ਘੰਟਾ ਲੱਗੇਗਾ।

ਅਸੀਂ ਇੱਥੇ ਇਨ੍ਹਾਂ ਦੋਵਾਂ ਲੋਕਾਂ ਨੂੰ "X" ਅਤੇ "Y" ਕਹਿ ਕੇ ਸੰਬੋਧਿਤ ਕਰਾਂਗੇ। ਇਹ ਸੁਣ ਕੇ, ਦੋਵਾਂ ਸਾਥੀਆਂ ਨੇ ਵੱਖੋ-ਵੱਖਰੀ ਪ੍ਰਤੀਕਿਰਿਆ ਦਿੱਤੀ। ਕਰਮਚਾਰੀ "x" ਆਸ਼ਾਵਾਦੀ ਦਿਖਾਉਂਦੇ ਹੋਏ ਆਪਣੇ ਕੈਬਿਨ ਵਿੱਚ ਗਿਆ ਅਤੇ ਰਸਤੇ ਵਿੱਚ ਉਸਦੀ ਮੁਲਾਕਾਤ ਇੱਕ ਦੋਸਤ ਨਾਲ ਹੋਈ। ਉਸਨੇ ਮੁਸਕਰਾਹਟ ਅਤੇ ਉਤਸ਼ਾਹ ਨਾਲ ਮਿਲੇ ਸਾਰੇ ਸਾਥੀਆਂ ਦਾ ਸਵਾਗਤ ਕੀਤਾ ਅਤੇ ਫਿਰ ਆਪਣੇ ਕੈਬਿਨ ਵਿੱਚ ਜਾ ਕੇ ਬੈਠ ਗਿਆ। ਜਿਵੇਂ ਹੀ ਉਹ ਬੈਠਾ ਸੀ, ਉਸਦਾ ਸਾਥੀ ਆਇਆ ਅਤੇ ਪੁੱਛਿਆ 'ਕੀ ਤੁਸੀਂ ਮੇਰੀ ਫਾਈਲ ਵਿੱਚ ਮੇਰੀ ਮਦਦ ਕਰ ਸਕਦੇ ਹੋ?' ਇਹ ਸੁਣ ਕੇ ਕਰਮਚਾਰੀ "X" ਮੁਸਕਰਾਇਆ ਅਤੇ ਕਿਹਾ "ਕਿਉਂ ਨਹੀਂ, ਮੈਨੂੰ ਖੁਸ਼ੀ ਹੋਵੇਗੀ " ਹਾਲਾਂਕਿ ਇਹ ਉਸਦਾ ਕੰਮ ਨਹੀਂ ਸੀ ਪਰ ਉਸਨੇ ਆਪਣੇ ਸਾਥੀ ਦੀ ਪੂਰੇ ਦਿਲ ਅਤੇ ਚੰਗੇ ਇਰਾਦਿਆਂ ਨਾਲ ਮਦਦ ਕੀਤੀ ਅਤੇ ਇਸ ਵਿੱਚ ਉਸਨੂੰ ਲਗਭਗ 25 ਮਿੰਟ ਲੱਗ ਗਏ। ਉਸਨੇ ਘੜੀ ਵੱਲ ਦੇਖਿਆ ਅਤੇ ਅਜੇ ਵੀ ਲਗਭਗ 20 ਮਿੰਟ ਬਾਕੀ ਸਨ। ਉਸਨੇ ਆਪਣੇ ਆਪ ਨੂੰ ਕੁਰਸੀ 'ਤੇ ਆਰਾਮ ਕਰਨ ਦਿੱਤਾ ਅਤੇ ਕੰਪਨੀ ਲਈ ਕੀਤੇ ਸਾਰੇ ਚੰਗੇ ਕੰਮਾਂ ਦੀ ਕਲਪਨਾ ਕੀਤੀ, ਉਸਨੇ ਇਹ ਵੀ ਕਲਪਨਾ ਕੀਤੀ ਕਿ ਉਸਦਾ ਬੌਸ ਉਸਦਾ ਚੰਗੇ ਕੰਮ ਲਈ ਧੰਨਵਾਦ ਕਰ ਰਿਹਾ ਹੈ ਅਤੇ ਵਧਾਈ ਦੇ ਪ੍ਰਤੀਕ ਵਜੋਂ ਉਸਦੀ ਤਨਖਾਹ ਵਧਾ ਰਿਹਾ ਹੈ।

ਹੁਣ ਆਉਂਦੇ ਹਾਂ ਕਰਮਚਾਰੀ "Y" ਵੱਲ। ਕਰਮਚਾਰੀ ਇਹ ਸੁਣ ਕੇ ਬਹੁਤ ਦੁਖੀ ਹੋਇਆ ਕਿ ਬੌਸ ਇੱਕ ਹੋਰ ਘੰਟਾ ਲਵੇਗਾ। ਉਸਨੇ ਕਿਹਾ, "ਓ, ਇਹ ਤਾਂ ਪਹਿਲਾਂ ਹੀ ਇੱਕ ਬੁਰਾ ਸ਼ਗਨ ਹੈ, ਬੌਸ ਇੱਕ ਘੰਟੇ ਬਾਅਦ ਆਵੇਗਾ। ਜੇਕਰ ਮੇਰੀ ਤਨਖਾਹ ਨਹੀਂ ਵਧਾਈ ਗਈ, ਤਾਂ ਮੈਂ ਆਪਣੀ ਪਤਨੀ ਦਾ ਸਾਹਮਣਾ ਕਿਵੇਂ ਕਰਾਂਗਾ? ਮੇਰੇ ਬੱਚੇ ਵੀ ਹੁਣ ਵੱਡੇ ਹੋ ਰਹੇ ਹਨ ਅਤੇ ਉਨ੍ਹਾਂ ਦੀਆਂ ਜਰੂਰਤਾਂ ਵੀ ਵਧ ਰਹੀਆਂ ਹਨ।" ਉਹ ਇਹ ਸੋਚ ਰਿਹਾ ਸੀ ਜਦੋਂ ਉਸਨੂੰ ਉਸਦੇ ਮੋਬਾਈਲ 'ਤੇ ਇੱਕ ਗਲਤ ਨੰਬਰ ਤੋਂ ਕਾਲ ਆਈ। ਜਦੋਂ ਫੋਨ ਕਰਨ ਵਾਲੇ ਨੂੰ ਅਹਿਸਾਸ ਹੋਇਆ ਕਿ ਉਸਨੇ ਗਲਤ ਨੰਬਰ ਡਾਇਲ ਕੀਤਾ ਹੈ, ਤਾਂ ਉਸਨੇ ਮੁਆਫ਼ੀ ਮੰਗੀ ਪਰ ਕਰਮਚਾਰੀ "Y" ਨੇ ਉਸਨੂੰ ਗਾਲ੍ਹਾਂ ਕੱਢ ਦਿੱਤੀਆਂ ਅਤੇ ਕਾਲ ਕੱਟ ਦਿੱਤੀ। ਉਸਨੇ ਆਪਣੀ ਘੜੀ ਵੱਲ ਦੇਖਿਆ ਅਤੇ ਹੁਣ ਬੌਸ ਦੇ ਆਉਣ ਵਿੱਚ ਸਿਰਫ 10 ਮਿੰਟ ਬਾਕੀ ਸਨ। ਫਿਰ ਉਸਦਾ ਮਨ ਭੂਤਕਾਲ ਵਿੱਚ ਚਲਾ ਗਿਆ ਅਤੇ ਉਸਨੂੰ ਯਾਦ ਆਇਆ ਕਿ ਉਸਨੇ ਪਿਛਲੀ ਵਾਰ ਆਪਣੇ ਬੌਸ ਤੋਂ ਤਨਖਾਹ ਵਧਾਉਣ ਲਈ ਕਿਵੇਂ ਕਿਹਾ ਸੀ ਅਤੇ ਬੌਸ ਨੇ ਅਜਿਹਾ ਕਰਨ ਤੋਂ ਸਾਫ਼ ਇਨਕਾਰ ਕਰ ਦਿੱਤਾ ਸੀ। ਇਹ ਵਿਚਾਰ ਉਸਦੇ ਦਿਮਾਗ 'ਤੇ ਹਾਵੀ ਹੋ ਗਿਆ ਅਤੇ ਉਸਨੇ ਆਪਣੇ ਆਪ ਨੂੰ ਵਾਰ-ਵਾਰ ਦੁਹਰਾਉਣਾ ਸ਼ੁਰੂ ਕਰ ਦਿੱਤਾ, "ਇਹ ਸਮਾਂ ਪਿਛਲੀ ਵਾਰ ਵਰਗਾ ਨਾ ਹੋਵੇ, ਇਹ ਸਮਾਂ ਪਿਛਲੀ ਵਾਰ ਵਰਗਾ ਨਾ ਹੋਵੇ।"

ਅੰਤ ਵਿੱਚ ਬੌਸ ਆ ਗਿਆ ਅਤੇ ਕਰਮਚਾਰੀ "X" ਵੀ ਆ ਗਿਆ ਸੀ। ਬੌਸ ਨੇ ਕਰਮਚਾਰੀ "X" ਨੂੰ ਬੁਲਾਇਆ ਅਤੇ ਕੀ ਤੁਸੀਂ ਦੱਸ ਸਕਦੇ ਹੋ ਕਿ ਕੀ ਹੋਇਆ ਹੋਏ ਗਾ। ਬੇਸ਼ੱਕ, ਤੁਹਾਡਾ ਅੰਦਾਜ਼ਾ ਸਹੀ ਹੈ। ਜੋ ਹੋਇਆ ਉਹੀ ਕਰਮਚਾਰੀ "X" ਸੋਚ ਰਿਹਾ ਸੀ। ਉਸਦੀ ਤਨਖਾਹ ਵਧਾ ਦਿੱਤੀ ਗਈ ਤਾਂ ਬੌਸ ਨੇ ਕਰਮਚਾਰੀ "Y" ਨੂੰ ਬੁਲਾਇਆ ਅਤੇ ਕੀ ਤੁਸੀਂ ਦੱਸ ਸਕਦੇ ਹੋ ਕਿ ਕਰਮਚਾਰੀ "Y" ਨਾਲ ਕੀ ਹੋਇਆ ਹੋਏਗਾ। ਬਿਲਕੁਲ, ਬਦਕਿਸਮਤੀ ਨਾਲ ਉਹੀ ਹੋਇਆ ਜੋ

ਉਹ ਸੋਚ ਰਿਹਾ ਸੀ ਯਾਨੀ ਜਿਸ ਤੋਂ ਉਹ ਡਰਦਾ ਸੀ, ਸਧਾਰਨ ਸ਼ਬਦਾਂ ਵਿੱਚ ਉਸਦੀ ਤਨਖਾਹ ਨਹੀਂ ਵਧਾਈ ਗਈ।

ਇਸ ਉਦਾਹਰਣ ਦੇ ਸਿੱਟੇ 'ਤੇ ਪਹੁੰਚਣ ਤੋਂ ਪਹਿਲਾਂ, ਆਓ ਇੱਕ ਖੋਜ ਵੱਲ ਧਿਆਨ ਦੇਈਏ ਜੋ ਮੈਂ ਕੁਝ ਦਿਨ ਪਹਿਲਾਂ ਪੜ੍ਹੀ ਸੀ। ਇੱਕ ਪੇਸ਼ੇਵਰ ਮੁੱਕੇਬਾਜ਼ ਦੇ ਮੁੱਕੇ ਦੀ ਸ਼ਕਤੀ ਨੂੰ ਮਾਪਣ ਲਈ ਇੱਕ ਪ੍ਰਯੋਗ ਕੀਤਾ ਗਿਆ ਸੀ। ਇਸ ਪ੍ਰਯੋਗ ਦਾ ਉਦੇਸ਼ ਮੁੱਕੇ ਦੀ ਸ਼ਕਤੀ ਵਿੱਚ ਮਨ ਦੀ ਭੂਮਿਕਾ ਦਾ ਮੁਲਾਂਕਣ ਕਰਨਾ ਸੀ। ਮੁੱਕੇ ਦੀ ਸ਼ਕਤੀ ਨੂੰ ਮਾਪਣ ਲਈ ਇੱਕ ਯੰਤਰ ਦੀ ਵੀ ਵਰਤੋਂ ਕੀਤੀ ਗਈ ਸੀ। ਪਹਿਲਾਂ, ਉਸਦੇ ਮੁੱਕੇ ਦੀ ਸ਼ਕਤੀ ਨੂੰ ਆਮ ਸਥਿਤੀ ਵਿੱਚ ਮਾਪਿਆ ਗਿਆ ਅਤੇ ਫਿਰ ਉਸਨੂੰ ਹਿਪਨੋਟਾਈਜ਼ ਕਰਨ ਤੋਂ ਬਾਅਦ, ਉਸਨੂੰ ਦੱਸਿਆ ਗਿਆ ਕਿ ਉਹ ਬਹੁਤ ਕਮਜ਼ੋਰ ਹੋ ਗਿਆ ਹੈ ਅਤੇ ਉਸਦੇ ਮੁੱਕੇ ਵਿੱਚ ਪਹਿਲਾਂ ਵਰਗੀ ਸ਼ਕਤੀ ਨਹੀਂ ਹੈ ਅਤੇ ਹੈਰਾਨੀ ਦੀ ਤੌਰ 'ਤੇ ਉਸਦੀ ਸ਼ਕਤੀ ਲਗਭਗ 40 ਪ੍ਰਤੀਸ਼ਤ ਘੱਟ ਗਈ ਹੈ। ਇਸ ਤੋਂ ਬਾਅਦ, ਉਸਨੂੰ ਦੁਬਾਰਾ ਹਿਪਨੋਟਾਈਜ਼ ਕੀਤਾ ਗਿਆ ਅਤੇ ਉਸਨੂੰ ਦੱਸਿਆ ਗਿਆ ਕਿ ਉਹ ਪਹਿਲਾਂ ਨਾਲੋਂ ਬਹੁਤ ਤਾਕਤਵਰ ਹੋ ਗਿਆ ਹੈ ਅਤੇ ਇਸ ਲਈ ਉਸਦੇ ਮੁੱਕੇ ਦੀ ਸ਼ਕਤੀ ਵੀ ਵਧ ਗਈ ਹੈ ਅਤੇ ਜਦੋਂ ਮੁੱਕੇ ਦੀ ਸ਼ਕਤੀ ਦੀ ਜਾਂਚ ਕੀਤੀ ਗਈ, ਤਾਂ ਹੈਰਾਨੀਜਨਕ ਤੌਰ 'ਤੇ ਇਹ 50 ਪ੍ਰਤੀਸ਼ਤ ਵੱਧ ਗਈ ਸੀ।

ਕੁਝ ਮਰੀਜ਼ਾਂ 'ਤੇ ਵੀ ਇਸੇ ਤਰ੍ਹਾਂ ਦਾ ਪ੍ਰਯੋਗ ਕੀਤਾ ਗਿਆ। ਇਨ੍ਹਾਂ ਮਰੀਜ਼ਾਂ ਨੂੰ ਦੋ ਸ਼੍ਰੇਣੀਆਂ ਵਿੱਚ ਬਰਾਬਰ ਵੰਡਿਆ ਗਿਆ। ਪਹਿਲੀ ਸ਼੍ਰੇਣੀ ਦੇ ਮਰੀਜ਼ਾਂ ਨੂੰ ਅਸਲੀ ਦਵਾਈ ਦਿੱਤੀ ਗਈ ਅਤੇ ਦੂਜੀ ਸ਼੍ਰੇਣੀ ਦੇ ਮਰੀਜ਼ਾਂ ਨੂੰ ਇੱਕ ਗੋਲੀ ਦਿੱਤੀ ਗਈ ਜੋ ਦਵਾਈ ਵਰਗੀ ਦਿਖਾਈ ਦਿੰਦੀ ਸੀ ਅਤੇ ਜਿਸ ਵਿੱਚ ਕੋਈ ਦਵਾਈ ਨਹੀਂ ਸੀ। ਅਜਿਹਾ ਕਰਨ ਤੋਂ ਬਾਅਦ, ਇਨ੍ਹਾਂ ਦੋਵਾਂ ਸ਼੍ਰੇਣੀਆਂ ਦਾ ਮੁਲਾਂਕਣ ਕੀਤਾ ਗਿਆ। ਪਹਿਲੀ ਸ਼੍ਰੇਣੀ ਵਿੱਚ ਜਿਸਨੂੰ ਅਸਲੀ ਦਵਾਈ ਦਿੱਤੀ ਗਈ ਸੀ, ਲਗਭਗ 95 ਪ੍ਰਤੀਸ਼ਤ ਲੋਕ ਠੀਕ ਹੋ ਗਏ ਸਨ ਅਤੇ ਜਦੋਂ ਦੂਜੀ ਸ਼੍ਰੇਣੀ ਦਾ ਮੁਲਾਂਕਣ ਕੀਤਾ ਗਿਆ, ਤਾਂ ਲਗਭਗ 75 ਪ੍ਰਤੀਸ਼ਤ ਲੋਕ ਠੀਕ ਹੋ ਗਏ ਸਨ।

ਹੁਣ ਜੇਕਰ ਅਸੀਂ ਇਨ੍ਹਾਂ ਤਿੰਨ ਉਦਾਹਰਣਾਂ ਤੋਂ ਸਿੱਟਾ ਕੱਢੀਏ ਜਿਵੇਂ ਕਿ ਤਨਖਾਹ ਵਾਧੇ ਵਿੱਚ ਸ਼ਾਮਲ ਦੋ ਕਰਮਚਾਰੀ, ਮੁੱਕੇਬਾਜ਼ਾਂ ਦੀਆਂ ਦੋ ਸ਼੍ਰੇਣੀਆਂ ਅਤੇ ਮਰੀਜ਼ ਤਾਂ ਇਹ ਬਹੁਤ ਆਸਾਨੀ ਨਾਲ ਸਪੱਸ਼ਟ ਹੋ ਜਾਂਦਾ ਹੈ ਕਿ ਸਾਡਾ ਮਨ ਸਾਡੀ ਜ਼ਿੰਦਗੀ ਵਿੱਚ ਬਹੁਤ ਵੱਡੀ ਭੂਮਿਕਾ ਨਿਭਾਉਂਦਾ ਹੈ ਅਤੇ ਇਸ ਲਈ ਇਹ ਸਾਡੀ ਚਿੰਤਾ ਨੂੰ ਵੀ ਪ੍ਰਭਾਵਿਤ ਕਰ ਸਕਦਾ ਹੈ।

ਜੇਕਰ ਅਸੀਂ ਇਨ੍ਹਾਂ ਦੋ ਕਰਮਚਾਰੀਆਂ ਬਾਰੇ ਗੱਲ ਕਰੀਏ, ਤਾਂ ਕਰਮਚਾਰੀ "X" ਨੇ ਉਨ੍ਹਾਂ ਸਾਰੇ ਕਾਰਨਾਂ ਬਾਰੇ ਸੋਚਿਆ ਕਿ ਉਸਨੂੰ ਕਿਉਂ ਤਨਖਾਹ ਵਿੱਚ ਵਾਧਾ ਮਿਲੇਗਾ ਅਤੇ ਆਪਣੇ ਆਪ ਨੂੰ ਸਕਾਰਾਤਮਕ ਰੱਖਣ ਦੀ ਕੋਸ਼ਿਸ਼ ਕੀਤੀ। ਜਦੋਂ ਕਿ ਕਰਮਚਾਰੀ "Y" ਨੇ ਉਨ੍ਹਾਂ ਸਾਰੇ ਕਾਰਨਾਂ ਬਾਰੇ ਸੋਚਿਆ ਕਿ ਉਸਨੂੰ ਕਿਉਂ ਤਨਖਾਹ ਵਿੱਚ ਵਾਧਾ ਨਹੀਂ ਮਿਲੇਗਾ ਅਤੇ ਝਗੜਾ ਕਰਕੇ ਆਪਣੇ ਆਪ ਨੂੰ ਨਕਾਰਾਤਮਕ ਬਣਾ ਲਿਆ।

ਦਵਾਈ ਵਰਗੀ ਦਿਖਾਈ ਦੇਣ ਵਾਲੀ ਕੋਈ ਚੀਜ਼ ਵੀ ਕੰਮ ਕਰਦੀ ਸੀ ਅਤੇ ਹਿਪਨੋਸਿਸ ਦੌਰਾਨ ਮੁੱਕੇਬਾਜ਼ ਦੀ ਤਾਕਤ ਵਿੱਚ ਚਮਤਕਾਰੀ ਅੰਤਰ ਦਾ ਸਭ ਤੋਂ ਵੱਡਾ ਕਾਰਨ "ਵਿਸ਼ਵਾਸ"

ਸੀ। ਜਦੋਂ ਮਰੀਜ਼ਾਂ ਨੂੰ ਇਹ ਨਕਲੀ ਦਵਾਈ ਦਿੱਤੀ ਗਈ, ਤਾਂ ਉਨ੍ਹਾਂ ਦਾ ਮੰਨਣਾ ਸੀ ਕਿ ਇਹ ਅਸਲੀ ਦਵਾਈ ਸੀ ਅਤੇ ਕਿਉਂਕਿ ਇਹ ਅਸਲੀ ਦਵਾਈ ਸੀ, ਇਸ ਲਈ ਇਹ ਉਨ੍ਹਾਂ ਨੂੰ ਠੀਕ ਕਰ ਦੇਵੇਗੀ ਅਤੇ ਅੰਤ ਵਿੱਚ ਲਗਭਗ 75 ਪ੍ਰਤੀਸ਼ਤ ਲੋਕ ਠੀਕ ਹੋ ਗਏ। ਹਿਪਨੋਸਿਸ ਦੌਰਾਨ ਵੀ, ਮੁੱਕੇਬਾਜ਼ ਦਾ ਮੰਨਣਾ ਸੀ ਕਿ ਉਸਦੀ ਤਾਕਤ ਵਧੀ ਜਾਂ ਘਟੀ ਹੈ ਅਤੇ ਉਸਨੇ ਉਸ ਅਨੁਸਾਰ ਪ੍ਰਤੀਕਿਰਿਆ ਕੀਤੀ।

ਇਹਨਾਂ ਉਦਾਹਰਣਾਂ ਦੇਣ ਦਾ ਮੇਰਾ ਇੱਕੋ ਇੱਕ ਮਕਸਦ ਇਹ ਦਰਸਾਉਣਾ ਸੀ ਕਿ ਮਨ ਚਿੰਤਾ ਪੈਦਾ ਕਰਨ ਵਿੱਚ ਬਹੁਤ ਮਹੱਤਵਪੂਰਨ ਭੂਮਿਕਾ ਨਿਭਾਉਂਦਾ ਹੈ। ਜਿਸ ਤਰੀਕੇ ਨਾਲ ਅਸੀਂ ਆਦਤ ਅਨੁਸਾਰ ਆਪਣੇ ਮਨ ਵਿੱਚ ਆਪਣੇ ਆਪ ਨਾਲ ਗੱਲ ਕਰਦੇ ਹਾਂ, ਭਾਵ ਉਹ ਚੀਜ਼ਾਂ ਜੋ ਅਸੀਂ ਆਪਣੇ ਮਨ ਵਿੱਚ ਵਾਰ-ਵਾਰ ਅਚੇਤ ਰੂਪ ਵਿੱਚ ਦੁਹਰਾਉਂਦੇ ਹਾਂ ਜਾਂ ਉਹ ਤਸਵੀਰਾਂ ਜੋ ਅਸੀਂ ਆਪਣੀ ਕਲਪਨਾ ਵਿੱਚ ਵਾਰ-ਵਾਰ ਦੇਖਦੇ ਹਾਂ, ਸਾਡੇ ਵਿਸ਼ਵਾਸ ਬਣ ਜਾਂਦੇ ਹਨ ਅਤੇ ਉਹ ਸਾਡੀ ਸੋਚ ਅਤੇ ਸਾਡੀ ਸਥਿਤੀ ਨੂੰ ਪ੍ਰਭਾਵਿਤ ਕਰਦੇ ਹਨ।

ਅਧਿਆਇ 17 ਵਿੱਚ ਮੈਂ ਚਰਚਾ ਕਰਾਂਗਾ ਕਿ ਇਹ ਕਿਉਂ ਕਿਹਾ ਜਾਂਦਾ ਹੈ ਕਿ ਸਾਨੂੰ ਉਹ ਗੱਲਾਂ ਨਹੀਂ ਕਹਿਣੀਆਂ ਜਾਂ ਸੋਚਣੀਆਂ ਚਾਹੀਦੀਆਂ ਜੋ ਅਸੀਂ ਹਕੀਕਤ ਨਹੀਂ ਬਣਨਾ ਚਾਹੁੰਦੇ ਅਤੇ ਜਿੰਨਾ ਸੰਭਵ ਹੋ ਸਕੇ, ਸਾਨੂੰ ਸਿਰਫ਼ ਉਹੀ ਸੋਚਣਾ ਅਤੇ ਕਹਿਣਾ ਚਾਹੀਦਾ ਹੈ ਜੋ ਅਸੀਂ ਹਕੀਕਤ ਵਿਚ ਬਣਨਾ ਚਾਹੁੰਦੇ ਹਾਂ।

ਸਟ੍ਰੈੱਸ ਮੈਨੇਜਮੈਂਟ ਨਾਲ ਸਬੰਧਤ ਉਪਯੋਗੀ ਸੁਝਾਅ

- **ਕਿਸੇ ਵੀ ਵੱਡੇ ਤਣਾਅਪੂਰਨ ਕੰਮ ਤੋਂ ਪਹਿਲਾਂ, ਆਪਣੀਆਂ ਪਿਛਲੀਆਂ ਸਫਲਤਾਵਾਂ ਨੂੰ ਯਾਦ ਕਰੋ:** ਉਦਾਹਰਣ ਵਜੋਂ, ਜਦੋਂ ਮੇਰੀ ਕਿਤਾਬ ਰਾਜ ਭਵਨ ਵਿਖੇ ਮਾਣਯੋਗ ਰਾਜਪਾਲ ਦੁਆਰਾ ਰਿਲੀਜ਼ ਕੀਤੀ ਜਾਣੀ ਸੀ, ਤਾਂ ਮੈਂ ਉਸ ਤੋਂ ਪਹਿਲਾਂ ਬਹੁਤ ਬੇਚੈਨ ਅਤੇ ਚਿੰਤਤ ਮਹਿਸੂਸ ਕਰ ਰਿਹਾ ਸੀ, ਪਰ ਅੰਦਰ ਜਾਣ ਤੋਂ ਪਹਿਲਾਂ ਮੈਨੂੰ ਆਪਣੀਆਂ ਪਿਛਲੀਆਂ ਸਫਲਤਾਵਾਂ, ਮੈਨੂੰ ਮਿਲੇ ਬਹੁਤ ਸਾਰੇ ਸਨਮਾਨਾਂ, ਲੱਖਾਂ ਲੋਕਾਂ ਦੇ ਸਾਹਮਣੇ ਆਪਣੇ ਵਿਚਾਰ ਸਾਂਝੇ ਕਰਨ ਦਾ ਮੌਕਾ ਯਾਦ ਆਇਆ। ਮੈਨੂੰ ਆਪਣੀਆਂ ਬਹੁਤ ਸਾਰੀਆਂ ਪਿਛਲੀਆਂ ਸਫਲਤਾਵਾਂ ਯਾਦ ਆਈਆਂ ਜਿਵੇਂ ਕਿ ਮੇਰਾ ਸ਼ਾਨਦਾਰ ਅਨੁਭਵ, ਅਖ਼ਬਾਰਾਂ ਵਿੱਚ ਮੇਰੇ ਬਾਰੇ ਪ੍ਰਕਾਸ਼ਿਤ ਖ਼ਬਰਾਂ ਆਦਿ। ਇਸ ਨਾਲ ਮੈਨੂੰ ਬਹੁਤ ਆਰਾਮਦਾਇਕ ਮਹਿਸੂਸ ਹੋਇਆ ਅਤੇ ਮੈਨੂੰ ਬਹੁਤ ਵਿਸ਼ਵਾਸ ਹੋਇਆ ਕਿ ਮੈਂ ਇਸ ਮਹਾਨ ਪ੍ਰਾਪਤੀ ਦਾ ਪੂਰੀ ਤਰ੍ਹਾਂ ਹੱਕਦਾਰ ਹਾਂ। ਜੇਕਰ ਤੁਸੀਂ ਵੀ ਕਦੇ ਅਜਿਹੀ ਸਥਿਤੀ ਦਾ ਸਾਹਮਣਾ ਕਰਦੇ ਹੋ, ਤਾਂ ਆਪਣੀਆਂ ਸਾਰੀਆਂ ਪਿਛਲੀਆਂ ਸਫਲਤਾਵਾਂ, ਵੱਡੀਆਂ ਜਾਂ ਛੋਟੀਆਂ, ਨੂੰ ਯਾਦ ਕਰੋ, ਅਤੇ ਤੁਰੰਤ ਵਿਸ਼ਵਾਸ ਪ੍ਰਾਪਤ ਕਰੋ।
- ਆਪਣੇ ਸਮਰਥਕ ਖੁਦ ਬਣੋ, ਆਪਣੇ ਦੁਸ਼ਮਣ ਨਹੀਂ। ਜੇ ਤੁਹਾਨੂੰ ਸੋਚਣਾ ਹੈ, ਤਾਂ ਕੁਝ ਸਕਾਰਾਤਮਕ ਸੋਚੋ। ਉਨ੍ਹਾਂ ਚੀਜ਼ਾਂ ਬਾਰੇ ਸੋਚੋ ਜੋ ਤੁਹਾਨੂੰ ਸਫਲਤਾ ਵੱਲ ਲੈ ਜਾਂਦੀਆਂ ਹਨ, ਨਾ ਕਿ ਉਨ੍ਹਾਂ ਚੀਜ਼ਾਂ ਬਾਰੇ ਜਿਨ੍ਹਾਂ ਵਿੱਚ ਤੁਸੀਂ ਪੂਰੀ ਤਰ੍ਹਾਂ ਅਸਫਲ ਜਾਪਦੇ ਹੋ।

- ਯਾਦ ਰੱਖੋ, ਤੁਹਾਡਾ ਮਨ ਚਿੰਤਾ ਘਟਾਉਣ ਵਿੱਚ ਬਹੁਤ ਮਹੱਤਵਪੂਰਨ ਭੂਮਿਕਾ ਨਿਭਾਉਂਦਾ ਹੈ। ਇਸ ਲਈ, ਚਿੰਤਾ ਤੋਂ ਬਚਣ ਲਈ ਆਪਣੇ ਦਿਮਾਗ ਦੀ ਸਮਝਦਾਰੀ ਨਾਲ ਵਰਤੋਂ ਕਰੋ।

•••

ਅਧਿਆਇ 17

ਇਸੇ ਲਈ ਕਹਿੰਦੇ ਹਨ ਕਿ ਜੋ ਚਾਹੁੰਦੇ ਹੋ ਉਹ ਹੀ ਸੋਚੋ

"ਕੁਝ ਵੱਖਰਾ ਸੋਚੋ।"

- ਸਟੀਵ ਜੌਬਸ

ਤੁਸੀਂ ਆਪਣੀ ਜ਼ਿੰਦਗੀ ਵਿੱਚ ਇਹ ਜ਼ਰੂਰ ਦੇਖਿਆ ਹੋਵੇਗਾ ਕਿ ਤੁਸੀਂ ਮੋਟਰਸਾਈਕਲ ਜਾਂ ਕਾਰ ਖਰੀਦਣ ਦੀ ਯੋਜਨਾ ਬਣਾਉਂਦੇ ਹੋ ਅਤੇ ਜਿਵੇਂ ਹੀ ਤੁਸੀਂ ਫੈਸਲਾ ਕਰਦੇ ਹੋ ਕਿ ਤੁਹਾਨੂੰ ਕਿਸ ਮਾਡਲ ਦੀ ਕਾਰ ਜਾਂ ਮੋਟਰਸਾਈਕਲ ਚਾਹੀਦੀ ਹੈ ਅਚਾਨਕ ਤੁਹਾਨੂੰ ਹਰ ਜਗ੍ਹਾ ਉਹੀ ਵਾਹਨ ਦਿਖਾਈ ਦੇਣਾ ਸ਼ੁਰੂ ਹੋ ਜਾਂਦਾ ਹੈ, ਭਾਵੇਂ ਉਹ ਸੜਕ ਹੋਵੇ, ਪਾਰਕਿੰਗ ਹੋਵੇ ਜਾਂ ਕੋਈ ਹੋਰ ਜਗ੍ਹਾ। ਤੁਸੀਂ ਹੈਰਾਨ ਹੁੰਦੇ ਹੋ ਕਿ ਅਚਾਨਕ ਪਤਾ ਨਹੀਂ ਕੀ ਹੋਇਆ ਅਤੇ ਇਹ ਵਾਹਨ ਹਰ ਜਗ੍ਹਾ ਚਮਤਕਾਰੀ ਢੰਗ ਨਾਲ ਕਿਵੇਂ ਦਿਖਾਈ ਦੇਣ ਲੱਗੇ। ਇਹ ਚਮਤਕਾਰ ਸਿਰਫ਼ ਤੁਹਾਡੇ ਨਾਲ ਹੀ

ਨਹੀਂ ਸਗੋਂ ਹਰ ਕਿਸੇ ਨਾਲ ਹੁੰਦਾ ਹੈ ਅਤੇ ਇਹ ਚਮਤਕਾਰ ਸਾਡੇ ਦਿਮਾਗ ਦੇ RAS (ਰੈਕਟੀਕੁਲਰ ਐਕਟੀਵੇਸ਼ਨ ਸਿਸਟਮ) ਦੁਆਰਾ ਸੰਭਵ ਹੁੰਦਾ ਹੈ।

ਕਿਉਂਕਿ ਮੇਰਾ ਉਦੇਸ਼ ਇੱਕ ਅਜਿਹੀ ਕਿਤਾਬ ਲਿਖਣਾ ਹੈ ਜੋ ਸਾਰਿਆਂ ਲਈ ਆਸਾਨੀ ਨਾਲ ਸਮਝ ਆਵੇ, ਤਕਨੀਕੀ ਵੇਰਵਿਆਂ ਵਿੱਚ ਜਾਣ ਦੀ ਬਜਾਏ, ਮੈਂ ਤੁਹਾਨੂੰ ਇੱਕ ਸਧਾਰਨ ਗਾਈਡ ਦੇਵਾਂਗਾ। ਮੈਂ ਇਸਨੂੰ ਇੱਕ ਬਹੁਤ ਹੀ ਸਰਲ ਉਦਾਹਰਣ ਨਾਲ ਸਮਝਾਉਣਾ ਚਾਹੁੰਦਾ ਹਾਂ। ਮੈਂ ਅਕਸਰ ਆਪਣੀ ਮਾਂ ਨੂੰ ਚਾਹ ਬਣਾਉਂਦੇ ਹੋਏ ਦੇਖਦਾ ਹਾਂ ਅਤੇ ਚਾਹ ਬਣਾਉਣ ਤੋਂ ਬਾਅਦ ਉਹ ਇੱਕ ਛਾਨਣੀ ਦੀ ਵਰਤੋਂ ਕਰਦੀ ਹੈ ਤਾਂ ਜੋ ਚਾਹ ਦੀਆਂ ਪੱਤੀਆਂ ਵੱਖ ਹੋ ਜਾਣ ਅਤੇ ਉਸ ਕੋਲ ਸਿਰਫ਼ ਚਾਹ ਹੀ ਬਚੇ।

RAS ਸਾਡੀ ਜ਼ਿੰਦਗੀ ਵਿੱਚ ਵੀ ਇਸੇ ਤਰ੍ਹਾਂ ਕੰਮ ਕਰਦਾ ਹੈ। ਇੱਕ ਤਰ੍ਹਾਂ ਨਾਲ, ਇਹ ਇੱਕ ਫਿਲਟਰ ਹੈ ਜੋ ਦੂਜੀਆਂ ਚੀਜ਼ਾਂ ਨੂੰ ਰੋਕਦਾ ਹੈ ਅਤੇ ਸਾਨੂੰ ਸਿਰਫ਼ ਉਹੀ ਚੀਜ਼ਾਂ ਦੇਖਣ ਦਿੰਦਾ ਹੈ ਜਿਨ੍ਹਾਂ 'ਤੇ ਅਸੀਂ ਆਪਣਾ ਧਿਆਨ ਕੇਂਦਰਿਤ ਕਰਦੇ ਹਾਂ। ਜਦੋਂ ਅਸੀਂ ਕਾਰ ਖਰੀਦਣ ਬਾਰੇ ਸੋਚਦੇ ਹਾਂ, ਤਾਂ RAS ਸਾਡੇ ਲਈ ਇੱਕ ਫਿਲਟਰ ਵਾਂਗ ਕੰਮ ਕਰਦਾ ਹੈ ਅਤੇ ਦੂਜੀਆਂ ਕਾਰਾਂ ਨੂੰ ਫਿਲਟਰ ਕਰਕੇ ਸਾਨੂੰ ਸਿਰਫ਼ ਉਹੀ ਕਾਰ ਦਿਖਾਉਂਦਾ ਹੈ ਜੋ ਅਸੀਂ ਚਾਹੁੰਦੇ ਹਾਂ।

ਇਸੇ ਲਈ ਅਸੀਂ ਅਕਸਰ ਸਫਲ ਲੋਕਾਂ ਤੋਂ ਸੁਣਦੇ ਹਾਂ ਕਿ ਸਾਨੂੰ ਸਿਰਫ਼ ਉਨ੍ਹਾਂ ਚੀਜ਼ਾਂ ਬਾਰੇ ਸੋਚਣਾ ਅਤੇ ਚਰਚਾ ਕਰਨੀ ਚਾਹੀਦੀ ਹੈ ਜੋ ਅਸੀਂ ਚਾਹੁੰਦੇ ਹਾਂ। ਅਤੇ ਸਾਨੂੰ ਉਨ੍ਹਾਂ ਚੀਜ਼ਾਂ ਬਾਰੇ ਬਿਲਕੁਲ ਵੀ ਨਹੀਂ ਸੋਚਣਾ ਚਾਹੀਦਾ ਜਾਂ ਗੱਲ ਨਹੀਂ ਕਰਨੀ ਚਾਹੀਦੀ ਜੋ ਅਸੀਂ ਨਹੀਂ ਚਾਹੁੰਦੇ।

ਇੱਕ ਹੋਰ ਉਦਾਹਰਣ ਜੋ ਮੈਂ ਤੁਹਾਡੇ ਨਾਲ ਸਾਂਝੀ ਕਰਨਾ ਚਾਹੁੰਦਾ ਹਾਂ ਉਹ ਹੈ ਕਿ ਅਕਸਰ ਜਦੋਂ ਅਸੀਂ ਕਿਸੇ ਦੋਸਤ ਜਾਂ ਵਿਅਕਤੀ ਬਾਰੇ ਸੋਚਦੇ ਜਾਂ ਚਰਚਾ ਕਰਦੇ ਹਾਂ, ਤਾਂ ਅਚਾਨਕ ਉਨ੍ਹਾਂ ਦਾ ਫ਼ੋਨ ਜਾਂ ਉਹ ਖੁਦ ਆ ਜਾਂਦੇ ਹਨ। ਇੱਕ ਹੋਰ ਗੱਲ ਜੋ ਅਸੀਂ ਸੁਣਦੇ ਅਤੇ ਦੇਖਦੇ ਹਾਂ ਉਹ ਇਹ ਹੈ ਕਿ ਅਕਸਰ ਲੋਕ ਮਜ਼ਾਕ ਵਿੱਚ ਕੁਝ ਕਹਿੰਦੇ ਜਾਂ ਲਿਖਦੇ ਹਨ ਅਤੇ ਉਹ ਸੱਚ ਹੋ ਜਾਂਦਾ ਹੈ। ਇਸ ਲਈ ਤੁਸੀਂ ਜੋ ਵੀ ਕਹਿੰਦੇ ਹੋ, ਸੋਚਦੇ ਹੋ ਜਾਂ ਲਿਖਦੇ ਹੋ, ਸੋਚ-ਸਮਝ ਕੇ ਕਰੋ ਅਤੇ ਇਹ ਉਹੀ ਹੋਣਾ ਚਾਹੀਦਾ ਹੈ ਜੋ ਅਸੀਂ ਚਾਹੁੰਦੇ ਹਾਂ।

ਸਟ੍ਰੈੱਸ ਮੈਨੇਜਮੈਂਟ ਨਾਲ ਸਬੰਧਤ ਉਪਯੋਗੀ ਸੁਝਾਅ

- ਅਸੀਂ ਸਾਰੇ ਆਪਣੀਆਂ ਆਦਤਾਂ ਅਨੁਸਾਰ ਕੰਮ ਕਰਦੇ ਹਾਂ ਅਤੇ ਲਗਭਗ ਸਾਰਿਆਂ ਦੀ ਇਹ ਆਦਤ ਹੈ ਕਿ ਅਸੀਂ ਬੋਲਣ ਤੋਂ ਪਹਿਲਾਂ ਨਹੀਂ ਸੋਚਦੇ, ਇਸ ਲਈ ਹੁਣ ਤੋਂ ਸਿਰਫ਼ ਉਹੀ ਗੱਲਾਂ ਕਹਿਣ ਦੀ ਆਦਤ ਪਾਓ ਜੋ ਤੁਸੀਂ ਚਾਹੁੰਦੇ ਹੋ।
- ਜਦੋਂ ਤੁਹਾਡੇ ਸਾਹਮਣੇ ਵਾਲਾ ਵਿਅਕਤੀ ਬਹੁਤ ਜ਼ਿਆਦਾ ਨਕਾਰਾਤਮਕ ਗੱਲ ਕਰ ਰਿਹਾ ਹੋਵੇ, ਜਿਵੇਂ ਕਿ ਕਿਸੇ ਬਿਮਾਰੀ ਆਦਿ ਬਾਰੇ, ਤਾਂ ਸਤਿਕਾਰ ਨਾਲ ਉਸਦੀ ਗੱਲ ਨੂੰ ਸਕਾਰਾਤਮਕ ਦਿਸ਼ਾ ਵਿੱਚ ਬਦਲੋ ਜਾਂ ਉਸ ਤੋਂ ਦੂਰ ਚਲੇ ਜਾਓ।

• • •

ਅਧਿਆਇ 18

ਜੀਵਨ ਨੂੰ ਯਾਦਗਾਰ ਬਣਾਉ

"ਜੇ ਤੁਸੀਂ ਸਭ ਤੋਂ ਵਧੀਆ ਨਹੀਂ ਬਣ ਸਕਦੇ, ਤਾਂ ਘੱਟੋ ਘੱਟ ਯਾਦ ਰੱਖਣ ਯੋਗ ਵਿਅਕਤੀ ਬਣੋ।"

-ਡੇਵਿਡ ਓਵਿਗਲੀ

ਕਿਸੇ ਮਹਾਨ ਮਨੁੱਖ ਨੇ ਕਿਹਾ ਹੈ ਕਿ ਜ਼ਿੰਦਗੀ ਬਹੁਤ ਛੋਟੀ ਹੈ, ਇਸ ਨੂੰ ਸਸਤੀ ਨਹੀਂ ਕਿਹਾ ਜਾ ਸਕਦਾ (ਅੰਕੜੇ ਦਰਸਾਉਂਦੇ ਹਨ ਕਿ ਮਨੁੱਖ ਦੀ ਔਸਤ ਉਮਰ ਲਗਭਗ 72 ਤੋਂ 80 ਸਾਲ ਹੈ) ਅਤੇ ਮੈਂ ਇਸ ਨਾਲ ਪੂਰੀ ਤਰ੍ਹਾਂ ਸਹਿਮਤ ਹਾਂ। ਅਸੀਂ ਇਸ ਦੁਨੀਆਂ ਵਿੱਚ ਕੁਝ ਦਸ਼ਕ ਹੀ ਜੀਉਂਦੇ ਹਾਂ ਅਤੇ ਅਸੀਂ ਛੋਟੀਆਂ-ਛੋਟੀਆਂ ਗੱਲਾਂ 'ਤੇ ਇੰਨੇ ਪਰੇਸ਼ਾਨ ਹੋ ਜਾਂਦੇ ਹਾਂ ਅਤੇ ਉਨ੍ਹਾਂ ਨੂੰ

ਇੰਨਾ ਵੱਡਾ ਮੁੱਦਾ ਬਣਾ ਦਿੰਦੇ ਹਾਂ ਕਿ ਕੁਝ ਸਮੇਂ ਬਾਅਦ ਨਾ ਸਿਰਫ਼ ਅਸੀਂ ਭੁੱਲ ਜਾਂਦੇ ਹਾਂ ਸਗੋਂ ਦੂਜਾ ਵਿਅਕਤੀ ਵੀ ਭੁੱਲ ਜਾਂਦਾ ਹੈ।

ਕੀ ਇਹ ਬਿਹਤਰ ਨਹੀਂ ਹੋਵੇਗਾ ਕਿ ਅਸੀਂ ਆਪਣੀ ਜ਼ਿੰਦਗੀ ਨੂੰ ਯਾਦਗਾਰ ਬਣਾ ਦੇਈਏ। ਯਾਨੀ, ਅਸੀਂ ਜਿਸ ਨੂੰ ਵੀ ਮਿਲਦੇ ਹਾਂ, ਸਾਡੇ ਬਾਰੇ ਉਨ੍ਹਾਂ ਦੀ ਰਾਏ ਇਹ ਹੋਣੀ ਚਾਹੀਦੀ ਹੈ ਕਿ "ਇਸ ਆਦਮੀ ਵਿੱਚ ਕੁਝ ਖਾਸ ਹੈ", ਜਦੋਂ ਤੁਹਾਡੇ ਬੱਚੇ ਤੋਂ ਤੁਹਾਡੇ ਬਾਰੇ ਪੁਛਿਆ ਜਾਵੇ, ਤਾਂ ਉਸਨੂੰ ਇਹ ਦੱਸ ਕੇ ਬਹੁਤ ਖੁਸ਼ੀ ਹੋਣੀ ਚਾਹੀਦੀ ਹੈ ਕਿ ਤੁਸੀਂ ਉਸਦੇ ਪਿਤਾ ਹੋ, ਜਦੋਂ ਤੁਹਾਡੇ ਮਾਪੇ ਤੁਹਾਡੇ ਬਾਰੇ ਸੋਚਦੇ ਹਨ, ਤਾਂ ਉਨ੍ਹਾਂ ਨੂੰ ਮਾਣ ਮਹਿਸੂਸ ਕਰਨਾ ਚਾਹੀਦਾ ਹੈ ਕਿ ਉਨ੍ਹਾਂ ਨੇ ਤੁਹਾਨੂੰ ਜਨਮ ਦਿੱਤਾ ਹੈ। ਇਸੇ ਤਰ੍ਹਾਂ, ਤੁਹਾਡੇ ਦੋਸਤਾਂ ਨੂੰ ਤੁਹਾਡਾ ਨਾਮ ਮਾਣ ਨਾਲ ਲੈਣਾ ਚਾਹੀਦਾ ਹੈ ਅਤੇ ਕਹਿਣਾ ਚਾਹੀਦਾ ਹੈ, "ਜਿਨ੍ਹਾਂ ਨੂੰ ਤੁਸੀਂ ਜਾਣਦੇ ਹੋ, ਉਹ ਮੇਰੇ ਮਿੱਤਰ ਹਨ।"

ਜ਼ਿੰਦਗੀ ਵਿੱਚ, ਦੂਜੇ ਲੋਕਾਂ ਦੀਆਂ ਛੋਟੀਆਂ-ਛੋਟੀਆਂ ਗੱਲਾਂ ਨੂੰ ਨਜ਼ਰਅੰਦਾਜ਼ ਕਰਨਾ ਬਿਹਤਰ ਹੈ ਕਿਉਂਕਿ ਤੁਹਾਨੂੰ ਕਦੇ ਨਹੀਂ ਪਤਾ ਕਿ ਛੋਟੀਆਂ ਗੱਲਾਂ ਕਦੋਂ ਵੱਡੀਆਂ ਹੋ ਜਾਂਦੀਆਂ ਹਨ, ਇਸ ਲਈ ਬਿਹਤਰ ਹੈ ਕਿ ਤੁਸੀਂ ਛੋਟੀਆਂ ਗੱਲਾਂ ਨੂੰ ਦਿਲ 'ਤੇ ਲੈਣਾ ਬੰਦ ਕਰ ਦਿਓ ਅਤੇ ਸਿਰਫ਼ ਚੰਗੀਆਂ ਗੱਲਾਂ ਨੂੰ ਯਾਦ ਰੱਖੋ। ਯਾਦ ਰੱਖੋ, ਤੁਸੀਂ ਦੂਜਿਆਂ ਨੂੰ ਕਾਬੂ ਨਹੀਂ ਕਰ ਸਕਦੇ, ਤੁਸੀਂ ਸਿਰਫ਼ ਆਪਣੇ ਆਪ ਨੂੰ ਕਾਬੂ ਕਰ ਸਕਦੇ ਹੋ। ਤੁਸੀਂ ਦੂਜੇ ਵਿਅਕਤੀ ਦੀ ਛੋਟੀ ਸੋਚ ਨੂੰ ਨਹੀਂ ਬਦਲ ਸਕਦੇ, ਪਰ ਹਾਂ, ਤੁਸੀਂ ਜ਼ਰੂਰ ਬੁੱਧੀ ਦਿਖਾ ਸਕਦੇ ਹੋ ਅਤੇ ਵੱਡੀ ਸੋਚ ਨਾਲ, ਤੁਸੀਂ ਆਪਣੇ ਵੱਡੇ ਟੀਚੇ ਯਾਨੀ ਕਿ ਇੱਕ ਬਿਹਤਰ ਜ਼ਿੰਦਗੀ ਦਾ ਆਨੰਦ ਮਾਣ ਸਕਦੇ ਹੋ।

ਸਟ੍ਰੈੱਸ ਮੈਨੇਜਮੈਂਟ ਨਾਲ ਸਬੰਧਤ ਉਪਯੋਗੀ ਸੁਝਾਅ:

- ਮਸ਼ਹੂਰ ਅਦਾਕਾਰ ਸਵਰਗੀ ਰਾਜੇਸ਼ ਖੰਨਾ ਦੀ ਫਿਲਮ "ਆਨੰਦ" ਦੇਖੋ ਅਤੇ ਮਹਿਸੂਸ ਕਰੋ ਕਿ ਸਾਡੀ ਜ਼ਿੰਦਗੀ ਅਤੇ ਸਮਾਂ ਕਿੰਨਾ ਕੀਮਤੀ ਹੈ, ਇਸ ਲਈ ਹੁਣ ਤੋਂ ਦੂਜੇ ਲੋਕਾਂ ਦੀਆਂ ਛੋਟੀਆਂ-ਛੋਟੀਆਂ ਗੱਲਾਂ ਨੂੰ ਨਜ਼ਰਅੰਦਾਜ਼ ਕਰੋ ਅਤੇ ਸਿਰਫ਼ ਖੁਸ਼ੀਆਂ ਫੈਲਾਓ।
- ਇੱਕ ਸੁਸਤ ਵਿਅਕਤੀ ਦੀ ਬਜਾਏ ਇੱਕ ਮੁਸਕਰਾਉਂਦੇ ਵਿਅਕਤੀ ਬਣੋ ਕਿਉਂਕਿ ਇੱਕ ਮਹਾਨ ਵਿਅਕਤੀ ਨੇ ਕਿਹਾ ਸੀ ਕਿ ਜ਼ਿੰਦਗੀ ਇਤਨੀ ਛੋਟੀ ਹੈ ਕਿ ਇਹ ਘਟੀਆ ਨਹੀ ਹੋਣੀ ਚਾਹੀਦੀ।
- ਸੜਕ 'ਤੇ ਵੀ, ਅਸੀਂ ਅਕਸਰ ਛੋਟੀਆਂ-ਛੋਟੀਆਂ ਲੜਾਈਆਂ ਦੇਖਦੇ ਹਾਂ, ਜਿਵੇਂ ਕਿ ਕਿਸੇ ਹੋਰ ਦੀ ਗੱਡੀ ਤੁਹਾਡੀ ਗੱਡੀ ਨੂੰ ਟੱਕਰ ਮਾਰਦੀ ਹੈ ਆਦਿ ਅਤੇ ਬਾਅਦ ਵਿੱਚ ਇਹ ਇੱਕ ਵੱਡਾ ਮੁੱਦਾ ਬਣ ਜਾਂਦਾ ਹੈ, ਇਸ ਲਈ ਛੋਟੀਆਂ-ਛੋਟੀਆਂ ਗੱਲਾਂ ਨੂੰ ਨਜ਼ਰਅੰਦਾਜ਼ ਕਰਕੇ ਅੱਗੇ ਵਧਣਾ ਬਿਹਤਰ ਹੈ।

• • •

ਅਧਿਆਇ 19

ਚਿੱਕੜ ਵਿੱਚ ਪੱਥਰ ਨਹੀਂ ਸੁੱਟਦੇ

"ਚਿੱਕੜ ਨਾ ਸੁੱਟੋ, ਤੁਸੀਂ ਨਿਸ਼ਾਨਾ ਖੁੰਝ ਸਕਦੇ ਹੋ ਅਤੇ ਤੁਹਾਡੇ ਹੱਥ ਗੰਦੇ ਹੋ ਜਾਣਗੇ।"

- ਡੋਰਥੀ ਪਾਰਕਰ

ਤੁਹਾਡੇ ਖ਼ਿਆਲ ਵਿੱਚ ਕਿਸ ਵਿਅਕਤੀ ਦੀ ਸਭ ਤੋਂ ਵੱਧ ਆਲੋਚਨਾ ਹੁੰਦੀ ਹੈ? ਆਓ ਅਸੀਂ ਆਪਣੇ ਦੇਸ਼ ਦੀ ਉਦਾਹਰਣ ਲੈਂਦੇ ਹਾਂ। ਤੁਹਾਡੇ ਖ਼ਿਆਲ ਵਿੱਚ ਸਾਡੇ ਦੇਸ਼ ਵਿੱਚ ਕਿਸਦੀ ਸਭ ਤੋਂ ਵੱਧ ਆਲੋਚਨਾ ਹੁੰਦੀ ਹੈ? ਇਹ ਬਹੁਤ ਸੰਭਾਵਨਾ ਹੈ ਕਿ ਦੇਸ਼ ਦੇ ਪ੍ਰਧਾਨ ਮੰਤਰੀ (ਭਾਵੇਂ ਉਹ ਕਿਸੇ ਵੀ ਦੇਸ਼ ਜਾਂ ਪਾਰਟੀ ਨਾਲ ਸਬੰਧਤ ਹੋਵੇ) ਦੀ ਸਭ ਤੋਂ ਵੱਧ ਆਲੋਚਨਾ ਹੁੰਦੀ ਹੈ ਕਿਉਂਕਿ ਉਸ ਕੋਲ ਦੇਸ਼ ਪ੍ਰਤੀ ਸਭ ਤੋਂ ਵੱਧ ਜ਼ਿੰਮੇਵਾਰੀ ਹੁੰਦੀ ਹੈ।

ਜਦੋਂ ਕੋਈ ਵਿਅਕਤੀ ਸਫਲ ਹੋਣਾ ਸ਼ੁਰੂ ਕਰ ਦਿੰਦਾ ਹੈ ਅਤੇ ਆਪਣੀ ਜ਼ਿੰਦਗੀ ਵਿੱਚ ਅੱਗੇ ਵਧਣਾ ਸ਼ੁਰੂ ਕਰ ਦਿੰਦਾ ਹੈ, ਤਾਂ ਬਹੁਤ ਸਾਰੇ ਲੋਕਾਂ ਨੂੰ ਉਸਦੀ ਤਰੱਕੀ ਪਸੰਦ ਨਹੀਂ ਆਉਂਦੀ ਅਤੇ ਉਹ ਉਸ ਨਾਲ ਈਰਖਾ ਕਰਨ ਲੱਗ ਪੈਂਦੇ ਹਨ ਅਤੇ ਉਸਨੂੰ ਬੇਇੱਜ਼ਤ ਕਰਨ ਅਤੇ ਉਸਨੂੰ ਆਪਣੇ ਪੱਧਰ 'ਤੇ ਲਿਆਉਣ ਲਈ ਤਰੀਕੇ ਅਪਣਾਉਂਦੇ ਹਨ। ਅਜਿਹੇ ਲੋਕ ਤੁਹਾਨੂੰ ਆਪਣਾ ਗੁੱਸਾ ਗੁਆਉਣ ਅਤੇ ਕੁਝ ਅਜਿਹਾ ਕਹਿਣ ਜਾਂ ਕਰਨ ਲਈ ਉਕਸਾਉਂਦੇ ਹਨ ਜੋ ਤੁਹਾਡੀ ਛਵੀ ਨੂੰ ਖਰਾਬ ਕਰਦਾ ਹੈ।

ਅਜਿਹੀ ਸਥਿਤੀ ਵਿੱਚ, ਚਿੱਕੜ ਵਿੱਚ ਪੱਥਰ ਨਾ ਸੁੱਟਣਾ ਸਮਝਦਾਰੀ ਹੋਵੇਗੀ ਕਿਉਂਕਿ ਚਿੱਕੜ ਤੁਹਾਡੇ 'ਤੇ ਪੈਂਦਾ ਹੈ, ਕਿਸੇ ਹੋਰ 'ਤੇ ਨਹੀਂ। ਤੁਸੀਂ ਅੱਗੇ ਵਧਣ ਲਈ ਬਹੁਤ ਮਿਹਨਤ ਕੀਤੀ ਹੈ ਅਤੇ ਬਹੁਤ ਕੁਰਬਾਨੀ ਦਿੱਤੀ ਹੈ ਜਿਸਨੂੰ ਸਿਰਫ਼ ਤੁਸੀਂ ਸਮਝ ਸਕਦੇ ਹੋ ਪਰ ਈਰਖਾਲੂ ਲੋਕਾਂ ਲਈ ਤੁਸੀਂ ਖੁਸ਼ਕਿਸਮਤ ਹੋ। ਉਹ ਤੁਹਾਡੀ ਸਫਲਤਾ ਨੂੰ ਹਥਿਆਉਣਾ ਚਾਹੁੰਦੇ ਹਨ ਪਰ ਤੁਹਾਡੇ ਦੁਆਰਾ ਕੀਤੀ ਗਈ ਮਿਹਨਤ ਨੂੰ ਨਹੀਂ ਕਰਨਾ ਚਾਹੁੰਦੇ। ਅਜਿਹੇ ਲੋਕਾਂ ਨੂੰ ਜ਼ਿਆਦਾ ਊਰਜਾ ਨਾ ਦੇਣਾ ਬਿਹਤਰ ਹੋਵੇਗਾ, ਉਨ੍ਹਾਂ ਦੀਆਂ ਗੱਲਾਂ ਨੂੰ ਇੱਕ ਕੰਨ ਨਾਲ ਸੁਣੋ ਅਤੇ ਇਸਨੂੰ ਦੋਵਾਂ ਕੰਨਾਂ ਤੋਂ ਬਾਹਰ ਜਾਣ ਦਿਓ। ਯਾਦ ਰੱਖੋ, ਜਿੰਨਾ ਜ਼ਿਆਦਾ ਸਮਾਂ ਅਤੇ ਊਰਜਾ ਤੁਸੀਂ ਅਜਿਹੇ ਲੋਕਾਂ ਬਾਰੇ ਸੋਚਣ ਵਿੱਚ ਬਰਬਾਦ ਕਰੋਗੇ, ਤੁਸੀਂ ਆਪਣੇ ਭਵਿੱਖ ਨੂੰ ਰੌਸ਼ਨ ਕਰਨ ਲਈ ਓਨਾ ਹੀ ਸਮਾਂ ਲਗਾ ਸਕਦੇ ਹੋ।

ਸਟ੍ਰੈੱਸ ਮੈਨੇਜਮੈਂਟ ਨਾਲ ਸਬੰਧਤ ਉਪਯੋਗੀ ਸੁਝਾਅ:

- ਜਦੋਂ ਤੁਸੀਂ ਸਫਲ ਹੋ ਜਾਂਦੇ ਹੋ, ਤਾਂ ਉਮੀਦ ਕਰੋ ਕਿ ਤੁਹਾਡੀ ਆਲੋਚਨਾ ਹੋਵੇਗੀ, ਬਸ ਇੱਕ ਵਾਰ ਜਾਂਚ ਕਰੋ ਕਿ ਆਲੋਚਨਾ ਤੁਹਾਨੂੰ ਬਿਹਤਰ ਬਣਾਉਣ ਦੇ ਇਰਾਦੇ ਨਾਲ ਕੀਤੀ ਜਾ ਰਹੀ ਹੈ ਜਾਂ ਤੁਹਾਨੂੰ ਨੀਵਾਂ ਦਿਖਾਉਣ ਦੇ ਇਰਾਦੇ ਨਾਲ, ਜੇਕਰ ਇਹ ਤੁਹਾਨੂੰ ਬਿਹਤਰ ਬਣਾਉਣ ਦੇ ਇਰਾਦੇ ਨਾਲ ਕੀਤੀ ਜਾ ਰਹੀ ਹੈ ਤਾਂ ਇੱਕ ਵਾਰ ਇਸਨੂੰ ਦੇਖੋ ਨਹੀਂ ਤਾਂ ਇਸਨੂੰ ਤੁਰੰਤ ਆਪਣੇ ਦਿਮਾਗ ਵਿੱਚੋਂ ਕੱਢ ਦਿਓ।
- ਕੁਝ ਦਿਨ ਪਹਿਲਾਂ ਮੈਂ ਇੱਕ ਬਹੁਤ ਹੀ ਮਜ਼ਾਕੀਆ ਹਵਾਲਾ ਪੜ੍ਹਿਆ ਸੀ ਅਤੇ ਮੈਂ ਇਸਨੂੰ ਤੁਹਾਡੇ ਨਾਲ ਸਾਂਝਾ ਕਰ ਰਿਹਾ ਹਾਂ। ਇਸਨੂੰ ਯਾਦ ਰੱਖੋ, ਇਹ ਤੁਹਾਨੂੰ ਚਿੱਕੜ ਵਿੱਚ ਰੁੜ੍ਹਨ ਤੋਂ ਬਚਣ ਵਿੱਚ ਮਦਦ ਕਰੇਗਾ। "ਇੱਕ ਕੁੱਤਾ ਤੁਹਾਨੂੰ ਕੱਟ ਸਕਦਾ ਹੈ ਪਰ ਤੁਸੀਂ ਕੁੱਤੇ ਨੂੰ ਨਹੀਂ ਕੱਟ ਸਕਦੇ।"

• • •

ਅਧਿਆਇ 20

ਅਸੀਂ ਕਾਕਰੋਚ ਨਹੀਂ ਹਾਂ

"ਜ਼ਿੰਦਗੀ ਇਸ ਬਾਰੇ ਨਹੀਂ ਹੈ ਕਿ ਤੁਸੀਂ ਕਿੰਨੀ ਵਾਰ ਡਿੱਗਦੇ ਹੋ, ਇਹ ਇਸ ਬਾਰੇ ਹੈ ਕਿ ਤੁਸੀਂ ਕਿੰਨੀ ਵਾਰ ਡਿੱਗਣ ਤੋਂ ਬਾਅਦ ਉੱਠਦੇ ਹੋ।"

-ਜੈਮੀ ਐਸਕਲਾਂਟੇ

ਕੀ ਤੁਸੀਂ ਕਦੇ ਕਾਕਰੋਚ ਦੇਖਿਆ ਹੈ? ਕਾਕਰੋਚ ਦੀ ਇੱਕ ਵਿਸ਼ੇਸ਼ਤਾ ਇਹ ਹੈ ਕਿ ਜ਼ਿਆਦਾਤਰ ਲੋਕਾਂ ਨੂੰ ਇਹ ਪਸੰਦ ਨਹੀਂ ਆਉਂਦਾ, ਪਰ ਇੱਕ ਹੋਰ ਵਿਸ਼ੇਸ਼ਤਾ ਜਾਂ ਔਗੁਣ ਇਹ ਹੈ ਕਿ ਇੱਕ ਵਾਰ ਕਾਕਰੋਚ ਪਲਟ ਜਾਣ ਤੋਂ ਬਾਅਦ, ਇਹ ਆਪਣੇ ਆਪ ਨੂੰ ਸਿੱਧਾ ਨਹੀਂ ਕਰ ਸਕਦਾ ਅਤੇ ਮਰ ਜਾਂਦਾ ਹੈ।

ਪਰਮਾਤਮਾ ਨੇ ਮਨੁੱਖ ਨੂੰ ਦੁਨੀਆਂ ਦਾ ਸਭ ਤੋਂ ਸ਼ਾਨਦਾਰ ਅਤੇ ਬੁੱਧੀਮਾਨ ਜੀਵ ਬਣਾਇਆ ਹੈ ਅਤੇ ਉਸਨੇ ਸਾਨੂੰ ਇਹ ਯੋਗਤਾ ਦਿੱਤੀ ਹੈ ਕਿ ਜੇਕਰ ਅਸੀਂ ਆਪਣੀ ਜ਼ਿੰਦਗੀ ਵਿੱਚ ਕਦੇ ਵੀ

ਲੜਖੜਾ ਜਾਂਦੇ ਹਾਂ ਤਾਂ ਅਸੀਂ ਨਾ ਸਿਰਫ਼ ਦੁਬਾਰਾ ਮਜ਼ਬੂਤੀ ਨਾਲ ਖੜ੍ਹੇ ਹੋ ਸਕਦੇ ਹਾਂ ਬਲਕਿ ਉਸ ਕਾਰਨ ਨੂੰ ਵੀ ਸੁਧਾਰ ਸਕਦੇ ਹਾਂ ਜਿਸ ਕਾਰਨ ਅਸੀਂ ਲੜਖੜਾਏ।

ਇਸ ਲਈ ਜਦੋਂ ਵੀ ਹਾਲਾਤ ਮਾੜੇ ਲੱਗਦੇ ਹਨ ਜਾਂ ਅਜਿਹੀਆਂ ਘਟਨਾਵਾਂ ਵਾਪਰਦੀਆਂ ਹਨ ਜਿਨ੍ਹਾਂ ਦੀ ਤੁਸੀਂ ਉਮੀਦ ਨਹੀਂ ਕੀਤੀ ਸੀ, ਤਾਂ ਨਿਰਾਸ਼ ਨਾ ਹੋਵੋ ਕਿਉਂਕਿ ਪਹਿਲਾ, ਬਹੁਤ ਸਾਰੇ ਜ਼ਖ਼ਮ ਸਮੇਂ ਦੇ ਨਾਲ ਠੀਕ ਹੋ ਜਾਂਦੇ ਹਨ ਅਤੇ ਦੂਜਾ, ਮਨੁੱਖ ਹਰ ਸਥਿਤੀ ਤੋਂ ਕੁਝ ਨਾ ਕੁਝ ਸਿੱਖ ਸਕਦਾ ਹੈ ਅਤੇ ਭਵਿੱਖ ਲਈ ਸਾਵਧਾਨ ਰਹਿ ਸਕਦਾ ਹੈ।

ਸਟ੍ਰੈੱਸ ਮੈਨੇਜਮੈਂਟ ਨਾਲ ਸਬੰਧਤ ਉਪਯੋਗੀ ਸੁਝਾਅ

- ਜਦੋਂ ਵੀ ਜ਼ਿੰਦਗੀ ਵਿੱਚ ਅਣਕਿਆਸੀਆਂ ਘਟਨਾਵਾਂ ਵਾਪਰਦੀਆਂ ਹਨ, ਤਾਂ ਚਿੰਤਾ ਕਰਨ ਦੀ ਬਜਾਏ, ਆਪਣੇ ਆਪ ਨੂੰ ਦੱਸੋ, "ਮੈਂ ਕਾਕਰੋਚ ਨਹੀਂ ਹਾਂ, ਪਰਮਾਤਮਾ ਨੇ ਮੈਨੂੰ ਇਨਸਾਨ ਬਣਾਇਆ ਹੈ ਅਤੇ ਮੈਂ ਇਸ ਘਟਨਾ ਨੂੰ ਪਾਰ ਕਰ ਸਕਦਾ ਹਾਂ।"
- ਹਰ ਸਥਿਤੀ ਮਨੁੱਖ ਲਈ ਸਿੱਖਣ ਦਾ ਮੌਕਾ ਹੁੰਦੀ ਹੈ। ਆਪਣੇ ਆਪ ਤੋਂ ਪੁੱਛੋ ਕਿ ਮੈਂ ਇਸ ਘਟਨਾ ਤੋਂ ਕੀ ਸਿੱਖ ਸਕਦਾ ਹਾਂ।
- ਆਪਣੇ ਆਪ ਨੂੰ ਇਹ ਵੀ ਯਾਦ ਦਿਵਾਓ ਕਿ "ਜ਼ਿਆਦਾਤਰ ਚੀਜ਼ਾਂ ਚੰਗੇ ਲਈ ਹੁੰਦੀਆਂ ਹਨ।"

• • •

ਅਧਿਆਇ 21

ਭਾਵਨਾਵਾਂ ਕੰਮ ਦਾ ਪਾਲਣ ਕਰਦੀਆਂ ਹਨ

"ਆਪਣੇ ਆਪ ਨੂੰ ਲੱਭਣ ਲਈ, ਸਿਰਫ਼ ਆਪਣੇ ਬਾਰੇ ਸੋਚੋ।"

- ਸੁਕਰਾਤ

ਇਹ ਹਰ ਕਿਸੇ ਨਾਲ ਹੁੰਦਾ ਹੈ ਕਿ ਕੋਈ ਕੰਮ ਕਰਨਾ ਜ਼ਰੂਰੀ ਤਾਂ ਹੁੰਦਾ ਹੈ ਪਰ ਸਾਡਾ ਉਹ ਕੰਮ ਕਰਨ ਨੂੰ ਜੀਅ ਨਹੀਂ ਕਰਦਾ ਅਤੇ ਅਸੀਂ ਉਹ ਕੰਮ ਨਹੀਂ ਕਰਦੇ।

ਕਈ ਵਾਰ ਅਜਿਹਾ ਹੁੰਦਾ ਹੈ ਕਿ ਮੇਰਾ ਲਿਖਣ ਦਾ ਮਨ ਬਿਲਕੁਲ ਵੀ ਨਹੀਂ ਹੁੰਦਾ, ਪਰ ਮੈਂ ਕਲਮ ਅਤੇ ਕਾਗਜ਼ ਲੈ ਕੇ ਬੈਠ ਜਾਂਦਾ ਹਾਂ ਅਤੇ ਲਿਖਣਾ ਸ਼ੁਰੂ ਕਰ ਦਿੰਦਾ ਹਾਂ। ਸ਼ੁਰੂ ਵਿੱਚ, ਮੇਰਾ ਮਨ ਹਾਵੀ ਹੁੰਦਾ ਹੈ, ਪਰ ਮੈਂ ਲਗਨ ਨਾਲ ਲਿਖਦਾ ਰਹਿੰਦਾ ਹਾਂ। ਹੌਲੀ-ਹੌਲੀ, ਚਮਤਕਾਰੀ ਢੰਗ ਨਾਲ, ਸ਼ਬਦ ਵਹਿਣ ਲੱਗ ਪੈਂਦੇ ਹਨ ਅਤੇ ਮੈਂ ਇੱਕ ਵਧੀਆ ਤਾਲ ਵਿੱਚ ਆ ਜਾਂਦਾ ਹਾਂ।

ਇਸੇ ਤਰ੍ਹਾਂ, ਜਦੋਂ ਮੈਂ ਸਵੇਰੇ ਉੱਠਦਾ ਹਾਂ, ਖਾਸ ਕਰਕੇ ਠੰਡ ਦੇ ਦਿਨਾਂ ਵਿੱਚ, ਮੇਰਾ ਮਨ ਮੈਨੂੰ ਕਹਿੰਦਾ ਹੈ ਕਿ ਰਜਾਈ ਤੋਂ ਬਾਹਰ ਨਾ ਨਿਕਲੋ, ਅੱਜ ਬਹੁਤ ਠੰਡ ਹੈ, ਮੇਰਾ ਅੱਜ ਕਸਰਤ ਕਰਨ ਨੂੰ ਬਿਲਕੁਲ ਵੀ ਮਨ ਨਹੀਂ ਕਰਦਾ। ਇਥੇ ਵੀ ਮੇਰੇ ਕੋਲ ਦੋ ਵਿਕਲਪ ਹਨ। ਮੈਨੂੰ ਜਾਂ ਤਾਂ ਆਪਣੇ ਮਨ ਨੂੰ ਆਪਣੇ ਉੱਤੇ ਹਾਵੀ ਹੋਣ ਦੇਣਾ ਪਵੇਗਾ ਜਾਂ ਫਿਰ ਮੈਨੂੰ ਆਪਣੇ ਮਨ ਤੇ ਹਾਵੀ ਰਹਿਣਾ ਪਏਗਾ। ਪਰ ਮੈਂ ਕਸਰਤ ਕਰਨਾ ਚੁਣਦਾ ਹਾਂ, ਬਿਲਕੁਲ ਲਿਖਣ ਵਾਂਗ, ਸ਼ੁਰੂ ਵਿੱਚ ਮੈਨੂੰ ਇਹ ਕਰਨ ਦਾ ਬਿਲਕੁਲ ਵੀ ਮਨ ਨਹੀਂ ਕਰਦਾ ਪਰ ਜਿਵੇਂ ਹੀ ਮੈਂ ਕਸਰਤ ਸ਼ੁਰੂ ਕਰਦਾ ਹਾਂ, ਮੈਂ ਇੱਕ ਤਾਲ ਵਿਕਸਤ ਕਰਦਾ ਹਾਂ ਅਤੇ ਫਿਰ ਮੈਂ ਆਪਣੀ ਕਸਰਤ ਪੂਰੀ ਕਰਦਾ ਹਾਂ ਅਤੇ ਅੰਤ ਵਿੱਚ ਦੁਬਾਰਾ ਵਧੀਆ ਮਹਿਸੂਸ ਕਰਦਾ ਹਾਂ।

ਮੈਨੂੰ ਯਕੀਨ ਹੈ ਕਿ ਤੁਹਾਡੀ ਜ਼ਿੰਦਗੀ ਵਿੱਚ ਬਹੁਤ ਸਾਰੀਆਂ ਚੀਜ਼ਾਂ ਅਜਿਹੀਆਂ ਹੋਣਗੀਆਂ ਜੋ ਕਰਨ ਦਾ ਤੁਹਾਡਾ ਮਨ ਨਹੀਂ ਕਰੇਗਾ, ਪਰ ਜੇਕਰ ਤੁਸੀਂ ਇਸ ਤਰੀਕੇ ਨੂੰ ਅਜ਼ਮਾਉਂਦੇ ਹੋ, ਤਾਂ ਤੁਹਾਨੂੰ ਜ਼ਰੂਰ ਇਸੇ ਤਰ੍ਹਾਂ ਦੇ ਵਧੀਆਨਤੀਜੇ ਮਿਲਣਗੇ।

ਸਟ੍ਰੈੱਸ ਮੈਨੇਜਮੈਂਟ ਨਾਲ ਸਬੰਧਤ ਉਪਯੋਗੀ ਸੁਝਾਅ:

- ਰਾਲਫ਼ ਵਾਲਡੋ ਐਮਰਸਨ ਦੇ ਕਹੇ "ਕੰਮ ਕਰੋ, ਅਤੇ ਤੁਹਾਨੂੰ ਕੰਮ ਕਰਨ ਦੀ ਊਰਜਾ ਮਿਲੇਗੀ" ਨੂੰ ਹਮੇਸ਼ਾ ਯਾਦ ਰੱਖੋ।
- ਆਪਣੇ ਆਪ ਤੋਂ ਪੁੱਛੋ ਕਿ ਕੀ ਮਨ ਤੁਹਾਡੇ 'ਤੇ ਹਾਵੀ ਹੋ ਰਿਹਾ ਹੈ ਜਾਂ ਤੁਸੀਂ ਮਨ 'ਤੇ ਹਾਵੀ ਹੋ ਰਹੇ ਹੋ? ਜਦੋਂ ਤੁਸੀਂ ਮਨ 'ਤੇ ਹਾਵੀ ਹੋਵੋਗੇ ਤਾਂ ਹੀ ਤੁਸੀਂ ਸਫਲ ਹੋ ਸਕੋਗੇ।

• • •

ਅਧਿਆਇ 22

ਜਦੋਂ ਮੈਂ ਬਹੁਤ ਖੁਸ਼ ਹੁੰਦਾ ਸੀ ਤਾਂ ਮੈਂ ਕੀ ਕਰਦਾ ਸੀ...

"ਅਸੀਂ ਉਹਨੇ ਹੀ ਖੁਸ਼ ਹੁੰਦੇ ਹਾਂ ਜਿੰਨਾ ਖੁਸ਼ ਰਹਿਣ ਦਾ ਅਸੀਂ ਆਪਣਾ ਮਨ ਬਣਾਉਂਦੇ ਹਾਂ।"

- ਅਬ੍ਰਾਹਮ ਲਿੰਕਨ

ਜਦੋਂ ਵੀ ਤੁਸੀਂ ਕਿਸੇ ਬਜ਼ੁਰਗ ਦੇ ਕੋਲ ਬੈਠਦੇ ਹੋ, ਤੁਸੀਂ ਅਕਸਰ ਉਹਨਾਂ ਦੇ ਮੂੰਹੋਂ ਇਹ ਸੁਣਦੇ ਹੋ - ਜਦੋਂ ਮੈਂ ਤੁਹਾਡੀ ਉਮਰ ਦਾ ਸੀ ਤਾਂ ਮੈਂ ਵੀ ਅਜਿਹਾ ਕਰਦਾ ਹੁੰਦਾ ਸੀ।

ਕਲਪਨਾ ਰਾਹੀਂ ਉਹ ਉਨ੍ਹਾਂ ਪੁਰਾਣੇ ਦਿਨਾਂ ਵਿੱਚ ਵਾਪਸ ਚਲੇ ਜਾਂਦੇ ਹਨ ਅਤੇ ਉਸ ਖੁਸ਼ੀ ਨੂੰ ਮੁੜ ਪ੍ਰਾਪਤ ਕਰਦੇ ਹਨ।

ਜਦੋਂ ਚਿੰਤਾ ਸਾਡੀ ਜ਼ਿੰਦਗੀ 'ਤੇ ਹਾਵੀ ਹੋ ਜਾਂਦੀ ਹੈ, ਤਾਂ ਅਸੀਂ ਭੁੱਲ ਜਾਂਦੇ ਹਾਂ ਕਿ ਸਾਡੀ ਜ਼ਿੰਦਗੀ ਵਿੱਚ ਕਦੇ ਖੁਸ਼ੀ ਸੀ। ਜਦੋਂ ਅਸੀਂ ਚਿੰਤਤ ਹੁੰਦੇ ਹਾਂ, ਤਾਂ ਅਸੀਂ ਚਿੰਤਾ ਕਰਨ ਵਾਲੀਆਂ ਚੀਜ਼ਾਂ ਬਾਰੇ ਸੋਚਣ ਅਤੇ ਕਲਪਨਾ ਕਰਨ ਦੀ ਜ਼ਿਆਦਾ ਸੰਭਾਵਨਾ ਰੱਖਦੇ ਹਾਂ ਕਿ ਚੀਜ਼ਾਂ ਸਾਡੇ ਵਿਰੁੱਧ ਕਿਵੇਂ ਜਾਣਗੀਆਂ, ਅਤੇ ਅਜਿਹਾ ਕਰਨ ਨਾਲ, ਅਸੀਂ ਹੋਰ ਵੀ ਚਿੰਤਤ ਹੋ ਜਾਂਦੇ ਹਾਂ। ਜੇਕਰ

ਅਸੀਂ ਆਪਣੀ ਚਿੰਤਾ ਨੂੰ ਲਗਾਤਾਰ ਆਪਣੇ ਉੱਤੇ ਹਾਵੀ ਹੋਣ ਦਿੰਦੇ ਹਾਂ, ਤਾਂ ਚਿੰਤਾ ਦੇ ਇਸ ਚੱਕਰ ਨੂੰ ਤੋੜਨਾ ਹੋਰ ਵੀ ਮੁਸ਼ਕਲ ਹੋ ਜਾਂਦਾ ਹੈ।

ਮੈਨੂੰ ਇਸਦਾ ਇੱਕ ਬਿਹਤਰ ਹੱਲ ਲੱਭਿਆ, ਜਦੋਂ ਅਜਿਹੇ ਹਾਲਾਤ ਪੈਦਾ ਹੁੰਦੇ ਹਨ, ਤਾਂ ਕਿਉਂ ਨਾ ਯਾਦ ਰੱਖੀਏ ਕਿ ਜਦੋਂ ਅਸੀਂ ਖੁਸ਼ ਰਹਿੰਦੇ ਸੀ ਤਾਂ ਕੀ ਕਰਦੇ ਸੀ। ਜੇ ਮੈਂ ਆਪਣੇ ਬਾਰੇ ਗੱਲ ਕਰਾਂ, ਤਾਂ ਬਹੁਤ ਸਾਰੀਆਂ ਚੀਜ਼ਾਂ ਹਨ ਜੋ ਮੈਨੂੰ ਖੁਸ਼ ਕਰਦੀਆਂ ਸਨ ਜਿਵੇਂ ਕਿ ਆਪਣੇ ਦੋਸਤਾਂ ਨਾਲ ਕ੍ਰਿਕਟ ਖੇਡਣਾ, ਆਪਣੇ ਦਾਦਾ ਜੀ ਨਾਲ ਗੱਲਾਂ ਕਰਨਾ, ਉੱਚੀ ਆਵਾਜ਼ ਵਿੱਚ ਗਾਣੇ ਸੁਣਨਾ, ਸੜਕ 'ਤੇ ਅਚਾਨਕ ਕਿਸੇ ਲੋੜਵੰਦ ਵਿਅਕਤੀ ਦੀ ਮਦਦ ਕਰਨਾ, ਜਦੋਂ ਮੇਰੇ ਕੋਲ ਖਾਲੀ ਸਮਾਂ ਹੁੰਦਾ ਸੀ ਤਾਂ ਆਪਣੀ ਮਾਂ ਨੂੰ ਖਰੀਦਦਾਰੀ ਵਿੱਚ ਮਦਦ ਕਰਨਾ, ਆਦਿ। ਇਹ ਸਾਰੀਆਂ ਚੀਜ਼ਾਂ ਪੂਰੀ ਤਰ੍ਹਾਂ ਸੰਭਵ ਨਹੀਂ ਹਨ ਜਿਵੇਂ ਕਿ ਦੋਸਤਾਂ ਨਾਲ ਕ੍ਰਿਕਟ ਖੇਡਣਾ ਕਿਉਂਕਿ ਮੇਰੇ ਜ਼ਿਆਦਾਤਰ ਦੋਸਤ ਦੂਜੇ ਸ਼ਹਿਰਾਂ ਵਿੱਚ ਹਨ ਅਤੇ ਬਹੁਤ ਰੁੱਝੇ ਹੋਏ ਹਨ, ਬਦਕਿਸਮਤੀ ਨਾਲ ਦਾਦਾ ਜੀ ਦਾ ਦੇਹਾਂਤ ਹੋ ਗਿਆ ਹੈ, ਪਰ ਅਜੇ ਵੀ ਬਹੁਤ ਸਾਰੀਆਂ ਚੀਜ਼ਾਂ ਹਨ ਜੋ ਮੈਂ ਕਰ ਸਕਦਾ ਹਾਂ ਜਿਵੇਂ ਕਿ ਖਰੀਦਦਾਰੀ ਵਿੱਚ ਆਪਣੀ ਮਾਂ ਦੀ ਮਦਦ ਕਰਨਾ, ਸੜਕ 'ਤੇ ਅਚਾਨਕ ਕਿਸੇ ਲੋੜਵੰਦ ਵਿਅਕਤੀ ਦੀ ਮਦਦ ਕਰਨਾ, ਆਦਿ। ਮੈਂ ਅਜੇ ਵੀ ਇਹ ਚੀਜ਼ਾਂ ਕਰ ਸਕਦਾ ਹਾਂ ਅਤੇ ਉਨ੍ਹਾਂ ਖੁਸ਼ੀਆਂ ਨੂੰ ਵਾਪਸ ਪ੍ਰਾਪਤ ਕਰ ਸਕਦਾ ਹਾਂ।

ਜਦੋਂ ਤੁਸੀਂ ਸਭ ਤੋਂ ਵੱਧ ਖੁਸ਼ ਹੁੰਦੇ ਸੀ ਤਾਂ ਤੁਸੀਂ ਕੀ ਕਰਦੇ ਸੀ? ਗਾਉਣਾ? ਫ਼ਿਲਮਾਂ ਦੇਖਣਾ? ਆਪਣੇ ਪਾਲਤੂ ਜਾਨਵਰ ਨਾਲ ਖੇਡਣਾ? ਲੰਬੀ ਡਰਾਈਵ 'ਤੇ ਜਾਣਾ? ਉਨ੍ਹਾਂ ਚੀਜ਼ਾਂ ਬਾਰੇ ਸੋਚੋ ਅਤੇ ਸੋਚੋ ਕਿ ਤੁਸੀਂ ਅਜੇ ਵੀ ਉਨ੍ਹਾਂ ਨੂੰ ਕਿਵੇਂ ਕਰ ਸਕਦੇ ਹੋ। ਅਤੇ ਅਜਿਹਾ ਕਰਕੇ, ਤੁਸੀਂ ਉਨ੍ਹਾਂ ਖੁਸ਼ਹਾਲ ਪਲਾਂ ਨੂੰ ਦੁਬਾਰਾ ਪ੍ਰਾਪਤ ਕਰਨ ਦੇ ਯੋਗ ਹੋਵੋਗੇ।

ਸਟ੍ਰੈੱਸ ਮੈਨੇਜਮੈਂਟ ਨਾਲ ਸਬੰਧਤ ਉਪਯੋਗੀ ਸੁਝਾਅ:

- ਤੁਹਾਨੂੰ ਵੀ ਆਪਣੀ ਜ਼ਿੰਦਗੀ ਵਿੱਚ ਅਜਿਹੀਆਂ ਚੀਜ਼ਾਂ ਦੀ ਇੱਕ ਸੂਚੀ ਬਣਾਉਣੀ ਚਾਹੀਦੀ ਹੈ, ਜਦੋਂ ਤੁਸੀਂ ਬਹੁਤ ਖੁਸ਼ ਸੀ ਤਾਂ ਤੁਸੀਂ ਕੀ ਕੀਤਾ? ਅਤੇ ਉਸ ਸੂਚੀ ਵਿੱਚੋਂ, ਪਤਾ ਲਗਾਓ ਕਿ ਉਹ ਕਿਹੜੀਆਂ ਚੀਜ਼ਾਂ ਹਨ ਜੋ ਤੁਸੀਂ ਅੱਜ ਵੀ ਕਰ ਸਕਦੇ ਹੋ।
- ਆਪਣੇ ਦੋਸਤਾਂ ਅਤੇ ਸ਼ੁਭਚਿੰਤਕਾਂ ਨਾਲ ਖੁਸ਼ੀਆਂ ਭਰੇ ਦਿਨਾਂ ਨੂੰ ਯਾਦ ਕਰਨ ਅਤੇ ਦੁਬਾਰਾ ਜੀਉਣ ਦਾ ਫਾਰਮੂਲਾ ਸਾਂਝਾ ਕਰੋ ਅਤੇ ਉਨ੍ਹਾਂ ਦੀ ਜ਼ਿੰਦਗੀ ਨੂੰ ਚਿੰਤਾ-ਮੁਕਤ ਬਣਾਉਣ ਵਿੱਚ ਉਨ੍ਹਾਂ ਦੀ ਮਦਦ ਕਰੋ।

• • •

ਅਧਿਆਇ 23

ਸਾਨੂੰ ਕੁਝ ਗੱਲਾਂ ਰੱਬ ਤੇ ਛੱਡ ਦੇਣੀਆਂ ਚਾਹੀਦੀਆਂ ਹਨ।

"ਜੀਵਨ ਦੇ ਚਾਨਣ ਵਿੱਚ ਪਰਮਾਤਮਾ ਤੇ ਵਿਸ਼ਵਾਸ ਰੱਖਣਾ ਕੁਝ ਵੀ ਨਹੀਂ ਹੈ, ਪਰ ਜੀਵਨ ਦੇ ਹਨੇਰੇ ਵਿੱਚ ਵੀ ਪਰਮਾਤਮਾ ਤੇ ਵਿਸ਼ਵਾਸ ਰੱਖਣਾ ਹੀ ਸੱਚੀ ਆਸਥਾ ਹੈ।"

- ਸੀ.ਐੱਚ. ਸਪੁਰਜਨ

ਮੇਰਾ ਵਿਸ਼ਵਾਸ ਕਰੋ, ਇਸ ਮਨੁੱਖੀ ਜੀਵਨ ਤੋਂ ਵੱਧ ਸੁੰਦਰ ਵੀ ਕੁਝ ਨਹੀਂ ਹੈ ਅਤੇ ਇਸ ਤੋਂ ਵੱਧ ਔਖਾ ਵੀ ਕੁਝ ਨਹੀਂ ਹੈ। ਕਈ ਵਾਰ ਸਾਡੀ ਜ਼ਿੰਦਗੀ ਵਿੱਚ ਅਜਿਹੇ ਮੋੜ ਆਉਂਦੇ ਹਨ ਜਿਨ੍ਹਾਂ ਵਿੱਚ ਸਾਨੂੰ ਸਮਝ ਨਹੀਂ ਆਉਂਦਾ ਕਿ ਕੀ ਕਰੀਏ, ਜੇਕਰ ਸਾਨੂੰ ਮਦਦ ਚਾਹੀਦੀ ਹੈ ਤਾਂ ਕਿਸ ਤੋਂ ਮੰਗੀਏ।

ਅਸੀਂ ਸਾਰੇ ਆਪਣੀ ਜ਼ਿੰਦਗੀ ਵਿੱਚ ਅਜਿਹੇ ਸਮੇਂ ਵਿੱਚੋਂ ਲੰਘਦੇ ਹਾਂ ਅਤੇ ਮੇਰੇ ਦਾਦਾ-ਦਾਦੀ ਦੀ ਜ਼ਿੰਦਗੀ ਵਿੱਚ ਇੱਕ ਅਜਿਹਾ ਹੀ ਮੁਸ਼ਕਲ ਸਮਾਂ ਆਇਆ ਜਦੋਂ ਮੇਰੇ ਪਿਤਾ ਜੀ ਲਗਭਗ ਡੇਢ ਸਾਲ ਦੇ ਸਨ ਅਤੇ ਉਨ੍ਹਾਂ ਨੂੰ ਕਈ ਦਿਨਾਂ ਤੋਂ ਤੇਜ਼ ਬੁਖਾਰ ਸੀ ਜਿਸਦੇ ਚਲਦੇ ਦਿਮਾਗ ਵਿਚ ਵੀ ਸੂਜ਼ਨ ਆ ਗਈ ਸੀ । ਇੱਕ ਸਮੇਂ ਤੇ ਉਨ੍ਹਾਂ ਦੀ ਨਜ਼ਰ ਚਲੀ ਗਈ। ਉਸ ਸਮੇਂ ਮੇਰੇ ਦਾਦਾ ਜੀ ਵਿੱਤੀ ਅਤੇ ਪਰਿਵਾਰਕ ਤੌਰ 'ਤੇ ਬਹੁਤ ਸਾਰੀਆਂ ਸਮੱਸਿਆਵਾਂ ਦਾ ਸਾਹਮਣਾ ਕਰ ਰਹੇ ਸਨ ਅਤੇ ਇਸ ਸਮੱਸਿਆ ਨੇ ਉਨ੍ਹਾਂ ਨੂੰ ਪੂਰੀ ਤਰ੍ਹਾਂ ਹਿਲਾ ਕੇ ਰੱਖ ਦਿੱਤਾ ਸੀ।

ਉਹ ਸਾਡੇ ਸ਼ਹਿਰ ਦੇ ਬਹੁਤ ਸਾਰੇ ਡਾਕਟਰਾਂ ਨੂੰ ਮਿਲੇ ਪਰ ਸਾਰਿਆਂ ਨੇ ਨਕਾਰਾਤਮਕ ਜਵਾਬ ਦਿੱਤੇ। ਜਦੋਂ ਸ਼ਹਿਰ ਦੇ ਇੱਕ ਸਭ ਤੋਂ ਵੱਡੇ ਡਾਕਟਰ ਦੀ ਦਵਾਈ ਕੰਮ ਨਹੀਂ ਕਰ ਰਹੀ ਸੀ, ਤਾਂ ਮੇਰੇ ਦਾਦਾ ਜੀ ਫਿਰ ਉਨ੍ਹਾਂ ਕੋਲ ਮਾਰਗਦਰਸ਼ਨ ਲਈ ਗਏ, ਉਨ੍ਹਾਂ ਨੇ ਕਿਹਾ, "ਤੁਸੀਂ ਕਿੰਨੇ ਵੀ ਡਾਕਟਰ ਬਦਲੋ, ਦਵਾਈ ਦਾ ਪਰਚਾ ਨਹੀਂ ਬਦਲੇਗਾ"। ਮੇਰੇ ਦਾਦਾ ਜੀ ਇਸ ਜਵਾਬ ਤੋਂ ਬਹੁਤ ਨਿਰਾਸ਼ ਹੋਏ ਅਤੇ ਸ਼ਹਿਰ ਦੇ ਇੱਕ ਹੋਰ ਨਾਮਵਰ ਡਾਕਟਰ ਕੋਲ ਗਏ। ਦਾਦਾ ਜੀ ਡਾਕਟਰ ਨੂੰ ਆਪਣੀ ਸਮੱਸਿਆ ਦੱਸਦੇ ਹੋਏ ਰੋਣ ਲੱਗ ਪਏ ਅਤੇ ਇਹ ਵੀ ਕਿਹਾ ਕਿ ਅਸੀਂ ਆਪਣਾ ਘਰ, ਆਪਣੀ ਦੁਕਾਨ, ਸਭ ਕੁਝ ਵੇਚ ਦੇਵਾਂਗੇ, ਬੱਸ ਉਨ੍ਹਾਂ ਦੀਆਂ ਅੱਖਾਂ ਦਾ ਇਲਾਜ ਹੋ ਜਾਵੇ। ਡਾਕਟਰ ਸਾਹਿਬ ਨੇ ਮੇਰੇ ਦਾਦਾ ਜੀ ਨੂੰ ਸਮਝਾਇਆ ਕਿ ਸਿਰਫ਼ ਸਭ ਤੋਂ ਵੱਡੇ ਡਾਕਟਰ ਹੀ ਉਨ੍ਹਾਂ ਦਾ ਇਲਾਜ ਕਰ ਸਕਦੇ ਹਨ ਅਤੇ ਉਹ ਕੋਈ ਫੀਸ ਵੀ ਨਹੀਂ ਲੈਂਦੇ, ਮੇਰੇ ਦਾਦਾ ਜੀ ਨੇ ਪੁੱਛਿਆ ਕਿ ਉਹ ਕੌਣ ਹਨ ਅਤੇ ਉਹ ਕਿੱਥੇ ਮਿਲ ਸਕਦੇ ਹਨ। ਡਾਕਟਰ ਸਾਹਿਬ ਨੇ ਦੱਸਿਆ ਕਿ ਜਦੋਂ ਵਿਗਿਆਨ ਅਤੇ ਤਕਨਾਲੋਜੀ ਵੀ ਕਿਸੇ ਸਮੱਸਿਆ ਦਾ ਹੱਲ ਕਰਨ ਵਿੱਚ ਅਸਫਲ ਰਹਿੰਦੇ ਹਨ, ਤਾਂ ਸਿਰਫ਼ ਇੱਕ ਹੀ ਸਲਾਹ ਦਿੱਤੀ ਜਾਂਦੀ ਹੈ ਕਿ ਉਸ ਤੋਂ ਮਦਦ ਮੰਗੋ ਜਿਸਨੇ ਸਾਨੂੰ ਬਣਾਇਆ ਹੈ ਅਤੇ ਉਹ ਹੈ ਪਰਮਾਤਮਾ। ਜਾਓ ਅਤੇ ਉਸ ਤੋਂ ਮਦਦ ਮੰਗੋ, ਉਹ ਜ਼ਰੂਰ ਤੁਹਾਡੀ ਮਦਦ ਕਰਨਗੇ।

ਡਾਕਟਰ ਦੀ ਗੱਲ ਸੁਣ ਕੇ ਦਾਦਾ ਜੀ ਨੂੰ ਕੁਝ ਰਾਹਤ ਮਹਿਸੂਸ ਹੋਈ ਅਤੇ ਉਹ ਹਰ ਰੋਜ਼ ਸਵੇਰੇ-ਸ਼ਾਮ ਰੱਬ ਅੱਗੇ ਮਦਦ ਲਈ ਅਰਦਾਸ ਕਰਨ ਲਗੇ। ਇੱਕ ਦਿਨ ਮੇਰੀ ਦਾਦੀ ਜੀ ਨੇ ਦੇਖਿਆ ਕਿ ਮੇਰੇ ਪਿਤਾ ਜੀ ਆਪਣੇ ਹੱਥਾਂ ਨਾਲ ਚੋਟੀਆਂ ਨੂੰ ਫੜਨ ਅਤੇ ਉਨ੍ਹਾਂ ਨੂੰ ਮਾਰਨ ਦੀ ਕੋਸ਼ਿਸ਼ ਕਰ ਰਹੇ ਸਨ। ਜਿਸਦਾ ਮਤਲਬ ਸੀ ਕਿ ਉਹ ਹੁਣ ਦੇਖਣ ਲੱਗ ਪਏ ਸਨ। ਮੇਰੀ ਦਾਦੀ ਜੀ ਨੂੰ ਆਪਣੀਆਂ ਅੱਖਾਂ 'ਤੇ ਵਿਸ਼ਵਾਸ ਨਹੀਂ ਹੋਇਆ ਅਤੇ ਉਹ ਤੁਰੰਤ ਭੱਜ ਕੇ ਮੇਰੇ ਦਾਦਾ ਜੀ ਨੂੰ ਬੁਲਾਉਣ ਲੱਗ ਪਈ, ਇਹ ਦ੍ਰਿਸ਼ ਦੇਖ ਕੇ ਮੇਰੇ ਦਾਦਾ ਜੀ ਵੀ ਭਾਵੁਕ ਹੋ ਗਏ ਅਤੇ ਖੁਸ਼ੀ ਨਾਲ ਉੱਚੀ-ਉੱਚੀ ਰੋਣ ਲੱਗ ਪਏ।

ਡਾਕਟਰ ਸਾਹਿਬ ਨੇ ਸੱਚ ਕਿਹਾ ਸੀ ਕਿ ਇਹ ਇਲਾਜ ਸਿਰਫ਼ ਸਭ ਤੋਂ ਵਧੀਆ ਡਾਕਟਰ ਹੀ ਕਰ ਸਕਦੇ ਹਨ ਅਤੇ ਉਹਨਾਂ ਦੀ ਕੋਈ ਫੀਸ ਵੀ ਨਹੀਂ ਹੈ। ਸਾਡੀ ਜ਼ਿੰਦਗੀ ਵਿੱਚ ਬਹੁਤ ਸਾਰੀਆਂ ਸਮੱਸਿਆਵਾਂ ਹਨ ਜਿਨ੍ਹਾਂ ਨੂੰ ਅਸੀਂ ਆਪਣੇ ਆਪ ਹੱਲ ਕਰਨ ਦੀ ਕੋਸ਼ਿਸ਼ ਕਰਦੇ ਹਾਂ ਅਤੇ ਇਹ ਇੰਨੀਆਂ ਵੱਡੀਆਂ ਸਮੱਸਿਆਵਾਂ ਹਨ ਕਿ ਸਾਡੇ ਮੋਢੇ ਇਕੱਲੇ ਉਨ੍ਹਾਂ ਦਾ ਭਾਰ ਨਹੀਂ ਚੁੱਕ ਸਕਦੇ। ਜੇਕਰ ਇਹ ਮਾਮਲਾ ਹੈ ਤਾਂ ਕਿਉਂ ਨਾ ਅਜਿਹੀਆਂ ਸਮੱਸਿਆਵਾਂ ਲਈ ਸਭ ਤੋਂ ਵਧੀਆ ਡਾਕਟਰ ਤੋਂ ਮਦਦ ਲਈਏ ਅਤੇ ਉਸਦੀ ਮਦਦ ਮੰਗੀਏ। ਉਸਨੂੰ ਖੁੱਲ੍ਹ ਕੇ ਕਹੀਏ ਕਿ "ਹੇ ਪ੍ਰਭੂ।

ਸਾਨੂੰ ਤੁਹਾਡੀ ਮਦਦ ਦੀ ਲੋੜ ਹੈ, ਹੁਣ ਸਿਰਫ ਤੁਸੀਂ ਹੀ ਇਸ ਸਮੱਸਿਆ ਨੂੰ ਹੱਲ ਕਰ ਸਕਦੇ ਹੋ ਅਤੇ ਮੈਨੂੰ ਪੂਰਾ ਵਿਸ਼ਵਾਸ ਹੈ ਕਿ ਤੁਸੀਂ ਇਸਨੂੰ ਹੱਲ ਕਰੋਗੇ।"

ਇਹ ਨਾ ਸੋਚੋ ਕਿ ਪਰਮਾਤਮਾ ਕਿਤੇ ਦੂਰ ਅਸਮਾਨ ਵਿੱਚ ਹੈ ਜੋ ਤੁਹਾਨੂੰ ਨਹੀਂ ਸੁਣ ਸਕਦਾ, ਇਹ ਸੋਚੋ ਕਿ ਉਹ ਤੁਹਾਡੇ ਦਿਲ ਵਿੱਚ ਹੈ, ਤੁਹਾਡੇ ਨਾਲ ਹੈ, ਤੁਹਾਡੇ ਨੇੜੇ ਹੈ, ਜੋ ਤੁਹਾਨੂੰ ਕਦੇ ਨਹੀਂ ਛੱਡੇਗਾ।

ਸਮੱਸਿਆ ਇਹ ਹੈ ਕਿ ਮਨੁੱਖ ਸਿਰਫ਼ ਉਦੋਂ ਹੀ ਅਰਦਾਸ ਕਰਦਾ ਹੈ ਜਦੋਂ ਉਸਨੂੰ ਕਿਸੇ ਚੀਜ਼ ਦੀ ਲੋੜ ਹੁੰਦੀ ਹੈ ਅਤੇ ਅਜਿਹੀਆਂ ਪ੍ਰਾਰਥਨਾਵਾਂ ਕਦੇ ਸਫਲ ਹੁੰਦੀਆਂ ਹਨ ਅਤੇ ਕਦੇ ਨਹੀਂ ਹੁੰਦੀਆਂ ਅਤੇ ਇਸਦੇ ਪਿੱਛੇ ਕਾਰਨ ਇਹ ਹੈ ਕਿ ਜੋ ਕੰਮ ਅਸੀਂ ਵਾਰ-ਵਾਰ ਕਰਦੇ ਹਾਂ, ਅਸੀਂ ਉਨ੍ਹਾਂ ਦੇ ਆਦੀ ਹੋ ਜਾਂਦੇ ਹਾਂ ਅਤੇ ਸਾਡਾ ਵਿਸ਼ਵਾਸ ਵੀ ਉਨ੍ਹਾਂ ਵਿੱਚ ਜ਼ਿਆਦਾ ਹੁੰਦਾ ਹੈ ਜਦੋਂ ਕਿ ਜੋ ਕੰਮ ਅਸੀਂ ਕਈ ਵਾਰ ਕਰਦੇ ਹਾਂ, ਅਸੀਂ ਉਨ੍ਹਾਂ ਵਿੱਚ ਬਿਲਕੁਲ ਵੀ ਚੰਗੇ ਨਹੀਂ ਹੁੰਦੇ। ਉਦਾਹਰਣ ਵਜੋਂ, ਮੇਰੇ ਘਰ ਵਿੱਚ, ਮੇਰਾ ਖਾਣਾ ਮੇਰੀ ਮਾਂ ਪਕਾਉਂਦੀ ਹੈ ਅਤੇ ਉਹ ਸਾਲ ਦੇ 365 ਦਿਨ ਪਕਾਉਂਦੀ ਹੈ, ਇਸ ਲਈ ਕੁਦਰਤੀ ਤੌਰ 'ਤੇ ਇਹ ਉਹਨਾਂ ਲਈ ਇੱਕ ਬਾਏਂ ਹੱਥ ਦਾ ਖੇਡ ਹੈ ਅਤੇ ਉਹ ਬਹੁਤ ਵਧੀਆ ਪਕਾਉਂਦੀ ਹੈ ਅਤੇ ਮੰਨ ਲਓ ਕਿ ਮੇਰੇ ਪਰਿਵਾਰ ਦਾ ਕੋਈ ਮੈਂਬਰ ਹੈ ਜੋ ਲੋੜ ਪੈਣ 'ਤੇ ਸਾਲ ਵਿੱਚ ਸਿਰਫ ਇੱਕ ਜਾਂ ਦੋ ਵਾਰ ਖਾਣਾ ਬਣਾਉਂਦਾ ਹੈ, ਤਾਂ ਤੁਹਾਨੂੰ ਕੀ ਲੱਗਦਾ ਹੈ ਕਿ ਖਾਣਾ ਪਕਾਉਣ ਵਿੱਚ ਉਸਦਾ ਵਿਸ਼ਵਾਸ ਦਾ ਪੱਧਰ ਕੀ ਹੋਵੇਗਾ ਅਤੇ ਜੇਕਰ ਤੁਸੀਂ ਉਸ ਦਾ ਪਕਾਇਆ ਹੋਇਆ ਭੋਜਨ ਖਾਂਦੇ ਹੋ ਤਾਂ ਤੁਸੀਂ ਆਸਾਨੀ ਨਾਲ ਸਮਝ ਜਾਓਗੇ ਕਿ ਇਹ ਭੋਜਨ ਇੱਕ ਨਵੇਂ ਬੰਦੇ ਦੁਆਰਾ ਪਕਾਇਆ ਗਿਆ ਹੈ, ਇਸ ਲਈ ਮੇਰਾ ਸੁਝਾਅ ਹੈ ਕਿ ਰੋਜ਼ਾਨਾ ਅਰਦਾਸ ਕਰੋ ਅਤੇ ਮੈਂ ਇਹ ਵੀ ਕਹਾਂਗਾ ਕਿ ਨਾ ਸਿਰਫ਼ ਹਮੇਸ਼ਾ ਮੰਗੋ ਬਲਕਿ ਉਸ ਨੂੰ ਉਨ੍ਹਾਂ ਚੀਜ਼ਾਂ ਲਈ ਧੰਨਵਾਦ ਵੀ ਕਰੋ ਜੋ ਉਸਨੇ ਤੁਹਾਨੂੰ ਪਹਿਲਾਂ ਹੀ ਦਿੱਤੀਆਂ ਹਨ।

ਸਾਡੀ ਜ਼ਿੰਦਗੀ ਵਿੱਚ ਬਹੁਤ ਸਾਰੀਆਂ ਚੀਜ਼ਾਂ ਹਨ ਜੋ ਅਸੀਂ ਆਪਣੇ ਦੋਸਤਾਂ ਜਾਂ ਪਰਿਵਾਰ ਨਾਲ, ਜਾਂ ਇੱਥੋਂ ਤੱਕ ਕਿ ਆਪਣੇ ਜੀਵਨ ਸਾਥੀ ਨਾਲ ਵੀ ਸਾਂਝੀਆਂ ਨਹੀਂ ਕਰ ਸਕਦੇ, ਜਿਸ ਕਾਰਨ ਅਸੀਂ ਬਹੁਤ ਚਿੰਤਤ ਹੁੰਦੇ ਹਾਂ। ਇਹ ਸੰਭਵ ਹੈ ਕਿ ਅਸੀਂ ਇਨ੍ਹਾਂ ਭੇਤਾਂ ਨੂੰ ਉਨ੍ਹਾਂ ਲੋਕਾਂ ਨਾਲ ਸਾਂਝਾ ਨਹੀਂ ਕਰ ਸਕਦੇ, ਪਰ ਅਸੀਂ ਆਪਣੇ ਦਿਲ ਦੀਆਂ ਭਾਵਨਾਵਾਂ ਨੂੰ ਪਰਮਾਤਮਾ ਨਾਲ ਸਾਂਝਾ ਕਰ ਸਕਦੇ ਹਾਂ। ਜਿਵੇਂ ਅਸੀਂ ਇਨ੍ਹਾਂ ਚੀਜ਼ਾਂ ਨੂੰ ਆਪਣੇ ਬੱਚਿਆਂ ਨਾਲ ਸਾਂਝਾ ਕਰਦੇ ਹਾਂ। ਆਪਣੇ ਦਿਲ ਦੀ ਹਰ ਗੱਲ ਪਰਮਾਤਮਾ ਨੂੰ ਉਸੇ ਤਰ੍ਹਾਂ ਦੱਸੋ ਜਿਵੇਂ ਤੁਸੀਂ ਕਿਸੇ ਦੋਸਤ ਜਾਂ ਪਰਿਵਾਰਕ ਮੈਂਬਰ ਨੂੰ ਦੱਸਦੇ ਹੋ ਅਤੇ ਦੇਖੋ ਕਿ ਤੁਸੀਂ ਕਿੰਨਾ ਹਲਕਾ ਮਹਿਸੂਸ ਕਰਦੇ ਹੋ।

ਸਟ੍ਰੈੱਸ ਮੈਨੇਜਮੈਂਟ ਨਾਲ ਸਬੰਧਤ ਉਪਯੋਗੀ ਸੁਝਾਅ:

- ਪਰਮਾਤਮਾ ਦਾ ਧੰਨਵਾਦ ਕਰਨ ਦੇ ਕਾਰਨ ਲੱਭੋ। ਇਹ ਕੁਝ ਵੀ ਹੋ ਸਕਦਾ ਹੈ ਜਿਵੇਂ ਕੁਝ ਵੀ ਖਾਣ ਤੋਂ ਪਹਿਲਾਂ, ਪਰਮਾਤਮਾ ਦਾ ਧੰਨਵਾਦ ਕਰੋ ਕਿ ਤੁਹਾਨੂੰ ਇਹ ਭੋਜਨ ਦਿੱਤਾ ਹੈ ਅਤੇ ਇਹ ਵੀ ਕਹੋ ਕਿ ਤੁਸੀਂ ਬਹੁਤ ਕਿਸਮਤ ਵਾਲੇ ਹੋ ਕਿਉਂਕਿ ਅੱਜ ਵੀ ਇਸ ਧਰਤੀ 'ਤੇ ਬਹੁਤ ਸਾਰੇ ਲੋਕ ਹਨ ਜੋ ਅਜਿਹੇ ਚੰਗੇ ਭੋਜਨ ਤੋਂ ਵਾਂਝੇ ਹਨ।

- ਜਦੋਂ ਵੀ ਜ਼ਿੰਦਗੀ ਵਿੱਚ ਕੁਝ ਚੰਗਾ ਵਾਪਰਦਾ ਹੈ, ਤਾਂ ਇਸਦਾ ਸਾਰਾ ਸਿਹਰਾ ਆਪਣੇ ਸਿਰ ਨਾ ਲਓ ਸਗੋਂ ਇਹ ਕਹੋ ਕਿ ਤੁਸੀਂ ਇਹ ਪਰਮਾਤਮਾ ਦੀ ਮਦਦ ਨਾਲ ਪੂਰਾ ਕੀਤਾ ਹੈ।
- ਸੂਰਜ ਚੜ੍ਹਨ, ਨਦੀਆਂ, ਪਹਾੜਾਂ ਵਰਗੇ ਕੁਦਰਤ ਦੇ ਸੁੰਦਰ ਦ੍ਰਿਸ਼ਾਂ ਨੂੰ ਦੇਖੋ ਅਤੇ ਆਪਣੇ ਆਪ ਨੂੰ ਯਾਦ ਦਿਵਾਓ ਕਿ ਇਹ ਸੁੰਦਰ ਸੰਸਾਰ ਪਰਮਾਤਮਾ ਦੁਆਰਾ ਬਣਾਇਆ ਗਿਆ ਹੈ ਅਤੇ ਉਸਦੀ ਮਦਦ ਨਾਲ ਅਸੀਂ ਹਰ ਸਮੱਸਿਆ ਦਾ ਹੱਲ ਕਰ ਸਕਦੇ ਹਾਂ।
- ਪਾਠਕਾਂ ਦੇ ਵਿਸ਼ਵਾਸ ਅਤੇ ਪਿਆਰ ਲਈ ਧੰਨਵਾਦ ਪ੍ਰਗਟ ਕਰਨ ਲਈ, ਮੈਂ ਆਪਣੇ ਰਾਜਲਾਨੀਤੀ ਯੂਟਿਊਬ ਚੈਨਲ 'ਤੇ ਰਾਜਲਾਨੀਤੀ ਸਟ੍ਰੈੱਸ ਮੈਨੇਜਮੈਂਟ 'ਤੇ ਇੱਕ ਵੀਡੀਓ ਕੋਰਸ ਬਣਾਇਆ ਹੈ, ਜਿਸਨੂੰ ਤੁਸੀਂ ਚੈਨਲ 'ਤੇ ਜਾ ਕੇ ਮੁਫ਼ਤ ਵਿੱਚ ਦੇਖ ਸਕਦੇ ਹੋ।

• • •

ਅਧਿਆਇ 24

ਬਦਲਾ ਲੈਣ ਦਾ ਸਭ ਤੋਂ ਵਧੀਆ ਤਰੀਕਾ

"ਆਰਾ ਭੁੱਲ ਜਾਂਦਾ ਹੈ ਪਰ ਰੁੱਖ ਯਾਦ ਰੱਖਦਾ ਹੈ।"

- ਅਫ਼ਰੀਕੀ ਕਹਾਵਤ

ਮੇਰੀ ਜ਼ਿੰਦਗੀ ਵਿੱਚ ਇੱਕ ਸਮਾਂ ਅਜਿਹਾ ਵੀ ਆਇਆ ਜਦੋਂ ਮੈਂ ਪੜ੍ਹਾਈ ਛੱਡਣ ਦਾ ਫੈਸਲਾ ਕੀਤਾ। ਇਸਦੇ ਪਿੱਛੇ ਕਈ ਕਾਰਨ ਸਨ - ਪੜ੍ਹਾਈ ਵਿੱਚ ਲਗਾਤਾਰ ਅਸਫਲਤਾ, ਸਜ਼ਾਵਾਂ ਅਤੇ ਸਕੂਲ ਵਿੱਚ ਤਾਅਨੇ - ਇਹ ਸਭ ਠੀਕ ਸੀ ਪਰ ਕੁਝ ਅਧਿਆਪਕਾਂ ਦੁਆਰਾ ਮੇਰੇ ਮਾਪਿਆਂ ਦਾ ਅਪਮਾਨ ਮੇਰੇ ਲਈ ਅਸਹਿ ਸੀ।

ਮੈਨੂੰ ਉਹ ਘਟਨਾ ਯਾਦ ਹੈ ਜਦੋਂ ਇੱਕ ਪੈਰੇਂਟ- ਟੀਚਰ ਮੀਟਿੰਗ ਵਿੱਚ, ਮੇਰੀ ਕਲਾਸ ਟੀਚਰ ਨੇ ਮੇਰੀ ਮਾਂ ਨੂੰ ਸਭ ਦੇ ਸਾਹਮਣੇ ਉੱਚੀ ਆਵਾਜ਼ ਵਿੱਚ ਕਿਹਾ ਸੀ ਕਿ "ਮੈਂ ਤੁਹਾਨੂੰ ਲਿਖ ਕੇ ਦੇ ਸਕਦੀ ਹਾਂ ਕਿ ਤੁਹਾਡਾ ਪੁੱਤਰ ਜ਼ਿੰਦਗੀ ਵਿੱਚ ਰਿਕਸ਼ਾ ਚਲਾਉਣ ਤੋਂ ਵੱਧ ਕੁਝ ਨਹੀਂ ਕਰ ਸਕਦਾ।" ਮੈਨੂੰ ਉਹ ਦਿਨ ਵੀ ਯਾਦ ਹੈ ਜਦੋਂ ਇੱਕ ਹੋਰ ਅਧਿਆਪਕ ਨੇ ਮੈਨੂੰ ਸਟਾਫ ਰੂਮ ਵਿੱਚ ਬੁਲਾਇਆ ਅਤੇ ਸਾਰੇ ਅਧਿਆਪਕਾਂ ਦੇ ਸਾਹਮਣੇ ਕਿਹਾ, "ਮੇਰੇ ਪਿਤਾ ਕੋਲ ਬਹੁਤ ਪੈਸਾ ਹੈ, ਜਦੋਂ ਤੱਕ ਮੈਂ

ਹਰ ਕਲਾਸ ਨੂੰ 2-4 ਵਾਰ ਨਹੀਂ ਪੜ੍ਹਦਾ, ਉਦੋਂ ਤੱਕ ਪਿਤਾ ਜੀ ਦੇ ਪੈਸੇ ਕਿਵੇਂ ਵਰਤੇ ਜਾਣਗੇ?" ਫਿਰ ਉਹਨਾ ਨੇ ਮੈਨੂੰ ਅਗਲੇ ਦਿਨ ਆਪਣੇ ਪਿਤਾ ਜੀ ਨੂੰ ਸਕੂਲ ਬੁਲਾਉਣ ਲਈ ਕਿਹਾ।

ਅਗਲੇ ਦਿਨ ਜਦੋਂ ਪਿਤਾ ਜੀ ਨੇ ਸਕੂਲ ਦੇ ਗੇਟ 'ਤੇ ਉਹਨਾਂ ਨੂੰ ਨਮਸਤੇ ਕੀਤਾ, ਤਾਂ ਉਸਨੇ ਪਿਤਾ ਜੀ ਨੂੰ ਪੂਰੀ ਤਰ੍ਹਾਂ ਨਜ਼ਰਅੰਦਾਜ਼ ਕਰ ਦਿੱਤਾ। ਉਹ ਸਟਾਫ ਰੂਮ ਵਿੱਚ ਖਾਲੀ ਸੀ ਪਰ ਉਸਨੇ ਪਿਤਾ ਜੀ ਨੂੰ ਕਈ ਘੰਟੇ ਇੰਤਜ਼ਾਰ ਕਰਵਾਇਆ ਅਤੇ ਫਿਰ ਜਦੋਂ ਉਹ ਪਿਤਾ ਜੀ ਨੂੰ ਮਿਲਿਆ, ਤਾਂ ਉਸਨੇ ਸੁਝਾਅ ਦਿੱਤਾ ਕਿ ਮੇਰੇ ਕੋਲ ਦਿਮਾਗ ਨਹੀਂ ਹੈ ਅਤੇ ਉਹ ਮੈਨੂੰ ਸਕੂਲ ਭੇਜ ਕੇ ਆਪਣੇ ਪੈਸੇ ਅਤੇ ਸਮਾਂ ਦੋਵੇਂ ਬਰਬਾਦ ਕਰ ਰਹੇ ਹਨ। ਇਸ ਤੋਂ ਬਾਅਦ ਉਸਨੇ ਕੁਝ ਹੋਰ ਗੱਲਾਂ ਕਹੀਆਂ ਜੋ ਕਿਸੇ ਵੀ ਪਿਤਾ ਦਾ ਮਨੋਬਲ ਤੋੜਨ ਲਈ ਕਾਫ਼ੀ ਸਨ।

ਅਜਿਹੀਆਂ ਬਹੁਤ ਸਾਰੀਆਂ ਘਟਨਾਵਾਂ ਵਾਪਰੀਆਂ ਜਿਨ੍ਹਾਂ ਨੇ ਮੈਨੂੰ ਸਕੂਲ ਅਤੇ ਪੜ੍ਹਾਈ ਤੋਂ ਨਫ਼ਰਤ ਕਰਨ ਲਈ ਮਜਬੂਰ ਕਰ ਦਿੱਤਾ। ਅਤੇ ਮੈਂ ਅੰਤ ਵਿੱਚ ਉਹ ਸਕੂਲ ਛੱਡ ਦਿੱਤਾ ਅਤੇ ਆਪਣੇ ਪਰਿਵਾਰ ਨੂੰ ਕਿਹਾ ਕਿ ਮੈਂ ਅੱਗੇ ਪੜ੍ਹਾਈ ਨਹੀਂ ਕਰਨਾ ਚਾਹੁੰਦਾ।

ਮੇਰੇ ਪਰਿਵਾਰ ਨੇ ਮੈਨੂੰ ਬਹੁਤ ਸਮਝਾਉਣ ਦੀ ਕੋਸ਼ਿਸ਼ ਕੀਤੀ ਪਰ ਉਹ ਅਸਫਲ ਰਹੇ। ਅੰਤ ਵਿੱਚ, ਮੇਰੇ ਦਾਦਾ ਜੀ ਨੇ ਮੈਨੂੰ ਸਮਝਾਇਆ, "ਦੇਖੋ ਪੁੱਤਰ, ਜੇ ਤੁਸੀਂ ਆਪਣੀ ਪੜ੍ਹਾਈ ਛੱਡ ਦਿੰਦੇ ਹੋ, ਤਾਂ ਤੁਸੀਂ ਉਨ੍ਹਾਂ ਦੀਆਂ ਭਵਿੱਖਬਾਣੀਆਂ ਨੂੰ ਸਹੀ ਸਾਬਤ ਕਰੋਗੇ। ਉਨ੍ਹਾਂ ਨੇ ਕਿਹਾ ਸੀ ਕਿ ਤੁਸੀਂ ਕਦੇ ਵੀ ਪੜ੍ਹਾਈ ਨਹੀਂ ਕਰ ਸਕਦੇ ਕਿਉਂਕਿ ਤੁਹਾਡੇ ਕੋਲ ਕੋਈ ਯੋਗਤਾ ਨਹੀਂ ਹੈ ਅਤੇ ਜੇ ਤੁਸੀਂ ਆਪਣੀ ਪੜ੍ਹਾਈ ਛੱਡ ਦਿੰਦੇ ਹੋ, ਤਾਂ ਉਨ੍ਹਾਂ ਦੀਆਂ ਗੱਲਾਂ 100 ਪ੍ਰਤੀਸ਼ਤ ਸੱਚ ਹੋਣਗੀਆਂ। ਮੈਂ ਤੁਹਾਡੀ ਸਥਿਤੀ ਤੋਂ ਚੰਗੀ ਤਰ੍ਹਾਂ ਜਾਣੂ ਹਾਂ, ਤੁਹਾਡਾ ਗੁੱਸਾ ਅਤੇ ਤੁਹਾਡਾ ਦਰਦ ਜਾਇਜ਼ ਹੈ। ਮੈਦਾਨ ਛੱਡਣਾ ਜਾਂ ਗੁੱਸੇ ਨਾਲ ਪਾਗਲ ਹੋਣਾ ਸਿਆਣਪ ਨਹੀਂ ਹੈ। ਮਜ਼ਾ ਉਦੋਂ ਆਵੇਗਾ ਜਦੋਂ ਤੁਸੀਂ ਕੁਝ ਅਜਿਹਾ ਕਰੋਗੇ ਜੋ ਉਨ੍ਹਾਂ ਨੂੰ ਹੈਰਾਨ ਕਰ ਦੇਵੇ। ਬਦਲਾ ਲੈਣ ਦਾ ਸਭ ਤੋਂ ਵਧੀਆ ਤਰੀਕਾ ਹੈ ਵੱਡੀ ਸਫਲਤਾ ਪ੍ਰਾਪਤ ਕਰਨਾ। ਜੇ ਤੁਸੀਂ ਲੋਕਾਂ ਨੂੰ ਦੱਸਦੇ ਰਹੋ ਕਿ ਤੁਹਾਡੇ ਨਾਲ ਕੁਝ ਗਲਤ ਹੋਇਆ ਹੈ, ਤਾਂ ਸ਼ਾਇਦ ਹੀ ਕੋਈ ਤੁਹਾਡੇ 'ਤੇ ਵਿਸ਼ਵਾਸ ਕਰੇਗਾ, ਪਰ ਜੇ ਤੁਸੀਂ ਕੁਝ ਕਰਕੇ ਦਿਖਾਉਂਦੇ ਹੋ, ਤਾਂ ਲੋਕ ਨਾ ਸਿਰਫ਼ ਤੁਹਾਡੇ 'ਤੇ ਵਿਸ਼ਵਾਸ ਕਰਨਗੇ, ਸਗੋਂ ਤੁਹਾਡਾ ਸਤਿਕਾਰ ਵੀ ਕਰਨਗੇ, ਇਸ ਲਈ ਸਿਰਫ਼ ਇਹ ਨਾ ਕਹੋ, ਕਰ ਕੇ ਦਿਖਾਓ।"

ਇਸ ਤੋਂ ਬਾਅਦ, ਦਾਦਾ ਜੀ ਨੇ ਮੈਨੂੰ ਉਤਸ਼ਾਹਿਤ ਕੀਤਾ ਕਿ ਭਾਵੇਂ ਮੈਂ ਹੌਲੀ-ਹੌਲੀ ਪੜ੍ਹਦਾ ਰਹਾਂ, ਪਰ ਮਹੱਤਵਪੂਰਨ ਗੱਲ ਇਹ ਹੈ ਕਿ ਮੈਂ ਲਗਾਤਾਰ ਪੜ੍ਹਦਾ ਰਹਾਂ ਅਤੇ ਇਹ ਉਨ੍ਹਾਂ ਦੇ ਵਿਸ਼ਵਾਸ ਦਾ ਨਤੀਜਾ ਸੀ ਕਿ ਮੈਂ ਕਛੂਏ ਦੀ ਰਫ਼ਤਾਰ ਨਾਲ ਪੜ੍ਹਦਾ ਰਿਹਾ। ਅਤੇ ਅੰਤ ਵਿੱਚ 9 ਡਿਗਰੀਆਂ/ਸਰਟੀਫਿਕੇਟ ਪ੍ਰਾਪਤ ਕੀਤੇ ਜਿਸ ਵਿੱਚ ਐਲਐਲਬੀ, ਪੱਤਰਕਾਰੀ, ਪੀਜੀਡੀਬੀਏ ਅਤੇ ਬੀ ਲੈਵਲ (ਐਮਸੀਏ) ਵਰਗੀਆਂ 4 ਪੇਸ਼ੇਵਰ ਡਿਗਰੀਆਂ ਵੀ ਸ਼ਾਮਲ ਹਨ।

ਅੱਜ ਦੇ ਸਮੇਂ ਵਿੱਚ ਲੋਕ ਬਦਲੇ ਦੀ ਭਾਵਨਾ ਬਾਰੇ ਬਹੁਤ ਚਿੰਤਤ ਹਨ ਪਰ ਉਹ ਭੁੱਲ ਜਾਂਦੇ ਹਨ ਕਿ ਬਦਲੇ ਦੀ ਇਸ ਭਾਵਨਾ ਕਾਰਨ ਉਹ ਆਪਣੇ ਦੁਸ਼ਮਣ ਨਾਲੋਂ ਆਪਣੇ ਆਪ ਨੂੰ ਜ਼ਿਆਦਾ ਨੁਕਸਾਨ ਪਹੁੰਚਾ ਰਹੇ ਹਨ। ਸੋਚੋ, ਸਾਡੇ ਦੁਸ਼ਮਣ ਸਾਨੂੰ ਭੜਕਾਉਂਦੇ ਹਨ, ਉਹ ਅਜਿਹੇ ਕੰਮ ਕਰਦੇ ਹਨ ਜਿਸ ਨਾਲ ਸਾਡਾ ਖੂਨ ਉਬਲ ਜਾਉਂਦਾ ਹੈ, ਅਸੀਂ ਗੁੱਸੇ ਨਾਲ ਪਾਗਲ ਹੋ ਜਾਂਦੇ ਹਾਂ ਅਤੇ ਅੰਤ ਵਿੱਚ ਸਾਨੂੰ ਨੁਕਸਾਨ ਹੁੰਦਾ ਹੈ। ਕੀ ਤੁਹਾਨੂੰ ਨਹੀਂ ਲੱਗਦਾ ਕਿ ਸਾਡੇ ਦੁਸ਼ਮਣ ਕਿੰਨੇ

ਖੁਸ਼ ਹੋਣਗੇ ਜੇਕਰ ਉਨ੍ਹਾਂ ਨੂੰ ਪਤਾ ਲੱਗ ਜਾਵੇ ਕਿ ਸਾਨੂੰ ਬਲੱਡ ਪ੍ਰੈਸ਼ਰ ਦੀ ਬਿਮਾਰੀ ਹੈ ਜਾਂ ਦਿਲ ਦੀ ਬਿਮਾਰੀ ਹੈ। ਇਸ ਵਿੱਚ ਕੋਈ ਸ਼ੱਕ ਨਹੀਂ ਕਿ ਤੁਸੀਂ ਇਸਦਾ ਜਵਾਬ ਜਾਣਦੇ ਹੋ। ਪਰ ਜਦੋਂ ਅਸੀਂ ਲੰਬੇ ਸਮੇਂ ਤੋਂ ਕਿਸੇ ਨਾਲ ਦੁਸ਼ਮਣੀ, ਈਰਖਾ, ਨਫ਼ਰਤ ਜਾਂ ਬਦਲਾ ਲੈਣ ਦੀ ਭਾਵਨਾ ਰੱਖਦੇ ਹਾਂ, ਤਾਂ ਸਾਡੇ ਸਰੀਰ ਵਿੱਚ ਅਲਸਰ, ਬਲੱਡ ਪ੍ਰੈਸ਼ਰ, ਦਿਲ ਦੀ ਬਿਮਾਰੀ ਆਦਿ ਵਰਗੀਆਂ ਕਈ ਬਿਮਾਰੀਆਂ ਪੈਦਾ ਹੋ ਜਾਂਦੀਆਂ ਹਨ। ਸਾਨੂੰ ਆਪਣੇ ਦੁਸ਼ਮਣਾਂ ਨੂੰ ਆਪਣੇ ਦੁਸ਼ਮਣਾਂ ਲਈ ਨਹੀਂ ਸਗੋਂ ਆਪਣੀ ਸਿਹਤ ਲਈ ਮਾਫ਼ ਕਰਨਾ ਚਾਹੀਦਾ ਹੈ। ਸਾਨੂੰ ਆਪਣੇ ਦੁਸ਼ਮਣਾਂ ਨੂੰ ਭੁੱਲ ਜਾਣਾ ਚਾਹੀਦਾ ਹੈ ਪਰ ਉਨ੍ਹਾਂ ਦੇ ਨਾਮ ਕਦੇ ਨਹੀਂ ਭੁੱਲਣੇ ਚਾਹੀਦੇ ਕਿਉਂਕਿ ਉਨ੍ਹਾਂ ਨੂੰ ਮਾਫ਼ ਕਰਨ ਤੋਂ ਬਾਅਦ ਵੀ ਸਾਨੂੰ ਉਨ੍ਹਾਂ ਤੋਂ ਸਾਵਧਾਨ ਰਹਿਣਾ ਚਾਹੀਦਾ ਹੈ। ਅਤੇ ਜੇਕਰ ਤੁਹਾਨੂੰ ਬਦਲਾ ਲੈਣਾ ਹੈ ਤਾਂ ਅਸੀਂ ਇੱਕ ਵਧੀਆ ਤਰੀਕੇ ਨਾਲ ਬਦਲਾ ਕਿਉਂ ਨਹੀਂ ਲੈਂਦੇ ਜਿਸ ਨਾਲ ਸਾਡਾ ਵਿਕਾਸ ਹੋਵੇਗਾ। ਬਚਪਨ ਵਿੱਚ, ਅਸੀਂ ਅਕਸਰ ਇੱਕ ਸਵਾਲ ਸੁਣਦੇ ਸੀ ਕਿ ਇੱਕ ਲਾਈਨ ਨੂੰ ਮਿਟਾਏ ਬਿਨਾਂ ਛੋਟਾ ਕਰਨ ਦਾ ਕੀ ਤਰੀਕਾ ਹੈ? ਅਤੇ ਇਸ ਸਮੱਸਿਆ ਦਾ ਸੌਖਾ ਹੱਲ ਇਹ ਸੀ ਕਿ ਅਸੀਂ ਇਸਦੇ ਅੱਗੇ ਇੱਕ ਵੱਡੀ ਲਾਈਨ ਖਿੱਚਦੇ ਸੀ ਅਤੇ ਪਹਿਲੀ ਲਾਈਨ ਆਪਣੇ ਆਪ ਛੋਟੀ ਹੋ ਜਾਂਦੀ ਸੀ। ਤਾਂ ਕਿਉਂ ਨਾ ਅਸੀਂ ਵੀ ਕੁਝ ਅਜਿਹਾ ਹੀ ਕਰੀਏ ਅਤੇ ਆਪਣੇ ਆਲੋਚਕਾਂ ਦੇ ਮੂੰਹ ਬੰਦ ਕਰਨ ਵਿੱਚ ਵੱਡੀ ਸਫਲਤਾ ਪ੍ਰਾਪਤ ਕਰੀਏ।

ਮੈਂ ਕਿਤੇ ਪੜ੍ਹਿਆ ਸੀ ਕਿ "ਸੂਰ ਨਾਲ ਨਾ ਲੜੋ ਕਿਉਂਕਿ ਸੂਰ ਸਿਰਫ਼ ਇਹ ਚਾਹੁੰਦਾ ਹੈ ਕਿ ਤੁਸੀਂ ਉਸ ਦੇ ਚਿੱਕੜ ਵਿੱਚ ਛਾਲ ਮਾਰੋ ਅਤੇ ਉਸ ਵਾਂਗ ਗੰਦੇ ਹੋ ਜਾਓ", ਇਸ ਲਈ ਇਸ ਕਥਨ ਨੂੰ ਹਮੇਸ਼ਾ ਯਾਦ ਰੱਖੋ ਅਤੇ ਉਨ੍ਹਾਂ ਨਾਲ ਲੜ ਕੇ ਘੱਟ ਸੋਚ ਵਾਲੇ ਲੋਕਾਂ ਦੀ ਸ਼੍ਰੇਣੀ ਵਿੱਚ ਸ਼ਾਮਲ ਨਾ ਹੋਵੋ।

ਸਟ੍ਰੈੱਸ ਮੈਨੇਜਮੈਂਟ ਨਾਲ ਸਬੰਧਤ ਉਪਯੋਗੀ ਸੁਝਾਅ:

- ਵੱਡੇ ਲੋਕ (ਸਫਲ ਲੋਕ) ਜਾਣਦੇ ਹਨ ਕਿ ਛੋਟੇ ਲੋਕ (ਅਸਫਲ ਲੋਕ) ਈਰਖਾ ਕਾਰਨ ਉਨ੍ਹਾਂ ਦੀ ਆਲੋਚਨਾ ਕਰਦੇ ਹਨ ਪਰ ਵੱਡੇ ਲੋਕ ਉਨ੍ਹਾਂ ਦੀ ਆਲੋਚਨਾ ਨਹੀਂ ਕਰਦੇ ਕਿਉਂਕਿ ਉਹ ਜਾਣਦੇ ਹਨ ਕਿ ਉਨ੍ਹਾਂ ਦੇ ਮੂੰਹੋਂ ਨਿਕਲਿਆ ਹਰ ਸ਼ਬਦ ਮਹੱਤਵਪੂਰਨ ਹੈ ਅਤੇ ਜੇਕਰ ਉਹ ਕਿਸੇ ਕਾਰਨ ਕਰਕੇ ਇੱਕ ਵਾਰ ਵੀ ਕਿਸੇ ਦਾ ਨਾਮ ਲੈਂਦੇ ਹਨ, ਤਾਂ ਉਹ ਬਿਨਾਂ ਕੁਝ ਕੀਤੇ ਮਸ਼ਹੂਰ ਹੋ ਜਾਂਦਾ ਹੈ।
- ਯਾਦ ਰੱਖੋ, ਸਿੱਕੇ ਸ਼ੋਰ ਕਰਦੇ ਹਨ, ਨੋਟ ਨਹੀਂ। ਛੋਟੇ ਦਿਮਾਗ ਵਾਲੇ ਲੋਕ ਸਿਰਫ਼ ਗੱਲਾਂ ਕਰਦੇ ਹਨ ਜਦੋਂ ਕਿ ਵੱਡੇ ਦਿਮਾਗ ਵਾਲੇ ਸਫਲ ਲੋਕ ਕੰਮ ਕਰਦੇ ਹਨ ਅਤੇ ਸਫਲ ਹੁੰਦੇ ਹਨ।
- ਜੇ ਤੁਸੀਂ ਕਿਸੇ ਤੋਂ ਬਦਲਾ ਲੈਣਾ ਚਾਹੁੰਦੇ ਹੋ ਤਾਂ ਨਫ਼ਰਤ ਨਾਲ ਨਹੀਂ, ਆਪਣੀ ਸਫਲਤਾ ਨਾਲ ਕਰੋ। ਇੰਨੇ ਸਫਲ ਬਣੋ ਕਿ ਲੋਕ ਦੇਖਦੇ ਰਹਿ ਜਾਣ।

• • •

ਅਧਿਆਇ 25

ਦਲੀਲ ਦੀ ਬਜਾਏ ਕੰਮ ਨਾਲ ਜਿੱਤੋ

"ਜਿੱਤਣਾ ਦੂਜਿਆਂ ਤੋਂ ਅੱਗੇ ਨਿਕਲਣ ਬਾਰੇ ਨਹੀਂ ਹੈ; ਇਹ ਉਸ ਥਾਂ ਤੋਂ ਅੱਗੇ ਵੱਧਣ ਬਾਰੇ ਹੈ ਜਿੱਥੇ ਅਸੀਂ ਪਹਿਲਾਂ ਸੀ।"

- ਰੋਜਰ ਸਟੌਬ

ਬਹੁਤ ਸਮਾਂ ਪਹਿਲਾਂ, ਇੱਕ ਦੇਸ਼ ਦੇ ਰਾਜੇ ਦੇ ਦਰਬਾਰ ਵਿੱਚ ਇੱਕ ਮੰਤਰੀ ਸੀ ਜੋ ਬਹੁਤ ਬੁੱਧੀਮਾਨ ਅਤੇ ਬਹੁਤ ਇਮਾਨਦਾਰ ਸੀ ਅਤੇ ਇਹ ਮੰਤਰੀ ਰਾਜੇ ਦੇ ਪਿਤਾ ਦੇ ਸਮੇਂ ਤੋਂ ਹੀ ਸ਼ਾਹੀ ਪਰਿਵਾਰ ਨਾਲ ਸੀ। ਮੰਤਰੀ ਦੀ ਸਿਆਣਪ ਕਾਰਨ, ਰਾਜੇ ਦਾ ਸਾਮਰਾਜ ਬਹੁਤ ਸੁਰੱਖਿਅਤ ਸੀ।

ਇੱਕ ਵਾਰ ਇੱਕ ਦੁਸ਼ਮਣ ਦੇਸ਼ ਨੇ ਇੱਕ ਯੋਜਨਾ ਬਣਾਈ ਅਤੇ ਮੰਤਰੀ ਨੂੰ ਅਜਿਹੇ ਜਾਲ ਵਿੱਚ ਫਸਾਇਆ ਕਿ ਰਾਜਾ ਸੋਚੇਗਾ ਕਿ ਉਸਦਾ ਮੰਤਰੀ ਗੱਦਾਰ ਹੈ। ਮੰਤਰੀ ਨੂੰ ਰਾਜੇ ਦੇ ਸਾਹਮਣੇ ਪੇਸ਼ ਕੀਤਾ ਗਿਆ, ਰਾਜੇ ਨੇ ਕਿਹਾ, "ਕੀ ਤੁਸੀਂ ਮੌਤ ਦੀ ਸਜ਼ਾ ਦੇਣ ਤੋਂ ਪਹਿਲਾਂ ਆਪਣੇ ਬਚਾਅ ਵਿੱਚ ਕੁਝ ਕਹਿਣਾ ਚਾਹੋਗੇ?" ਮੰਤਰੀ ਨੇ ਕਿਹਾ, "ਮੈਂ ਕੁਝ ਨਹੀਂ ਕਹਿਣਾ ਚਾਹੁੰਦਾ, ਬੱਸ ਮੈਨੂੰ ਇੱਕ ਮਹੀਨੇ ਦਾ ਸਮਾਂ ਦਿਓ ਅਤੇ ਫਿਰ ਮੈਨੂੰ ਮੌਤ ਦੀ ਸਜ਼ਾ ਦਿਓ"।

ਮੰਤਰੀ ਦੀ ਆਖਰੀ ਇੱਛਾ ਦਾ ਸਤਿਕਾਰ ਕਰਦੇ ਹੋਏ, ਰਾਜੇ ਨੇ ਉਸਨੂੰ ਇੱਕ ਮਹੀਨੇ ਦਾ ਸਮਾਂ ਦਿੱਤਾ।

ਉਸ ਦੇਸ਼ ਵਿੱਚ ਗੱਦਾਰਾਂ ਲਈ ਬਹੁਤ ਸਖ਼ਤ ਕਾਨੂੰਨ ਸਨ, ਅਤੇ ਫਾਂਸੀ ਦੇਣ ਦੀ ਬਜਾਏ, ਉਸ ਵਿਅਕਤੀ ਨੂੰ ਬਹੁਤ ਸਾਰੇ ਭਿਆਨਕ ਕੁੱਤਿਆਂ ਦੇ ਸਾਹਮਣੇ ਸੁੱਟ ਦਿੱਤਾ ਜਾਂਦਾ ਸੀ ਅਤੇ ਉਹ ਉਸਨੂੰ ਖਾ ਜਾਂਦੇ ਸਨ।

ਕਿਉਂਕਿ ਮੰਤਰੀ ਬਹੁਤ ਹੀ ਬੁੱਧੀਮਾਨ ਸੀ, ਉਹ ਤੁਰੰਤ ਇਨ੍ਹਾਂ ਭਿਆਨਕ ਕੁੱਤਿਆਂ ਕੋਲ ਗਿਆ ਅਤੇ ਉਨ੍ਹਾਂ ਨੂੰ ਪੇਟ ਭਰ ਕੇ ਮਾਸ ਖੁਆਇਆ ਅਤੇ ਉਨ੍ਹਾਂ ਨੂੰ ਨਿਯਮਿਤ ਤੌਰ 'ਤੇ ਚੰਗਾ ਭੋਜਨ ਅਤੇ ਉਹਨਾਂ ਦੀ ਸੇਵਾ ਕਰਨੀ ਸ਼ੁਰੂ ਕਰ ਦਿੱਤੀ ਅਤੇ ਉਸਨੇ 30 ਦਿਨਾਂ ਤੱਕ ਅਜਿਹਾ ਹੀ ਕੀਤਾ।

ਜਦੋਂ 30 ਦਿਨ ਪੂਰੇ ਹੋ ਗਏ, ਤਾਂ ਰਾਜੇ ਦੇ ਹੁਕਮ ਅਨੁਸਾਰ, ਮੰਤਰੀ ਨੂੰ ਇਨ੍ਹਾਂ ਭਿਆਨਕ ਕੁੱਤਿਆਂ ਦੇ ਸਾਹਮਣੇ ਸੁੱਟ ਦਿੱਤਾ ਜਾਣਾ ਸੀ। ਰਾਜਾ ਵੀ ਉਸ ਥਾਂ ਤੇ ਮੌਜੂਦ ਸੀ ਤਾਂ ਜੋ ਮੰਤਰੀ ਨੂੰ ਸਹੀ ਸਜ਼ਾ ਦਿੱਤੀ ਜਾ ਸਕੇ। ਅਤੇ ਫਿਰ ਦਰਵਾਜ਼ਾ ਖੋਲ੍ਹਿਆ ਗਿਆ ਅਤੇ ਮੰਤਰੀ ਨੂੰ ਭਿਆਨਕ ਕੁੱਤਿਆਂ ਦੇ ਸਾਹਮਣੇ ਸੁੱਟ ਦਿੱਤਾ ਗਿਆ। ਰਾਜਾ ਵੀ ਦਰਵਾਜ਼ੇ ਦੇ ਮੋਰੀ ਤੋਂ ਦੇਖ ਰਿਹਾ ਸੀ ਅਤੇ ਉਮੀਦ ਕਰ ਰਿਹਾ ਸੀ ਕਿ ਇਹ ਭਿਆਨਕ ਕੁੱਤੇ ਮੰਤਰੀ ਨੂੰ ਪਾੜ ਦੇਣਗੇ ਪਰ ਰਾਜਾ ਅੰਦਰ ਦਾ ਦ੍ਰਿਸ਼ ਦੇਖ ਕੇ ਹੈਰਾਨ ਰਹਿ ਗਿਆ। ਇਹ ਭਿਆਨਕ ਕੁੱਤੇ ਮੰਤਰੀ ਨਾਲ ਚਿਪਕ ਗਏ ਅਤੇ ਉਸਨੂੰ ਚੱਟਣ ਲੱਗ ਪਏ। ਰਾਜੇ ਨੇ ਤੁਰੰਤ ਮੰਤਰੀ ਨੂੰ ਬਾਹਰ ਲਿਆਉਣ ਦਾ ਹੁਕਮ ਦਿੱਤਾ।

ਬੁੱਢਾ ਮੰਤਰੀ ਮੁਸਕਰਾਉਂਦੇ ਹੋਏ ਬਾਹਰ ਆਇਆ ਅਤੇ ਰਾਜੇ ਨੂੰ ਕਿਹਾ ਕਿ ਮੈਂ ਇਨ੍ਹਾਂ ਕੁੱਤਿਆਂ ਦੀ ਸੇਵਾ ਸਿਰਫ਼ ਇੱਕ ਮਹੀਨੇ ਲਈ ਕੀਤੀ ਅਤੇ ਤੁਸੀਂ ਨਤੀਜਾ ਦੇਖ ਸਕਦੇ ਹੋ ਪਰ ਮੈਂ ਤੁਹਾਡੀ ਅਤੇ ਤੁਹਾਡੇ ਪੂਰੇ ਪਰਿਵਾਰ ਦੀ 50 ਸਾਲ ਸੇਵਾ ਕੀਤੀ ਅਤੇ ਬਦਲੇ ਵਿੱਚ ਤੁਸੀਂ ਮੈਨੂੰ ਕੀ ਦਿੱਤਾ?

ਰਾਜਾ ਬਹੁਤ ਸ਼ਰਮਿੰਦਾ ਹੋਇਆ ਅਤੇ ਉਸਨੇ ਮੰਤਰੀ ਨੂੰ ਪੂਰੇ ਸਨਮਾਨ ਨਾਲ ਰਿਹਾਅ ਕਰ ਦਿੱਤਾ ਅਤੇ ਮੰਤਰੀ ਦੇ ਨਿਰਦੇਸ਼ਾਂ 'ਤੇ ਉਸਨੇ ਅਸਲ ਦੋਸ਼ੀ ਨੂੰ ਲੱਭ ਲਿਆ ਅਤੇ ਉਸਨੂੰ ਮੌਤ ਦੀ ਸਜ਼ਾ ਦਿੱਤੀ।

ਜਿਵੇਂ ਕਿ ਅਸੀਂ ਇਸ ਕਹਾਣੀ ਤੋਂ ਸਿੱਖ ਸਕਦੇ ਹਾਂ, ਮੰਤਰੀ ਇਹ ਦਲੀਲ ਦੇ ਸਕਦਾ ਸੀ ਕਿ ਉਸਨੇ 50 ਸਾਲਾਂ ਤੱਕ ਸ਼ਾਹੀ ਪਰਿਵਾਰ ਦੀ ਸੇਵਾ ਕੀਤੀ ਹੈ ਅਤੇ ਉਸ ਨਾਲ ਗਲਤ ਕੀਤਾ ਜਾ ਰਿਹਾ ਸੀ ਪਰ ਇਸਦਾ ਰਾਜੇ 'ਤੇ ਓਨਾ ਪ੍ਰਭਾਵ ਨਹੀਂ ਪੈਣਾ ਸੀ ਜਿੰਨਾ ਮੰਤਰੀ ਦੀ ਬੁੱਧੀਮਾਨ ਕਾਰਵਾਈ ਦਾ ਹੋਇਆ।

ਇਸੇ ਤਰ੍ਹਾਂ, ਮੈਂ ਇੱਕ ਸਿਆਣੇ ਪਿਤਾ ਨੂੰ ਦੇਖਿਆ ਜਿਸਦਾ ਛੋਟਾ ਬੱਚਾ ਇੱਕ ਡਰਾਉਣਾ ਸੁਪਨਾ ਦੇਖ ਕੇ ਰੋਣ ਲੱਗ ਪਿਆ। ਜਦੋਂ ਉਹ ਜਾਗਿਆ, ਤਾਂ ਉਸਨੇ ਕਿਹਾ ਕਿ ਮੰਜੇ ਦੇ ਹੇਠਾਂ ਇੱਕ ਭੂਤ ਹੈ। ਜੇ ਪਿਤਾ ਚਾਹੁੰਦਾ, ਤਾਂ ਉਹ ਬੱਚੇ ਨਾਲ ਬਹਿਸ ਕਰ ਸਕਦਾ ਸੀ, ਪਰ ਉਸਨੇ ਉਸ ਮੰਤਰੀ ਵਾਂਗ ਸਿਆਣਪ ਦਿਖਾਈ। ਪਿਤਾ ਨੇ ਬੱਚੇ ਨੂੰ ਕਿਹਾ, ਆਓ ਦੇਖਦੇ ਹਾਂ। ਪਿਤਾ ਨੇ ਬੱਚੇ ਨੂੰ ਇੱਕ ਟਾਰਚ ਲਾਈਟ ਦਿੱਤੀ ਅਤੇ ਬੱਚੇ ਨੂੰ ਇੱਕ ਪਲਾਸਟਿਕ ਦਾ ਖਿਡੌਣਾ ਦਿੱਤਾ।

ਉਸਨੂੰ ਬੰਦੂਕ ਦਿੰਦੇ ਹੋਏ ਉਸਨੇ ਕਿਹਾ, "ਚੱਲ ਪੁੱਤਰ, ਉੱਠ ਅਤੇ ਦੇਖੀਏ, ਭਾਵੇਂ ਕੋਈ ਭੂਤ ਹੈ, ਉਹ ਤੈਨੂੰ ਕੁਝ ਨਹੀਂ ਕਰ ਸਕਦਾ ਕਿਉਂਕਿ ਤੇਰੇ ਕੋਲ ਬੰਦੂਕ ਹੈ।" ਪਿਤਾ ਅਤੇ ਪੁੱਤਰ ਦੋਵਾਂ ਨੇ

ਝੁਕ ਕੇ ਬਿਸਤਰੇ ਦੇ ਹੇਠਾਂ ਦੇਖਿਆ ਪਰ ਉਨ੍ਹਾਂ ਨੂੰ ਕੁਝ ਨਹੀਂ ਮਿਲਿਆ। ਬੱਚੇ ਨੂੰ ਹੁਣ ਯਕੀਨ ਹੋ ਗਿਆ ਸੀ ਕਿ ਕੋਈ ਭੂਤ ਨਹੀਂ ਹੈ ਅਤੇ ਉਹ ਖੁਸ਼ੀ ਨਾਲ ਵਾਪਸ ਸੌਂ ਗਿਆ।

'ਕੰਮ ਨਾਲ ਜਿੱਤੋ, ਦਲੀਲ ਨਾਲ ਨਹੀਂ' ਦਾ ਫਾਰਮੂਲਾ ਹਰ ਜਗ੍ਹਾ ਪ੍ਰਭਾਵਸ਼ਾਲੀ ਹੈ, ਭਾਵੇਂ ਤੁਸੀਂ ਅਭਿਭਾਵਕ ਹੋ ਜਾਂ ਕਾਰੋਬਾਰੀ ਜਾਂ ਕੁਝ ਹੋਰ, ਇਸ ਸਿਧਾਂਤ ਨੂੰ ਆਪਣੀ ਜ਼ਿੰਦਗੀ ਦਾ ਹਿੱਸਾ ਬਣਾਓ ਅਤੇ ਚਿੰਤਾ ਮੁਕਤ ਰਹੋ।

ਸਟ੍ਰੈੱਸ ਮੈਨੇਜਮੈਂਟ ਨਾਲ ਸਬੰਧਤ ਉਪਯੋਗੀ ਸੁਝਾਅ:

- ਆਪਣੇ ਆਪ ਨਾਲ ਵਾਅਦਾ ਕਰੋ ਕਿ ਤੁਸੀਂ ਹੁਣ ਬਹਿਸ ਨਹੀਂ ਕਰੋਗੇ, ਭਾਵੇਂ ਦੂਜਾ ਵਿਅਕਤੀ ਬਹਿਸ ਕਰਨ ਲਈ ਉਤਸੁਕ ਹੋਵੇ; ਜਾਂ ਤਾਂ ਚੁੱਪ ਰਹੋ, ਚਰਚਾ ਦਾ ਵਿਸ਼ਾ ਬਦਲੋ ਜਾਂ, ਜੇ ਇਹ ਫਿਰ ਵੀ ਕੰਮ ਨਹੀਂ ਕਰਦਾ, ਤਾਂ ਅੱਗੇ ਵਧੋ।
- ਅਜਿਹੇ ਟੀਵੀ ਪ੍ਰੋਗਰਾਮ ਦੇਖਣ ਤੋਂ ਬਚੋ ਜੋ ਹਮੇਸ਼ਾ ਲੜਾਈਆਂ ਜਾਂ ਬੇਲੋੜੀਆਂ ਦਲੀਲਾਂ ਦਿਖਾਉਂਦੇ ਹਨ, ਕਿਉਂਕਿ ਜੋ ਵੀ ਤੁਸੀਂ ਆਪਣੇ ਮਨ ਵਿੱਚ ਪਾਉਂਦੇ ਹੋ ਉਹ ਤੁਹਾਡੀ ਜ਼ਿੰਦਗੀ ਵਿੱਚ ਕਿਤੇ ਨਾ ਕਿਤੇ ਪ੍ਰਤੀਬਿੰਬਤ ਹੋਵੇਗਾ।

• • •

ਅਧਿਆਇ 26

ਮੁਆਫ ਕਰਨ ਨਾਲ ਦੁਸ਼ਮਣਾਂ ਨਾਲੋਂ ਆਪਣੇ ਆਪ ਦਾ ਭਲਾ ਹੁੰਦਾ ਹੈ

"ਕਮਜ਼ੋਰ ਲੋਕ ਕਦੇ ਮਾਫ਼ ਨਹੀਂ ਕਰ ਸਕਦੇ, ਇਹ ਗੁਣ ਸਿਰਫ਼ ਤਾਕਤਵਰ ਲੋਕਾਂ ਵਿੱਚ ਹੀ ਪਾਇਆ ਜਾਂਦਾ ਹੈ।"

- ਮਹਾਤਮਾ ਗਾਂਧੀ

ਜਿਵੇਂ-ਜਿਵੇਂ ਵਿਗਿਆਨ ਤਰੱਕੀ ਕਰ ਰਿਹਾ ਹੈ, ਇਹ ਸਾਬਤ ਹੋ ਰਿਹਾ ਹੈ ਕਿ ਸਾਡੇ ਵਿਚਾਰਾਂ ਦਾ ਸਾਡੀ ਸਿਹਤ 'ਤੇ ਬਹੁਤ ਵੱਡਾ ਪ੍ਰਭਾਵ ਪੈਂਦਾ ਹੈ। ਸਾਡੇ ਵਿਚਾਰ ਸਾਨੂੰ ਸਿਹਤਮੰਦ ਬਣਾਉਣ ਦੇ ਨਾਲ-ਨਾਲ ਬਿਮਾਰ ਵੀ ਬਣਾ ਸਕਦੇ ਹਨ। ਇੱਕੋ ਇੱਕ ਸ਼ਰਤ ਇਹ ਹੈ ਕਿ ਜੇਕਰ ਤੁਸੀਂ ਸਿਹਤਮੰਦ ਰਹਿਣਾ ਚਾਹੁੰਦੇ ਹੋ, ਤਾਂ ਹਮੇਸ਼ਾ ਸਕਾਰਾਤਮਕ ਅਤੇ ਉਤਸ਼ਾਹਜਨਕ ਵਿਚਾਰ ਸੋਚੋ ਅਤੇ ਜੇਕਰ ਤੁਸੀਂ ਬਿਮਾਰ ਰਹਿਣਾ ਚਾਹੁੰਦੇ ਹੋ, ਤਾਂ ਨਕਾਰਾਤਮਕ ਅਤੇ ਨਿਰਾਸ਼ਾਜਨਕ ਵਿਚਾਰ ਸੋਚੋ।

ਬਹੁਤ ਸਾਰੇ ਲੋਕ ਮੰਨਦੇ ਹਨ ਕਿ ਮੁਆਫੀ ਕਮਜ਼ੋਰੀ ਦੀ ਨਿਸ਼ਾਨੀ ਹੈ ਪਰ ਅਸਲੀਅਤ ਇਹ ਹੈ ਕਿ ਮੁਆਫੀ ਕਮਜ਼ੋਰੀ ਦੀ ਨਿਸ਼ਾਨੀ ਨਹੀਂ ਹੈ ਸਗੋਂ ਇਹ ਇੱਕ ਖੁਸ਼ਹਾਲ ਜ਼ਿੰਦਗੀ ਦੀ ਕੁੰਜੀ ਹੈ। ਜਦੋਂ ਤੁਸੀਂ ਕਿਸੇ ਨੂੰ ਮੁਆਫ ਨਹੀਂ ਕਰਦੇ, ਤਾਂ ਤੁਹਾਡੀ ਸਥਿਤੀ ਹੋਰ ਵੀ ਬਦਤਰ ਹੋ ਜਾਂਦੀ ਹੈ। ਇਹ ਇੱਕ ਜੇਲ੍ਹਰ ਅਤੇ ਕੈਦੀ ਵਰਗਾ ਹੋ ਜਾਂਦਾ ਹੈ। ਤੁਸੀਂ ਜੇਲ੍ਹਰ ਹੋ ਅਤੇ ਕੈਦੀ ਉਹ ਵਿਅਕਤੀ ਹੈ ਜਿਸਨੂੰ ਤੁਸੀਂ ਮੁਆਫ ਨਹੀਂ ਕਰਦੇ। ਜੇਲ੍ਹਰ ਨੂੰ ਕੈਦੀ 'ਤੇ ਨਜ਼ਰ ਰੱਖਣ ਲਈ 24 ਘੰਟੇ ਡਿਊਟੀ 'ਤੇ ਰਹਿਣਾ ਪੈਂਦਾ ਹੈ, ਇਸ ਲਈ ਜੇਲ੍ਹਰ ਕੈਦੀ 'ਤੇ ਨਜ਼ਰ ਰੱਖਣ ਤੋਂ ਇਲਾਵਾ ਹੋਰ ਕੁਝ ਨਹੀਂ ਕਰ ਸਕਦਾ। ਮੈਨੂੰ ਨਹੀਂ ਲੱਗਦਾ ਕਿ ਇਹ ਪੜ੍ਹਨ ਤੋਂ ਬਾਅਦ ਤੁਸੀਂ ਜੇਲ੍ਹਰ ਬਣਨ ਦਾ ਫੈਸਲਾ ਕਰੋਗੇ।

ਦੂਜਿਆਂ ਨੂੰ ਉਨ੍ਹਾਂ ਲਈ ਨਹੀਂ, ਸਗੋਂ ਆਪਣੇ ਲਈ, ਆਪਣੀ ਮਾਨਸਿਕ ਸ਼ਾਂਤੀ ਲਈ ਅਤੇ ਸਭ ਤੋਂ ਮਹੱਤਵਪੂਰਨ ਆਪਣੇ ਕੀਮਤੀ ਸਮੇਂ ਲਈ ਮੁਆਫ ਕਰੋ।

ਮਹਾਨ ਲੇਖਕ ਵੇਨ ਡਾਇਰ ਦੱਸਦੇ ਹਨ ਕਿ ਉਹ ਆਪਣੇ ਪਿਤਾ ਲਈ ਪੂਰੀ ਤਰ੍ਹਾਂ ਗੁੱਸੇ ਨਾਲ ਭਰੇ ਹੋਏ ਸਨ ਕਿਉਂਕਿ ਉਹਨਾਂ ਦੇ ਪਿਤਾ ਨੇ ਬਚਪਨ ਵਿੱਚ ਆਪਣੀ ਮਾਂ ਅਤੇ ਆਪਣੇ ਪੂਰੇ ਪਰਿਵਾਰ ਨੂੰ ਛੱਡ ਦਿੱਤਾ ਸੀ, ਉਹਨਾਂ ਨੂੰ ਬਚਪਨ ਦੀ ਇਸ ਘਟਨਾ ਲਈ ਆਪਣੇ ਪਿਤਾ ਪ੍ਰਤੀ ਬਹੁਤ ਗੁੱਸਾ ਸੀ ਅਤੇ ਵੱਡੇ ਹੋਣ ਤੋਂ ਬਾਅਦ ਵੀ ਉਹਨਾਂ ਨੇ ਆਪਣੇ ਪਿਤਾ ਨੂੰ ਮੁਆਫ ਨਹੀਂ ਕੀਤਾ। ਫਿਰ ਉਹਨਾਂ ਨੂੰ ਪਤਾ ਲੱਗਾ ਕਿ ਉਹਨਾਂ ਦੇ ਪਿਤਾ ਦਾ ਦੇਹਾਂਤ ਹੋ ਗਿਆ ਹੈ। ਇਸ ਤੋਂ ਬਾਅਦ ਵੀ ਉਹਨਾਂ ਦਾ ਗੁੱਸਾ ਬਣਿਆ ਰਿਹਾ ਅਤੇ ਇਸ ਗੁੱਸੇ ਕਾਰਨ ਉਹ ਆਪਣੇ ਲਿਖਣ ਦੇ ਕਰੀਅਰ 'ਤੇ ਧਿਆਨ ਕੇਂਦਰਿਤ ਨਹੀਂ ਕਰ ਸਕੇ ਅਤੇ ਉਹਨਾਂ ਵਲੋਂ ਲਿਖੀਆਂ ਕਿਤਾਬਾਂ ਲਗਾਤਾਰ ਅਸਫਲ ਹੁੰਦੀਆ ਰਹੀਆਂ। ਇੱਕ ਦਿਨ, ਰੱਬ ਜਾਣੇ ਕਿੱਥੋਂ ਉਹਨਾਂ ਨੂੰ ਆਪਣੇ ਪਿਤਾ ਦੀ ਕਬਰ ਤੇ ਜਾਂ ਦਾ ਵਿਚਾਰ ਆਇਆ। ਵੇਨ ਡਾਇਰ ਦੱਸਦੇ ਹਨ ਕਿ ਉਸ ਦਿਨ ਉਹ ਸਵੇਰ ਤੋਂ ਸ਼ਾਮ ਤੱਕ ਆਪਣੇ ਪਿਤਾ ਦੀ ਕਬਰ 'ਤੇ ਬੈਠੇ ਰਹੇ ਅਤੇ ਜੋ ਕੁਝ ਵੀ ਉਹਨਾਂ ਦੇ ਦਿਲ ਵਿੱਚ ਸੀ, ਉਹਨਾਂ ਨੇ ਕਬਰ 'ਤੇ ਹੀ ਆਪਣੇ ਪਿਤਾ ਨੂੰ ਸਭ ਕੁਝ ਦੱਸ ਦਿੱਤਾ, ਅਤੇ ਹੰਝੂਆਂ ਨਾਲ ਜਾਂਦੇ ਹੋਏ ਉਹਨਾਂ ਨੇ ਆਪਣੇ ਪਿਤਾ ਦੀ ਕਬਰ 'ਤੇ ਆਖਰੀ ਸ਼ਬਦ ਕਹੇ "ਅੱਜ ਤੋਂ ਮੈਂ ਤੁਹਾਨੂੰ ਹਰ ਚੀਜ਼ ਲਈ ਮੁਆਫ ਕਰਦਾ ਹਾਂ।"

ਅਤੇ ਇਸ ਤੋਂ ਬਾਅਦ ਉਹ ਕਹਿੰਦੇ ਹਨ ਕਿ ਉਹਨਾਂ ਦੀ ਜ਼ਿੰਦਗੀ ਪੂਰੀ ਤਰ੍ਹਾਂ ਬਦਲ ਗਈ, ਉਹ ਖੁਸ਼ ਰਹਿਣ ਲੱਗ ਪਏ ਅਤੇ ਉਹਨਾਂ ਦੀਆਂ ਲਿਖੀਆਂ ਸਾਰੀਆਂ ਕਿਤਾਬਾਂ ਸਭ ਤੋਂ ਵੱਧ ਵਿਕਣ ਵਾਲੀਆਂ ਹੋਣ ਲੱਗੀਆਂ ਅਤੇ ਇਹ ਸਭ ਇਸ ਲਈ ਹੋਇਆ ਕਿਉਂਕਿ ਉਹਨਾਂ ਨੇ ਮੁਆਫੀ ਦੇਣ ਦਾ ਫੈਸਲਾ ਕੀਤਾ।

(ਮੈਂ ਤੁਹਾਨੂੰ ਦੱਸਣਾ ਚਾਹੁੰਦਾ ਹਾਂ ਕਿ ਬਦਕਿਸਮਤੀ ਨਾਲ ਡਾ. ਵੇਨ ਡਾਇਰ ਦਾ 2015 ਵਿੱਚ ਦੇਹਾਂਤ ਹੋ ਗਿਆ ਸੀ ਅਤੇ ਉਹ ਮੇਰੇ ਪਸੰਦੀਦਾ ਲੇਖਕਾਂ ਵਿੱਚੋਂ ਇੱਕ ਸਨ ਅਤੇ ਉਨ੍ਹਾਂ ਦੇ ਵਿਚਾਰਾਂ ਨੇ ਮੇਰੀ ਜ਼ਿੰਦਗੀ ਨੂੰ ਬਿਹਤਰ ਬਣਾਉਣ ਵਿੱਚ ਬਹੁਤ ਮਦਦ ਕੀਤੀ।)

ਜਦੋਂ ਅਸੀਂ ਆਪਣੇ ਵਿਰੋਧੀਆਂ ਜਾਂ ਅਣਸੁਖਾਵੇਂ ਲੋਕਾਂ ਨੂੰ ਮੁਆਫ ਨਹੀਂ ਕਰਦੇ, ਤਾਂ ਸਾਡੀ ਚਿੰਤਾ ਵੱਧ ਜਾਂਦੀ ਹੈ ਅਤੇ ਚਿੰਤਾ ਦਿਲ ਦੀ ਬਿਮਾਰੀ ਅਤੇ ਬਲੱਡ ਪ੍ਰੈਸ਼ਰ ਦਾ ਕਾਰਨ ਬਣ ਸਕਦੀ ਹੈ। ਕਲਪਨਾ ਕਰੋ ਕਿ ਤੁਹਾਡੇ ਦੁਸ਼ਮਣ ਕਿੰਨੇ ਖੁਸ਼ ਹੋਣਗੇ ਕਿ ਤੁਸੀਂ ਉਨ੍ਹਾਂ ਦੇ ਕੁਝ ਕੀਤੇ ਬਿਨਾਂ ਬਿਮਾਰ ਹੋ ਰਹੇ ਹੋ। ਇਸ ਲਈ ਉਨ੍ਹਾਂ ਨੂੰ ਮੁਆਫ ਕਰਨਾ (ਪਰ ਸਾਵਧਾਨ ਰਹਿਣਾ) ਅਤੇ ਆਪਣੇ ਆਪ ਨੂੰ ਸਿਹਤਮੰਦ ਰੱਖਣਾ ਬਿਹਤਰ ਹੈ।

ਸਟ੍ਰੈੱਸ ਮੈਨੇਜਮੈਂਟ ਨਾਲ ਸਬੰਧਤ ਉਪਯੋਗੀ ਸੁਝਾਅ:

- ਜੌਨ ਐੱਫ. ਕੈਨੇਡੀ ਦੀ ਇਸ ਗੱਲ ਨੂੰ ਹਮੇਸ਼ਾ ਯਾਦ ਰੱਖੋ "ਆਪਣੇ ਦੁਸ਼ਮਣਾਂ ਨੂੰ ਭੁੱਲ ਜਾਓ, ਪਰ ਉਨ੍ਹਾਂ ਦੇ ਨਾਮ ਕਦੇ ਨਾ ਭੁੱਲੋ" (ਸਧਾਰਨ ਸ਼ਬਦਾਂ ਵਿੱਚ, ਆਪਣੇ ਦੁਸ਼ਮਣਾਂ ਨੂੰ ਭੁੱਲ ਜਾਣ ਤੋਂ ਬਾਅਦ ਵੀ ਉਨ੍ਹਾਂ ਤੋਂ ਸਾਵਧਾਨ ਰਹੋ)।
- ਅੰਦਾਜ਼ਾ ਲਗਾਓ ਕਿ ਤੁਸੀਂ ਆਪਣੇ ਵਿਰੋਧੀਆਂ ਅਤੇ ਅਣਸੁਖਾਵੇਂ ਲੋਕਾਂ ਬਾਰੇ ਸੋਚ ਕੇ ਕਿੰਨਾ ਸਮਾਂ ਬਰਬਾਦ ਕਰਦੇ ਹੋ; ਇੱਕ ਵਾਰ ਕੋਸ਼ਿਸ਼ ਕਰੋ; ਤੁਸੀਂ ਇਹ ਦੇਖ ਕੇ ਹੈਰਾਨ ਰਹਿ ਜਾਓਗੇ ਕਿ ਤੁਸੀਂ ਇਹ ਕਰਨ ਵਿੱਚ ਕਿੰਨਾ ਸਮਾਂ ਬਰਬਾਦ ਕਰਦੇ ਹੋ।

• • •

ਅਧਿਆਇ 27

ਕੰਮ ਪ੍ਰਤੀ ਆਪਣਾ ਰਵੱਈਆ ਬਦਲੋ

"ਗੁਣਵੱਤਾ ਦਾ ਅਰਥ ਹੈ ਚੰਗਾ ਕੰਮ ਕਰਨਾ ਭਾਵੇਂ ਕੋਈ ਨਾ ਵੀ ਦੇਖ ਰਿਹਾ ਹੋਵੇ।"

- ਹੈਨਰੀ ਫੋਰਡ

ਕੁਝ ਸਮਾਂ ਪਹਿਲਾਂ ਮੈਂ ਇੰਟਰਨੈੱਟ 'ਤੇ ਇੱਕ ਦੇਸ਼ ਵਿੱਚ ਕੀਤੀ ਗਈ ਇੱਕ ਖੋਜ ਬਾਰੇ ਪੜ੍ਹਿਆ ਜੋ ਕਿ ਪੰਜ ਸਾਲਾਂ ਵਿੱਚ ਕੀਤੀ ਹਾਰਟ ਅਟੈਕ ਉੱਤੇ ਸੀ। ਹੈਰਾਨੀ ਦੀ ਗੱਲ ਹੈ ਕਿ ਇਹ ਦੱਸਿਆ ਗਿਆ ਸੀ ਕਿ ਜ਼ਿਆਦਾਤਰ ਦਿਲ ਦੇ ਦੌਰੇ (ਲਗਭਗ 55 ਪ੍ਰਤੀਸ਼ਤ) ਸੋਮਵਾਰ ਸਵੇਰੇ ਹੋਏ। ਖੋਜ ਵਿੱਚ ਇਹ ਵੀ ਦੱਸਿਆ ਗਿਆ ਸੀ ਕਿ ਇਹ ਉਹ ਲੋਕ ਸਨ ਜੋ ਨੌਕਰੀ ਕਰਦੇ ਸਨ ਅਤੇ ਅਜਿਹੇ ਨੌਕਰੀ ਕਰਨ ਵਾਲੇ ਲੋਕ ਆਪਣੇ ਕੰਮ ਨੂੰ ਬੋਝ ਸਮਝਦੇ ਸਨ ਕਿਉਂਕਿ ਐਤਵਾਰ ਨੂੰ ਦਫ਼ਤਰ ਬੰਦ ਰਹਿੰਦਾ ਸੀ, ਇਸ ਲਈ ਉਹ ਚਿੰਤਾ ਤੋਂ ਮੁਕਤ ਰਹਿੰਦੇ ਸਨ ਅਤੇ ਸੋਮਵਾਰ ਸਵੇਰੇ ਉਹ ਸਭ ਤੋਂ ਵੱਧ ਚਿੰਤਤ ਹੁੰਦੇ ਸਨ ਕਿਉਂਕਿ ਉਨ੍ਹਾਂ ਨੂੰ ਆਪਣਾ ਕੰਮ ਬਿਲਕੁਲ ਵੀ ਪਸੰਦ ਨਹੀਂ ਸੀ ਅਤੇ ਉਨ੍ਹਾਂ ਨੂੰ ਦੁਬਾਰਾ ਆਪਣੇ ਨਾਪਸੰਦ ਕੰਮ 'ਤੇ ਜਾਣਾ ਪੈਂਦਾ ਸੀ, ਜਿਸ ਕਾਰਨ ਉਨ੍ਹਾਂ ਦੀ ਸਿਹਤ ਬਹੁਤ ਵਿਗੜ ਜਾਂਦੀ ਸੀ। ਜੇਕਰ ਇਹ ਖੋਜ ਸਹੀ ਹੈ ਤਾਂ ਇਹ ਬਹੁਤ ਚਿੰਤਾਜਨਕ ਸਥਿਤੀ ਹੈ।

ਮੇਰਾ ਤਾਂ ਇਹ ਹੀ ਸੁਝਾਅ ਹੈ ਕਿ ਤੁਹਾਨੂੰ ਉਹ ਕੰਮ ਕਰਨਾ ਚਾਹੀਦਾ ਹੈ ਜਾਂ ਉਸ ਖੇਤਰ ਵਿੱਚ ਆਪਣਾ ਕਰੀਅਰ ਬਣਾਉਣਾ ਚਾਹੀਦਾ ਹੈ ਜਿਸ ਵਿੱਚ ਤੁਹਾਡੀ ਦਿਲਚਸਪੀ ਹੋਵੇ ਅਤੇ ਜਦੋਂ

ਤੁਸੀਂ ਇਹ ਕਰੋਗੇ, ਤਾਂ ਤੁਸੀਂ ਖੁਸ਼ ਹੋਵੋਗੇ ਅਤੇ ਤੁਹਾਨੂੰ ਕੰਮ ਵਿੱਚ ਬਿਤਾਏ ਸਮੇਂ ਦਾ ਅਹਿਸਾਸ ਵੀ ਨਹੀਂ ਹੋਵੇਗਾ।

ਹੁਣ ਮੰਨ ਲਓ ਕਿ ਤੁਹਾਡੀ ਸਥਿਤੀ ਅਜਿਹੀ ਹੈ ਕਿ ਤੁਸੀਂ ਆਪਣੀ ਨੌਕਰੀ ਨਹੀਂ ਬਦਲ ਸਕਦੇ ਜਾਂ ਛੱਡ ਨਹੀਂ ਸਕਦੇ, ਤਾਂ ਤੁਹਾਨੂੰ ਕੀ ਕਰਨਾ ਚਾਹੀਦਾ ਹੈ?

ਇੱਕ ਔਰਤ ਇੱਕ ਕੰਪਨੀ ਵਿੱਚ ਕੰਪਿਊਟਰ ਆਪਰੇਟਰ ਵਜੋਂ ਕੰਮ ਕਰ ਰਹੀ ਸੀ ਅਤੇ ਉਸਨੂੰ ਆਪਣੀ ਨੌਕਰੀ ਤੋਂ ਨਫ਼ਰਤ ਸੀ। ਉਹ ਉਸ ਕੰਪਨੀ ਵਿੱਚ ਕਈ ਸਾਲਾਂ ਤੋਂ ਕੰਮ ਕਰ ਰਹੀ ਸੀ। ਉਸਦੇ ਨਾਲ ਇੱਕ ਹੋਰ ਕੰਪਿਊਟਰ ਆਪਰੇਟਰ ਕੰਮ ਕਰ ਰਿਹਾ ਸੀ ਜੋ ਉਸ ਤੋਂ ਬਹੁਤ ਬਾਅਦ ਵਿੱਚ ਜੁੜਿਆ ਸੀ। ਉਸਨੂੰ ਮਹਿਸੂਸ ਹੋਇਆ ਕਿ ਉਸਦੇ ਸਾਥੀ ਦੇ ਕੰਮ ਨੂੰ ਉਸਦੇ ਕੰਮ ਨਾਲੋਂ ਜ਼ਿਆਦਾ ਮਹੱਤਵ ਦਿੱਤਾ ਜਾਂਦਾ ਹੈ। ਅਤੇ ਉਹ ਇਹ ਨੌਕਰੀ ਛੱਡਣ ਬਾਰੇ ਸੋਚ ਰਹੀ ਸੀ। ਪਰ ਇੱਕ ਦਿਨ ਹੈਰਾਨੀ ਦੀ ਗੱਲ ਹੈ ਕਿ ਉਸਦੇ ਸਾਥੀ ਨੇ ਨੌਕਰੀ ਛੱਡ ਦਿੱਤੀ ਅਤੇ ਕੰਪਨੀ ਨੇ ਇੱਕ ਨਵੇਂ ਕੰਪਿਊਟਰ ਆਪਰੇਟਰ ਲਈ ਅਖਬਾਰ ਵਿੱਚ ਇਸ਼ਤਿਹਾਰ ਦਿੱਤਾ।

ਅਗਲੇ ਦਿਨ 850 ਲੋਕਾਂ ਨੇ ਇਸ ਅਹੁਦੇ ਲਈ ਅਰਜ਼ੀ ਦਿੱਤੀ। ਇਸ ਨਾਲ ਔਰਤ ਹੈਰਾਨ ਰਹਿ ਗਈ ਅਤੇ ਉਸਨੇ ਸੋਚਿਆ ਕਿ ਉਹ ਕਿੰਨੀ ਖੁਸ਼ਕਿਸਮਤ ਹੈ ਕਿ ਅਜੇ ਵੀ ਉਸ ਕੋਲ ਨੌਕਰੀ ਹੈ ਅਤੇ ਕਿੰਨੇ ਦੁਖੀ ਬੇਰੁਜ਼ਗਾਰ ਉਸਦੀ ਜਗ੍ਹਾ ਖੁਸ਼ੀ ਨਾਲ ਨੌਕਰੀ ਲੈਣ ਲਈ ਤਿਆਰ ਹਨ। ਉਸ ਦਿਨ ਤੋਂ ਬਾਅਦ ਉਸਨੇ ਕਦੇ ਵੀ ਆਪਣੀ ਨੌਕਰੀ ਬਾਰੇ ਸ਼ਿਕਾਇਤ ਨਹੀਂ ਕੀਤੀ ਅਤੇ ਲਗਨ ਨਾਲ ਕੰਮ ਕੀਤਾ।

ਆਪਣੇ ਕੰਮ ਪ੍ਰਤੀ ਆਪਣੇ ਰਵੱਈਏ ਨੂੰ ਬਦਲਣ ਦਾ ਪਹਿਲਾ ਤਰੀਕਾ ਇਹ ਹੈ ਕਿ ਕਲਪਨਾ ਕਰੋ ਕਿ ਜੇਕਰ ਤੁਸੀਂ ਬੇਰੁਜ਼ਗਾਰ ਹੋ ਜਾਂਦੇ ਹੋ ਤਾਂ ਤੁਹਾਡੀ ਸਥਿਤੀ ਕਿੰਨੀ ਮਾੜੀ ਹੋਵੇਗੀ ਅਤੇ ਫਿਰ ਨੌਕਰੀ ਮਿਲਣ ਲਈ ਰੱਬ ਦਾ ਧੰਨਵਾਦ ਕਰੋ ਅਤੇ ਖੁਸ਼ੀ ਨਾਲ ਆਪਣੇ ਕੰਮ 'ਤੇ ਵਾਪਸ ਆਓ।

ਇੱਥੇ ਮੈਂ ਇੱਕ ਹੋਰ ਉਦਾਹਰਣ ਲੈਣਾ ਚਾਹੁੰਦਾ ਹਾਂ, ਇੱਕ ਮੁੰਡੇ ਨੇ ਦੇਸ਼ ਦੇ ਇੱਕ ਨਾਮਵਰ ਕਾਲਜ ਤੋਂ ਆਪਣੀ ਐਮਬੀਏ ਪੂਰੀ ਕੀਤੀ ਸੀ ਅਤੇ ਉਹ ਭਵਿੱਖ ਵਿੱਚ ਕੰਮ ਕਰਨਾ ਚਾਹੁੰਦਾ ਸੀ ਪਰ ਕੁਝ ਪਰਿਵਾਰਕ ਸਮੱਸਿਆਵਾਂ ਕਾਰਨ ਉਸਨੂੰ ਆਪਣੇ ਗਹਿਣਿਆਂ ਦੇ ਕਾਰੋਬਾਰ ਦੀ ਦੇਖਭਾਲ ਕਰਨੀ ਪਈ। ਸ਼ੁਰੂ ਵਿੱਚ ਉਸਨੂੰ ਕਾਰੋਬਾਰ ਵਿੱਚ ਦਿਲਚਸਪੀ ਨਹੀਂ ਸੀ ਪਰ ਉਸਦੇ ਪਿਤਾ ਨੇ ਸਮਝਾਇਆ ਕਿ "ਦੇਖ ਪੁੱਤਰ, ਮੈਂ ਜਾਣਦਾ ਹਾਂ ਕਿ ਤੇਰੇ ਵਿੱਚ ਬਹੁਤ ਪ੍ਰਤਿਭਾ ਹੈ ਅਤੇ ਤੂੰ ਕੰਮ ਕਰਨਾ ਚਾਹੁੰਦਾ ਹੈਂ, ਇਹ ਵੀ ਇੱਕ ਚੰਗੀ ਗੱਲ ਹੈ ਪਰ ਜੇ ਤੂੰ ਇਸ ਕਾਰੋਬਾਰ ਦੀ ਦੇਖਭਾਲ ਨਹੀਂ ਕੀਤੀ ਤਾਂ ਇਹ ਢਹਿ ਜਾਵੇਗਾ । ਜੇ ਤੁਸੀਂ ਕਾਰੋਬਾਰ ਨੂੰ ਉਦਾਸੀਨ ਢੰਗ ਨਾਲ ਸੰਭਾਲਦੇ ਹੋ, ਤਾਂ ਤੁਸੀਂ ਕਾਰੋਬਾਰ ਨਹੀਂ ਚਲਾ ਸਕੋਗੇ।"

ਪੁੱਤਰ ਨੇ ਆਪਣੇ ਪਿਤਾ ਦੀ ਗੱਲ ਸੁਣੀ ਅਤੇ ਇਸ ਬਾਰੇ ਸੋਚਣ ਲੱਗਾ। ਕਿਉਂਕਿ ਉਹ ਉੱਚ ਸਿੱਖਿਆ ਪ੍ਰਾਪਤ ਸੀ, ਇਸ ਲਈ ਉਸਨੇ ਬਹੁਤ ਸਾਰੇ ਗਹਿਣੇ ਬਣਾਉਣ ਵਾਲੇ ਪਲਾਂਟਾਂ ਦਾ ਦੌਰਾ ਕੀਤਾ, ਨਾ ਸਿਰਫ਼ ਦੇਸ਼ ਵਿੱਚ ਸਗੋਂ ਵਿਦੇਸ਼ਾਂ ਵਿੱਚ ਵੀ ਯਾਤਰਾ ਕੀਤੀ ਤਾਂ ਜੋ ਇਹ ਜਾਣਿਆ ਜਾ ਸਕੇ ਕਿ ਗਹਿਣਿਆਂ ਦੇ ਉਦਯੋਗ ਵਿੱਚ ਕੀ ਹੋ ਰਿਹਾ ਹੈ ਅਤੇ ਅਜਿਹਾ ਕਰਦੇ ਹੋਏ, ਉਸਨੂੰ ਪਤਾ ਲੱਗਾ ਕਿ ਬਹੁਤ ਸਾਰੇ ਮੌਕੇ ਹਨ ਜਿਨ੍ਹਾਂ 'ਤੇ ਹੁਣ ਤੱਕ ਕਿਸੇ ਨੇ ਪਹਿਲ ਨਹੀਂ ਕੀਤੀ ਸੀ ਅਤੇ ਉਸਨੇ ਆਪਣਾ ਗਹਿਣਿਆਂ ਦਾ ਬ੍ਰਾਂਡ ਸਥਾਪਤ ਕੀਤਾ ਅਤੇ ਆਪਣੇ ਰਾਜ ਵਿੱਚ ਇਸ ਤਰ੍ਹਾਂ ਦੇ

ਬਹੁਤ ਸਾਰੇ ਸਟੋਰ ਖੋਲ੍ਹੇ। ਕਲਪਨਾ ਕਰੋ ਕਿ ਇੱਕ ਵਿਅਕਤੀ ਜੋ ਕਾਰੋਬਾਰ ਨਹੀਂ ਸਗੋਂ ਨੌਕਰੀ ਕਰਨਾ ਚਾਹੁੰਦਾ ਸੀ ਅੱਜ ਉਹ ਕਾਰੋਬਾਰ ਕਰ ਰਿਹਾ ਹੈ ਅਤੇ ਬਹੁਤ ਸਾਰੇ ਲੋਕਾਂ ਨੂੰ ਰੁਜ਼ਗਾਰ ਵੀ ਦੇ ਰਿਹਾ ਹੈ। ਪਰ ਇਹ ਕਿਵੇਂ ਹੋਇਆ? ਅਸੀਂ ਉਨ੍ਹਾਂ ਚੀਜ਼ਾਂ ਬਾਰੇ ਉਲਝਣ ਵਿੱਚ ਹਾਂ ਜਿਨ੍ਹਾਂ ਬਾਰੇ ਅਸੀਂ ਘੱਟ ਜਾਣਦੇ ਹਾਂ ਅਤੇ ਸਾਡਾ ਵਿਸ਼ਵਾਸ ਵੀ ਘੱਟ ਹੈ। ਇਸ ਲਈ, ਅਸੀਂ ਇਸ ਵਿੱਚ ਦਿਲਚਸਪੀ ਵੀ ਨਹੀਂ ਲੈਂਦੇ, ਪਰ ਜਿਨ੍ਹਾਂ ਚੀਜ਼ਾਂ ਬਾਰੇ ਸਾਨੂੰ ਦੂਜਿਆਂ ਨਾਲੋਂ ਜ਼ਿਆਦਾ ਗਿਆਨ ਹੈ, ਅਸੀਂ ਆਪਣੇ ਆਪ ਨੂੰ ਉਸ ਚੀਜ਼ ਵਿੱਚ ਮਾਹਰ ਸਮਝਦੇ ਹਾਂ ਅਤੇ ਇਸ ਲਈ ਅਸੀਂ ਇਸ ਵਿੱਚ ਦਿਲਚਸਪੀ ਲੈਂਦੇ ਹਾਂ ਅਤੇ ਉਸ ਵਿੱਚ ਸਾਡਾ ਵਿਸ਼ਵਾਸ ਵੀ ਬਣਿਆ ਰਹਿੰਦਾ ਹੈ। ਇਸ ਲਈ ਕੰਮ ਪ੍ਰਤੀ ਆਪਣਾ ਰਵੱਈਆ ਬਦਲਣ ਦਾ ਦੂਜਾ ਤਰੀਕਾ ਹੈ ਆਪਣੇ ਕੰਮ ਬਾਰੇ ਆਪਣਾ ਗਿਆਨ ਵਧਾਉਣਾ।

ਸਟ੍ਰੈੱਸ ਮੈਨੇਜਮੈਂਟ ਨਾਲ ਸਬੰਧਤ ਉਪਯੋਗੀ ਸੁਝਾਅ:

- ਆਪਣੇ ਆਪ ਨਾਲ ਮੁਕਾਬਲਾ ਕਰੋ। ਇਹ ਨਾ ਦੇਖੋ ਕਿ ਤੁਹਾਡਾ ਸਾਥੀ ਕੀ ਕਰ ਰਿਹਾ ਹੈ, ਸਗੋਂ ਆਪਣਾ ਕੰਮ ਸਭ ਤੋਂ ਵਧੀਆ ਤਰੀਕੇ ਨਾਲ ਕਰਨ 'ਤੇ ਧਿਆਨ ਕੇਂਦਰਿਤ ਕਰੋ। ਕਿਉਂਕਿ ਸਾਡੀ ਜ਼ਿਆਦਾਤਰ ਚਿੰਤਾ ਇਹ ਦੇਖਣ ਵਿੱਚ ਹੁੰਦੀ ਹੈ ਕਿ ਸਾਡਾ ਸਾਥੀ ਕੀ ਅਤੇ ਕਿਵੇਂ ਕਰ ਰਿਹਾ ਹੈ।
- **ਕਰਮ ਪੂਜਾ ਹੈ:** ਕੰਮ ਨੂੰ ਬੋਝ ਨਾ ਸਮਝੋ, ਇਸਨੂੰ ਆਪਣਾ ਫਰਜ਼ ਸਮਝੋ। ਹਰ ਧਰਮ ਵਿੱਚ ਕਰਮ ਨੂੰ ਪਹਿਲ ਦਿੱਤੀ ਗਈ ਹੈ। ਅਸੀਂ ਇਸ ਧਰਤੀ ਨੂੰ ਛੱਡ ਕੇ ਚਲੇ ਜਾਵਾਂਗੇ ਪਰ ਸਾਡੇ ਕੰਮ ਹਰ ਕਿਸੇ ਨੂੰ ਯਾਦ ਰਹਿਣਗੇ।
- ਜੇਕਰ ਤੁਹਾਡੇ ਕੋਲ ਨੌਕਰੀ ਹੈ ਤਾਂ ਤੁਸੀਂ ਖੁਸ਼ਕਿਸਮਤ ਹੋ, ਬੇਰੁਜ਼ਗਾਰੀ ਦਰ ਆਪਣੇ ਸਿਖਰ 'ਤੇ ਹੈ, ਬਹੁਤ ਸਾਰੇ ਉੱਚ ਸਿੱਖਿਆ ਪ੍ਰਾਪਤ ਲੋਕ ਵੀ ਬੇਰੁਜ਼ਗਾਰ ਹਨ, ਇਹ ਲੋਕ ਖੁਸ਼ੀ ਨਾਲ ਤੁਹਾਡੀ ਜਗ੍ਹਾ ਲੈਣਗੇ, ਇਸ ਲਈ ਆਪਣੀ ਨੌਕਰੀ ਨੂੰ ਪਿਆਰ ਕਰੋ।

• • •

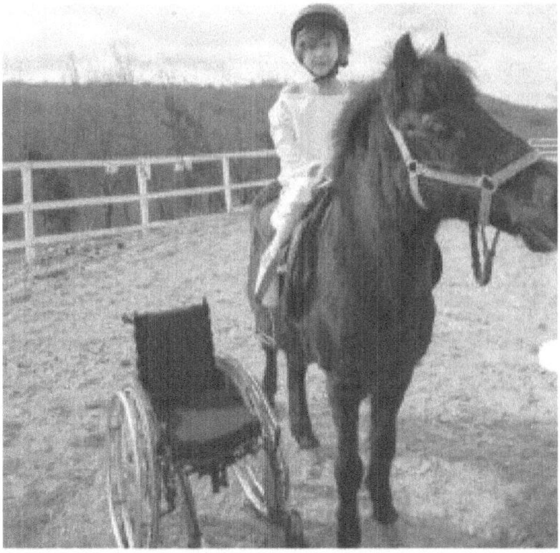

ਅਧਿਆਇ 28

ਹਰ ਕੋਈ ਚਿੰਤਿਤ ਹੈ, ਪਰ ਜੋ ਕੁਝ ਕਰਕੇ ਦਿਖਾਉਂਦੇ ਹਨ, ਉਹ ਹੀ ਅਗੇ ਵਧਦੇ ਹਨ

"ਮੁਸੀਬਤ ਕੁਝ ਲੋਕਾਂ ਨੂੰ ਤੋੜਦੀ ਹੈ ਅਤੇ ਕਈ ਲੋਕ ਇਸਦਾ ਵ ਰਿਕਾਰਡ ਤੋੜਦੇ ਹਨ।"

- ਵਿਲੀਅਮ ਆਰਥਰ ਵਾਰਡ

ਲਗਭਗ 15 ਸਾਲ ਪਹਿਲਾਂ, ਮੈਂ ਅਕਸਰ ਲਖਨਊ ਜਾਂਦਾ ਰਹਿੰਦਾ ਸੀ। ਇਸ ਦਾ ਕਾਰਨ ਇਹ ਸੀ ਕਿ ਮੇਰੇ ਇੱਕ ਕੋਰਸ ਦਾ ਪ੍ਰੀਖਿਆ ਕੇਂਦਰ ਲਖਨਊ ਵਿੱਚ ਸੀ। ਮੈਂ ਇੱਕ ਹੋਟਲ ਵਿੱਚ ਰਹਿੰਦਾ ਸੀ ਅਤੇ ਪ੍ਰੀਖਿਆ ਕੇਂਦਰ ਜਾਣ ਲਈ ਇੱਕ ਰਿਕਸ਼ਾ ਕਰ ਲੈਂਦਾ ਸੀ। ਅਤੇ ਉਸ ਸਮੈਸਟਰ ਵਿੱਚ, ਮੈਂ ਪ੍ਰੀਖਿਆ ਕੇਂਦਰ ਜਾਣ ਲਈ ਸਿਰਫ ਇੱਕ ਹੀ ਰਿਕਸ਼ਾ ਚਾਲਕ ਦੀ ਮਦਦ ਲੈਂਦਾ ਸੀ। ਤੁਸੀਂ ਸੋਚ ਰਹੇ ਹੋਵੋਗੇ ਕਿ ਕਿਉਂ? ਲਖਨਊ ਵਰਗੇ ਵੱਡੇ ਸ਼ਹਿਰ ਵਿੱਚ, ਤੁਹਾਨੂੰ ਬਹੁਤ ਸਾਰੇ ਰਿਕਸ਼ਾ ਚਾਲਕ ਮਿਲਣਗੇ। ਬੇਸ਼ੱਕ, ਤੁਹਾਨੂੰ ਉਹ ਮਿਲਣਗੇ ਪਰ ਤੁਹਾਨੂੰ ਉਸ ਵਰਗਾ ਰਿਕਸ਼ਾ ਚਾਲਕ ਸ਼ਾਇਦ ਹੀ ਮਿਲੇਗਾ। ਉਹ ਰਿਕਸ਼ਾ ਚਾਲਕ 23-24 ਸਾਲ ਦਾ ਹੋਵੇਗਾ, ਉਸਦੇ ਸਿਰ 'ਤੇ ਟੋਪੀ ਸੀ ਅਤੇ ਇੱਕ ਚੌੜੀ ਮੁਸਕਰਾਹਟ ਉਸਦੀ ਪਛਾਣ ਸੀ।

ਉਸ ਨਾਲ ਗੱਲ ਕਰਨ 'ਤੇ ਮੈਨੂੰ ਪਤਾ ਲੱਗਾ ਕਿ ਰਿਕਸ਼ਾ ਚਲਾਉਣ ਦੇ ਨਾਲ-ਨਾਲ, ਉਹ ਆਪਣੀ ਮਿਹਨਤ ਦੀ ਕਮਾਈ ਨਾਲ ਆਪਣੀ ਪੜ੍ਹਾਈ ਵੀ ਪੂਰੀ ਕਰ ਰਿਹਾ ਸੀ ਅਤੇ ਰਿਕਸ਼ਾ ਚਲਾਉਂਦੇ ਸਮੇਂ, ਉਹ ਕੋਈ ਨਾ ਕੋਈ ਗਾਣਾ ਗਾਉਂਦਾ ਰਹਿੰਦਾ ਸੀ। ਕੀ ਤੁਹਾਨੂੰ ਲੱਗਦਾ ਹੈ ਕਿ ਇਸੇ ਲਈ ਇਹ ਰਿਕਸ਼ਾ ਚਾਲਕ ਇੰਨਾ ਖਾਸ ਸੀ? ਨਹੀਂ, ਇਸ ਕਰਕੇ ਨਹੀਂ। ਮੈਂ ਉਸਨੂੰ ਖਾਸ ਇਸ ਲਈ ਪਾਇਆ ਕਿਉਂਕਿ ਉਸਦਾ ਇੱਕ ਹੱਥ ਨਹੀਂ ਸੀ। ਜੇ ਉਹ ਚਾਹੁੰਦਾ, ਤਾਂ ਉਹ ਕਟੋਰੇ ਨਾਲ ਭੀਖ ਮੰਗ ਸਕਦਾ ਸੀ। ਜੇ ਉਹ ਚਾਹੁੰਦਾ, ਤਾਂ ਉਹ ਸਾਰੀ ਉਮਰ ਰੋ ਸਕਦਾ ਸੀ ਪਰ ਉਸਨੇ ਦੋਵੇਂ ਕੰਮ ਨਹੀਂ ਕੀਤੇ ਅਤੇ ਉਸਨੇ ਕੁਝ ਅਜਿਹਾ ਕੀਤਾ ਜਿਸ ਨਾਲ ਉਸਨੂੰ ਮਿਲਣ ਵਾਲਾ ਹਰ ਵਿਅਕਤੀ ਉਸਦਾ ਪ੍ਰਸ਼ੰਸਕ ਬਣ ਗਿਆ।

ਉਸਨੇ ਸਾਨੂੰ ਇੱਕ ਉਦਾਹਰਣ ਦਿੱਤੀ ਕਿ ਅਸੀਂ ਆਪਣੀ ਜ਼ਿੰਦਗੀ ਵਿੱਚ ਇੰਨੀਆਂ ਛੋਟੀਆਂ-ਛੋਟੀਆਂ ਸਮੱਸਿਆਵਾਂ ਲਈ ਰੋਂਦੇ ਹਾਂ, ਅਸੀਂ ਇੰਨੀ ਚੰਗੀ ਸਥਿਤੀ ਵਿੱਚ ਹੋਣ 'ਤੇ ਵੀ ਕੋਸ਼ਿਸ਼ ਨਹੀਂ ਕਰਦੇ। ਅਸੀਂ ਕਹਿੰਦੇ ਹਾਂ ਕਿ ਸਾਡੇ ਕੋਲ ਇਹ ਨਹੀਂ ਹੈ, ਸਾਡੇ ਕੋਲ ਉਹ ਨਹੀਂ ਹੈ। ਪਰ ਇੱਕ ਵਿਅਕਤੀ ਜਿਸ ਕੋਲ ਇੰਨੀ ਵੱਡੀ ਸਮੱਸਿਆ ਹੈ, ਇਸਦੇ ਬਾਵਜੂਦ ਉਹ ਜ਼ਿੰਦਗੀ ਦਾ ਆਨੰਦ ਮਾਣ ਰਿਹਾ ਹੈ ਅਤੇ ਉਹ ਸਭ ਕੁਝ ਕਰ ਰਿਹਾ ਹੈ ਜੋ ਉਹ ਕਰ ਸਕਦਾ ਹੈ। ਕੀ ਤੁਹਾਨੂੰ ਅਤੇ ਸਾਨੂੰ ਵੀ ਇਸ ਰਿਕਸ਼ਾ ਚਾਲਕ ਤੋਂ ਇਹ ਨਹੀਂ ਸਿੱਖਣਾ ਚਾਹੀਦਾ ਕਿ ਸਾਨੂੰ ਵੀ ਜ਼ਿੰਦਗੀ ਪ੍ਰਤੀ ਇੱਕ ਚੰਗਾ ਸਕਾਰਾਤਮਕ ਰਵੱਈਆ ਰੱਖਣਾ ਚਾਹੀਦਾ ਹੈ। ਉਦਾਸ ਹੋਣ ਦੀ ਬਜਾਏ, ਖੁਸ਼ ਰਹੋ ਅਤੇ ਜੋ ਤੁਸੀਂ ਕਰ ਸਕਦੇ ਹੋ ਉਹ ਕਰੋ।

ਸਟ੍ਰੈੱਸ ਮੈਨੇਜਮੈਂਟ ਨਾਲ ਸਬੰਧਤ ਉਪਯੋਗੀ ਸੁਝਾਅ:

- ਹੈਲਨ ਕੈਲਰ ਦੀ ਜੀਵਨੀ ਪੜ੍ਹੋ ਅਤੇ ਜਾਣੋ ਕਿ ਬਹੁਤ ਸਾਰੇ ਸਰੀਰਕ ਸਮੱਸਿਆਵਾਂ ਦੇ ਬਾਵਜੂਦ ਉਸਨੇ ਜ਼ਿੰਦਗੀ ਪ੍ਰਤੀ ਸਕਾਰਾਤਮਕ ਰਵੱਈਆ ਕਿਵੇਂ ਬਣਾਈ ਰੱਖਿਆ? ਆਪਣੀ ਮੌਤ ਤੋਂ ਕਈ ਸਾਲ ਬਾਅਦ ਵੀ, ਉਸਨੂੰ ਦੁਨੀਆ ਦੇ ਮਹਾਨ ਲੋਕਾਂ ਵਿੱਚ ਗਿਣਿਆ ਜਾਂਦਾ ਹੈ।
- ਆਪਣੇ ਆਪ ਤੋਂ ਪੁੱਛੋ ਕਿ ਤੁਸੀਂ ਜ਼ਿੰਦਗੀ ਵਿੱਚ ਅੱਗੇ ਵਧਣ ਲਈ ਕਿਹੜੀ ਸਮੱਸਿਆ ਨੂੰ ਢਾਲ ਵਜੋਂ ਵਰਤ ਰਹੇ ਹੋ? ਕੀ ਤੁਸੀਂ ਵਧ ਨਹੀਂ ਰਹੇ? ਇਹ ਯਾਦ ਰੱਖੋ ਕਿ ਹਰ ਕਿਸੇ ਕੋਲ ਕੋਈ ਨਾ ਕੋਈ ਸਮੱਸਿਆ ਹੈ। ਪਰ ਅੰਤ ਵਿੱਚ ਉਹੀ ਜਿੱਤਣਗੇ ਜੋ ਸਮੱਸਿਆਵਾਂ ਦੇ ਬਾਵਜੂਦ,ਆਪਣੀਆਂ ਕੋਸ਼ਿਸ਼ਾਂ ਜਾਰੀ ਰੱਖਣਗੇ।

• • •

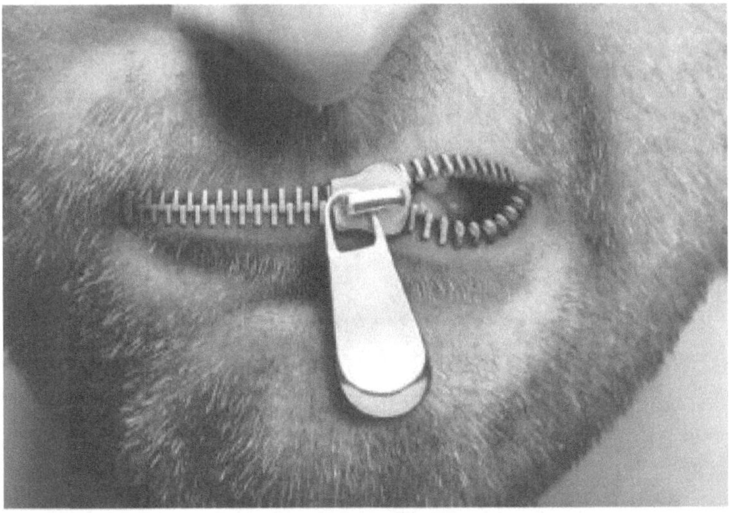

ਅਧਿਆਇ 29

ਜੇ ਕੁਝ ਕਹਿਣਾ ਹੈ ਤਾਂ ਕੁਝ ਚੰਗਾ ਕਹੋ ਨਹੀਂ ਤਾਂ ਚੁੱਪ ਰਹਿਣਾ ਹੀ ਬਿਹਤਰ ਹੈ।

"ਜਾਨਵਰ ਮੁਸੀਬਤ ਵਿੱਚ ਫਸ ਜਾਂਦੇ ਹਨ ਕਿਉਂਕਿ ਉਹ ਬੋਲਦੇ ਨਹੀਂ ਹਨ ਅਤੇ ਮਨੁੱਖ ਮੁਸੀਬਤ ਵਿੱਚ ਫਸ ਜਾਂਦੇ ਹਨ ਕਿਉਂਕਿ ਉਹ ਬਹੁਤ ਜ਼ਿਆਦਾ ਬੋਲਦੇ ਹਨ।"

- ਰਾਜਲ

ਇਹ ਬਹੁਤ ਪੁਰਾਣੇ ਸਮੇਂ ਦੀ ਗੱਲ ਹੈ ਜਦੋਂ ਕਿਸੇ ਹੋਰ ਰਾਜ ਦੇ ਇੱਕ ਜਾਸੂਸ ਨੂੰ ਜਾਸੂਸੀ ਦੇ ਦੋਸ਼ ਵਿੱਚ ਫੜਿਆ ਗਿਆ ਸੀ ਅਤੇ ਉਸਨੂੰ ਮੌਤ ਦੀ ਸਜ਼ਾ ਸੁਣਾਈ ਗਈ ਸੀ। ਜਦੋਂ ਉਸਨੂੰ ਫਾਂਸੀ ਦਿੱਤੀ ਜਾ ਰਹੀ ਸੀ ਤਾਂ ਰੱਸੀ ਟੁੱਟ ਗਈ। ਜਾਸੂਸ ਖੁਸ਼ੀ ਨਾਲ ਪਾਗਲ ਹੋ ਗਿਆ ਕਿਉਂਕਿ ਉਸ ਸਮੇਂ ਕਿਹਾ ਜਾਂਦਾ ਸੀ ਕਿ ਜੇਕਰ ਫਾਂਸੀ ਦਿੰਦੇ ਸਮੇਂ ਰੱਸੀ ਟੁੱਟ ਜਾਂਦੀ ਹੈ, ਤਾਂ ਕੈਦੀ ਨੂੰ ਇਹ ਵਿਸ਼ਵਾਸ ਕਰਕੇ ਮਾਫ਼ ਕਰ ਦਿੱਤਾ ਜਾਂਦਾ ਹੈ ਕਿ ਪਰਮਾਤਮਾ ਵੀ ਉਸਨੂੰ ਜ਼ਿੰਦਾ ਰੱਖਣਾ ਚਾਹੁੰਦਾ ਹੈ। ਜਾਸੂਸ ਦੀ ਖੁਸ਼ੀ ਇੱਥੇ ਹੀ ਨਹੀਂ ਰੁਕੀ ਅਤੇ ਉਹ ਜੋਸ਼ ਵਿੱਚ ਆਪਣੇ ਹੋਸ਼ ਗੁਆ ਬੈਠਾ ਅਤੇ ਕਿਹਾ, 'ਜਿਸ

ਰਾਜ ਦੇ ਲੋਕ ਇੱਕ ਰੱਸੀ ਵੀ ਸਹੀ ਢੰਗ ਨਾਲ ਨਹੀਂ ਬਣਾ ਸਕਦੇ, ਉਹ ਸਾਡੇ ਰਾਜ ਦਾ ਮੁਕਾਬਲਾ ਕਿਵੇਂ ਕਰ ਸਕਦੇ ਹਨ?'

ਇੱਕ ਦੂਤ ਇਹ ਖ਼ਬਰ ਲੈ ਕੇ ਰਾਜੇ ਕੋਲ ਗਿਆ ਅਤੇ ਉਸਨੂੰ ਦੱਸਿਆ ਕਿ ਫਾਂਸੀ ਦੌਰਾਨ ਰੱਸੀ ਟੁੱਟ ਗਈ ਸੀ ਅਤੇ ਇਸ ਲਈ ਫਾਂਸੀ ਨਹੀਂ ਦਿੱਤੀ ਜਾ ਸਕਦੀ। ਇਹ ਸੁਣ ਕੇ, ਰਾਜੇ ਨੇ ਮੁਆਫ਼ੀ ਪੱਤਰ ਚੁੱਕਿਆ ਅਤੇ ਉਸ 'ਤੇ ਦਸਤਖ਼ਤ ਕਰਨ ਹੀ ਵਾਲਾ ਸੀ ਕਿ ਉਸਨੇ ਸੰਦੇਸ਼ਵਾਹਕ ਨੂੰ ਪੁੱਛਿਆ, 'ਕੀ ਜਾਸੂਸ ਨੇ ਰੱਸੀ ਟੁੱਟਣ ਤੋਂ ਬਾਅਦ ਕੁਝ ਕਿਹਾ?' ਇਸ 'ਤੇ ਸੰਦੇਸ਼ਵਾਹਕ ਨੇ ਆਪਣਾ ਸਿਰ ਝੁਕਾ ਕੇ ਕਿਹਾ, 'ਮਹਾਰਾਜ, ਉਹ ਕਹਿ ਰਿਹਾ ਸੀ ਕਿ ਸਾਡੇ ਰਾਜ ਦੇ ਲੋਕਾਂ ਨੂੰ ਰੱਸੀਆਂ ਬਣਾਉਣੀਆਂ ਵੀ ਨਹੀਂ ਆਉਂਦੀਆਂ, ਇਸ ਲਈ ਸਾਡਾ ਰਾਜ ਕਦੇ ਵੀ ਉਨ੍ਹਾਂ ਦੇ ਰਾਜ ਦਾ ਮੁਕਾਬਲਾ ਨਹੀਂ ਕਰ ਸਕਦਾ।'

ਇਹ ਸੁਣ ਕੇ ਰਾਜਾ ਮੁਸਕਰਾਇਆ ਅਤੇ ਮੁਆਫ਼ੀ ਪੱਤਰ ਪਾੜ ਦਿੱਤਾ ਅਤੇ ਕਿਹਾ, 'ਹੁਣ ਅਸੀਂ ਉਸਨੂੰ ਦਿਖਾਵਾਂਗੇ ਕਿ ਸਾਡੇ ਰਾਜ ਦੀ ਰੱਸੀ ਕਿੰਨੀ ਮਜ਼ਬੂਤ ਹੈ'। ਰਾਜਾ ਤੁਰੰਤ ਆਪਣੇ ਦੂਤ ਨਾਲ ਜੇਲ੍ਹ ਗਿਆ ਅਤੇ ਫਿਰ ਜਾਸੂਸ ਨੂੰ ਤੁਰੰਤ ਉਸਦੇ ਸਾਹਮਣੇ ਫਾਂਸੀ ਦੇਣ ਦਾ ਹੁਕਮ ਦਿੱਤਾ। ਉਸਦੇ ਹੁਕਮ ਦੀ ਪਾਲਣਾ ਕੀਤੀ ਗਈ ਅਤੇ ਇਸ ਵਾਰ ਰੱਸੀ ਨਹੀਂ ਟੁੱਟੀ ਅਤੇ ਜਾਸੂਸ ਦੀ ਮੌਤ ਹੋ ਗਈ।

ਬਹੁਤ ਜ਼ਿਆਦਾ ਚਿੰਤਾ ਸਾਡੀ ਜੀਭ ਦਾ ਨਤੀਜਾ ਹੈ। ਕਈ ਵਾਰ ਅਸੀਂ ਕੁਝ ਅਜਿਹਾ ਕਹਿ ਦਿੰਦੇ ਹਾਂ ਜੋ ਸਾਡੀ ਜ਼ਿੰਦਗੀ ਵਿੱਚ ਤਬਾਹੀ ਮਚਾ ਦਿੰਦਾ ਹੈ ਅਤੇ ਚਿੰਤਾਵਾਂ ਦਾ ਹੜ੍ਹ ਆ ਜਾਂਦਾ ਹੈ। ਸਾਡੇ ਮਨ ਵਾਂਗ, ਸਾਡੀ ਜੀਭ ਵੀ ਇੱਕ ਚਾਕੂ ਵਰਗੀ ਹੈ। ਚਾਕੂ ਦੇ ਦੋ ਹਿੱਸੇ ਹੁੰਦੇ ਹਨ, ਇੱਕ ਤਿੱਖਾ ਹਿੱਸਾ ਅਤੇ ਦੂਜਾ ਹੈਂਡਲ। ਇਹ ਬਿਹਤਰ ਹੈ ਕਿ ਅਸੀਂ ਹੈਂਡਲ ਵਾਲੇ ਪਾਸੇ ਨਾਲ ਕੰਮ ਕਰੀਏ ਤਾਂ ਜੋ ਅਸੀਂ ਚਿੰਤਾ ਤੋਂ ਬਚ ਸਕੀਏ। (ਭਾਵ, ਅਸੀਂ ਤਿੱਖੇ ਹਿੱਸੇ ਨਾਲ ਜ਼ਹਿਰੀਲੀਆਂ ਗੱਲਾਂ ਬੋਲ ਸਕਦੇ ਹਾਂ ਅਤੇ ਦੂਜਿਆਂ ਨਾਲ ਆਪਣੇ ਰਿਸ਼ਤੇ ਨੂੰ ਵਿਗਾੜ ਸਕਦੇ ਹਾਂ ਅਤੇ ਚਿੰਤਤ ਹੋ ਸਕਦੇ ਹਾਂ, ਜਾਂ ਅਸੀਂ ਹੈਂਡਲ ਦੀ ਵਰਤੋਂ ਕਰਕੇ ਅਤੇ ਸੋਚ-ਸਮਝ ਕੇ ਬੋਲ ਕੇ ਆਪਣੀ ਜ਼ਿੰਦਗੀ ਵਿੱਚ ਇਨ੍ਹਾਂ ਤਣਾਅ ਤੋਂ ਬਚ ਸਕਦੇ ਹਾਂ।)

ਕਈ ਸਾਲ ਪਹਿਲਾਂ ਮੈਂ ਆਪਣੀ ਦੁਕਾਨ, ਵਾਚ ਹਾਊਸ 'ਤੇ ਸੀ। ਦੁਕਾਨ ਦਾ ਸ਼ਟਰ ਸਿਰਫ਼ 5 ਮਿੰਟ ਲਈ ਖੁੱਲ੍ਹਾ ਸੀ ਜਦੋਂ ਇੱਕ ਆਦਮੀ ਸਾਡੀ ਦੁਕਾਨ 'ਤੇ ਆਇਆ। ਪੁੱਛਣ 'ਤੇ ਮੈਨੂੰ ਪਤਾ ਲੱਗਾ ਕਿ ਉਸਨੇ ਕਿਹਾ, "ਮੈਂ ਘੜੀ ਨਹੀਂ ਖਰੀਦਣਾ ਚਾਹੁੰਦਾ, ਮੈਂ ਇੱਕ ਸੇਲਜ਼ਮੈਨ ਹਾਂ ਅਤੇ ਇੱਕ ਸਫਾਈ ਲੋਸ਼ਨ ਵੇਚਣ ਆਇਆ ਹਾਂ।"

ਮੇਰਾ ਸੁਭਾਵਿਕ ਪ੍ਰਤੀਕਰਮ ਇਹ ਸੀ ਕਿ ਮੈਂ ਉਸਨੂੰ ਗੁੱਸੇ ਵਿੱਚ ਦੱਸਾਂ ਕਿ ਦੁਕਾਨ ਹੁਣੇ ਖੁੱਲ੍ਹੀ ਹੈ, ਅਸੀਂ ਪੂਜਾ ਵੀ ਨਹੀਂ ਕੀਤੀ, ਅਸੀਂ ਅਜੇ ਕੋਈ ਸਾਮਾਨ ਨਹੀਂ ਵੇਚਿਆ ਹੈ ਅਤੇ ਤੁਸੀਂ ਇੰਨੀ ਸਵੇਰੇ ਮੈਨੂੰ ਆਪਣਾ ਸਫਾਈ ਲੋਸ਼ਨ ਵੇਚਣ ਆਏ ਹੋ।

ਪਰ ਮੈਂ ਅਜਿਹਾ ਨਹੀਂ ਕੀਤਾ। ਜੇ ਮੈਂ ਅਜਿਹਾ ਕੀਤਾ ਹੁੰਦਾ, ਤਾਂ ਇਸ ਗੱਲ ਦੀ ਬਹੁਤ ਸੰਭਾਵਨਾ ਸੀ ਕਿ ਨਾ ਸਿਰਫ਼ ਉਸਦਾ ਸਗੋਂ ਮੇਰਾ ਪੂਰਾ ਦਿਨ ਬਰਬਾਦ ਹੋ ਜਾਂਦਾ। ਇਸ ਦੀ ਬਜਾਏ, ਮੈਂ ਮੁਸਕਰਾਇਆ ਅਤੇ ਉਸਨੂੰ ਕਿਹਾ, 'ਅਸੀਂ ਸਫ਼ਾਈ ਲਈ ਇਸ ਬ੍ਰਾਂਡ ਦੀ ਵਰਤੋਂ ਕਰਦੇ ਹਾਂ ਅਤੇ ਸਾਡੇ ਕੋਲ ਇਸ ਵੇਲੇ ਇਹ ਬਹੁਤ ਸਾਰਾ ਪਾਇਆ ਹੋਇਆ ਹੈ, ਜੇ ਤੁਸੀਂ ਚਾਹੋ, ਤਾਂ ਤੁਸੀਂ ਦੇਖ

ਸਕਦੇ ਹੋ। ਮੈਂ ਇਹ ਸਮਾਨ ਤੁਹਾਡੇ ਤੋਂ ਨਹੀਂ ਲੈ ਸਕਦਾ, ਪਰ ਹਾਂ, ਮੈਂ ਤੁਹਾਨੂੰ ਜ਼ਰੂਰ ਸ਼ੁਭਕਾਮਨਾਵਾਂ ਦੇ ਸਕਦਾ ਹਾਂ ਅਤੇ ਉਮੀਦ ਕਰਦਾ ਹਾਂ ਕਿ ਅੱਜ ਤੁਹਾਡੀ ਵਿਕਰੀ ਸ਼ਾਨਦਾਰ ਰਹੇ।'

ਕੀ ਤੁਸੀਂ ਜਾਣਨਾ ਚਾਹੋਗੇ ਕਿ ਇਸ ਤੋਂ ਬਾਅਦ ਕੀ ਹੋਇਆ? ਸੇਲਜ਼ਮੈਨ ਲਗਭਗ ਰੋਣ ਲੱਗ ਪਿਆ ਅਤੇ ਕਹਿਣ ਲੱਗਾ ਕਿ "ਅੱਜ ਤੱਕ ਕਿਸੇ ਨੇ ਮੇਰੇ ਨਾਲ ਇਸ ਤਰ੍ਹਾਂ ਗੱਲ ਨਹੀਂ ਕੀਤੀ। ਜ਼ਿਆਦਾਤਰ ਲੋਕ ਸਾਡੇ ਤੋਂ ਛੁਟਕਾਰਾ ਪਾਉਣਾ ਚਾਹੁੰਦੇ ਹਨ। ਪਹਿਲਾਂ ਮੇਰਾ ਵੀ ਕਾਰੋਬਾਰ ਹੁੰਦਾ ਸੀ ਪਰ ਸਮਾਂ ਇੰਨਾ ਬਦਲ ਗਿਆ ਹੈ ਕਿ ਮੈਨੂੰ ਇਹ ਕੰਮ ਕਰਨਾ ਪੈਂਦਾ ਹੈ।" ਇਸ ਤੋਂ ਬਾਅਦ ਉਸਨੇ ਆਪਣੇ ਆਪ ਨੂੰ ਸ਼ਾਂਤ ਕੀਤਾ, ਮੇਰੇ ਨਾਲ ਹੱਥ ਮਿਲਾਇਆ ਅਤੇ ਕਿਹਾ, "ਮੈਂ ਤੁਹਾਨੂੰ ਮਿਲ ਕੇ ਸੱਚਮੁੱਚ ਖੁਸ਼ ਹਾਂ।"

ਜਾਣ ਤੋਂ ਪਹਿਲਾਂ ਉਸਨੇ ਮੇਰੇ ਉੱਜਵਲ ਭਵਿੱਖ ਦੀ ਕਾਮਨਾ ਵੀ ਕੀਤੀ।

ਮੈਂ ਇੱਕ ਹੋਰ ਉਦਾਹਰਣ ਸਾਂਝੀ ਕਰਨਾ ਚਾਹੁੰਦਾ ਹਾਂ ਕਿ ਤੁਹਾਡੀ ਜੀਭ ਤੁਹਾਡੀ ਜ਼ਿੰਦਗੀ ਵਿੱਚ ਖੁਸ਼ੀ ਕਿਵੇਂ ਲਿਆ ਸਕਦੀ ਹੈ। ਜਿਵੇਂ ਕਿ ਤੁਸੀਂ ਸਾਰੇ ਜਾਣਦੇ ਹੋ ਕਿ ਮੈਂ ਇੱਕ ਲੇਖਕ ਹਾਂ ਅਤੇ ਮੈਨੂੰ ਕਿਤਾਬਾਂ ਲਿਖਣ ਦੇ ਨਾਲ-ਨਾਲ ਕਿਤਾਬਾਂ ਪੜ੍ਹਨਾ ਵੀ ਪਸੰਦ ਹੈ, ਇਸ ਲਈ ਮੈਂ ਹਰ ਮਹੀਨੇ ਬਹੁਤ ਸਾਰੀਆਂ ਕਿਤਾਬਾਂ ਖਰੀਦਦਾ ਹਾਂ ਅਤੇ ਲਗਭਗ 10 ਤੋਂ 15 ਕਿਤਾਬਾਂ ਔਨਲਾਈਨ ਆਰਡਰ ਕਰਦਾ ਹਾਂ। ਅਤੇ ਬਹੁਤ ਸਾਰੇ ਡਿਲੀਵਰੀ ਮੁੰਡੇ ਮੈਨੂੰ ਇਹ ਕਿਤਾਬਾਂ ਡਿਲੀਵਰ ਕਰਨ ਲਈ ਆਉਂਦੇ ਹਨ। ਕਿਉਂਕਿ ਮੈਂ ਹਮੇਸ਼ਾ ਕਿਤਾਬਾਂ ਆਰਡਰ ਕਰਦਾ ਹਾਂ, ਮੈਂ ਉਨ੍ਹਾਂ ਸਭ ਨੂੰ ਅਕਸਰ ਮਿਲਦਾ ਰਹਿੰਦਾ ਹਾਂ। ਅਤੇ ਇਨ੍ਹਾਂ ਮੁਲਾਕਾਤਾਂ ਵਿੱਚ, ਮੈਂ ਇਹ ਜਾਣਨ ਦੀ ਕੋਸ਼ਿਸ਼ ਕਰਦਾ ਹਾਂ ਕਿ ਉਨ੍ਹਾਂ ਦੇ ਨਾਮ ਕੀ ਹਨ, ਉਹ ਕਿੱਥੇ ਰਹਿੰਦੇ ਹਨ, ਉਹ ਆਪਣੇ ਖਾਲੀ ਸਮੇਂ ਵਿੱਚ ਹੋਰ ਕੀ ਕਰਦੇ ਹਨ, ਆਦਿ।

ਇੱਕ ਵਾਰ ਮੈਂ ਉਸੇ ਵੈੱਬਸਾਈਟ ਤੋਂ ਇੱਕ ਮੋਬਾਈਲ ਫ਼ੋਨ ਆਰਡਰ ਕੀਤਾ ਜਿੱਥੋਂ ਮੈਂ ਕਿਤਾਬਾਂ ਖਰੀਦਦਾ ਸੀ ਅਤੇ ਮੈਂ ਇਹ ਮੋਬਾਈਲ ਐਕਸਚੇਂਜ ਦੇ ਤਹਿਤ ਆਰਡਰ ਕੀਤਾ। ਐਕਸਚੇਂਜ ਦੇ ਬਦਲੇ, ਮੈਨੂੰ ਆਪਣੇ ਪੁਰਾਣੇ ਮੋਬਾਈਲ 'ਤੇ ਲਗਭਗ 5000 ਰੁਪਏ (4700 ਰੁਪਏ) ਦੀ ਛੂਟ ਵੀ ਮਿਲੀ। ਮੈਂ ਫ਼ੋਨ ਆਰਡਰ ਕੀਤਾ ਅਤੇ ਇਹ 3-4 ਦਿਨਾਂ ਬਾਅਦ ਆ ਗਿਆ। ਸਵੇਰੇ-ਸਵੇਰੇ ਡਿਲੀਵਰੀ ਵਾਲੇ ਮੁੰਡੇ ਨੇ ਮੈਨੂੰ ਫ਼ੋਨ ਕੀਤਾ ਅਤੇ ਕਿਹਾ, "ਸਰ, ਤੁਹਾਡਾ ਮੋਬਾਈਲ ਆ ਗਿਆ ਹੈ, ਕਿਰਪਾ ਕਰਕੇ ਆਪਣਾ ਪੁਰਾਣਾ ਮੋਬਾਈਲ ਵੀ ਲਿਆਓ।" ਮੈਂ ਨਵਾਂ ਮੋਬਾਈਲ ਮਿਲਣ ਦੀ ਖੁਸ਼ੀ ਵਿੱਚ ਬਹੁਤ ਉਤਸ਼ਾਹ ਨਾਲ ਪੌੜੀਆਂ ਤੋਂ ਹੇਠਾਂ ਉਤਰਿਆ ਅਤੇ ਜਿਵੇਂ ਹੀ ਮੈਂ ਡਿਲੀਵਰੀ ਬੁਆਏ ਕੋਲ ਪਹੁੰਚਿਆ, ਅਚਾਨਕ ਪੁਰਾਣਾ ਮੋਬਾਈਲ ਮੇਰੇ ਹੱਥੋਂ ਡਿੱਗ ਪਿਆ ਅਤੇ ਕਿਉਂਕਿ ਇਹ ਪਲਾਸਟਿਕ ਦਾ ਬਣਿਆ ਹੋਇਆ ਸੀ, ਇਸ ਦਾ ਪਿਛਲਾ ਹਿੱਸਾ ਫਟ ਗਿਆ। ਹੁਣ ਮੈਂ ਅਤੇ ਡਿਲੀਵਰੀ ਬੁਆਏ ਦੋਵੇਂ ਚਿੰਤਤ ਸੀ, ਡਿਲੀਵਰੀ ਬੁਆਏ ਨੇ ਕਿਹਾ, "ਟੁੱਟੇ ਹੋਏ ਮੋਬਾਈਲ ਬਦਲੇ ਨਹੀਂ ਜਾ ਸਕਦੇ।" ਮੈਂ ਕਿਹਾ ਕਿ ਸਥਿਤੀ ਤੁਹਾਡੇ ਸਾਹਮਣੇ ਹੈ, ਜੇ ਹੋ ਸਕੇ ਤਾਂ ਕਿਰਪਾ ਕਰਕੇ ਇਸਨੂੰ ਦੇਖੋ। ਡਿਲੀਵਰੀ ਬੁਆਏ ਨੇ ਕੁਝ ਦੇਰ ਸੋਚਿਆ ਅਤੇ ਕਿਹਾ, "ਠੀਕ ਹੈ, ਇਸਨੂੰ ਲਿਆਓ, ਮੈਨੂੰ ਦੇ ਦਿਓ, ਜੇ ਦਫ਼ਤਰ ਵਿੱਚ ਕੋਈ ਕੁਝ ਕਹੇਗਾ, ਤਾਂ ਅਸੀਂ ਕਹਾਂਗੇ ਕਿ ਇਹ ਸਾਡੇ ਤੋਂ ਡਿੱਗ ਗਿਆ ਹੈ।" ਉਸਨੇ ਮੇਰਾ ਪੁਰਾਣਾ ਮੋਬਾਈਲ ਮੇਰੇ ਤੋਂ ਲੈ ਲਿਆ ਅਤੇ ਮੇਰਾ ਨਵਾਂ ਮੋਬਾਈਲ ਮੈਨੂੰ

ਸੌਂਪ ਕੇ ਚਲਾ ਗਿਆ ਅਤੇ ਇੱਕ ਤਰ੍ਹਾਂ ਨਾਲ, ਉਸਨੇ ਮੇਰੇ ਲਗਭਗ 5000 ਰੁਪਏ ਵੀ ਬਚਾ ਲਏ।

ਡਿਲੀਵਰੀ ਬੁਆਏ ਨੂੰ ਮੇਰੀ ਮਦਦ ਕਰਨ ਦਾ ਕੀ ਫ਼ਾਇਦਾ ਹੋਇਆ? ਕੋਈ ਨਹੀਂ। ਸਿਰਫ਼ ਇਸ ਲਈ ਕਿਉਂਕਿ ਮੈਂ ਉਸ ਨਾਲ ਰੋਜ਼ ਇਸ ਤਰ੍ਹਾਂ ਪੇਸ਼ ਆਇਆ ਜੋ ਸ਼ਾਇਦ ਹੀ ਕੋਈ ਹੋਰ ਕਰਦਾ ਹੋਵੇ। ਜਦੋਂ ਵੀ ਮੈਂ ਆਪਣਾ ਮੂੰਹ ਖੋਲ੍ਹਦਾ ਸੀ, ਮੈਂ ਕਹਿੰਦਾ ਸੀ "ਹੈਲੋ... ਤੁਸੀਂ ਕਿਵੇਂ ਹੋ?... ਚੀਜ਼ਾਂ ਲਈ ਧੰਨਵਾਦ... ਤੁਹਾਨੂੰ ਅਤੇ ਤੁਹਾਡੇ ਪਰਿਵਾਰ ਨੂੰ ਹੋਲੀ ਦੀਆਂ ਮੁਬਾਰਕਾਂ", ਆਦਿ।

ਜ਼ਿਆਦਾਤਰ ਲੋਕ ਜਾਂ ਤਾਂ ਅਜਿਹੇ ਡਿਲੀਵਰੀ ਬੁਆਏਜ਼ ਦੀ ਪਰਵਾਹ ਨਹੀਂ ਕਰਦੇ ਜਾਂ ਉਨ੍ਹਾਂ ਨਾਲ ਚੰਗਾ ਵਿਵਹਾਰ ਨਹੀਂ ਕਰਦੇ, ਅਤੇ ਇੱਕ ਡਿਲੀਵਰੀ ਬੁਆਏ ਨੇ ਮੈਨੂੰ ਦੱਸਿਆ ਕਿ ਬਹੁਤ ਸਾਰੇ ਲੋਕ ਉਨ੍ਹਾਂ ਨਾਲ ਚੰਗਾ ਵਿਵਹਾਰ ਨਹੀਂ ਕਰਦੇ ਅਤੇ ਕਹਿੰਦੇ ਹਨ, "ਤੁਸੀਂ ਬਹੁਤ ਦੇਰ ਨਾਲ ਆਉਂਦੇ ਹੋ, ਲੱਗਦਾ ਹੈ ਕਿ ਤੁਸੀਂ ਮੇਰਾ ਸਮਾਨ ਸਭ ਤੋਂ ਬਾਅਦ ਡਿਲੀਵਰ ਕੀਤਾ। ਤੁਸੀਂ ਲੋਕ ਪੈਸੇ ਕਿਉਂ ਨਹੀਂ ਰੱਖਦੇ, ਸਾਨੂੰ ਪੈਸੇ ਕਿੱਥੋਂ ਮਿਲਣਗੇ, ਤੁਹਾਨੂੰ ਪੈਸੇ ਲੈ ਕੇ ਜਾਣਾ ਚਾਹੀਦਾ ਹੈ" ਆਦਿ।

ਤੁਹਾਡਾ ਕੀ ਖਿਆਲ ਹੈ, ਜੇਕਰ ਇਨ੍ਹਾਂ ਲੋਕਾਂ ਨਾਲ ਮੇਰੇ ਨਾਲ ਵਾਪਰੀ ਘਟਨਾ (ਮੋਬਾਈਲ ਡਿੱਗਣਾ) ਵਰਗੀ ਘਟਨਾ ਵਾਪਰਦੀ, ਤਾਂ ਕੀ ਡਿਲੀਵਰੀ ਬੁਆਏ ਨੇ ਉਨ੍ਹਾਂ ਦੀ ਇੰਨੀ ਮਦਦ ਕੀਤੀ ਹੁੰਦੀ? ਮੈਨੂੰ ਲੱਗਦਾ ਹੈ ਕਿ ਸ਼ਾਇਦ ਨਹੀਂ।

ਤਾਂ ਆਓ ਆਪਾਂ ਪਰਮਾਤਮਾ ਵੱਲੋਂ ਦਿੱਤੇ ਇਸ ਸੁੰਦਰ ਤੋਹਫ਼ੇ ਯਾਨੀ ਆਪਣੀ ਬੋਲਣ ਦੀ ਸ਼ਕਤੀ ਦੀ ਵਰਤੋਂ ਲੋਕਾਂ ਦੇ ਦਿਲ ਤੋੜਨ ਲਈ ਨਹੀਂ ਸਗੋਂ ਲੋਕਾਂ ਦੇ ਦਿਲਾਂ ਵਿੱਚ ਜਗ੍ਹਾ ਬਣਾਉਣ ਲਈ ਕਰੀਏ।

ਸਟ੍ਰੈੱਸ ਮੈਨੇਜਮੈਂਟ ਨਾਲ ਸਬੰਧਤ ਉਪਯੋਗੀ ਸੁਝਾਅ:

- ਪਰਮਾਤਮਾ ਨੇ ਸਾਨੂੰ ਦੋ ਕੰਨ ਅਤੇ ਇੱਕ ਮੂੰਹ ਦਿੱਤਾ ਹੈ ਤਾਂ ਜੋ ਅਸੀਂ ਇੱਕੋ ਅਨੁਪਾਤ ਵਿੱਚ ਕੰਮ ਕਰੀਏ, ਯਾਨੀ ਕਿ ਸਾਨੂੰ ਬੋਲਣ ਨਾਲੋਂ ਦੁੱਗਣਾ ਸੁਣਨਾ ਚਾਹੀਦਾ ਹੈ। ਅਸੀਂ ਬੋਲ ਕੇ ਕੁਝ ਵੀ ਨਹੀਂ ਸਿੱਖਦੇ ਪਰ ਸੁਣ ਕੇ ਬਹੁਤ ਕੁਝ ਸਿੱਖਦੇ ਹਾਂ ਅਤੇ ਜਿੰਨਾ ਜ਼ਿਆਦਾ ਅਸੀਂ ਸਿੱਖਦੇ ਹਾਂ, ਅਸੀਂ ਓਨੇ ਹੀ ਨਿਮਰ ਬਣਦੇ ਜਾਵਾਂਗੇ।
- ਕਿਸੇ ਬਹਿਸ ਤੋਂ ਤੁਹਾਨੂੰ ਇੱਕੋ ਇੱਕ ਫਾਇਦਾ ਇਹ ਹੋ ਸਕਦਾ ਹੈ ਕਿ ਤੁਸੀਂ ਇਸਦਾ ਹਿੱਸਾ ਨਾ ਬਣੋ ਅਤੇ ਜਿੰਨੀ ਜਲਦੀ ਹੋ ਸਕੇ ਇਸ ਵਿੱਚੋਂ ਬਾਹਰ ਨਿਕਲ ਜਾਓ ਅਤੇ ਚਿੰਤਾ ਤੋਂ ਬਚੋ।

• • •

ਅਧਿਆਇ 30

ਸਭ ਤੋਂ ਵੱਡਾ ਰੋਗ, ਕੀ ਕਹਿਣਗੇ ਲੋਕ

"ਇਹ ਸੋਚ ਕਿ ਦੂਜੇ ਲੋਕ ਤੁਹਾਡੇ ਬਾਰੇ ਕੀ ਸੋਚਣਗੇ, ਤੁਹਾਨੂੰ ਹਮੇਸ਼ਾ ਕੈਦੀ ਬਣਾ ਕੇ ਰੱਖਦੀ ਹੈ।"

- ਲਾਓ ਜ਼ੂ

ਇੱਕ ਹੋਰ ਗੱਲ ਜਿਸਦੀ ਸਾਨੂੰ ਚਿੰਤਾ ਹੁੰਦੀ ਹੈ ਉਹ ਇਹ ਹੈ ਕਿ ਦੂਜੇ ਲੋਕ ਸਾਡੇ ਬਾਰੇ ਕੀ ਸੋਚਣਗੇ ਜਾਂ ਕਹਿਣਗੇ, ਜੇ ਉਹ ਸਾਡੀ ਜਾਂ ਸਾਡੇ ਕੰਮ ਦੀ ਆਲੋਚਨਾ ਕਰਨਗੇ ਜਾਂ ਸਾਡਾ ਮਜ਼ਾਕ ਉਡਾਉਣਗੇ ਤਾਂ ਕੀ ਹੋਵੇਗਾ? ਅਤੇ ਇਸ ਡਰ ਕਾਰਨ, ਅਸੀਂ ਕਿੰਨੇ ਸਾਰੇ ਕੰਮ ਕਰਨਾ ਸ਼ੁਰੂ ਵੀ ਨਹੀਂ ਕਰਦੇ।

ਆਓ ਇੱਕ ਔਰਤ ਬਾਰੇ ਗੱਲ ਕਰੀਏ ਜੋ ਬਹੁਤ ਵਧੀਆ ਗਾਇਕਾ ਸੀ ਪਰ 'ਲੋਕ ਕੀ ਕਹਿਣਗੇ' ਤੋਂ ਡਰਦੀ ਸੀ। ਤੁਸੀਂ ਸੋਚ ਰਹੇ ਹੋਵੋਗੇ ਕਿ ਜਦੋਂ ਉਸਨੇ ਇੰਨਾ ਵਧੀਆ ਗਾਇਆ, ਤਾਂ ਉਸਨੂੰ ਡਰ ਕਿਉਂ ਹੋਣਾ ਚਾਹੀਦਾ ਹੈ? ਅਸਲ ਵਿੱਚ ਸਮੱਸਿਆ ਇਹ ਸੀ ਕਿ ਉਸਦੇ ਦੰਦ ਬਹੁਤ

ਵੱਡੇ ਸਨ ਅਤੇ ਜਦੋਂ ਵੀ ਉਹ ਭੀੜ ਦੇ ਸਾਹਮਣੇ ਗਾਉਂਦੀ ਸੀ, ਗਾਉਣ ਦੀ ਬਜਾਏ, ਉਸਦਾ ਪੂਰਾ ਧਿਆਨ ਇਸ ਗੱਲ 'ਤੇ ਹੁੰਦਾ ਸੀ ਕਿ ਲੋਕ ਉਸਦੇ ਵੱਡੇ ਦੰਦ ਨਾ ਦੇਖਣ ਅਤੇ ਇਸ ਕਾਰਨ ਉਸਦਾ ਪ੍ਰਦਰਸ਼ਨ ਖਰਾਬ ਹੋ ਜਾਂਦਾ ਸੀ।

ਇੱਕ ਵਾਰ ਜਦੋਂ ਉਸਨੇ ਇੱਕ ਗਾਇਨ ਮੁਕਾਬਲੇ ਵਿੱਚ ਹਿੱਸਾ ਲਿਆ, ਤਾਂ ਉਸ ਮੁਕਾਬਲੇ ਦੇ ਜੱਜ ਬਹੁਤ ਤਜਰਬੇਕਾਰ ਸਨ ਅਤੇ ਗਾਇਕੀ ਦੇ ਖੇਤਰ ਵਿੱਚ ਦਹਾਕਿਆਂ ਦਾ ਤਜਰਬਾ ਰੱਖਦੇ ਸਨ। ਜਦੋਂ ਉਸ ਔਰਤ ਦੀ ਗਾਉਣ ਦੀ ਵਾਰੀ ਆਈ, ਤਾਂ ਉਸਨੇ ਗਾਉਣਾ ਸ਼ੁਰੂ ਕਰ ਦਿੱਤਾ ਪਰ ਹਮੇਸ਼ਾ ਵਾਂਗ ਉਸਦਾ ਧਿਆਨ ਆਪਣੇ ਦੰਦਾਂ 'ਤੇ ਸੀ ਅਤੇ ਇਸ ਕਾਰਨ ਇੱਥੇ ਵੀ ਉਸਦਾ ਪ੍ਰਦਰਸ਼ਨ ਚੰਗਾ ਨਹੀਂ ਸੀ। ਜਦੋਂ ਉਸਦਾ ਗਾਣਾ ਖਤਮ ਹੋਇਆ, ਤਾਂ ਜੱਜ ਨੇ ਉਸਨੂੰ ਕਿਹਾ, "ਦੇਖੋ ਬੇਟਾ, ਮੈਨੂੰ ਲੱਗਦਾ ਹੈ ਕਿ ਮੈਂ ਉਸ ਸਮੇਂ ਤੋਂ ਗਾਇਕੀ ਦੇ ਖੇਤਰ ਵਿੱਚ ਹਾਂ ਜਦੋਂ ਸਿਰਫ਼ ਤੂੰ ਹੀ ਨਹੀਂ, ਮੈਨੂੰ ਲੱਗਦਾ ਹੈ ਕਿ ਤੇਰੀ ਮਾਂ ਵੀ ਪੈਦਾ ਨਹੀਂ ਹੋਈ ਹੋਵੇਗੀ। ਬੇਟਾ, ਮੇਰਾ ਤਜਰਬਾ ਮੈਨੂੰ ਦੱਸਦਾ ਹੈ ਕਿ ਤੇਰੇ ਵਿੱਚ ਬਹੁਤ ਵਧੀਆ ਪ੍ਰਤਿਭਾ ਹੈ ਅਤੇ ਤੂੰ ਆਪਣੀ ਸੋਚ ਤੋਂ ਬਿਹਤਰ ਗਾ ਸਕਦੀ ਹੈਂ ਪਰ ਤੇਰੇ ਨਾਲ ਸਮੱਸਿਆ ਇਹ ਹੈ ਕਿ ਤੂੰ ਆਪਣੇ ਦੰਦਾਂ ਤੋਂ ਸ਼ਰਮਿੰਦਾ ਹੈਂ। ਬੇਟਾ, ਤੇਰੇ ਗੁਣ ਜਾਂ ਨੁਕਸ ਜੋ ਵੀ ਹੋਣ, ਸਭ ਤੋਂ ਪਹਿਲਾਂ ਆਪਣੇ ਆਪ ਨੂੰ ਉਵੇਂ ਹੀ ਸਵੀਕਾਰ ਕਰ ਜਿਵੇਂ ਤੂੰ ਹੈਂ। ਇਹ ਸੰਭਵ ਹੈ ਕਿ ਰੱਬ ਨੇ ਤੈਨੂੰ ਆਮ ਨਾਲੋਂ ਵੱਡੇ ਦੰਦ ਦਿੱਤੇ ਹੋਣ ਪਰ ਉਸਨੇ ਤੈਨੂੰ ਗਾਉਣ ਦੀ ਇਹ ਪ੍ਰਤਿਭਾ ਵੀ ਦਿੱਤੀ ਹੋਵੇ। ਇੱਥੇ ਸਾਰੇ ਲੋਕਾਂ ਵਿੱਚੋਂ, ਕਿਸੇ ਕੋਲ ਵੀ ਤੇਰੇ ਵਰਗੇ ਵੱਡੇ ਦੰਦ ਨਹੀਂ ਹਨ, ਨਾ ਹੀ ਤੇਰੇ ਵਾਂਗ ਗਾਉਣ ਦੀ ਪ੍ਰਤਿਭਾ। ਅੱਜ ਤੁਸੀਂ ਇਹ ਮੁਕਾਬਲਾ ਹਾਰ ਗਏ ਹੋਵੋਗੇ ਪਰ ਮੈਂ ਤੁਹਾਨੂੰ ਵਾਅਦਾ ਕਰਦਾ ਹਾਂ ਕਿ ਜੇਕਰ ਤੁਸੀਂ ਆਪਣੇ ਦੰਦਾਂ ਦੀ ਚਿੰਤਾ ਕਰਨਾ ਛੱਡ ਦਿੰਦੇ ਹੋ ਅਤੇ ਆਪਣੀ ਗਾਇਕੀ 'ਤੇ ਧਿਆਨ ਕੇਂਦਰਿਤ ਕਰਦੇ ਹੋ ਤਾਂ ਕੋਈ ਮੁਕਾਬਲਾ ਨਹੀਂ ਹੈ ਜੋ ਤੁਸੀਂ ਜਿੱਤ ਨਹੀਂ ਸਕਦੇ।"

ਜੱਜ ਦੇ ਸ਼ਬਦਾਂ ਨੇ ਕੁੜੀ 'ਤੇ ਜਾਦੂ ਕਰ ਦਿੱਤਾ ਅਤੇ ਉਸਨੇ ਆਪਣੇ ਵੱਡੇ ਦੰਦਾਂ ਨਾਲ ਆਪਣੇ ਆਪ ਨੂੰ ਸਵੀਕਾਰ ਕਰ ਲਿਆ। ਉਹ ਖੁੱਲ੍ਹ ਕੇ ਮੁਸਕਰਾਈ ਅਤੇ ਖੁੱਲ੍ਹ ਕੇ ਗਾਇਆ ਅਤੇ ਇੰਨਾ ਹੀ ਨਹੀਂ, ਉਹ ਆਪਣੇ ਦੇਸ਼ ਦੀਆਂ ਸਭ ਤੋਂ ਵੱਡੀਆਂ ਗਾਇਕਾਵਾਂ ਵਿੱਚੋਂ ਇੱਕ ਬਣ ਗਈ।

ਜੇਕਰ ਤੁਸੀਂ ਆਪਣੇ ਆਪ ਨਾਲ ਸਹਿਜ ਨਹੀਂ ਹੋ, ਤਾਂ ਕੋਈ ਹੋਰ ਤੁਹਾਡੇ ਨਾਲ ਵੀ ਸਹਿਜ ਨਹੀਂ ਹੋਵੇਗਾ। ਜੇਕਰ ਤੁਸੀਂ ਆਪਣੇ ਆਪ ਨੂੰ ਸਵੀਕਾਰ ਨਹੀਂ ਕਰਦੇ, ਤਾਂ ਕੋਈ ਹੋਰ ਤੁਹਾਨੂੰ ਵੀ ਸਵੀਕਾਰ ਨਹੀਂ ਕਰੇਗਾ। ਇਸ ਦੁਨੀਆਂ ਵਿੱਚ ਕੋਈ ਵੀ ਵਿਅਕਤੀ ਕਮੀਆਂ ਤੋਂ ਬਿਨਾਂ ਪੈਦਾ ਨਹੀਂ ਹੁੰਦਾ, ਸਿਰਫ਼ ਇਹੀ ਲੋੜ ਹੈ ਕਿ ਅਸੀਂ ਆਪਣੀਆਂ ਕਮਜ਼ੋਰੀਆਂ ਦੀ ਬਜਾਏ ਆਪਣੇ ਮਜ਼ਬੂਤ ਬਿੰਦੂਆਂ ਨੂੰ ਮਜ਼ਬੂਤ ਬਣਾਈਏ।

ਜੇਕਰ ਤੁਸੀਂ ਕੋਈ ਕੰਮ ਕਰਨਾ ਚਾਹੁੰਦੇ ਹੋ ਅਤੇ ਇਸ ਗੱਲ ਤੋਂ ਡਰਦੇ ਹੋ ਕਿ ਲੋਕ ਕੀ ਸੋਚਣਗੇ ਜਾਂ ਕਹਿਣਗੇ? ਤਾਂ ਜਾਣੋ ਕਿ ਅਸਲੀਅਤ ਇਹ ਹੈ ਕਿ ਹਰ ਵਿਅਕਤੀ ਦੇ ਜੀਵਨ ਵਿੱਚ ਇੰਨੀਆਂ ਸਮੱਸਿਆਵਾਂ ਅਤੇ ਇੰਨਾ ਕੰਮ ਹੁੰਦਾ ਹੈ ਕਿ ਬਹੁਤ ਘੱਟ ਲੋਕ ਕੁਝ ਵੀ ਕਰ ਸਕਦੇ ਹਨ। ਲੋਕ ਸਾਡੇ ਬਾਰੇ ਸੋਚਦੇ ਹਨ, ਹਰ ਕੋਈ ਸਿਰਫ਼ ਆਪਣੇ ਬਾਰੇ ਹੀ ਸੋਚ ਰਿਹਾ ਹੈ। ਜੇਕਰ ਕੋਈ ਕੰਮ ਕਰਨ ਨਾਲ ਤੁਹਾਡਾ ਭਵਿੱਖ ਰੌਸ਼ਨ ਹੁੰਦਾ ਹੈ ਜਾਂ ਤੁਹਾਡੇ ਮਨ ਨੂੰ ਸ਼ਾਂਤੀ ਮਿਲਦੀ ਹੈ, ਤਾਂ ਉਹ

ਕਰੋ। ਬਸ ਇਹ ਯਕੀਨੀ ਬਣਾਓ ਕਿ ਤੁਸੀਂ ਜੋ ਵੀ ਕੰਮ ਕਰਦੇ ਹੋ ਉਹ ਗੈਰ-ਕਾਨੂੰਨੀ ਨਾ ਹੋਵੇ ਅਤੇ ਇਹ ਕਿਸੇ ਦੇ ਅਧਿਕਾਰਾਂ ਦੀ ਉਲੰਘਣਾ ਨਾ ਕਰੇ।

ਸਟ੍ਰੈੱਸ ਮੈਨੇਜਮੈਂਟ ਨਾਲ ਸਬੰਧਤ ਉਪਯੋਗੀ ਸੁਝਾਅ:

- ਉਨ੍ਹਾਂ ਕੰਮਾਂ ਦੀ ਇੱਕ ਸੂਚੀ ਬਣਾਓ ਜਿਨ੍ਹਾਂ ਨੂੰ ਤੁਸੀਂ ਇਸ ਡਰ ਕਾਰਨ ਮੁਲਤਵੀ ਕਰ ਰਹੇ ਹੋ ਕਿ ਦੂਸਰੇ ਕੀ ਸੋਚਣਗੇ। ਹੁਣ ਜਦੋਂ ਤੁਸੀਂ ਇਸ ਡਰ ਤੋਂ ਮੁਕਤ ਹੋ ਗਏ ਹੋ, ਆਓ ਉਸ ਸੂਚੀ ਦੇ ਸਾਰੇ ਕੰਮਾਂ ਨੂੰ ਇੱਕ-ਇੱਕ ਕਰਕੇ ਨਿਪਟਾਈਏ।
- ਜੇਕਰ ਤੁਸੀਂ ਅਜੇ ਵੀ ਉਹ ਕੰਮ ਕਰਨ ਤੋਂ ਡਰਦੇ ਹੋ, ਤਾਂ ਇੱਕ ਹੋਰ ਸੂਚੀ ਬਣਾਓ ਜਿਸ ਵਿੱਚ ਉਹ ਸਾਰੀਆਂ ਗੱਲਾਂ ਲਿਖੋ ਕਿ ਜੇਕਰ ਤੁਸੀਂ ਉਹ ਕੰਮ ਨਹੀਂ ਕਰਦੇ, ਤਾਂ ਇਸਦੇ ਨਤੀਜੇ ਵਜੋਂ ਕੀ ਨੁਕਸਾਨ ਹੋਵੇਗਾ? ਜਦੋਂ ਤੁਸੀਂ ਇਹ ਸੂਚੀ ਬਣਾਉਂਦੇ ਹੋ, ਤਾਂ ਇਸ ਗੱਲ ਦੀ ਸੰਭਾਵਨਾ ਹੁੰਦੀ ਹੈ ਕਿ ਨੁਕਸਾਨ ਦਾ ਡਰ ਤੁਹਾਨੂੰ ਉਹ ਕੰਮ ਕਰਨ ਲਈ ਪ੍ਰੇਰਿਤ ਕਰੇਗਾ।

• • •

ਅਧਿਆਇ 31

ਚਿੰਤਾ ਤੋਂ ਰਾਹਤ ਪਹੁੰਚਾਣ ਵਾਲੀ ਇਕ ਚੀਜ਼ ਜਿਸ ਨੂੰ ਅਸੀਂ ਨਜ਼ਰਅੰਦਾਜ਼ ਕਰਦੇ ਹਾਂ

"ਜੇ ਤੁਸੀ ਆਪਣੇ ਆਪ ਨੂੰ ਸ਼ਾਂਤ ਰੱਖ ਕੇ ਉੱਤਰ ਦੀ ਖੋਜ ਕਰਦੇ ਹੋ ਤਾਂ ਤੁਹਾਡਾ ਦਿਮਾਗ ਤੁਹਾਡੀਆਂ ਸਾਰੀਆਂ ਸਮੱਸਿਆਵਾਂ ਦਾ ਹੱਲ ਲੱਭ ਸਕਦਾ ਹੈ।"

- ਮੋਇਸੇਸ ਏਰਿਯਸ

ਮੈਂ ਤੁਹਾਨੂੰ ਬੇਨਤੀ ਕਰਾਂਗਾ ਕਿ ਇੱਕ ਰਬੜ ਬੈਂਡ ਲਓ ਅਤੇ ਇਸਨੂੰ ਆਪਣੇ ਦੋਵੇਂ ਹੱਥਾਂ ਦੀਆਂ ਦੋ ਉਂਗਲਾਂ ਦੇ ਵਿਚਕਾਰ ਰੱਖੋ ਅਤੇ ਇਸਨੂੰ ਖਿੱਚਦੇ ਰਹੋ। ਜਦੋਂ ਤੁਸੀਂ ਅਜਿਹਾ ਕਰੋਗੇ, ਤਾਂ ਇੱਕ ਸਮਾਂ ਆਵੇਗਾ ਜਦੋਂ ਰਬੜ ਬੈਂਡ ਪੂਰੀ ਤਰ੍ਹਾਂ ਟੁੱਟ ਜਾਵੇਗਾ।

ਆਓ ਇੱਕ ਹੋਰ ਰਬੜ ਬੈਂਡ ਲੈਂਦੇ ਹਾਂ ਅਤੇ ਹੁਣ ਇਸਨੂੰ ਉਸ ਸੀਮਾ ਤੱਕ ਫੈਲਾਉਂਦੇ ਹਾਂ ਜਦੋਂ ਕਿ ਤੁਹਾਨੂੰ ਲੱਗੇ ਕਿ ਇਹ ਟੁੱਟਣ ਵਾਲਾ ਹੈ, ਤਾਂ ਤੁਰੰਤ ਇਸਨੂੰ ਢਿੱਲਾ ਕਰ ਦਿਓ। ਫਿਰ ਇਸਨੂੰ ਦੋਵੇਂ ਹੱਥ ਦੀਆਂ ਦੋ ਉਂਗਲਾਂ ਨਾਲ ਦੁਬਾਰਾ ਫੈਲਾਓ ਅਤੇ ਫਿਰ ਜਦੋਂ ਤੁਹਾਨੂੰ ਲੱਗੇ ਕਿ ਇਹ ਟੁੱਟਣ ਵਾਲਾ ਹੈ, ਤਾਂ ਤੁਰੰਤ ਇਸਨੂੰ ਢਿੱਲਾ ਕਰ ਦਿਓ।

ਹੁਣ ਤੁਹਾਡੇ ਲਈ ਦੋ ਸਵਾਲ, ਪਹਿਲਾ, ਕੀ ਤੁਸੀਂ ਟੁੱਟੇ ਹੋਏ ਰਬੜ ਬੈਂਡ ਨਾਲ ਇਹ ਕਰ ਸਕਦੇ ਹੋ? ਅਤੇ ਜਵਾਬ ਹੋਏ ਗਾ ਬਿਲਕੁਲ ਵੀ ਨਹੀਂ। ਹੁਣ ਦੂਜਾ ਸਵਾਲ ਇਹ ਹੈ ਕਿ ਅਸੀਂ ਇੱਕ ਰਬੜ ਬੈਂਡ ਨੂੰ ਦੂਜੇ ਰਬੜ ਬੈਂਡ ਨੂੰ ਖਿੱਚਣ ਅਤੇ ਢਿੱਲਾ ਕਰਨ ਦੇ ਤਰੀਕੇ ਨਾਲ ਕਿੰਨੀ ਵਾਰ ਖਿੱਚ ਸਕਦੇ ਹਾਂ? ਅਤੇ ਇਸਦਾ ਜਵਾਬ ਓਨੀ ਵਾਰ ਹੋਵੇਗਾ ਜਿੰਨੀ ਵਾਰ ਅਸੀਂ ਚਾਹੁੰਦੇ ਹਾਂ।

ਬੇਸ਼ੱਕ, ਸਾਡਾ ਸਰੀਰ ਵੀ ਅਜਿਹਾ ਹੀ ਹੈ, ਸਾਨੂੰ ਯਾਦ ਰੱਖਣਾ ਪਵੇਗਾ ਕਿ ਇਹ ਕੋਈ ਮਸ਼ੀਨ ਨਹੀਂ ਹੈ, ਇਸ ਲਈ ਅਸੀਂ ਇਸ 'ਤੇ ਇੰਨਾ ਦਬਾਅ ਨਹੀਂ ਪਾ ਸਕਦੇ ਕਿ ਇਹ ਪੂਰੀ ਤਰ੍ਹਾਂ ਟੁੱਟ ਜਾਵੇ, ਇਸ ਦੀ ਬਜਾਏ ਇਹ ਬਿਹਤਰ ਹੋਵੇਗਾ ਕਿ ਅਸੀਂ ਇਸਨੂੰ ਕੰਮ ਦੇ ਵਿਚਕਾਰ ਥੋੜ੍ਹਾ ਆਰਾਮ ਦਿੰਦੇ ਰਹੀਏ ਤਾਂ ਜੋ ਇਹ ਰੀਚਾਰਜ ਹੋ ਜਾਵੇ ਅਤੇ ਨਾ ਸਿਰਫ ਤੁਹਾਡੀ ਉਤਪਾਦਕਤਾ ਵਧੇ ਬਲਕਿ ਤੁਹਾਡਾ ਸਰੀਰ ਵੀ ਤੰਦਰੁਸਤ ਰਹੇ।

ਮੈਂ ਤੁਹਾਡੇ ਨਾਲ ਤੁਹਾਡੇ ਸਰੀਰ ਨੂੰ ਆਰਾਮ ਦੇਣ ਲਈ ਕੁਝ ਤਕਨੀਕਾਂ ਸਾਂਝੀਆਂ ਕਰਨਾ ਚਾਹੁੰਦਾ ਹਾਂ:

- ਸਭ ਤੋਂ ਪਹਿਲਾਂ, ਜੇ ਸੰਭਵ ਹੋਵੇ, ਤਾਂ ਦਿਨ ਵਿੱਚ ਇੱਕ ਜਾਂ ਦੋ ਵਾਰ ਅੱਧੇ ਘੰਟੇ ਲਈ ਲੇਟਣ ਦੀ ਕੋਸ਼ਿਸ਼ ਕਰੋ। ਜੇਕਰ ਇਹ ਸੰਭਵ ਨਹੀਂ ਹੈ, ਤਾਂ ਆਪਣੀ ਕੁਰਸੀ 'ਤੇ ਆਰਾਮ ਕਰੋ, ਆਪਣੇ ਸਰੀਰ ਨੂੰ ਢਿੱਲਾ ਕਰੋ ਅਤੇ ਅੱਧੇ ਘੰਟੇ ਲਈ ਸੁਰੀਲੇ ਸੰਗੀਤ ਦਾ ਆਨੰਦ ਮਾਣੋ।
- ਇੱਕ ਹੋਰ ਤਰੀਕਾ ਹੈ 30 ਵਾਰ ਡੂੰਘਾ ਸਾਹ ਲੈਣਾ ਅਤੇ ਜ਼ੋਰ ਨਾਲ ਸਾਹ ਛੱਡਣਾ। ਇਸ ਨਾਲ ਤੁਹਾਡੇ ਸਰੀਰ ਵਿੱਚੋਂ ਭਰਪੂਰ ਆਕਸੀਜਨ ਵਹਿ ਸਕੇਗੀ ਅਤੇ ਤੁਹਾਡੇ ਸਰੀਰ ਨੂੰ ਬਹੁਤ ਰਾਹਤ ਮਿਲੇਗੀ।
- ਇੱਕ ਹੋਰ ਤਰੀਕਾ ਹੈ ਆਪਣੀਆਂ ਅੱਖਾਂ ਬੰਦ ਕਰੋ ਅਤੇ ਆਪਣੇ ਸਰੀਰ ਦੇ ਹਰੇਕ ਅੰਗ ਨਾਲ ਗੱਲ ਕਰੋ। ਉਦਾਹਰਣ ਵਜੋਂ, "ਮੇਰਾ ਸੱਜਾ ਹੱਥ ਆਰਾਮਦਾਇਕ ਹੈ, ਮੇਰਾ ਖੱਬਾ ਹੱਥ ਆਰਾਮਦਾਇਕ ਹੈ, ਮੇਰਾ ਖੱਬਾ ਹੱਥ ਆਰਾਮਦਾਇਕ ਹੈ" ਅਤੇ ਇਹ ਗੱਲ ਸਰੀਰ ਦੇ ਹਰੇਕ ਅੰਗ ਨੂੰ ਹੌਲੀ-ਹੌਲੀ ਕਈ ਵਾਰ (ਘੱਟੋ-ਘੱਟ 10 ਵਾਰ) ਕਹੋ। ਤੁਸੀਂ ਦੇਖੋਗੇ ਕਿ ਤੁਹਾਨੂੰ ਸੱਚਮੁੱਚ ਬਹੁਤ ਰਾਹਤ ਮਿਲੇਗੀ।
- ਇੱਕ ਹੋਰ ਤਕਨੀਕ ਜੋ ਤੁਸੀਂ ਅਜ਼ਮਾ ਸਕਦੇ ਹੋ ਉਹ ਹੈ ਆਪਣੀਆਂ ਅੱਖਾਂ ਬੰਦ ਕਰੋ ਅਤੇ ਹੌਲੀ-ਹੌਲੀ ਕਲਪਨਾ ਕਰੋ ਕਿ ਤੁਹਾਡੇ ਸਰੀਰ ਦਾ ਹਰ ਅੰਗ ਧਾਗੇ ਦਾ ਬਣਿਆ ਹੋਇਆ ਹੈ ਅਤੇ ਇਹ ਕਿੰਨਾ ਢਿੱਲਾ ਹੈ। ਆਪਣੇ ਸਰੀਰ ਦੇ ਹਰ ਅੰਗ ਨੂੰ ਧਾਗੇ ਨਾਲ ਬਣੇ ਵਾਰ-ਵਾਰ ਕਲਪਨਾ ਕਰੋ ਅਤੇ ਤੁਸੀਂ ਦੇਖੋਗੇ ਕਿ ਤੁਸੀਂ ਅਸਲ ਵਿੱਚ ਕਿੰਨਾ ਢਿੱਲਾ ਮਹਿਸੂਸ ਕਰਦੇ ਹੋ।
- ਇੱਕ ਹੋਰ ਤਰੀਕਾ ਹੈ ਕਿ ਆਪਣੀਆਂ ਅੱਖਾਂ ਬੰਦ ਕਰੋ ਅਤੇ ਆਪਣੇ ਮਨ ਵਿੱਚ 1 ਤੋਂ 1000 ਤੱਕ ਹੌਲੀ-ਹੌਲੀ ਗਿਣੋ। ਜੇਕਰ ਤੁਹਾਡਾ ਮਨ ਭਟਕਣ ਲੱਗਦਾ ਹੈ, ਤਾਂ ਦੁਬਾਰਾ ਗਿਣਤੀ ਸ਼ੁਰੂ ਕਰੋ ਪਰ ਇਹ ਯਕੀਨੀ ਬਣਾਓ ਕਿ ਤੁਸੀਂ 1000 ਤੱਕ ਪਹੁੰਚ ਗਏ ਹੋ ਅਤੇ ਤੁਸੀਂ ਦੇਖੋਗੇ ਕਿ ਤੁਸੀਂ ਸੱਚਮੁੱਚ ਬਹੁਤ ਆਰਾਮਦਾਇਕ ਹੋ ਗਏ ਹੋ।

- ਇੱਕ ਹੋਰ ਤਰੀਕਾ ਹੈ ਕਿ ਚੁੱਪਚਾਪ ਬੈਠੋ ਅਤੇ ਕਿਸੇ ਵੀ ਚੀਜ਼ ਬਾਰੇ ਨਾ ਸੋਚੋ, ਸਿਰਫ਼ ਆਪਣੇ ਸਾਹ ਨੂੰ ਮਹਿਸੂਸ ਕਰੋ, ਹਵਾ ਤੁਹਾਡੇ ਸਰੀਰ ਦੇ ਅੰਦਰ ਅਤੇ ਬਾਹਰ ਕਿਵੇਂ ਜਾ ਰਹੀ ਹੈ, ਇਸ 'ਤੇ ਆਪਣਾ ਧਿਆਨ ਰੱਖੋ ਅਤੇ ਥੋੜ੍ਹੀ ਦੇਰ ਵਿੱਚ ਤੁਸੀਂ ਹੈਰਾਨੀਜਨਕ ਤੌਰ 'ਤੇ ਆਰਾਮਦਾਇਕ ਹੋ ਜਾਓਗੇ।

ਤਾਂ ਇਹ ਕੁਝ ਤਰੀਕੇ ਸਨ ਜਿਨ੍ਹਾਂ ਦੁਆਰਾ ਤੁਸੀਂ ਆਸਾਨੀ ਨਾਲ ਆਰਾਮ ਕਰ ਸਕਦੇ ਹੋ। ਤੁਸੀਂ ਕੋਈ ਹੋਰ ਤਰੀਕਾ ਅਪਣਾਉਣਾ ਚਾਹੋਗੇ, ਫਿਰ ਮੈਂ ਤੁਹਾਨੂੰ ਇਸਨੂੰ ਅਪਣਾਉਣ ਲਈ ਉਤਸ਼ਾਹਿਤ ਕਰਾਂਗਾ ਕਿਉਂਕਿ ਸਭ ਤੋਂ ਮਹੱਤਵਪੂਰਨ ਗੱਲ ਇਹ ਹੈ ਕਿ ਤੁਸੀਂ ਆਰਾਮ ਕਰੋ ਅਤੇ ਚਿੰਤਾ ਮੁਕਤ ਰਹੋ। (ਅਤੇ ਜੇ ਤੁਸੀਂ ਚਾਹੋ, ਤਾਂ ਤੁਸੀਂ ਆਪਣਾ ਤਰੀਕਾ ਮੈਨੂੰ ਵੀ ਭੇਜ ਸਕਦੇ ਹੋ)

ਸਟ੍ਰੈੱਸ ਮੈਨੇਜਮੈਂਟ ਨਾਲ ਸਬੰਧਤ ਉਪਯੋਗੀ ਸੁਝਾਅ:

- ਅਗਲੇ ਦਿਨ ਲਈ ਸਮਾਂ-ਸਾਰਣੀ ਬਣਾਉਂਦੇ ਸਮੇਂ, ਘੱਟੋ-ਘੱਟ ਅੱਧੇ ਘੰਟੇ ਦੇ ਦੋ ਸਲਾਟ ਖਾਲੀ ਰੱਖੋ ਜਿਸ ਵਿੱਚ ਤੁਸੀਂ ਆਰਾਮ ਕਰੋਗੇ ਅਤੇ ਆਰਾਮ ਤੋਂ ਇਲਾਵਾ ਕੋਈ ਕੰਮ ਨਹੀਂ ਕਰੋਗੇ।
- ਦੋ ਰਬੜ ਬੈਂਡ ਲਓ ਅਤੇ ਉਪਰੋਕਤ ਪ੍ਰਯੋਗ ਕਰੋ ਅਤੇ ਆਪਣੇ ਆਪ ਤੋਂ ਪੁੱਛੋ ਕਿ ਜਦੋਂ ਮੈਂ ਟੁੱਟੇ ਹੋਏ ਰਬੜ ਬੈਂਡ ਨੂੰ ਜੋੜਨ ਦੀ ਮੂਰਖਤਾ ਨਹੀਂ ਕਰ ਸਕਦਾ ਤਾਂ ਮੈਂ ਆਪਣੇ ਸਰੀਰ ਨੂੰ ਤੋੜਨ ਦੀ ਮੂਰਖਤਾ ਕਿਉਂ ਕਰ ਰਿਹਾ ਹਾਂ?

• • •

ਅਧਿਆਇ 32

ਚਿੰਤਾ ਤੋਂ ਬਚਣ ਲਈ ਆਪਣੇ ਦਿਨ ਦੀ ਸ਼ੁਰੂਆਤ ਚੰਗੇ ਤਰੀਕੇ ਨਾਲ ਕਰੋ

"ਪ੍ਰਭੂ, ਮੈਂ ਤੁਹਾਡਾ ਬਹੁਤ ਸ਼ੁਕਰਗੁਜ਼ਾਰ ਹਾਂ ਕਿ ਤੁਸੀਂ ਮੇਰੀ ਜ਼ਿੰਦਗੀ ਵਿੱਚ ਇੱਕ ਹੋਰ ਦਿਨ ਜੋੜਿਆ।"

-ਰਾਜਲ

ਕੀ ਤੁਸੀਂ ਕਦੇ ਦੇਖਿਆ ਹੈ ਕਿ ਜੇਕਰ ਦਿਨ ਦੀ ਸ਼ੁਰੂਆਤ ਚੰਗੀ ਹੁੰਦੀ ਹੈ ਤਾਂ ਆਮ ਤੌਰ 'ਤੇ ਪੂਰਾ ਦਿਨ ਵਧੀਆ ਜਾਂਦਾ ਹੈ ਅਤੇ ਜੇਕਰ ਕਿਸੇ ਕਾਰਨ ਕਰਕੇ ਦਿਨ ਦੀ ਸ਼ੁਰੂਆਤ ਚੰਗੀ ਨਹੀਂ ਹੁੰਦੀ ਤਾਂ ਪੂਰਾ ਦਿਨ ਵਧੀਆ ਨਹੀਂ ਜਾਂਦਾ। ਜੇਕਰ ਅਜਿਹਾ ਹੈ ਤਾਂ ਕਿਉਂ ਨਾ ਜਾਣਬੁੱਝ ਕੇ ਆਪਣੇ ਦਿਨ ਦੀ ਸ਼ੁਰੂਆਤ ਚੰਗੀ ਤਰ੍ਹਾਂ ਕੀਤੀ ਜਾਵੇ।

ਇਹ ਕਿਵੇ ਕੇ ਸਕਦੇ ਹਾਂ? ਮੈਂ ਤੁਹਾਨੂੰ ਦੱਸਦਾ ਹਾਂ ਕਿ ਮੈਂ ਸਵੇਰੇ ਉੱਠਦੇ ਹੀ ਕੀ ਕਰਦਾ ਹਾਂ। ਸਵੇਰੇ ਉੱਠਦੇ ਹੀ ਮੈਂ ਸਭ ਤੋਂ ਪਹਿਲਾਂ ਮੁਸਕਰਾਂਦਾ ਹਾਂ ਅਤੇ ਆਪਣੀ ਜ਼ਿੰਦਗੀ ਵਿੱਚ ਇੱਕ ਹੋਰ ਦਿਨ ਜੋੜਨ ਲਈ ਪਰਮਾਤਮਾ ਦਾ ਧੰਨਵਾਦ ਕਰਦਾ ਹਾਂ। ਇਸ ਤੋਂ ਬਾਅਦ, ਮੈਂ ਆਪਣੇ ਪਰਿਵਾਰ, ਚੰਗੀ ਸਿਹਤ, ਸਾਫ਼ ਅਤੇ ਪੂਰਾ ਭੋਜਨ ਆਦਿ ਵਰਗੀਆਂ ਚੀਜ਼ਾਂ ਲਈ ਦਿਲੋਂ ਧੰਨਵਾਦ ਕਰਦਾ ਹਾਂ। ਜਦੋਂ ਮੈਂ ਸੂਰਜ ਵੱਲ ਵੇਖਦਾ ਹਾਂ, ਤਾਂ ਮੈਂ ਸੂਰਜ ਦੇਵਤਾ ਦਾ ਵੀ ਧੰਨਵਾਦ ਕਰਦਾ ਹਾਂ ਕਿ ਉਹ ਅੱਜ ਵੀ ਚਮਕ ਰਿਹਾ ਹੈ ਧਰਤੀ 'ਤੇ ਅਜੇ ਵੀ ਜਾਨਾਂ ਹਨ। ਜਦੋਂ ਮੈਂ ਕੱਪੜੇ ਪਹਿਨਦਾ ਹਾਂ, ਤਾਂ ਮੈਂ ਪ੍ਰਭੂ ਦਾ ਧੰਨਵਾਦ ਕਰਦਾ ਹਾਂ ਕਿ ਉਸਨੇ ਮੈਨੂੰ ਇੰਨੇ ਵਧੀਆ ਕੱਪੜੇ ਦਿੱਤੇ ਹਨ ਕਿਉਂਕਿ ਅੱਜ ਵੀ ਬਹੁਤ ਸਾਰੇ ਲੋਕ ਹਨ ਜਿਨ੍ਹਾਂ ਕੋਲ ਅਜਿਹੇ ਕੱਪੜੇ ਨਹੀਂ ਹਨ (ਚੰਗੇ ਕੱਪੜੇ ਪਹਿਨਣ ਨਾਲ ਆਤਮਵਿਸ਼ਵਾਸ ਵਧਦਾ ਹੈ ਅਤੇ ਤੁਸੀਂ ਚੰਗੇ ਦਿਖਾਈ ਦਿੰਦੇ ਹੋ ਅਤੇ ਚੰਗਾ ਮਹਿਸੂਸ ਕਰਦੇ ਹੋ ਅਤੇ ਤੁਹਾਡਾ ਦਿਨ ਵਧੀਆ ਜਾਂਦਾ ਹੈ)।

ਫਿਰ ਜਦੋਂ ਸਵੇਰ ਦੇ ਨਾਸ਼ਤੇ ਦੀ ਗੱਲ ਆਉਂਦੀ ਹੈ, ਤਾਂ ਮੈਂ ਪਰਮਾਤਮਾ ਦਾ ਧੰਨਵਾਦ ਕਰਦਾ ਹਾਂ ਕਿ ਉਸਨੇ ਮੈਨੂੰ ਇੰਨਾ ਭਾਗਸ਼ਾਲੀ ਬਣਾਇਆ ਹੈ ਕਿ ਮੈਨੂੰ ਇੰਨਾ ਵਧੀਆ ਭੋਜਨ ਮਿਲ ਰਿਹਾ ਹੈ, ਅੱਜ ਵੀ ਧਰਤੀ 'ਤੇ ਬਹੁਤ ਸਾਰੇ ਲੋਕ ਹਨ ਜੋ ਇਸ ਤੋਂ ਵਾਂਝੇ ਹਨ। (ਨਾਸ਼ਤੇ ਵਿੱਚ ਮੈਂ ਦਿਨ ਦੀ ਸ਼ੁਰੂਆਤ ਚਾਹ ਦੀ ਬਜਾਏ ਫਲਾਂ ਅਤੇ ਅੰਕੁਰਿਤ ਛੋਲਿਆਂ ਵਰਗੀਆਂ ਚੀਜ਼ਾਂ ਨਾਲ ਕਰਨ ਦਾ ਸੁਝਾਅ ਦੇਵਾਂਗਾ ਕਿਉਂਕਿ ਇਹ ਤੁਹਾਨੂੰ ਨਵੀਂ ਊਰਜਾ ਦਿੰਦੇ ਹਨ)

ਅਤੇ ਜਦੋਂ ਮੈਂ ਕੰਮ 'ਤੇ ਜਾਣ ਵਾਲਾ ਹੁੰਦਾ ਹਾਂ, ਜੇ ਸੰਭਵ ਹੋਵੇ, ਤਾਂ ਮੈਂ ਕਈ ਵਾਰ ਸ਼ੀਸ਼ੇ ਵਿੱਚ ਆਪਣੇ ਆਪ ਨੂੰ ਸ਼ੀਸ਼ੇ ਵੱਲ ਦੇਖ ਕੇ ਮੁਸਕਰਾਉਂਦਾ ਹਾਂ ਅਤੇ ਉੱਚੀ ਅਤੇ ਉਤਸ਼ਾਹ ਨਾਲ ਕਹਿੰਦਾ ਹਾਂ "ਅੱਜ ਦਾ ਦਿਨ ਬਹੁਤ ਵਧੀਆ ਹੋਣ ਵਾਲਾ ਹੈ, ਮੈਂ ਕੱਲ੍ਹ ਅੱਜ ਲਈ ਤਿਆਰੀ ਕੀਤੀ ਸੀ ਅਤੇ ਅੱਜ ਮੇਰੇ ਨਿਯੰਤਰਣ ਵਿੱਚ ਹੈ" (ਮੈਂ ਅਧਿਆਇ 44 ਵਿੱਚ ਦਿਨ ਦੀ ਯੋਜਨਾਬੰਦੀ ਬਾਰੇ ਦੱਸਿਆ ਹੈ, ਜਦੋਂ ਤੁਸੀਂ ਦਿਨ ਦੀ ਪਹਿਲਾਂ ਤੋਂ ਯੋਜਨਾ ਬਣਾਉਂਦੇ ਹੋ, ਤਾਂ ਸਾਰਾ ਦਿਨ ਤੁਹਾਡੇ ਨਿਯੰਤਰਣ ਵਿੱਚ ਹੁੰਦਾ ਹੈ ਅਤੇ ਤੁਸੀਂ ਚਿੰਤਾ ਮਹਿਸੂਸ ਨਹੀਂ ਕਰਦੇ, ਇਸ ਲਈ ਅਗਲੇ ਦਿਨ ਲਈ ਕੱਪੜਿਆਂ ਤੋਂ ਲੈ ਕੇ ਕੰਮ ਤੱਕ ਹਰ ਚੀਜ਼ ਦੀ ਪਹਿਲਾਂ ਤੋਂ ਯੋਜਨਾ ਬਣਾਓ) ਅਤੇ ਜੇ ਇਹ ਸੰਭਵ ਨਹੀਂ ਹੈ, ਤਾਂ ਮੈਂ ਆਪਣੇ ਮਨ ਵਿੱਚ ਇਹ ਆਪਣੇ ਆਪ ਨੂੰ ਦੁਹਰਾਉਂਦਾ ਹਾਂ।

ਅਤੇ ਮੈਨੂੰ ਇਹ ਇਸ ਲਈ ਲੱਗਦਾ ਹੈ ਕਿਉਂਕਿ ਮੈਂ ਪਿਛਲੀ ਰਾਤ ਆਪਣੇ ਦਿਨ ਦੀ ਯੋਜਨਾ ਬਣਾਈ ਹੈ ਅਤੇ ਕਿਉਂਕਿ ਮੈਂ ਸਵੇਰੇ ਜਲਦੀ ਆਪਣੇ ਮਨ ਨੂੰ ਸਕਾਰਾਤਮਕ ਊਰਜਾ ਨਾਲ ਭਰ ਦਿੱਤਾ ਹੈ, ਮੇਰਾ ਦਿਨ ਚੰਗਾ ਹੋਣ ਦੀ ਸੰਭਾਵਨਾ ਬਹੁਤ ਜ਼ਿਆਦਾ ਹੁੰਦੀ ਹੈ ਅਤੇ ਜਦੋਂ ਮੈਂ ਆਪਣੇ ਆਪ ਨੂੰ ਨਕਾਰਾਤਮਕ ਲੋਕਾਂ ਨੂੰ ਮਿਲਦਾ ਪਾਉਂਦਾ ਹਾਂ ਜੋ ਮੈਨੂੰ ਰਸਤੇ ਤੋਂ ਭਟਕਾਉਣ ਦੀ ਕੋਸ਼ਿਸ਼ ਕਰ ਰਹੇ ਹਨ, ਤਾਂ ਮੈਂ ਆਪਣੇ ਆਪ ਨੂੰ ਮਾਰਕਸ ਔਰੇਲੀਅਸ ਦੇ ਹਵਾਲੇ ਦੀ ਯਾਦ ਦਿਵਾਉਂਦਾ ਹਾਂ "ਅੱਜ ਮੈਂ ਉਨ੍ਹਾਂ ਲੋਕਾਂ ਨੂੰ ਮਿਲਾਂਗਾ ਜੋ ਸੁਆਰਥੀ, ਹੰਕਾਰੀ ਅਤੇ ਨਾਸ਼ੁਕਰੇ ਹਨ, ਪਰ ਮੈਂ ਹੈਰਾਨ ਜਾਂ ਪਰੇਸ਼ਾਨ ਨਹੀਂ ਹੋਵਾਂਗਾ ਕਿਉਂਕਿ ਮੈਂ ਉਨ੍ਹਾਂ ਤੋਂ ਬਿਨਾਂ ਦੁਨੀਆਂ ਦੀ ਕਲਪਨਾ ਵੀ ਨਹੀਂ ਕਰ ਸਕਦਾ" ਅਤੇ ਫਿਰ ਮੈਂ ਉਨ੍ਹਾਂ ਨੂੰ ਮੁਸੱਕੁਰਾਂਦੇ ਹੋਏ ਨਜ਼ਰਅੰਦਾਜ਼ ਕਰਦਾ ਹਾਂ ਅਤੇ ਅੱਗੇ ਵਧਦਾ ਹਾਂ।

ਅੱਜ ਤੋਂ, ਧਿਆਨ ਦਿਓ ਕਿ ਤੁਸੀਂ ਆਪਣਾ ਦਿਨ ਕਿਵੇਂ ਸ਼ੁਰੂ ਕਰਦੇ ਹੋ? ਹਮੇਸ਼ਾ ਯਾਦ ਰੱਖੋ ਕਿ ਜੇਕਰ ਤੁਸੀਂ ਆਪਣਾ ਦਿਨ ਵਧੀਆ ਤਰੀਕੇ ਨਾਲ ਸ਼ੁਰੂ ਕਰਦੇ ਹੋ, ਤਾਂ ਤੁਹਾਡੇ ਚਿੰਤਾ-ਮੁਕਤ ਰਹਿਣ ਦੀ ਸੰਭਾਵਨਾ ਬਹੁਤ ਜ਼ਿਆਦਾ ਵੱਧ ਜਾਂਦੀ ਹੈ।

ਸਟ੍ਰੈੱਸ ਮੈਨੇਜਮੈਂਟ ਨਾਲ ਸਬੰਧਤ ਉਪਯੋਗੀ ਸੁਝਾਅ:

- ਇੱਕ ਮਹਾਨ ਆਦਮੀ ਆਪਣੇ ਦਿਨ ਦੀ ਸ਼ੁਰੂਆਤ ਇਸ ਅਰਦਾਸ ਨਾਲ ਕਰਦਾ ਸੀ "ਮੈਨੂੰ ਵਿਸ਼ਵਾਸ ਹੈ ਕਿ ਅੱਜ ਦਾ ਦਿਨ ਇੱਕ ਸ਼ਾਨਦਾਰ ਦਿਨ ਹੋਵੇਗਾ। ਮੈਨੂੰ ਪੂਰਾ ਵਿਸ਼ਵਾਸ ਹੈ ਕਿ ਮੈਂ ਅੱਜ ਮੈਂ ਮੇਰੇ ਰਾਹ ਵਿੱਚ ਆਉਣ ਵਾਲੀਆਂ ਸਾਰੀਆਂ ਚੁਣੌਤੀਆਂ ਨੂੰ ਸਫਲਤਾਪੂਰਵਕ ਹੱਲ ਕਰ ਲਵਾਂਗਾ। ਮੈਂ ਸਰੀਰਕ, ਮਾਨਸਿਕ, ਭਾਵਨਾਤਮਕ ਤੌਰ 'ਤੇ ਚੰਗਾ ਮਹਿਸੂਸ ਕਰਦਾ ਹਾਂ। ਜ਼ਿੰਦਗੀ ਬਹੁਤ ਸੁੰਦਰ ਹੈ ਅਤੇ ਜ਼ਿੰਦਾ ਰਹਿਣਾ ਇੱਕ ਵਰਦਾਨ ਹੈ। ਮੈਂ ਪ੍ਰਭੂ ਦਾ ਮੇਰੇ ਕੋਲ ਜੋ ਕੁਝ ਵੀ ਸੀ ਜਾਂ ਹੁਣ ਹੈ ਜਾਂ ਭਵਿੱਖ ਵਿੱਚ ਹੋਵੇਗਾ, ਉਸ ਲਈ ਦਿਲੋਂ ਧੰਨਵਾਦ ਕਰਦਾ ਹਾਂ । ਮੇਰੇ ਨਾਲ ਜੋ ਵੀ ਹੋਵੇਗਾ ਉਹ ਚੰਗਾ ਹੋਵੇਗਾ ਕਿਉਂਕਿ ਰੱਬ ਹਮੇਸ਼ਾ ਮੇਰੇ ਨਾਲ ਹੈ ਅਤੇ ਉਹ ਹਮੇਸ਼ਾ ਮੇਰੀ ਮਦਦ ਕਰਦਾ ਹੈ। ਮੈਂ ਆਪਣੀ ਜ਼ਿੰਦਗੀ ਦੀ ਹਰ ਚੰਗੀ ਚੀਜ਼ ਲਈ ਉਸ ਦਾ ਧੰਨਵਾਦ ਕਰਦਾ ਹਾਂ" ਜੇਕਰ ਤੁਸੀਂ ਵੀ ਚਾਹੁੰਦੇ ਹੋ, ਤਾਂ ਆਪਣੇ ਦਿਨ ਦੀ ਸ਼ੁਰੂਆਤ ਇਸ ਅਰਦਾਸ ਨਾਲ ਕਰੋ।

• • •

ਅਧਿਆਇ 33

ਤੁਸੀਂ ਆਪਣੇ ਨਾਲ ਕਿਵੇਂ ਗੱਲ ਕਰਦੇ ਹੋ

"ਤਿੰਨ ਚੀਜ਼ਾਂ ਬਹੁਤ ਔਖੀਆਂ ਹੁੰਦੀਆ ਹਨ: ਸਟੀਲ, ਹੀਰਾ, ਅਤੇ ਆਪਣੇ ਆਪ ਨੂੰ ਜਾਣਨਾ।" –

ਬੈਂਜਾਮਿਨ ਫਰੈਂਕਲਿਨ

ਮਨੁੱਖੀ ਮਨ ਕਦੇ ਵੀ ਸ਼ਾਂਤੀ ਵਿੱਚ ਨਹੀਂ ਹੁੰਦਾ, ਇਸ ਵਿੱਚ ਕੁਝ ਨਾ ਕੁਝ ਹਮੇਸ਼ਾ ਚੱਲਦਾ ਰਹਿੰਦਾ ਹੈ, ਯਾਨੀ ਅਸੀਂ ਹਮੇਸ਼ਾ ਕੁਝ ਨਾ ਕੁਝ ਸਵੈ-ਗੱਲਬਾਤ ਕਰਦੇ ਰਹਿੰਦੇ ਹਾਂ। ਸਰਲ ਸ਼ਬਦਾਂ ਵਿੱਚ, ਅਸੀਂ ਹਮੇਸ਼ਾ ਆਪਣੇ ਮਨ ਵਿੱਚ ਆਪਣੇ ਆਪ ਨਾਲ ਗੱਲਾਂ ਕਰਦੇ ਰਹਿੰਦੇ ਹਾਂ ਅਤੇ ਲੱਖਾਂ ਲੋਕਾਂ 'ਤੇ ਕੀਤੀ ਗਈ ਖੋਜ ਦਰਸਾਉਂਦੀ ਹੈ ਕਿ 90 ਪ੍ਰਤੀਸ਼ਤ ਤੋਂ ਵੱਧ ਲੋਕ ਨਕਾਰਾਤਮਕ ਸਵੈ-ਗੱਲਬਾਤ ਕਰਦੇ ਹਨ। ਉਹ ਆਪਣੀ ਕਾਰ ਰਿਵਰਸ ਗੇਅਰ ਵਿੱਚ ਚਲਾਉਂਦੇ ਹਨ, ਉਹ ਆਪਣੇ ਆਪ ਨੂੰ ਕਾਰਨ ਦੱਸਦੇ ਹਨ ਕਿ ਉਹ ਅਸਫਲ ਕਿਉਂ ਹੋਣਗੇ ਅਤੇ ਜਿਸ ਕਾਰਨ ਉਹ ਹਮੇਸ਼ਾ ਚਿੰਤਤ ਰਹਿੰਦੇ ਹਨ।

ਇਸਦਾ ਉਪਾਅ ਬਹੁਤ ਸੌਖਾ ਹੈ; ਸਾਨੂੰ ਆਪਣੀ ਸਵੈ-ਗੱਲਬਾਤ ਬਦਲਣੀ ਚਾਹੀਦੀ ਹੈ। ਜਦੋਂ ਵੀ ਅਸੀਂ ਆਪਣੇ ਆਪ ਨਾਲ ਗੱਲ ਕਰਦੇ ਹਾਂ, ਸਾਨੂੰ ਆਪਣੇ ਆਪ ਨੂੰ ਉਤਸ਼ਾਹਿਤ ਕਰਨਾ ਚਾਹੀਦਾ ਹੈ ਕਿ ਅਸੀਂ ਇਹ ਕੰਮ ਕਿਉਂ ਅਤੇ ਕਿਵੇਂ ਕਰ ਸਕਦੇ ਹਾਂ।

ਆਓ ਆਪਾਂ ਆਪਣੀਆਂ ਪਿਛਲੀਆਂ ਸਫਲਤਾਵਾਂ ਨੂੰ ਯਾਦ ਕਰੀਏ:

- **ਜਦੋਂ ਵੀ ਸਾਡੀ ਗਲਤ ਆਲੋਚਨਾ ਕੀਤੀ ਜਾਂਦੀ ਹੈ, ਤਾਂ ਸਾਨੂੰ ਆਪਣੇ ਆਪ ਨੂੰ ਯਾਦ ਦਿਵਾਉਣਾ ਚਾਹੀਦਾ ਹੈ:** "ਇਹ ਉਨ੍ਹਾਂ ਦਾ ਦ੍ਰਿਸ਼ਟੀਕੋਣ ਹੈ, ਮੇਰਾ ਨਹੀਂ। ਮੈਂ ਕੋਸ਼ਿਸ਼ ਕੀਤੇ ਬਿਨਾਂ ਹਾਰ ਨਹੀਂ ਮੰਨਾਂਗਾ। ਭਾਵੇਂ ਮੈਂ ਪਹਿਲੀ ਵਾਰ ਸਫਲ ਨਹੀਂ ਹੁੰਦਾ, ਮੈਂ ਇਸ ਤੋਂ ਕੁਝ ਸਿੱਖਾਂਗਾ ਅਤੇ ਦੁਬਾਰਾ ਕੋਸ਼ਿਸ਼ ਕਰਾਂਗਾ।"
- ਜਦੋਂ ਕੋਈ ਕੰਮ ਤੁਹਾਡੀ ਪਹੁੰਚ ਤੋਂ ਬਾਹਰ ਲੱਗਦਾ ਹੈ, ਤਾਂ ਤੁਸੀਂ ਸਵੈ-ਗੱਲਬਾਤ ਦੀ ਵਰਤੋਂ ਕਰ ਸਕਦੇ ਹੋ ਜਿਵੇਂ ਕਿ "ਮੈਂ ਇਹ ਇਕੱਲਾ ਨਹੀਂ ਕਰ ਸਕਦਾ, ਪਰ ਮੈਂ ਇਹ ਪਰਮਾਤਮਾ ਦੀ ਮਦਦ ਨਾਲ ਕਰ ਸਕਦਾ ਹਾਂ। ਉਹ ਹਮੇਸ਼ਾ ਮੇਰੇ ਨਾਲ ਹੈ ਅਤੇ ਉਹ ਮੇਰਾ ਮਾਰਗਦਰਸ਼ਨ ਕਰ ਰਿਹਾ ਹੈ।" ਜਾਂ ਤੁਸੀਂ ਇਹ ਵੀ ਕੋਸ਼ਿਸ਼ ਕਰ ਸਕਦੇ ਹੋ ਕਿ "ਪਰਮਾਤਮਾ ਉਨ੍ਹਾਂ ਦੀ ਮਦਦ ਕਰਦਾ ਹੈ ਜੋ ਆਪਣੀ ਮਦਦ ਕਰਦੇ ਹਨ, ਇਸ ਲਈ ਮੈਂ ਆਪਣੀ ਪੂਰੀ ਕੋਸ਼ਿਸ਼ ਕਰਾਂਗਾ ਤਾਂ ਜੋ ਪਰਮਾਤਮਾ ਮੇਰੀ ਵੀ ਮਦਦ ਕਰੇ।"

ਮੇਰਾ ਸੁਝਾਅ ਹੈ ਕਿ ਤੁਸੀਂ ਕਦੇ ਵੀ ਇੱਕ ਨਕਾਰਾਤਮਕ ਵਾਕ ਨੂੰ ਖਤਮ ਨਾ ਕਰੋ, ਸਗੋਂ ਇਸਨੂੰ ਇੱਕ ਸਕਾਰਾਤਮਕ ਵਾਕ ਨਾਲ ਬਦਲਣ ਦੀ ਆਦਤ ਬਣਾਓ। ਇਹ ਪਹਿਲਾਂ ਥੋੜ੍ਹਾ ਮੁਸ਼ਕਲ ਹੋ ਸਕਦਾ ਹੈ ਕਿਉਂਕਿ ਅਸੀਂ ਇੱਕ ਅਜਿਹੇ ਮਾਹੌਲ ਵਿੱਚ ਵੱਡੇ ਹੁੰਦੇ ਹਾਂ ਜਿੱਥੇ ਨਕਾਰਾਤਮਕਤਾ ਸਾਡੇ ਆਲੇ ਦੁਆਲੇ ਹੈ, ਸਾਨੂੰ ਵਾਰ-ਵਾਰ ਕਾਰਨ ਦੱਸੇ ਜਾਂਦੇ ਹਨ ਕਿ ਅਸੀਂ ਕੁਝ ਕਿਉਂ ਨਹੀਂ ਕਰ ਸਕਦੇ। ਇਸ ਲਈ ਇਹ ਬਿਹਤਰ ਹੋਵੇਗਾ ਜੇਕਰ ਅਸੀਂ ਸਕਾਰਾਤਮਕ ਸਵੈ-ਗੱਲਬਾਤ ਨਾਲ ਆਪਣੀ ਪਿੱਠ ਥਪਥਪਾਉਣ ਦੀ ਆਦਤ ਪਾਈਏ।

ਮੈਂ ਇਹ ਵੀ ਸੁਝਾਅ ਦੇਵਾਂਗਾ ਕਿ ਤੁਸੀਂ ਉਨ੍ਹਾਂ ਗੁਣਾਂ ਦੀ ਇੱਕ ਸੂਚੀ ਬਣਾਓ ਜਿਨ੍ਹਾਂ ਵਰਗੇ ਤੁਸੀਂ ਬਣਨਾ ਚਾਹੁੰਦੇ ਹੋ ਅਤੇ ਇਸਨੂੰ ਹਰ ਰੋਜ਼ ਘੱਟੋ-ਘੱਟ ਦੋ-ਤਿੰਨ ਵਾਰ ਸ਼ੀਸ਼ੇ ਦੇ ਸਾਹਮਣੇ ਉੱਚੀ ਆਵਾਜ਼ ਵਿੱਚ ਪੜ੍ਹੋ। ਉਦਾਹਰਣ ਵਜੋਂ, ਤੁਸੀਂ ਇੱਕ ਖੁਸ਼, ਸਵੈ-ਅਨੁਸ਼ਾਸਿਤ, ਪੈਸੇ ਬਚਾਉਣ ਵਾਲਾ, ਸਿਹਤਮੰਦ, ਪ੍ਰਸਿੱਧ ਅਤੇ ਆਕਰਸ਼ਕ ਵਿਅਕਤੀ ਬਣਨਾ ਚਾਹੁੰਦੇ ਹੋ। ਇਸਦੇ ਲਈ, ਤੁਸੀਂ ਇਸ ਤਰ੍ਹਾਂ ਦੀ ਇੱਕ ਸਕ੍ਰਿਪਟ ਲਿਖ ਸਕਦੇ ਹੋ।

"ਰੱਬ ਨੇ ਮੈਨੂੰ ਇਹ ਸ਼ਾਨਦਾਰ ਮਨੁੱਖੀ ਜੀਵਨ ਦਿੱਤਾ ਹੈ ਅਤੇ ਮੈਂ ਇਸ ਜੀਵਨ ਤੋਂ ਬਹੁਤ ਖੁਸ਼ ਹਾਂ। ਮੈਂ ਬਹੁਤ ਸਵੈ-ਅਨੁਸ਼ਾਸਿਤ ਹਾਂ ਅਤੇ ਮੈਂ ਆਪਣੇ ਸਾਰੇ ਕੰਮ ਸਮੇਂ ਸਿਰ ਪੂਰੇ ਕਰਦਾ ਹਾਂ। ਮੈਂ ਪੌਸ਼ਟਿਕ ਭੋਜਨ ਖਾਂਦਾ ਹਾਂ ਅਤੇ ਨਿਯਮਿਤ ਤੌਰ 'ਤੇ ਕਸਰਤ ਕਰਦਾ ਹਾਂ ਇਸ ਲਈ ਮੈਂ ਬਹੁਤ ਸਿਹਤਮੰਦ ਹਾਂ। ਮੈਂ ਆਪਣੇ ਸਰੀਰ ਦਾ ਧਿਆਨ ਰੱਖਦਾ ਹਾਂ।"

ਮੈਂ ਹਾਸੇ-ਮਜ਼ਾਕ ਦੀ ਚੰਗੀ ਸਮਝ ਰੱਖਦਾ ਹਾਂ ਅਤੇ ਚੰਗੇ ਕੱਪੜੇ ਪਾਉਂਦਾ ਹਾਂ ਇਸ ਲਈ ਮੈਂ ਬਹੁਤ ਆਕਰਸ਼ਕ ਦਿਖਦ ਹਾਂ। ਮੈਂ ਹਰ ਸੰਭਵ ਤਰੀਕੇ ਨਾਲ ਦੂਜੇ ਲੋਕਾਂ ਦੀ ਮਦਦ ਕਰਦਾ ਹਾਂ ਅਤੇ ਮੈਂ ਉਨ੍ਹਾਂ ਵਿੱਚ ਵੀ ਦਿਲਚਸਪੀ ਲੈਂਦਾ ਹਾਂ ਇਸ ਲਈ ਮੈਂ ਬਹੁਤ ਮਸ਼ਹੂਰ ਹਾਂ।"

ਤੁਸੀਂ ਸ਼ਾਇਦ ਇਸ 'ਤੇ ਵਿਸ਼ਵਾਸ ਨਾ ਕਰੋ ਪਰ ਮੇਰਾ ਸੁਝਾਅ ਹੈ ਕਿ ਤੁਸੀਂ ਇਸਨੂੰ ਸਿਰਫ਼ 10 ਦਿਨਾਂ ਲਈ ਲਗਾਤਾਰ ਅਜ਼ਮਾਓ (ਇਸਨੂੰ ਉੱਚੀ ਆਵਾਜ਼ ਵਿੱਚ ਅਤੇ ਦਿਨ ਵਿੱਚ ਘੱਟੋ-ਘੱਟ 2-3 ਵਾਰ ਮਹਿਸੂਸ ਕਰਦੇ ਹੋਏ ਕਹੋ) ਅਤੇ ਤੁਹਾਨੂੰ ਸਪੱਸ਼ਟ ਅੰਤਰ ਦਿਖਾਈ ਦੇਣਗੇ।

ਸਟ੍ਰੈੱਸ ਮੈਨੇਜਮੈਂਟ ਨਾਲ ਸਬੰਧਤ ਉਪਯੋਗੀ ਸੁਝਾਅ:

- **ਕਦੇ ਵੀ ਨਕਾਰਾਤਮਕ ਵਾਕ ਪੂਰਾ ਨਾ ਕਰੋ:** ਜਦੋਂ ਵੀ ਤੁਸੀਂ ਕੋਈ ਨਕਾਰਾਤਮਕ ਵਾਕ ਕਹਿਣ ਜਾ ਰਹੇ ਹੋ, ਤਾਂ ਤੁਰੰਤ ਰੁਕੋ ਅਤੇ ਇਸਨੂੰ ਸਕਾਰਾਤਮਕ ਵਾਕ ਨਾਲ ਬਦਲੋ। ਇਹ ਸ਼ੁਰੂ ਵਿੱਚ ਥੋੜ੍ਹਾ ਮੁਸ਼ਕਲ ਹੋਵੇਗਾ ਪਰ ਬਾਅਦ ਵਿੱਚ ਇਹ ਤੁਹਾਡੀ ਆਦਤ ਬਣ ਜਾਵੇਗੀ ਅਤੇ ਇਹ ਤੁਹਾਡੇ ਲਈ ਇੱਕ ਆਸਾਨ ਕੰਮ ਬਣ ਜਾਵੇਗਾ। ਉਦਾਹਰਣ ਵਜੋਂ, ਮੰਨ ਲਓ ਕਿ ਤੁਹਾਡਾ ਇੱਕ ਵੱਡੀ ਕਾਰ ਖਰੀਦਣ ਦਾ ਸੁਪਨਾ ਹੈ। ਕਦੇ ਵੀ ਕਿਸੇ ਨੂੰ ਨਾ ਕਹੋ, ਇੱਥੋਂ ਤੱਕ ਕਿ ਆਪਣੇ ਮਨ ਵਿੱਚ ਵੀ, ਕਿ "ਤੁਸੀਂ ਇਹ ਕਾਰ ਨਹੀਂ ਖਰੀਦ ਸਕੋਗੇ ਕਿਉਂਕਿ ਤੁਹਾਡੇ ਕੋਲ ਪੈਸੇ ਨਹੀਂ ਹਨ।" ਇਸ ਦੀ ਬਜਾਏ, ਇਸ ਨਕਾਰਾਤਮਕ ਵਾਕ ਨੂੰ ਸਕਾਰਾਤਮਕ ਵਾਕ ਵਿੱਚ ਬਦਲੋ, "ਇਹ ਕਾਰ ਖਰੀਦਣਾ ਮੇਰਾ ਸੁਪਨਾ ਹੈ ਅਤੇ ਮੈਂ ਇਹ ਕਾਰ ਖਰੀਦਾਂਗਾ ਭਾਵੇਂ ਮੈਨੂੰ ਇਸਦੇ ਲਈ ਕਿੰਨੀ ਵੀ ਮਿਹਨਤ ਕਰਨੀ ਪਵੇ।"
- ਤੁਸੀਂ ਜਿਸ ਤਰ੍ਹਾਂ ਦਾ ਵਿਅਕਤੀ ਬਣਨਾ ਚਾਹੁੰਦੇ ਹੋ, ਉਸ ਦੀ ਇੱਕ ਸਕ੍ਰਿਪਟ ਬਣਾਓ ਅਤੇ ਇਸਨੂੰ ਦਿਨ ਵਿੱਚ ਘੱਟੋ-ਘੱਟ 2 ਤੋਂ 3 ਵਾਰ ਪੂਰੀ ਭਾਵਨਾ ਨਾਲ ਉੱਚੀ ਆਵਾਜ਼ ਵਿੱਚ ਪੜ੍ਹੋ। ਇਸ ਅਭਿਆਸ ਨੂੰ ਲਗਾਤਾਰ 10 ਦਿਨ ਜਾਰੀ ਰੱਖੋ ਅਤੇ ਤੁਸੀਂ ਆਪਣੀ ਜ਼ਿੰਦਗੀ ਵਿੱਚ ਆਉਣ ਵਾਲੇ ਚਮਤਕਾਰੀ ਬਦਲਾਵਾਂ ਨੂੰ ਦੇਖ ਕੇ ਹੈਰਾਨ ਰਹਿ ਜਾਓਗੇ।

• • •

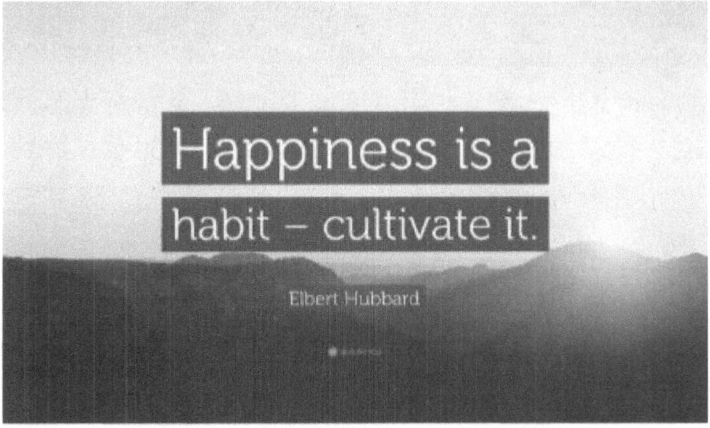

ਅਧਿਆਇ 34

ਖੁਸ਼ ਰਹਿਣਾ ਇੱਕ ਆਦਤ ਹੈ

"ਖੁਸ਼ ਰਹਿਣਾ ਕਦੇ ਵੀ ਫੈਸ਼ਨ ਤੋਂ ਬਾਹਰ ਨਹੀਂ ਜਾਂਦਾ।"

-ਲਿਲੀ ਪੁਲਿਟਜ਼ਰ

ਗਰਮੀ ਦਾ ਮੌਸਮ ਸੀ। ਇੱਕ ਟ੍ਰੇਨ ਵਿੱਚ ਯਾਤਰੀਆਂ ਦੀ ਹਾਲਤ ਬਹੁਤ ਮਾੜੀ ਸੀ ਜੋ ਲਗਭਗ 12 ਘੰਟੇ ਲੇਟ ਚੱਲ ਰਹੀ ਸੀ। ਸਾਰੇ ਯਾਤਰੀ ਬਹੁਤ ਗੁੱਸੇ ਵਿੱਚ ਅਤੇ ਪਰੇਸ਼ਾਨ ਸਨ। ਪਰ ਟ੍ਰੇਨ ਵਿੱਚ ਇੱਕ ਡੱਬਾ ਸੀ ਜਿਸ ਵਿੱਚ ਲਗਭਗ 60 ਸਾਲ ਦਾ ਇੱਕ ਆਦਮੀ ਮੁਸਕਰਾ ਰਿਹਾ ਸੀ ਅਤੇ ਇੱਕ ਗੀਤ ਗੁਣਗੁਣਾ ਰਿਹਾ ਸੀ। ਉਸਦੇ ਨਾਲ ਬੈਠੇ ਯਾਤਰੀਆਂ ਨੇ ਸੋਚਿਆ ਕਿ ਸ਼ਾਇਦ ਉਹ ਇਕ ਪਾਗ਼ਲ ਹੈ ਤਾਂ ਹੀ ਇੰਨੀਆਂ ਮੁਸ਼ਕਲਾਂ ਵਿੱਚ ਵੀ ਅਜਿਹੀ ਹਰਕਤ ਕਰ ਰਿਹਾ ਹੈ । ਉਸਦੇ ਨਾਲ ਬੈਠੇ ਇੱਕ ਯਾਤਰੀ ਦਾ ਗੁੱਸਾ ਵਧ ਰਿਹਾ ਸੀ ਅਤੇ ਅੰਤ ਵਿੱਚ ਉਸਨੇ ਗੁੱਸੇ ਵਿੱਚ ਉਸ ਆਦਮੀ ਨੂੰ ਪੁੱਛਿਆ, "ਕੀ ਗੱਲ ਹੈ ਕਿ ਤੁਸੀਂ ਇੰਨੀਆਂ ਮੁਸ਼ਕਲਾਂ ਵਿੱਚ ਵੀ ਖੁਸ਼ ਦਿਖਾਈ ਦੇ ਰਹੇ ਹੋ?"

60 ਸਾਲ ਦਾ ਆਦਮੀ ਮੁਸਕਰਾਇਆ ਅਤੇ ਕਿਹਾ, "ਦੇਖ ਪੁੱਤਰ, ਜਦੋਂ ਮੈਂ ਹਰ ਸਵੇਰ ਉੱਠਦਾ ਹਾਂ ਤਾਂ ਮੇਰੇ ਕੋਲ ਦੋ ਵਿਕਲਪ ਹੁੰਦੇ ਹਨ, ਜਾਂ ਤਾਂ ਮੈ ਉਸ ਦਿਨ ਹੋਣ ਵਾਲੀ ਘਟਨਾਵਾਂ ਨਾਲ ਦੁਖੀ ਰਵਾਂ ਜਾਂ ਖੁਸ਼"। ਕਈ ਸਾਲ ਪਹਿਲਾਂ ਮੈਂ ਆਪਣੀ ਜ਼ਿੰਦਗੀ ਵਿੱਚੋਂ ਉਦਾਸ ਰਹਿਣ ਦਾ ਵਿਕਲਪ ਹਟਾ ਦਿੱਤਾ ਸੀ। ਅਤੇ ਹੌਲੀ-ਹੌਲੀ ਮੈਂ ਹਰ ਸਥਿਤੀ ਵਿੱਚ ਖੁਸ਼ ਰਹਿਣਾ ਸਿੱਖਿਆ, ਭਾਵੇਂ ਇਹ ਮੇਰੀ ਇੱਛਾ ਅਨੁਸਾਰ ਹੋਵੇ ਜਾਂ ਨਾ। ਤਾਂ ਪੁੱਤਰ, ਕੁੱਲ ਮਿਲਾ ਕੇ ਖੁਸ਼ ਰਹਿਣਾ ਇੱਕ ਆਦਤ ਹੈ।"

ਤੁਸੀਂ ਅਤੇ ਮੈਂ ਬਹੁਤ ਸਾਰੇ ਲੋਕਾਂ ਨੂੰ ਮਿਲਦੇ ਹਾਂ ਜੋ ਬਿਨਾਂ ਕਿਸੇ ਕਾਰਨ ਦੇ ਦੁਖੀ ਜਾਂ ਚਿੰਤਤ ਹਨ ਅਤੇ ਜਦੋਂ ਉਨ੍ਹਾਂ ਨੂੰ ਇਸਦੇ ਪਿੱਛੇ ਦਾ ਕਾਰਨ ਪੁੱਛਿਆ ਜਾਂਦਾ ਹੈ, ਤਾਂ ਉਹ ਦੱਸਣ ਤੋਂ ਅਸਮਰੱਥ ਹੁੰਦੇ ਹਨ, ਜਿਸ ਤੋਂ ਇਹ ਸਪੱਸ਼ਟ ਹੁੰਦਾ ਹੈ ਕਿ ਦੁਖੀ ਜਾਂ ਚਿੰਤਤ ਹੋਣਾ ਉਨ੍ਹਾਂ ਦੀ ਆਦਤ ਬਣ ਗਈ ਹੈ।

ਕਿਸੇ ਮਹਾਨ ਮਨੁੱਖ ਨੇ ਕਿਹਾ ਹੈ ਕਿ ਪਹਿਲਾਂ ਅਸੀਂ ਆਦਤਾਂ ਬਣਾਉਂਦੇ ਹਾਂ ਅਤੇ ਬਾਅਦ ਵਿੱਚ ਆਦਤਾਂ ਸਾਨੂੰ ਬਣਾਉਂਦੀਆਂ ਹਨ। ਆਦਤਾਂ ਸਾਡੇ ਜੀਵਨ ਦਾ ਬਹੁਤ ਮਹੱਤਵਪੂਰਨ ਹਿੱਸਾ ਹਨ ਅਤੇ ਇਹ ਸਾਡੇ ਜੀਵਨ ਦੀ ਦਿਸ਼ਾ ਨੂੰ ਬਹੁਤ ਪ੍ਰਭਾਵਿਤ ਕਰਦੀਆਂ ਹਨ, ਇਸ ਲਈ ਇਹ ਬਿਹਤਰ ਹੋਵੇਗਾ ਕਿ ਅਸੀਂ ਚੰਗੀਆਂ ਆਦਤਾਂ ਵਿਕਸਤ ਕਰਨ ਲਈ ਸਖ਼ਤ ਮਿਹਨਤ ਕਰੀਏ, ਜਿਨ੍ਹਾਂ ਵਿੱਚੋਂ ਖੁਸ਼ ਰਹਿਣ ਦੀ ਆਦਤ ਬਹੁਤ ਮਹੱਤਵਪੂਰਨ ਹੈ।

ਖੁਸ਼ੀ ਦੀ ਆਦਤ ਇੱਕ ਦਿਨ ਵਿੱਚ ਵਿਕਸਤ ਨਹੀਂ ਹੋ ਸਕਦੀ, ਸਾਨੂੰ ਇਸਦੇ ਲਈ ਯਤਨ ਕਰਨੇ ਪੈਣਗੇ। ਜਿਸ ਨੂੰ ਵੀ ਤੁਸੀਂ ਹਰ ਰੋਜ਼ ਮਿਲਦੇ ਹੋ, ਉਸਨੂੰ ਪੂਰੇ ਦਿਲ ਨਾਲ ਮਿਲੋ, ਤੁਹਾਡੇ ਸਾਹਮਣੇ ਵਾਲੇ ਵਿਅਕਤੀ ਨੂੰ ਇਹ ਮਹਿਸੂਸ ਹੋਣਾ ਚਾਹੀਦਾ ਹੈ ਕਿ ਤੁਸੀਂ ਉਸਨੂੰ ਮਿਲ ਕੇ ਬਹੁਤ ਖੁਸ਼ ਹੋ। ਹਰ ਰੋਜ਼ ਮਿਲਣ ਵਾਲੇ ਹਰ ਵਿਅਕਤੀ ਵਿੱਚ ਚੰਗੇ ਗੁਣ ਲੱਭੋ, ਨਾ

ਕਿ ਉਨ੍ਹਾਂ ਦੀਆਂ ਕਮੀਆਂ ਅਤੇ ਉਨ੍ਹਾਂ ਬਾਰੇ ਦੱਸੋ, ਇਸ ਨਾਲ ਨਾ ਸਿਰਫ਼ ਤੁਹਾਡੇ ਸਾਹਮਣੇ ਵਾਲਾ ਵਿਅਕਤੀ ਖੁਸ਼ ਹੋਵੇਗਾ ਬਲਕਿ ਤੁਸੀਂ ਵੀ ਖੁਸ਼ ਹੋਵੋਗੇ।

ਚੰਗੇ ਕੱਪੜੇ ਪਾਓ ਅਤੇ ਹਰ ਰੋਜ਼ ਵਧੀਆ ਤਿਆਰ ਹੋਵੋ। ਜਦੋਂ ਤੁਸੀਂ ਅਜਿਹੇ ਛੋਟੇ-ਛੋਟੇ ਕੰਮ ਕਰਨ ਲੱਗੋਗੇ, ਤਾਂ ਖੁਸ਼ ਰਹਿਣਾ ਤੁਹਾਡੀ ਵੀ ਆਦਤ ਬਣ ਜਾਵੇਗਾ।

ਸਟ੍ਰੈੱਸ ਮੈਨੇਜਮੈਂਟ ਨਾਲ ਸਬੰਧਤ ਉਪਯੋਗੀ ਸੁਝਾਅ:

- ਕਿਉਂਕਿ ਅਜੋਕੇ ਸਮੇਂ ਵਿੱਚ, ਚਿੰਤਾ ਸਾਡੇ ਉੱਤੇ ਇੰਨੀ ਹਾਵੀ ਹੋ ਗਈ ਹੈ ਕਿ ਇਹ ਸਾਡੀ ਆਦਤ ਬਣ ਗਈ ਹੈ, ਤਾਂ ਕਿਉਂ ਨਾ ਅਸੀਂ ਆਪਣੀ ਰਫ਼ਤਾਰ ਥੋੜ੍ਹੀ ਹੌਲੀ ਕਰੀਏ ਅਤੇ ਆਪਣੇ ਦੋਸਤਾਂ ਨੂੰ ਮਿਲਣ ਲਈ ਕੁਝ ਸਮਾਂ ਕੱਢੀਏ, ਆਪਣੇ ਪਰਿਵਾਰ ਦੇ ਮੈਂਬਰਾਂ ਨਾਲ ਸਮਾਂ ਬਿਤਾਈਏ ਅਤੇ ਛੋਟੇ ਬੱਚਿਆਂ ਨਾਲ ਸਮਾਂ ਬਿਤਾ ਕੇ ਬੱਚੇ ਬਣ ਜਾਈਏ ਅਤੇ ਆਪਣੀਆਂ ਚਿੰਤਾਵਾਂ ਨੂੰ ਭੁੱਲਣ ਦੀ ਕੋਸ਼ਿਸ਼ ਕਰੀਏ। ਇੱਕ ਨਵੇਂ ਰੈਸਟੋਰੈਂਟ ਵਿੱਚ ਜਾਓ ਅਤੇ ਇੱਕ ਨਵੇਂ ਕਿਸਮ ਦੇ ਖਾਣੇ ਦਾ ਆਨੰਦ ਮਾਣੋ। ਕੁਦਰਤ ਦੇ ਨੇੜੇ ਜਾਓ, ਨਦੀਆਂ, ਪਹਾੜੀਆਂ ਦਾ ਆਨੰਦ ਮਾਣੋ, ਕੁਦਰਤ ਦੀ ਸੁੰਦਰਤਾ ਅਤੇ ਸ਼ਾਂਤੀ ਦਾ ਆਨੰਦ ਮਾਣੋ।

- ਦੂਜਿਆਂ ਵਿੱਚ ਮਾੜੇ ਦੀ ਬਜਾਏ ਚੰਗਿਆਈ ਲੱਭਣ ਦੀ ਆਦਤ ਪਾਓ ਅਤੇ ਉਨ੍ਹਾਂ ਦੇ ਚੰਗੇ ਗੁਣਾਂ ਬਾਰੇ ਵੀ ਦੱਸੋ, ਨਾ ਸਿਰਫ਼ ਦੂਜੇ ਵਿਅਕਤੀ ਨੂੰ ਚੰਗਾ ਲੱਗੇਗਾ ਬਲਕਿ ਤੁਸੀਂ ਖੁਦ ਵੀ ਬਹੁਤ ਚੰਗਾ ਮਹਿਸੂਸ ਕਰੋਗੇ।
- **ਰੋਜ਼ਾਨਾ ਕਸਰਤ ਕਰੋ, ਚੰਗੇ ਕੱਪੜੇ ਪਾਓ:** ਜਦੋਂ ਤੁਸੀਂ ਕਸਰਤ ਕਰਦੇ ਹੋ ਤਾਂ ਤੁਸੀਂ ਊਰਜਾਵਾਨ ਮਹਿਸੂਸ ਕਰਦੇ ਹੋ। ਇਸੇ ਤਰ੍ਹਾਂ, ਜਦੋਂ ਤੁਸੀਂ ਚੰਗੇ ਕੱਪੜੇ ਪਾਉਂਦੇ ਹੋ ਤਾਂ ਤੁਸੀਂ ਆਪਣੇ ਬਾਰੇ ਵੀ ਚੰਗਾ ਮਹਿਸੂਸ ਕਰਦੇ ਹੋ।

• • •

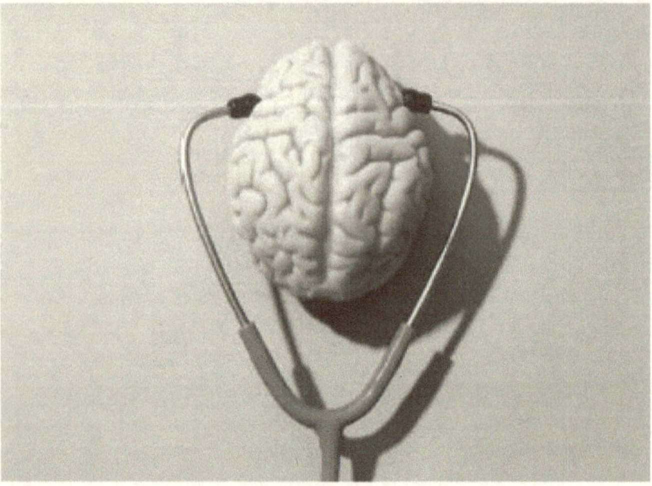

ਅਧਿਆਇ 35

ਮਨੁੱਖੀ ਸੁਭਾਅ ਬਾਰੇ ਸਿੱਖੋ

"ਮੈਂ ਇਸ ਦੁਨੀਆਂ ਵਿੱਚ ਬਹੁਤ ਸਾਰੇ ਲੋਕਾਂ ਨੂੰ ਦੇਖਦਾ ਹਾਂ, ਪਰ ਮੈਨੂੰ ਮਨੁੱਖਤਾ ਘੱਟ ਹੀ ਦਿਖਾਈ ਦਿੰਦੀ ਹੈ।"

- ਜੇਸਨ ਡੋਨੋਹੂ

ਅਸੀਂ ਆਪਣੀ ਪੂਰੀ ਜ਼ਿੰਦਗੀ ਦੂਜੇ ਲੋਕਾਂ ਨਾਲ ਬਿਤਾਉਂਦੇ ਹਾਂ, ਭਾਵੇਂ ਘਰ ਵਿੱਚ ਹੋਵੇ ਜਾਂ ਬਾਹਰ, ਸਾਨੂੰ ਵੱਖਰੇ ਵੱਖਰੇ ਮਨੁੱਖਾਂ ਨਾਲ ਮਿਲਣਾ ਅਤੇ ਗੱਲਬਾਤ ਕਰਨੀ ਪੈਂਦੀ ਹੈ ਅਤੇ ਇਹ ਇੱਕ ਦਿਨ ਲਈ ਨਹੀਂ ਸਗੋਂ ਜੀਵਨ ਭਰ ਲਈ ਹੁੰਦਾ ਹੈ, ਇਸ ਲਈ ਬਿਹਤਰ ਹੋਵੇਗਾ ਜੇਕਰ ਅਸੀਂ ਮਨੁੱਖੀ ਸੁਭਾਅ ਬਾਰੇ ਆਪਣਾ ਗਿਆਨ ਵਧਾਇਏ ਕਿਉਂਕਿ ਇਹ ਪਾਇਆ ਗਿਆ ਹੈ ਕਿ ਸਾਡੀਆਂ ਜ਼ਿਆਦਾਤਰ ਸਮੱਸਿਆਵਾਂ ਅਤੇ ਚਿੰਤਾਵਾਂ ਦੂਜੇ ਲੋਕਾਂ ਨਾਲ ਸਾਡੇ ਸਬੰਧਾਂ ਕਾਰਨ ਹੁੰਦੀਆਂ ਹਨ। ਇਹ ਇੰਨਾ ਵੱਡਾ ਵਿਸ਼ਾ ਹੈ ਕਿ ਇਸ 'ਤੇ ਇੱਕ ਪੂਰੀ ਕਿਤਾਬ ਲਿਖੀ ਜਾ ਸਕਦੀ ਹੈ। ਇਸ ਅਧਿਆਇ ਵਿੱਚ ਮੈਂ ਮਨੁੱਖੀ ਸੁਭਾਅ ਬਾਰੇ ਕੁਝ ਛੋਟੇ ਵਿਚਾਰ ਸਾਂਝੇ ਕਰਾਂਗਾ ਤਾਂ ਜੋ ਤੁਸੀਂ ਉਨ੍ਹਾਂ ਬਾਰੇ ਜਾਣ ਸਕੋ ਅਤੇ ਚਿੰਤਾ ਮੁਕਤ ਰਹਿ ਸਕੋ।

- **ਲੋਕ ਤੁਹਾਡੇ ਵਿੱਚ ਨਹੀਂ, ਆਪਣੇ ਆਪ ਵਿੱਚ ਦਿਲਚਸਪੀ ਰੱਖਦੇ ਹਨ:** ਆਪਣੇ ਸਕੂਲ ਜਾਂ ਕਾਲਜ ਦੇ ਦਿਨ ਯਾਦ ਕਰੋ ਜਦੋਂ ਤੁਹਾਡੀ ਗਰੁੱਪ ਫੋਟੋ ਲਿਤੀ ਜਾਂਦੀ ਸੀ ਅਤੇ ਤੁਸੀਂ ਇਹ ਗਰੁੱਪ ਫੋਟੋ ਮਿਲਦੀ ਸੀ, ਤਾਂ ਤੁਹਾਨੂੰ ਕੀ ਲਗਦਾ ਹੈ ਕਿ ਤੁਹਾਡਾ ਮਿੱਤਰ ਗਰੁੱਪ ਫੋਟੋ ਵਿੱਚ ਸਭ ਤੋਂ ਪਹਿਲਾਂ ਕਿਸ ਨੂੰ ਲੱਭੇਗਾ, ਤੁਹਾਨੂੰ? ਜਦੋਂ ਸਕੂਲ ਵਿੱਚ ਨੋਟਿਸ ਬੋਰਡ 'ਤੇ ਨਤੀਜੇ ਪੋਸਟ ਕੀਤੇ ਜਾਂਦੇ ਸਨ, ਤਾਂ ਕੀ ਤੁਹਾਨੂੰ ਲੱਗਦਾ ਹੈ ਕਿ ਤੁਹਾਡਾ ਦੋਸਤ ਪਹਿਲਾਂ ਤੁਹਾਡਾ ਨਤੀਜਾ ਦੇਖੇਗਾ ਜਾਂ ਆਪਣਾ? 99 ਪ੍ਰਤੀਸ਼ਤ ਸੰਭਾਵਨਾ ਹੈ ਕਿ ਤੁਹਾਡਾ ਦੋਸਤ ਗਰੁੱਪ ਫੋਟੋ ਵਿੱਚ ਪਹਿਲਾਂ ਆਪਣੇ ਆਪ ਨੂੰ ਲੱਭੇਗਾ, ਇਸੇ ਤਰ੍ਹਾਂ ਨਤੀਜਿਆਂ ਦੀ ਸੂਚੀ ਵਿੱਚ ਵੀ ਉਹ ਤੁਹਾਡੇ ਬਜਾਏ ਪਹਿਲਾਂ ਆਪਣੇ ਆਪ ਨੂੰ ਲੱਭੇਗਾ। ਇਸ ਤੋਂ ਇਹ ਸਪੱਸ਼ਟ ਹੁੰਦਾ ਹੈ ਕਿ ਲੋਕ ਆਪਣੇ ਆਪ ਵਿੱਚ ਦਿਲਚਸਪੀ ਰੱਖਦੇ ਹਨ।
- **ਲੋਕ ਪ੍ਰਸ਼ੰਸਾ ਚਾਹੁੰਦੇ ਹਨ:** ਇੱਕ ਗੱਲ ਜੋ ਮੈਂ ਤੁਹਾਨੂੰ ਪੁੱਛਣਾ ਚਾਹੁੰਦਾ ਹਾਂ ਕਿ ਲੋਕ ਆਪਣੀਆਂ ਫੋਟੋਆਂ ਫੇਸਬੁੱਕ, ਇੰਸਟਾਗ੍ਰਾਮ ਆਦਿ 'ਤੇ ਕਿਉਂ ਪੋਸਟ ਕਰਦੇ ਹਨ ਅਤੇ ਉਹ ਇੱਕ ਫੋਟੋ ਕਲਿੱਕ ਕਰਨ ਲਈ ਇੰਨੀ ਦੇਰ ਤੱਕ ਇੰਨੀ ਮਿਹਨਤ ਕਿਉਂ ਕਰਦੇ ਹਨ। ਇਸ ਦੇ ਪਿੱਛੇ ਕਾਰਨ ਇਹ ਹੈ ਕਿ ਲੋਕ ਪ੍ਰਸ਼ੰਸਾ ਚਾਹੁੰਦੇ ਹਨ, ਉਹ ਚੰਗੇ ਦਿਖਣਾ ਚਾਹੁੰਦੇ ਹਨ, ਉਹ ਪਸੰਦ ਕੀਤੇ ਜਾਣਾ ਚਾਹੁੰਦੇ ਹਨ। ਇਸ ਲਈ ਜਦੋਂ ਉਹ ਆਪਣੀਆਂ ਫੋਟੋਆਂ ਫੇਸਬੁੱਕ ਜਾਂ ਇੰਸਟਾਗ੍ਰਾਮ 'ਤੇ ਪੋਸਟ ਕਰਦੇ ਹਨ ਤਾਂ ਉਹ ਚਾਹੁੰਦੇ ਹਨ ਕਿ ਲੋਕ ਉਨ੍ਹਾਂ ਦੀਆਂ ਫੋਟੋਆਂ ਨੂੰ ਪਸੰਦ ਕਰਨ, ਉਨ੍ਹਾਂ 'ਤੇ ਟਿੱਪਣੀ ਕਰਨ ਅਤੇ ਜਦੋਂ ਅਜਿਹਾ ਹੁੰਦਾ ਹੈ ਤਾਂ ਉਹ ਖੁਸ਼ ਮਹਿਸੂਸ ਕਰਦੇ ਹਨ ਅਤੇ ਜੇਕਰ ਤੁਹਾਨੂੰ ਉਨ੍ਹਾਂ ਦੀਆਂ ਫੋਟੋਆਂ ਪਸੰਦ ਆਉਂਦੀਆਂ ਹਨ ਤਾਂ ਉਹ ਖੁਸ਼ ਹੁੰਦੇ ਹਨ ਅਤੇ ਜੇਕਰ ਤੁਸੀਂ ਇੱਕ ਵਧੀਆ ਟਿੱਪਣੀ ਦਿੰਦੇ ਹੋ ਤਾਂ ਉਹ ਹੋਰ ਵੀ ਖੁਸ਼ ਮਹਿਸੂਸ ਕਰਦੇ ਹਨ ਅਤੇ ਉਹ ਤੁਹਾਨੂੰ ਵੀ ਪਸੰਦ ਕਰਨ ਲੱਗ ਪੈਂਦੇ ਹਨ।
- **ਲੋਕ ਦੂਜਿਆਂ ਨਾਲੋਂ ਬਿਹਤਰ ਦਿਖਣਾ ਚਾਹੁੰਦੇ ਹਨ:** ਕੀ ਤੁਹਾਨੂੰ ਲੱਗਦਾ ਹੈ ਕਿ ਮਹਿੰਗੀਆਂ ਕਾਰਾਂ, ਮਹਿੰਗੇ ਮੋਬਾਈਲਾਂ, ਵੱਡੇ ਬੰਗਲੇ ਆਦਿ ਦੇ ਮਾਲਕਾਂ ਨੂੰ ਸੱਚਮੁੱਚ ਇਨ੍ਹਾਂ ਦੀ ਲੋੜ ਹੈ। ਸ਼ਾਇਦ ਨਹੀਂ, ਪਰ ਉਹ ਇਹ ਸਭ ਕੁਝ ਇਸ ਲਈ ਕਰਦੇ ਹਨ ਤਾਂ ਜੋ ਉਹ ਦੂਜਿਆਂ ਨਾਲੋਂ ਬਿਹਤਰ ਦਿਖ ਸਕਣ ਅਤੇ ਦੂਜਿਆਂ ਨਾਲੋਂ ਉੱਤਮਤਾ ਦੀ ਭਾਵਨਾ ਦਾ ਆਨੰਦ ਮਾਣ ਸਕਣ।
- **ਲੋਕ ਚੰਗੇ ਨਹੀਂ ਬਣਨਾ ਚਾਹੁੰਦੇ, ਉਹ ਸਿਰਫ਼ ਚੰਗੇ ਦਿਖਣਾ ਚਾਹੁੰਦੇ ਹਨ:** ਮੈਂ ਦੇਖਿਆ ਹੈ ਕਿ ਜ਼ਿਆਦਾਤਰ ਲੋਕ ਸਿਰਫ਼ ਚੰਗੀਆਂ ਅਤੇ ਵੱਡੀਆਂ ਗੱਲਾਂ ਕਰਕੇ ਚੰਗੇ ਦਿਖਣਾ ਚਾਹੁੰਦੇ ਹਨ ਪਰ ਜਦੋਂ ਉਹ ਕੰਮ ਕਰਨ ਦੀ ਗੱਲ ਆਉਂਦੀ ਹੈ, ਤਾਂ ਉਨ੍ਹਾਂ ਦਾ ਹਕੀਕਤ ਨਾਲ ਕੋਈ ਲੈਣਾ-ਦੇਣਾ ਨਹੀਂ ਹੁੰਦਾ। ਉਹ ਸਿਰਫ਼ ਸ਼ਬਦਾਂ ਤੱਕ ਸੀਮਤ ਰਹਿੰਦੇ ਹਨ।
- **ਲੋਕ ਜ਼ਿਆਦਾਤਰ ਸਮਾਂ ਆਪਣੇ ਬਾਰੇ ਸੋਚਦੇ ਹਨ, ਤੁਹਾਡੇ ਬਾਰੇ ਨਹੀਂ:** ਆਓ ਇੱਕ ਹੋਰ ਉਦਾਹਰਣ ਲਈਏ, ਜਦੋਂ ਵੀ ਅਸੀਂ ਕਿਸੇ ਵਿਆਹ ਜਾਂ ਪਾਰਟੀ ਵਿੱਚ ਜਾਂਦੇ ਹਾਂ, ਤਾਂ ਅਸੀਂ ਸੋਚਦੇ ਹਾਂ ਕਿ ਦੂਜੇ ਲੋਕ ਸਾਡੇ ਪਹਿਨੇ ਹੋਏ ਸ਼ਾਨਦਾਰ ਕੱਪੜੇ ਦੇਖਣ

ਅਤੇ ਸਾਡੀ ਪ੍ਰਸ਼ੰਸਾ ਕਰਨ, ਅਤੇ ਸਾਡੇ ਸਾਹਮਣੇ ਵਾਲਾ ਵਿਅਕਤੀ ਕੀ ਚਾਹੁੰਦਾ ਹੈ? ਸਾਡੇ ਸਾਹਮਣੇ ਵਾਲਾ ਵਿਅਕਤੀ ਵੀ ਬਹੁਤ ਵਧੀਆ ਕੱਪੜੇ ਪਹਿਨਦਾ ਹੈ। ਉਸਨੇ ਆਪਣੇ ਦਿੱਖਣ 'ਤੇ ਸਖ਼ਤ ਮਿਹਨਤ ਕੀਤੀ ਹੈ ਤਾਂ ਜੋ ਲੋਕ ਉਸਨੂੰ ਵੇਖਣ ਅਤੇ ਪ੍ਰਸ਼ੰਸਾ ਕਰਨ। ਪਰ ਕੀ ਹੁੰਦਾ ਹੈ ਕਿ ਕਿਉਂਕਿ ਸਾਹਮਣੇ ਵਾਲਾ ਵਿਅਕਤੀ ਸਾਡੀ ਪ੍ਰਸ਼ੰਸਾ ਨਹੀਂ ਕਰਦਾ, ਅਸੀਂ ਵੀ ਉਸਦੀ ਪ੍ਰਸ਼ੰਸਾ ਨਹੀਂ ਕਰਦੇ। ਅਤੇ ਇਹ ਉਹ ਥਾਂ ਹੈ ਜਿੱਥੇ ਅਸੀਂ ਮਨੁੱਖੀ ਸੁਭਾਅ ਬਾਰੇ ਗਲਤੀ ਕਰਦੇ ਹਾਂ। ਜੇ ਤੁਸੀਂ ਚਾਹੁੰਦੇ ਹੋ, ਤਾਂ ਇਸਨੂੰ ਵੱਡੇ ਅੱਖਰਾਂ ਵਿੱਚ ਲਿਖੋ ਅਤੇ ਇਸਨੂੰ ਆਪਣੇ ਘਰ ਵਿੱਚ ਕਿਸੇ ਜਗ੍ਹਾ 'ਤੇ ਲਟਕਾਓ - "ਲੋਕ ਆਪਣੇ ਆਪ ਵਿੱਚ ਅਤੇ ਆਪਣੇ ਭਲੇ ਵਿੱਚ ਸਭ ਤੋਂ ਵੱਧ ਦਿਲਚਸਪੀ ਰੱਖਦੇ ਹਨ" ਭਾਵ ਜੇਕਰ ਤੁਸੀਂ ਉਮੀਦ ਕਰਦੇ ਹੋ ਕਿ ਤੁਹਾਡੇ ਸਾਹਮਣੇ ਵਾਲਾ ਵਿਅਕਤੀ ਤੁਹਾਡੇ ਕੱਪੜਿਆਂ ਬਾਰੇ ਸੋਚ ਰਿਹਾ ਹੈ, ਤਾਂ ਤੁਹਾਡੇ ਗਲਤ ਹੋਣ ਦੀ ਬਹੁਤ ਸੰਭਾਵਨਾ ਹੈ ਕਿਉਂਕਿ ਉਹ ਸਿਰਫ ਆਪਣੇ ਕੱਪੜਿਆਂ ਬਾਰੇ ਸੋਚ ਰਿਹਾ ਹੈ, ਉਹ ਸਿਰਫ ਇਹ ਚਾਹੁੰਦਾ ਹੈ ਕਿ ਲੋਕ ਉਸਨੂੰ ਵੇਖਣ ਅਤੇ ਉਸਦੀ ਪ੍ਰਸ਼ੰਸਾ ਕਰਨ।

ਅਜਿਹੀਆਂ ਬਹੁਤ ਸਾਰੀਆਂ ਗੱਲਾਂ ਹਨ ਜਿਨ੍ਹਾਂ ਨੂੰ ਜੇਕਰ ਅਸੀਂ ਜਾਣਦੇ ਹਾਂ, ਤਾਂ ਅਸੀਂ ਆਸਾਨੀ ਨਾਲ ਸਮਝ ਜਾਵਾਂਗੇ ਕਿ ਇਹ ਮਨੁੱਖੀ ਸੁਭਾਅ ਹੈ ਅਤੇ ਇਸ ਲਈ ਸਾਨੂੰ ਚਿੰਤਾ ਕਰਨ ਦੀ ਬਜਾਏ ਆਪਣੇ ਕੰਮ 'ਤੇ ਜ਼ਿਆਦਾ ਧਿਆਨ ਦੇਣ ਦੀ ਲੋੜ ਹੈ। ਇਸ ਲਈ, ਇਹ ਬਿਹਤਰ ਹੋਵੇਗਾ ਜੇਕਰ ਅਸੀਂ ਮਨੁੱਖੀ ਸੁਭਾਅ ਬਾਰੇ ਵੱਧ ਤੋਂ ਵੱਧ ਜਾਣੀਏ।

ਸਟ੍ਰੈੱਸ ਮੈਨੇਜਮੈਂਟ ਨਾਲ ਸਬੰਧਤ ਉਪਯੋਗੀ ਸੁਝਾਅ:

- **ਪਹਿਲਾਂ ਬੀਜਾਂਗੇ ਅਤੇ ਬਾਅਦ ਵਿੱਚ ਕਟਾਂਗੇ:** ਲੋਕਾਂ ਦਾ ਸਤਿਕਾਰ ਕਰੋ, ਉਨ੍ਹਾਂ ਦੇ ਨਾਮ ਯਾਦ ਰੱਖੋ, ਉਨ੍ਹਾਂ ਬਾਰੇ ਸਿੱਖੋ, ਅਤੇ ਜਦੋਂ ਤੁਸੀਂ ਅਜਿਹਾ ਕਰੋਗੇ, ਤਾਂ ਉਹ (ਜ਼ਿਆਦਾਤਰ ਲੋਕ) ਬਦਲੇ ਵਿੱਚ ਤੁਹਾਡਾ ਸਤਿਕਾਰ ਕਰਨਗੇ ਅਤੇ ਤੁਹਾਡੇ ਬਾਰੇ ਜਾਣਨ ਦੀ ਕੋਸ਼ਿਸ਼ ਕਰਨਗੇ।
- **ਖੁਦ ਪਹਿਲ ਕਰੋ:** ਜ਼ਿਆਦਾਤਰ ਲੋਕ ਨਵੇਂ ਲੋਕਾਂ ਨੂੰ ਮਿਲਣ ਅਤੇ ਉਨ੍ਹਾਂ ਨਾਲ ਗੱਲ ਕਰਨ ਤੋਂ ਝਿਜਕਦੇ ਹਨ, ਪਰ ਤੁਹਾਨੂੰ ਪਹਿਲ ਕਰਨੀ ਚਾਹੀਦੀ ਹੈ ਅਤੇ ਜਦੋਂ ਤੁਸੀਂ ਅਜਿਹਾ ਕਰਦੇ ਹੋ, ਤਾਂ ਕੁਝ ਦਿਨਾਂ ਵਿੱਚ ਤੁਸੀਂ ਸਮਾਜ ਦੇ ਸਭ ਤੋਂ ਮਸ਼ਹੂਰ ਲੋਕਾਂ ਵਿੱਚ ਗਿਣੇ ਜਾਓਗੇ।

• • •

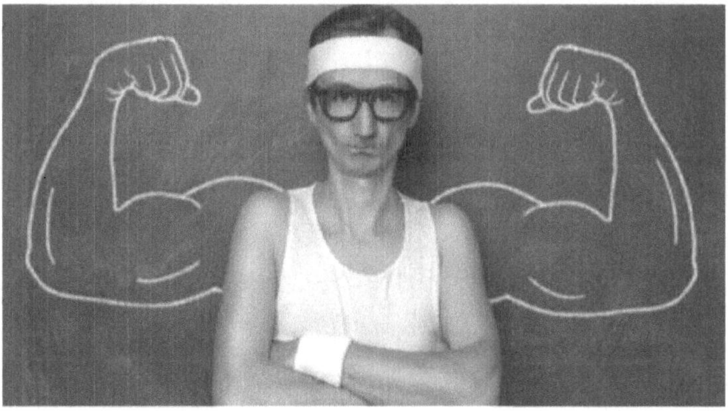

ਅਧਿਆਇ 36

ਸ਼ੁਰੂਆਤ ਵਿੱਚ ਕੋਈ ਮਾਹਰ ਖਿਡਾਰੀ ਨਹੀਂ ਹੁੰਦਾ।

"ਕੋਈ ਵੀ ਸੰਪੂਰਨ ਨਹੀਂ ਹੁੰਦਾ, ਇਸੇ ਲਈ ਰਬੜ ਪੈਨਸਿਲਾਂ ਨਾਲ ਬਣਾਏ ਜਾਂਦੇ ਹਨ।"

- ਵੁਲਫਗੈਂਗ ਗੀਥੇ

ਕੁਝ ਦਿਨ ਪਹਿਲਾਂ ਹੀ, ਮੈਂ ਆਪਣੇ ਇੱਕ ਸ਼ੁਭਚਿੰਤਕ ਨਾਲ ਗੱਲ ਕਰ ਰਿਹਾ ਸੀ ਜੋ ਇੱਕ ਸਪੋਕਨ ਇੰਗਲਿਸ਼ ਸੈਂਟਰ ਚਲਾਉਂਦਾ ਹੈ। ਉਹ ਕਹਿੰਦਾ ਹੈ ਕਿ ਸਾਡੀ ਪੂਰੀ ਟੀਮ ਬੱਚਿਆਂ ਨੂੰ ਅੰਗਰੇਜ਼ੀ ਬੋਲਣ ਸਿਖਾਉਣ ਲਈ ਬਹੁਤ ਮਿਹਨਤ ਕਰਦੀ ਹੈ, ਪਰ ਬਹੁਤ ਘੱਟ ਲੋਕ ਅੰਗਰੇਜ਼ੀ ਬੋਲਣਾ ਸਿੱਖ ਪਾਉਂਦੇ ਹਨ, ਜਿਸਦਾ ਮੁੱਖ ਕਾਰਨ ਇਹ ਹੈ ਕਿ ਲੋਕ ਸੋਚਦੇ ਹਨ ਕਿ ਜਿਵੇਂ ਹੀ ਉਹ ਬੋਲਣਾ ਸ਼ੁਰੂ ਕਰਦੇ ਹਨ, ਉਹ ਸੰਪੂਰਨ (100% ਸਹੀ) ਹੋ ਜਾਣਗੇ ਅਤੇ ਉਹ ਕੋਈ ਗਲਤੀ ਨਹੀਂ ਕਰਨਗੇ, ਪਰ ਅਸਲੀਅਤ ਇਹ ਹੈ ਕਿ ਜਦੋਂ ਵੀ ਅਸੀਂ ਕੁਝ ਨਵਾਂ ਕਰਦੇ ਹਾਂ, ਅਸੀਂ ਉਸ ਵਿੱਚ ਬਿਲਕੁਲ ਵੀ ਚੰਗੇ ਨਹੀਂ ਹੁੰਦੇ। ਸ਼ੁਰੂ ਵਿੱਚ, ਅਸੀਂ ਬਹੁਤ ਸਾਰੀਆਂ ਗਲਤੀਆਂ ਕਰਦੇ ਹਾਂ, ਉਨ੍ਹਾਂ ਤੋਂ ਸਿੱਖਦੇ ਹਾਂ ਅਤੇ ਸੁਧਾਰ ਕਰਦੇ ਹਾਂ ਅਤੇ ਫਿਰ ਕੁਝ ਸਮੇਂ ਬਾਅਦ ਸਾਡੀ ਹਾਲਤ ਵਿੱਚ ਬਹੁਤ ਸੁਧਾਰ ਹੁੰਦਾ ਹੈ ਅਤੇ ਲੋਕ ਸੋਚਦੇ ਹਨ ਕਿ ਅਸੀਂ ਉਸ ਵਿਸ਼ੇ ਦੇ ਮਾਹਰ ਬਣ ਗਏ ਹਾਂ।

ਬੱਚਿਆਂ ਵਿੱਚ ਇੱਕ ਹੋਰ ਗਲਤ ਧਾਰਨਾ ਇਹ ਹੈ ਕਿ ਜੇਕਰ ਉਹ ਕੁਝ ਗਲਤ ਕਹਿੰਦੇ ਹਨ ਜਾਂ ਵਿਚਕਾਰ ਫਸ ਜਾਂਦੇ ਹਨ, ਤਾਂ ਲੋਕ ਉਨ੍ਹਾਂ 'ਤੇ ਹੱਸਣਗੇ ਅਤੇ ਉਨ੍ਹਾਂ ਨੂੰ ਸ਼ਰਮਿੰਦਾ ਹੋਣਾ ਪਵੇਗਾ। ਇਹੀ ਕਾਰਨ ਹੈ ਕਿ ਉਹ ਅੰਗਰੇਜ਼ੀ ਬੋਲਣਾ ਸ਼ੁਰੂ ਨਹੀਂ ਕਰ ਪਾਂਦੇ।

ਸਿਰਫ਼ ਅੰਗਰੇਜ਼ੀ ਬੋਲਣਾ ਹੀ ਨਹੀਂ, ਬਹੁਤ ਸਾਰੇ ਅਜਿਹੇ ਕੰਮ ਹਨ ਜਿਨ੍ਹਾਂ ਵਿੱਚ ਅਸੀਂ ਸੰਪੂਰਨ ਨਾ ਹੋਣ ਦੇ ਡਰ ਕਾਰਨ ਉਹਨਾਂ ਦਾ ਆਰੰਭ ਹੀ ਨਹੀਂ ਕਰਦੇ। ਸੰਪੂਰਨਤਾ (100% ਸਹੀ ਹੋਣ ਦਾ ਗੁਣ) ਨਾਲ ਬਹੁਤ ਜ਼ਿਆਦਾ ਮੋਹਿਤ ਨਾ ਹੋਵੋ। ਸੰਪੂਰਨਤਾ ਦੀ ਭਾਲ ਵਿੱਚ, ਬਹੁਤ ਸਾਰੇ ਲੋਕ ਕੰਮ ਸ਼ੁਰੂ ਵੀ ਨਹੀਂ ਕਰਦੇ ਜਾਂ ਇਸ ਡਰ ਕਾਰਨ ਕੰਮ ਨੂੰ ਵਿਚਕਾਰ ਹੀ ਛੱਡ ਦਿੰਦੇ ਹਨ ਕਿ ਇਹ ਗਲਤ ਹੋ ਸਕਦਾ ਹੈ।

ਯਾਦ ਰੱਖੋ ਕਿ ਤੁਸੀਂ ਕਿਵੇਂ ਤੁਰਨਾ ਸਿੱਖਿਆ ਸੀ। ਪਹਿਲਾਂ ਤਾਂ ਤੁਸੀਂ ਖੜ੍ਹੇ ਹੋਣ ਦੀ ਕੋਸ਼ਿਸ਼ ਕਰਦੇ ਹੋਏ ਵੀ ਕਈ ਵਾਰ ਅਸਫਲ ਹੋਏ ਸੀ। ਜਦੋਂ ਤੁਹਾਨੂੰ ਖੜ੍ਹੇ ਹੋਣ ਦਾ ਆਤਮਵਿਸ਼ਵਾਸ ਮਿਲਿਆ, ਤੁਸੀਂ ਤੁਰਨ ਲਈ ਕਦਮ ਚੁੱਕੇ ਅਤੇ ਤੁਸੀਂ ਵਾਰ-ਵਾਰ ਡਿੱਗ ਪਏ ਪਰ ਤੁਸੀਂ ਹਿੰਮਤ ਨਹੀਂ ਹਾਰੀ ਅਤੇ ਤੁਸੀਂ ਨਾ ਸਿਰਫ਼ ਤੁਰਨਾ ਸਿੱਖਿਆ, ਸਗੋਂ ਦੌੜਨਾ ਵੀ ਸਿੱਖਿਆ। ਅੱਜ ਵੀ, ਤੁਰਨ ਅਤੇ ਦੌੜਨ ਵਿੱਚ ਮਾਹਰ ਬਣਨ ਤੋਂ ਬਾਅਦ, ਤੁਸੀਂ ਕਈ ਵਾਰ ਫਿਸਲ ਸਕਦੇ ਹੋ ਜਾਂ ਡਿੱਗ ਸਕਦੇ ਹੋ ਪਰ ਤੁਸੀਂ ਉਨ੍ਹਾਂ ਵੱਲ ਧਿਆਨ ਨਹੀਂ ਦਿੰਦੇ, ਤੁਸੀਂ ਇਸਨੂੰ ਕੁਦਰਤੀ ਸਮਝਦੇ ਹੋ ਅਤੇ ਅੱਗੇ ਵਧਦੇ ਹੋ।

ਕੋਈ ਵੀ ਕੰਮ ਕਰੋ, ਭਾਵੇਂ ਉਹ ਸਾਈਕਲ, ਕਾਰ, ਮੋਟਰਸਾਈਕਲ ਚਲਾਉਣਾ ਹੋਵੇ ਜਾਂ ਕੋਈ ਨਵਾਂ ਕਾਰੋਬਾਰ ਚਲਾਉਣਾ ਹੋਵੇ। ਤੁਸੀਂ ਹਰ ਨਵੇਂ ਕੰਮ ਵਿੱਚ ਚੰਗੇ ਨਹੀਂ ਹੁੰਦੇ। ਯਾਦ ਰੱਖੋ "ਕੰਮ ਸ਼ੁਰੂ ਕਰਨ ਲਈ ਤੁਹਾਨੂੰ ਮਹਾਨ ਹੋਣ ਦੀ ਲੋੜ ਨਹੀਂ ਹੈ ਪਰ ਮਹਾਨ ਬਣਨ ਲਈ ਕੰਮ ਸ਼ੁਰੂ ਕਰਨਾ ਬਹੁਤ ਜ਼ਰੂਰੀ ਹੈ।"

ਇੱਕ ਹੋਰ ਗੱਲ ਜੋ ਮੈਂ ਤੁਹਾਨੂੰ ਦੱਸਣਾ ਚਾਹੁੰਦਾ ਹਾਂ ਕਿ ਸਾਵਧਾਨੀ ਬਹੁਤ ਚੰਗੀ ਚੀਜ਼ ਹੈ ਪਰ ਬਹੁਤ ਜ਼ਿਆਦਾ ਸਾਵਧਾਨੀ ਤੁਹਾਨੂੰ ਚਿੰਤਾ ਅਤੇ ਅਸਫਲਤਾ ਵੱਲ ਵੀ ਧੱਕਦੀ ਹੈ, ਇਸ ਲਈ ਸਾਵਧਾਨੀ ਨਾਲ ਕੰਮ ਸ਼ੁਰੂ ਕਰੋ ਅਤੇ ਜੇਕਰ ਕੰਮ ਦੌਰਾਨ ਕੁਝ ਸੁਧਾਰ ਜਾਂ ਸੋਧ ਦੀ ਲੋੜ ਹੋਵੇ ਤਾਂ ਕਰੋ।

ਸਟ੍ਰੈੱਸ ਮੈਨੇਜਮੈਂਟ ਨਾਲ ਸਬੰਧਤ ਉਪਯੋਗੀ ਸੁਝਾਅ:

- ਸੂਈ ਵਿੱਚ ਧਾਗਾ ਪਾਉਣ ਦੀ ਕੋਸ਼ਿਸ਼ ਕਰੋ, ਮੈਨੂੰ ਦੱਸੋ ਕਿ ਤੁਹਾਡਾ ਅਨੁਭਵ ਕਿਵੇਂ ਰਿਹਾ, ਬਹੁਤ ਜ਼ਿਆਦਾ ਸਾਵਧਾਨ ਰਹਿਣਾ ਵੀ ਇਸ ਤਰ੍ਹਾਂ ਹੈ ਇਸ ਲਈ ਸਾਵਧਾਨ ਰਹੋ ਪਰ ਬਹੁਤ ਜ਼ਿਆਦਾ ਸਾਵਧਾਨ ਨਾ ਹੋਵੋ।
- ਉਨ੍ਹਾਂ ਕੰਮਾਂ ਦੀ ਇੱਕ ਸੂਚੀ ਬਣਾਓ ਜੋ ਤੁਸੀਂ ਸਿਰਫ਼ ਇਸ ਲਈ ਸ਼ੁਰੂ ਨਹੀਂ ਕੀਤੇ ਕਿਉਂਕਿ ਤੁਹਾਨੂੰ ਡਰ ਸੀ ਕਿ ਤੁਸੀਂ ਉਨ੍ਹਾਂ ਵਿੱਚ ਸੰਪੂਰਨ ਨਹੀਂ ਹੋ। ਹੁਣ ਉਸ ਸੂਚੀ ਵਿੱਚੋਂ ਕੋਈ ਵੀ ਇੱਕ ਮਹੱਤਵਪੂਰਨ ਕੰਮ ਚੁਣੋ ਅਤੇ ਉਸਨੂੰ ਕਰਨਾ ਸ਼ੁਰੂ ਕਰੋ।

• • •

ਅਧਿਆਇ 37

ਆਸ਼ਾਵਾਦੀ ਨਜ਼ਰੀਆ

"ਆਸ਼ਾਵਾਦ ਵਿੱਚ ਜਾਦੂ ਹੈ ਅਤੇ ਨਿਰਾਸ਼ਾਵਾਦ ਵਿੱਚ ਕੁਝ ਵੀ ਨਹੀਂ।"

-ਅਬ੍ਰਾਹਮ ਹਿਕਸ

ਸਾਡਾ ਰਵੱਈਆ ਸਾਡੀ ਜ਼ਿੰਦਗੀ ਨੂੰ ਕਿਸੇ ਵੀ ਚੀਜ਼ ਨਾਲੋਂ ਜ਼ਿਆਦਾ ਪ੍ਰਭਾਵਿਤ ਕਰਦਾ ਹੈ। ਲਗਭਗ ਇੱਕ ਦਸ਼ਕ ਪਹਿਲਾਂ ਮੈਂ ਕ੍ਰਿਸ਼ਚੀਅਨ ਡੀ. ਲਾਰਸਨ ਦੁਆਰਾ ਲਿਖਿਆ 'ਦਿ ਆਪਟੀਮਿਸਟਿਕ ਕ੍ਰੀਡ' ਪੜ੍ਹਿਆ ਸੀ ਜੋ ਮੈਨੂੰ ਬਹੁਤ ਪਸੰਦ ਸੀ ਅਤੇ ਇਸਦਾ ਮੇਰੀ ਜ਼ਿੰਦਗੀ 'ਤੇ ਬਹੁਤ ਸਕਾਰਾਤਮਕ ਪ੍ਰਭਾਵ ਪਿਆ ਅਤੇ ਇਸ ਲਈ ਮੈਂ ਇਸਨੂੰ ਤੁਹਾਡੇ ਨਾਲ ਇਸ ਉਮੀਦ ਨਾਲ ਸਾਂਝਾ ਕਰ ਰਿਹਾ ਹਾਂ ਕਿ ਇਹ ਤੁਹਾਡੇ ਲਈ ਵੀ ਉਨਾ ਹੀ ਲਾਭਦਾਇਕ ਹੋਵੇਗਾ, ਅਤੇ ਮੈਂ ਚਾਹੁੰਦਾ ਹਾਂ ਕਿ ਤੁਸੀਂ ਇਸਨੂੰ ਅਕਸਰ ਪੜ੍ਹੋ ਕਿਉਂਕਿ ਇਸਨੂੰ ਪੜ੍ਹਨ ਨਾਲ ਤੁਹਾਡੇ ਅੰਦਰ ਬਹੁਤ ਜ਼ਿਆਦਾ ਸਕਾਰਾਤਮਕਤਾ ਭਰ ਜਾਵੇਗੀ ਅਤੇ ਤੁਸੀਂ ਚਿੰਤਾ ਮੁਕਤ ਰਹੋਗੇ। :

- ਅਸੀਂ ਇੰਨੇ ਮਜ਼ਬੂਤ/ਸ਼ਕਤੀਸ਼ਾਲੀ ਹੋਵਾਂਗੇ ਕਿ ਕੋਈ ਵੀ ਵਿਅਕਤੀ ਜਾਂ ਕੋਈ ਵੀ ਕਾਰਨ ਸਾਡੀ ਮਨ ਦੀ ਸ਼ਾਂਤੀ ਨੂੰ ਭੰਗ ਨਹੀਂ ਕਰ ਸਕੇਗਾ।

- ➢ ਤੁਸੀਂ ਜਿਸ ਨੂੰ ਵੀ ਮਿਲੋਗੇ, ਉਸ ਨਾਲ ਖੁਸ਼ੀ, ਖੁਸ਼ਹਾਲੀ ਅਤੇ ਸਿਹਤ ਬਾਰੇ ਗੱਲ ਕਰੋਗੇ ਅਤੇ ਆਪਣੇ ਸਾਰੇ ਦੋਸਤਾਂ ਨੂੰ ਇਹ ਮਹਿਸੂਸ ਕਰਵਾਓਗੇ ਕਿ ਉਨ੍ਹਾਂ ਵਿੱਚ ਕੁਝ ਖਾਸ ਹੈ।
- ➢ ਹਰ ਸਥਿਤੀ ਵਿੱਚ ਕੁਝ ਸਕਾਰਾਤਮਕ ਲੱਭਾਂਗੇ। ਸਭ ਤੋਂ ਵਧੀਆ ਸੋਚਾਂਗੇ, ਸਭ ਤੋਂ ਵਧੀਆ ਲਈ ਕੰਮ ਕਰਾਂਗੇ ਅਤੇ ਸਭ ਤੋਂ ਵਧੀਆ ਨਤੀਜੇ ਦੀ ਉਮੀਦ ਕਰਾਂਗੇ। ਦੂਜਿਆਂ ਦੀ ਸਫਲਤਾ ਲਈ ਓਨਾ ਹੀ ਉਤਸ਼ਾਹਿਤ ਹੋਵਾਂਗੇ ਜਿੰਨਾ ਆਪਣੀ ਸਫਲਤਾ ਲਈ ਉਤਸ਼ਾਹਿਤ ਹੁੰਦੇ ਹਾਂ।
- ➢ ਪਿਛਲੀਆਂ ਗਲਤੀਆਂ ਨੂੰ ਭੁੱਲ ਕੇ, ਅਸੀਂ ਅੱਜ ਤੋਂ ਭਵਿੱਖ ਵਿੱਚ ਵੱਡੀਆਂ ਸਫਲਤਾਵਾਂ/ਪ੍ਰਾਪਤੀਆਂ ਵੱਲ ਅੱਗੇ ਵਧਾਂਗੇ।
- ➢ ਹਮੇਸ਼ਾ ਉਤਸ਼ਾਹੀ ਰਵਾਂਗੇ ਅਤੇ ਹਰ ਉਸ ਵਿਅਕਤੀ ਦਾ ਮੁਸਕਰਾ ਕੇ ਸਵਾਗਤ ਕਰਾਂਗੇ ਜਿਸਨੂੰ ਅਸੀਂ ਮਿਲਦੇ ਹਾਂ।
- ➢ ਅਸੀਂ ਆਪਣੇ ਆਪ ਨੂੰ ਸੁਧਾਰਨ ਵਿੱਚ ਇੰਨਾ ਸਮਾਂ ਬਿਤਾਵਾਂਗੇ ਕਿ ਸਾਡੇ ਕੋਲ ਕਿਸੇ ਹੋਰ ਦੀ ਆਲੋਚਨਾ ਕਰਨ ਦਾ ਸਮਾਂ ਹੀ ਨਹੀਂ ਰਹੇਗਾ।
- ➢ ਇੰਨੇ ਮਹਾਨ ਬਣ ਜਾਵਾਂਗੇ ਕਿ ਚਿੰਤਾਵਾਂ ਛੂਹ ਨਹੀਂ ਸਕਣਗੀਆਂ ਅਤੇ ਇੰਨੇ ਚੰਗੇ ਬਣ ਜਾਵਾਂਗੇ ਕਿ ਗੁੱਸਾ ਨਹੀਂ ਆਵੇਗਾ।
- ➢ ਇੰਨੇ ਸ਼ਕਤੀਸ਼ਾਲੀ ਬਣਾਗੇ ਕਿ ਡਰ ਨਾ ਲੱਗੇ, ਅਤੇ ਇੰਨੇ ਖੁਸ਼ ਬਣਾਗੇ ਕਿ ਦੁੱਖ ਨੂੰ ਆਉਣ ਦੀ ਇਜਾਜ਼ਤ ਹੀ ਨਾ ਮਿਲੇ।
- ➢ ਆਪਣੇ ਬਾਰੇ ਚੰਗੀ ਤਰ੍ਹਾਂ ਸੋਚੋ ਅਤੇ ਇਸ ਤੱਥ ਨੂੰ ਦੁਨੀਆਂ ਨੂੰ ਦੱਸੋ - ਸ਼ਬਦਾਂ ਦੁਆਰਾ ਨਹੀਂ ਬਲਕਿ ਮਹਾਨ ਕੰਮਾਂ ਦੁਆਰਾ। ਇਸ ਵਿਸ਼ਵਾਸ ਵਿੱਚ ਜੀਓ ਕਿ ਸਾਰੀ ਦੁਨੀਆਂ ਸਾਡੇ ਨਾਲ ਹੈ ਜਿੰਨਾ ਚਿਰ ਅਸੀਂ ਆਪਣੀਆਂ ਯੋਗਤਾਵਾਂ ਦਾ ਸਭ ਤੋਂ ਵਧੀਆ ਕੰਮ ਕਰਦੇ ਰਹਿੰਦੇ ਹਾਂ।

ਸਟ੍ਰੈੱਸ ਮੈਨੇਜਮੈਂਟ ਨਾਲ ਸਬੰਧਤ ਉਪਯੋਗੀ ਸੁਝਾਅ:

- ਉੱਪਰ ਦੱਸੀਆਂ ਗੱਲਾਂ ਨੂੰ ਕਾਗਜ਼ ਦੇ ਟੁਕੜੇ 'ਤੇ ਲਿਖੋ ਅਤੇ ਇਸਨੂੰ ਅਜਿਹੀ ਜਗ੍ਹਾ 'ਤੇ ਰੱਖੋ ਜਿੱਥੇ ਤੁਸੀਂ ਇਸਨੂੰ ਅਕਸਰ ਦੇਖ ਸਕੋ। ਇਹ ਬਿਹਤਰ ਹੈ ਕਿ ਤੁਸੀਂ ਇਸਨੂੰ ਯਾਦ ਰੱਖੋ ਕਿਉਂਕਿ ਜੇਕਰ ਤੁਸੀਂ ਇਸ ਅਨੁਸਾਰ ਜੀਓਗੇ, ਤਾਂ ਤੁਹਾਡੀ ਜ਼ਿੰਦਗੀ ਵਿੱਚ ਚਿੰਤਾ ਦੀ ਮਾਤਰਾ ਬਹੁਤ ਘੱਟ ਜਾਵੇਗੀ।
- ਆਓ ਮਿਲ ਕੇ ਇੱਕ ਬਿਹਤਰ ਦੁਨੀਆ ਬਣਾਈਏ। ਜੇ ਸੰਭਵ ਹੋਵੇ, ਤਾਂ ਇਸਨੂੰ ਆਪਣੇ ਦੋਸਤਾਂ ਅਤੇ ਸ਼ੁਭਚਿੰਤਕਾਂ ਨਾਲ ਸਾਂਝਾ ਕਰੋ ਤਾਂ ਜੋ ਉਹ ਵੀ ਇਸਦਾ ਲਾਭ ਉਠਾ ਸਕਣ।

• • •

ਅਧਿਆਇ 38

ਚਿੰਤਾ ਤੋਂ ਛੁਟਕਾਰਾ ਪਾਉਣ ਦੇ ਸਧਾਰਨ ਤਰੀਕੇ

"ਮੈਂ ਕਦੇ ਵੀ ਕੰਮ ਦੀ ਚਿੰਤਾ ਨਹੀਂ ਕਰਦਾ। ਮੈ ਨਾਕਾਮੀ ਦੀ ਚਿੰਤਾ ਕਰਦਾ ਹਾਂ।"

-ਵਿੰਸਟਨ ਚਰਚਿਲ

ਇਸ ਅਧਿਆਇ ਵਿੱਚ ਮੈਂ ਤੁਹਾਡੇ ਨਾਲ ਕੁਝ ਛੋਟੀਆਂ ਛੋਟੀਆਂ ਗੱਲਾਂ ਸਾਂਝੀਆਂ ਕਰ ਰਿਹਾ ਹਾਂ ਜੋ ਤੁਹਾਨੂੰ ਚਿੰਤਾ ਮੁਕਤ ਕਰ ਸਕਦੇ ਹਨ:

- ਲੋਕਾਂ ਨੂੰ ਪੈਸੇ ਉਧਾਰ ਨਾ ਦਿਓ ਕਿਉਂਕਿ ਪੈਸੇ ਦੇਣ ਤੋਂ ਬਾਅਦ ਤੁਹਾਨੂੰ ਪੈਸੇ ਦੀ ਵਸੂਲੀ ਬਾਰੇ ਬਹੁਤ ਚਿੰਤਾ ਹੋ ਜਾਂਦੀ ਹੈ, ਇਸ ਲਈ ਹੁਣ ਤੋਂ ਪੈਸੇ ਉਧਾਰ ਦੇਣਾ ਬੰਦ ਕਰ ਦਿਓ।
- ਉਧਾਰ 'ਤੇ ਚੀਜ਼ਾਂ ਨਾ ਖਰੀਦੋ ਅਤੇ ਨਾ ਹੀ ਕਰਜ਼ਾ ਲਓ ਕਿਉਂਕਿ ਵਿਆਜ ਦੇਣਾ ਇੱਕ ਵੱਡੀ ਚਿੰਤਾ ਹੈ।
- ਚੀਜ਼ਾਂ ਨੂੰ ਸਿਰਫ਼ ਇੱਕ ਨਿਰਧਾਰਤ ਜਗ੍ਹਾ 'ਤੇ ਰੱਖੋ।
- ਕਾਗਜ਼ ਘੱਟ ਤੋਂ ਘੱਟ ਰੱਖੋ। ਪੁਰਾਣੇ ਬੇਲੋੜੇ ਪਰਚੇ ਪਾੜ ਕੇ ਸੁੱਟ ਦਿਓ, ਪੁਰਾਣੇ ਅਖ਼ਬਾਰ ਵੇਚੋ ਜਾਂ ਕਿਸੇ ਨੂੰ ਦੇ ਦਿਓ।

- ➢ ਭੋਲੇ ਨਾ ਬਣੋ; ਜੇ ਕੋਈ ਤੁਹਾਨੂੰ ਦੱਸਦਾ ਹੈ ਕਿ ਇਸ ਵਿਅਕਤੀ ਨੇ ਤੁਹਾਡੇ ਬਾਰੇ ਇਹ ਜਾਂ ਉਹ ਕਿਹਾ ਹੈ, ਤਾਂ ਇਸ ਬਾਰੇ ਬਹੁਤ ਜ਼ਿਆਦਾ ਨਾ ਸੋਚੋ ਕਿਉਂਕਿ ਤੁਸੀਂ ਪੂਰੀ ਦੁਨੀਆ ਦਾ ਮੂੰਹ ਬੰਦ ਨਹੀਂ ਕਰ ਸਕਦੇ ਕਿ ਉਹ ਤੁਹਾਡੀ ਪਿੱਠ ਪਿੱਛੇ ਕੀ ਕਹਿੰਦੇ ਹਨ।
- ➢ ਚੰਗੀ ਸਿਹਤ ਬਣਾਈ ਰੱਖੋ ਕਿਉਂਕਿ ਮਾੜੀ ਸਿਹਤ ਵੀ ਬਹੁਤ ਵੱਡੀ ਚਿੰਤਾ ਦਾ ਕਾਰਨ ਬਣਦੀ ਹੈ।
- ➢ ਲੋਕਾਂ ਨਾਲ ਵਾਅਦਾ ਨਾ ਕਰੋ ਸਿਰਫ਼ ਇਹ ਕਹੋ ਕਿ ਮੈਂ ਕੋਸ਼ਿਸ਼ ਕਰਾਂਗਾ ਕਿਉਂਕਿ ਜਦੋਂ ਤੁਸੀਂ ਵਾਅਦਾ ਕਰਦੇ ਹੋ ਤਾਂ ਤੁਹਾਨੂੰ ਚਿੰਤਾ ਹੁੰਦੀ ਹੈ ਕਿ ਤੁਹਾਨੂੰ ਕੰਮ ਉਨ੍ਹਾਂ ਹੀ ਨਿਅਮਾਂ ਅਤੇ ਸ਼ਰਤਾਂ ਅਨੁਸਾਰ ਪੂਰਾ ਕਰਨਾ ਪਵੇਗਾ, ਇਸ ਲਈ ਘੱਟੋ-ਘੱਟ ਵਾਅਦੇ ਕਰਨਾ ਬਿਹਤਰ ਹੈ।
- ➢ ਵਾਹਨਾਂ ਵਿੱਚ ਹਮੇਸ਼ਾ ਲੋੜੀਂਦੀ ਮਾਤਰਾ ਵਿੱਚ ਤੇਲ ਰੱਖੋ ਅਤੇ ਉਨ੍ਹਾਂ ਦੀ ਨਿਯਮਿਤ ਤੌਰ 'ਤੇ ਸਰਵਿਸ ਕਰਵਾਓ।
- ➢ ਆਪਣੇ ਸ਼ੌਕ ਘਟਾਓ ਅਤੇ ਇੰਨੇ ਪੈਸੇ ਬਚਾਓ ਕਿ ਤੁਹਾਨੂੰ ਬੁਰੇ ਸਮੇਂ ਵਿੱਚ ਚਿੰਤਾ ਨਾ ਕਰਨੀ ਪਵੇ।
- ➢ ਤੰਗ ਸੜਕਾਂ 'ਤੇ ਚਾਰ ਪਹੀਆ ਵਾਹਨਾਂ ਦੀ ਬਜਾਏ ਦੋ ਪਹੀਆ ਵਾਹਨਾਂ ਦੀ ਵਰਤੋਂ ਕਰੋ ਕਿਉਂਕਿ ਅਸੀਂ ਟ੍ਰੈਫਿਕ ਜਾਮ ਵਿੱਚ ਬਰਬਾਦ ਹੋਣ ਵਾਲੇ ਸਮੇਂ ਤੋਂ ਵੀ ਚਿੰਤਤ ਹਾਂ।
- ➢ ਦੂਜਿਆਂ ਨਾਲ ਆਪਣੀ ਤੁਲਨਾ ਕਰਨਾ ਬੰਦ ਕਰੋ, ਉਹ ਕੀ ਕਰ ਰਹੇ ਹਨ ਜਾਂ ਖਰੀਦ ਰਹੇ ਹਨ ਆਦਿ। ਯਾਦ ਰੱਖੋ, ਜ਼ਿੰਦਗੀ ਦਿਖਾਵੇ ਨਾਲ ਨਹੀਂ ਚੱਲਦੀ, ਤੁਹਾਡੀ ਜ਼ਿੰਮੇਵਾਰੀ ਸਿਰਫ਼ ਆਪਣੇ ਪ੍ਰਤੀ ਨਹੀਂ ਹੈ, ਸਗੋਂ ਆਪਣੇ ਅਤੇ ਪੂਰੇ ਪਰਿਵਾਰ ਪ੍ਰਤੀ ਹੈ, ਇਸ ਲਈ ਤੁਲਨਾ ਕਰਨਾ ਬੰਦ ਕਰੋ ਅਤੇ ਜ਼ਿੰਮੇਵਾਰ ਬਣੋ, ਪੈਸੇ ਬਚਾਓ, ਆਪਣੇ ਆਪ ਨੂੰ ਅਤੇ ਆਪਣੇ ਪਰਿਵਾਰ ਨੂੰ ਇੱਕ ਬਿਹਤਰ ਜ਼ਿੰਦਗੀ ਦਿਓ।
- ➢ ਜਦੋਂ ਤੁਸੀਂ ਬਹੁਤ ਚਿੰਤਤ ਮਹਿਸੂਸ ਕਰ ਰਹੇ ਹੋ, ਤਾਂ ਕਿਸੇ ਭਰੋਸੇਮੰਦ ਵਿਅਕਤੀ ਨੂੰ ਦੱਸੋ। ਤੁਸੀਂ ਦੇਖੋਗੇ ਕਿ ਜਿਵੇਂ ਕਿ ਪ੍ਰੈਸ਼ਰ ਕੁੱਕਰ ਵਿੱਚੋਂ ਭਾਫ਼ ਨਿਕਲਦੀ ਹੈ, ਤੁਹਾਡੀਆਂ ਬਹੁਤ ਸਾਰੀਆਂ ਅੰਦਰੂਨੀ ਚਿੰਤਾਵਾਂ ਆਪਣੇ ਆਪ ਦੂਰ ਹੋ ਜਾਣਗੀਆਂ।

ਕੁਝ ਹੋਰ ਗੱਲਾਂ:

- ਕਈ ਵਾਰ ਜਦੋਂ ਅਸੀਂ ਕੋਈ ਕੰਮ ਸ਼ੁਰੂ ਕਰਦੇ ਹਾਂ ਤਾਂ ਅਸੀਂ ਦੇਖਦੇ ਹਾਂ ਕਿ ਲੋਕ ਸਾਨੂੰ ਵਿਚਕਾਰ ਹੀ ਟੋਕਦੇ ਹਨ ਅਤੇ ਕਹਿੰਦੇ ਹਨ ਕਿ ਅੱਜ ਤੱਕ ਇਸ ਕੰਮ ਵਿੱਚ ਕੋਈ ਵੀ ਸਫਲ ਨਹੀਂ ਹੋਇਆ ਜਾਂ ਮੇਰੇ ਕਿਸੇ ਦੋਸਤ ਨੇ ਵੀ ਇਹ ਕੰਮ ਸ਼ੁਰੂ ਕੀਤਾ ਸੀ ਪਰ ਉਹ ਵੀ ਅਸਫਲ ਹੋ ਗਿਆ ਅਤੇ ਇਹ ਸੁਣ ਕੇ ਤੁਹਾਡਾ ਮਨੋਬਲ ਟੁੱਟ ਜਾਂਦਾ ਹੈ ਅਤੇ ਤੁਸੀਂ ਉਹ ਕੰਮ ਬਿਲਕੁਲ ਵੀ ਸ਼ੁਰੂ ਨਹੀਂ ਕਰਦੇ। ਬਿਹਤਰ ਹੋਵੇਗਾ ਕਿ ਜਦੋਂ ਵੀ ਅਜਿਹੇ ਲੋਕ ਸਾਨੂੰ ਇਹ ਸਲਾਹ ਦੇਣ, ਅਸੀਂ ਪਹਿਲਾਂ ਇਹ ਦੇਖੀਏ ਕਿ ਜ਼ਿੰਦਗੀ ਵਿੱਚ ਉਨ੍ਹਾਂ ਦੀਆਂ ਕੀ ਪ੍ਰਾਪਤੀਆਂ ਰਹੀਆਂ ਹਨ ਕਿਉਂਕਿ ਮੈਂ ਦੇਖਿਆ ਹੈ ਕਿ ਜ਼ਿਆਦਾਤਰ ਲੋਕ ਸਿਰਫ਼ ਸਲਾਹ ਦਿੰਦੇ ਹਨ ਅਤੇ ਕੋਈ ਕੰਮ ਨਹੀਂ ਕਰਦੇ।

- ਦੂਜੀ ਚੀਜ਼ ਜੋ ਤੁਹਾਨੂੰ ਕਰਨੀ ਚਾਹੀਦੀ ਹੈ ਉਹ ਹੈ ਡੇਟਾ ਦੀ ਜਾਂਚ ਕਰਨਾ, ਤੁਸੀਂ ਜੋ ਕਰਨ ਜਾ ਰਹੇ ਹੋ, ਉਸ ਵਿੱਚ ਸਫਲਤਾ ਦੀਆਂ ਸੰਭਾਵਨਾਵਾਂ ਕੀ ਹਨ, ਮੁਨਾਫ਼ੇ ਦਾ ਪ੍ਰਤੀਸ਼ਤ ਕੀ ਹੈ, ਤੁਹਾਡੀਆਂ ਸੇਵਾਵਾਂ ਜਾਂ ਉਤਪਾਦਾਂ ਦੀ ਮੰਗ ਕਿੰਨੀ ਹੈ ਆਦਿ। ਯਾਨੀ, ਤੁਹਾਨੂੰ ਇਸ ਗੱਲ ਦੀ ਪੂਰੀ ਖੋਜ ਕਰਨੀ ਚਾਹੀਦੀ ਹੈ ਕਿ ਤੁਹਾਡੇ ਤੋਂ ਪਹਿਲਾਂ ਕਿੰਨੇ ਲੋਕਾਂ ਨੇ ਇਹ ਕੰਮ ਕੀਤਾ ਹੈ। ਉਨ੍ਹਾਂ ਦਾ ਤਜਰਬਾ ਕੀ ਸੀ? ਉਨ੍ਹਾਂ ਨਾਲ ਹੀ ਸੰਪਰਕ ਕਰਨਾ ਬਿਹਤਰ ਹੋਵੇਗਾ ਅਤੇ ਜੇਕਰ ਇਹ ਸੰਭਵ ਨਹੀਂ ਹੈ ਤਾਂ ਅੱਜ ਇੰਟਰਨੈੱਟ ਦਾ ਯੁੱਗ ਹੈ ਅਤੇ ਤੁਹਾਨੂੰ ਇਸ ਵਿਸ਼ੇ 'ਤੇ ਬਹੁਤ ਸਾਰੇ ਲੇਖ ਅਤੇ ਵੀਡੀਓ ਮਿਲਣਗੇ ਅਤੇ ਜਦੋਂ ਤੁਸੀਂ ਸਾਰੀ ਜਾਣਕਾਰੀ ਇਕੱਠੀ ਕਰੋਗੇ, ਤਾਂ ਚਿੰਤਾ ਦੀ ਬਜਾਏ, ਤੁਹਾਡੇ ਵਿੱਚ ਆਤਮਵਿਸ਼ਵਾਸ ਆਵੇਗਾ।
- ਇੱਕ ਹੋਰ ਗੱਲ ਜੋ ਮੈਂ ਦੇਖੀ ਹੈ ਉਹ ਇਹ ਹੈ ਕਿ ਜਦੋਂ ਵੀ ਲੋਕਾਂ ਦੀ ਆਲੋਚਨਾ ਕੀਤੀ ਜਾਂਦੀ ਹੈ, ਉਹ ਬਹੁਤ ਜਲਦੀ ਗੁੱਸੇ ਹੋ ਜਾਂਦੇ ਹਨ। ਜਦੋਂ ਵੀ ਤੁਹਾਡੀ ਆਲੋਚਨਾ ਕੀਤੀ ਜਾਂਦੀ ਹੈ, ਪਹਿਲਾਂ ਜਾਂਚ ਕਰੋ ਕਿ ਇਹ ਆਲੋਚਨਾ ਤੁਹਾਨੂੰ ਸੁਧਾਰਨ ਦੇ ਚੰਗੇ ਇਰਾਦੇ ਨਾਲ ਕੀਤੀ ਜਾ ਰਹੀ ਹੈ ਜਾਂ ਇਹ ਤੁਹਾਨੂੰ ਨੀਵਾਂ ਦਿਖਾਉਣ ਦੇ ਇਰਾਦੇ ਨਾਲ ਕੀਤੀ ਜਾ ਰਹੀ ਹੈ। ਜੇਕਰ ਇਹ ਤੁਹਾਨੂੰ ਨੀਵਾਂ ਦਿਖਾਉਣ ਦੇ ਇਰਾਦੇ ਨਾਲ ਕੀਤੀ ਜਾ ਰਹੀ ਹੈ, ਤਾਂ ਬਿਹਤਰ ਹੋਵੇਗਾ ਕਿ ਤੁਸੀਂ ਉਸ ਆਲੋਚਨਾ ਦਾ ਜਵਾਬ ਸ਼ਬਦਾਂ ਨਾਲ ਨਾ ਦਿਓ। ਇੱਕ ਮਹਾਨ ਆਦਮੀ ਦਾ ਕਥਨ ਯਾਦ ਰੱਖੋ, 'ਸੂਰ ਨਾਲ ਨਾ ਲੜੋ ਕਿਉਂਕਿ ਉਹ ਚਾਹੁੰਦਾ ਹੈ ਕਿ ਉਸ ਨਾਲ ਲੜਨ ਲਈ, ਤੁਸੀਂ ਵੀ ਉਸ ਵਾਂਗ ਉਸ ਨਾਲ ਚਿੱਕੜ ਵਿੱਚ ਛਾਲ ਮਾਰੋ', ਇਸ ਲਈ ਇਹ ਮੂਰਖਤਾ ਨਾ ਕਰੋ।
- ਮੈਂ ਕਿਤੇ ਇੱਕ ਲੇਖ ਪੜ੍ਹਿਆ ਜਿਸ ਵਿੱਚ ਇੱਕ ਵਕੀਲ ਆਪਣੇ ਕਰੀਅਰ ਵਿੱਚ ਪ੍ਰਾਪਤ ਸਫਲਤਾ ਬਾਰੇ ਗੱਲ ਕਰ ਰਿਹਾ ਸੀ ਅਤੇ ਉਸਨੇ ਕਿਹਾ ਕਿ ਉਸਦੀ ਜ਼ਿਆਦਾਤਰ ਸਫਲਤਾ ਆਪਣੇ ਵਿਰੋਧੀ ਪੱਖ ਦੇ ਗਵਾਹਾਂ ਨੂੰ ਇੰਨੀ ਭੜਕਾਉਣ ਤੋਂ ਮਿਲੀ ਕਿ ਉਹ ਗੁੱਸੇ ਵਿੱਚ ਆ ਗਏ ਅਤੇ ਅਜਿਹੀਆਂ ਅਣਉਚਿਤ ਗੱਲਾਂ ਕਹੀਆਂ ਕਿ ਉਨ੍ਹਾਂ ਨੇ ਆਪਣੇ ਪੈਰ ਵਿੱਚ ਗੋਲੀ ਮਾਰ ਲਈ ਅਤੇ ਇਸ ਤਰ੍ਹਾਂ ਵਕੀਲ ਕੇਸ ਜਿੱਤ ਜਾਂਦਾ ਸੀ।

ਸਟ੍ਰੈੱਸ ਮੈਨੇਜਮੈਂਟ ਨਾਲ ਸਬੰਧਤ ਉਪਯੋਗੀ ਸੁਝਾਅ:

- ਪਤਾ ਕਰੋ ਕਿ ਤੁਹਾਨੂੰ ਸਭ ਤੋਂ ਵੱਧ ਕੀ ਚਿੰਤਾ ਹੈ। ਹੁਣ ਇਸ ਚਿੰਤਾ ਤੋਂ ਬਚਣ ਦਾ ਸਭ ਤੋਂ ਸਰਲ ਤਰੀਕਾ ਲੱਭੋ।
- ਉੱਪਰ ਦੱਸੀਆਂ ਗਈਆਂ ਤਕਨੀਕਾਂ ਤੋਂ ਇਲਾਵਾ, ਜੇਕਰ ਤੁਹਾਡੇ ਕੋਲ ਚਿੰਤਾ ਘਟਾਉਣ ਲਈ ਕੋਈ ਹੋਰ ਸਧਾਰਨ ਤਕਨੀਕਾਂ ਹਨ ਤਾਂ ਉਹਨਾਂ ਨੂੰ ਵੀ ਨੋਟ ਕਰੋ। (ਅਤੇ ਜੇ ਤੁਸੀਂ ਚਾਹੋ ਤਾਂ ਤੁਸੀਂ ਉਹਨਾਂ ਨੂੰ ਮੈਨੂੰ ਵੀ ਭੇਜ ਸਕਦੇ ਹੋ)

• • •

ਅਧਿਆਇ 39

ਕਿਉਂਕਿ ਮੈਂ ਆਪਣੇ ਲਈ ਵੀ ਇਹੀ ਚਾਹੁੰਦਾ ਹਾਂ

"ਜਦੋਂ ਵੀ ਸੰਭਵ ਹੋਵੇ ਦਿਆਲੂ ਬਣੋ, ਅਤੇ ਮੈਂ ਤੁਹਾਨੂੰ ਦਸਣਾ ਚਾਹਵਾਂ ਗਾਂ ਕਿ ਇਹ ਹਮੇਸ਼ਾ ਸੰਭਵ ਹੁੰਦਾ ਹੈ।"

- ਦਲਾਈ ਲਾਮਾ

ਕਈ ਸਾਲ ਪਹਿਲਾਂ ਮੈਂ ਟੀਵੀ 'ਤੇ ਭਾਰਤ ਦੇ ਮਹਾਨ ਕ੍ਰਿਕਟਰ ਕਪਿਲ ਦੇਵ ਦਾ ਇੱਕ ਇੰਟਰਵਿਊ ਦੇਖਿਆ ਸੀ। ਇੰਟਰਵਿਊ ਵਿੱਚ, ਕਪਿਲ ਦੇਵ ਭਾਰਤੀ ਟੀਮ ਦਾ ਪੱਖ ਲੈ ਰਹੇ ਸਨ। ਮੁੱਦਾ ਇਹ ਸੀ ਕਿ ਭਾਰਤੀ ਟੀਮ ਇੱਕ ਕਮਜ਼ੋਰ ਮੰਨੀ ਜਾਂਦੀ ਟੀਮ ਤੋਂ ਬੁਰੀ ਤਰ੍ਹਾਂ ਹਾਰ ਗਈ ਸੀ। ਇਸ ਹਾਰ ਕਾਰਨ, ਭਾਰਤੀ ਟੀਮ ਦੀ ਭਾਰੀ ਆਲੋਚਨਾ ਹੋ ਰਹੀ ਸੀ ਅਤੇ ਮੀਡੀਆ ਇਸ ਦੇ ਵੱਖ-ਵੱਖ ਕਾਰਨ ਦੱਸ ਰਿਹਾ ਸੀ ਜਿਵੇਂ ਕਿ ਮਾੜੀ ਕਪਤਾਨੀ, ਟੀਮ ਨੂੰ ਲੋੜ ਤੋਂ ਵੱਧ ਪੈਸਾ ਅਤੇ ਪ੍ਰਸਿੱਧੀ ਦੇਣਾ।

ਕਪਿਲ ਦੇਵ ਨੇ ਸਵੀਕਾਰ ਕੀਤਾ ਕਿ ਟੀਮ ਚੰਗਾ ਨਹੀਂ ਖੇਡੀ ਅਤੇ ਇਸੇ ਕਰਕੇ ਟੀਮ ਹਾਰ ਗਈ ਪਰ ਜਦੋਂ ਉਨ੍ਹਾਂ ਨੇ ਸੁਣਿਆ ਕਿ ਟੀਮ ਨੂੰ ਉਸ ਤੋਂ ਵੱਧ ਪੈਸਾ ਅਤੇ ਸਨਮਾਨ ਮਿਲ ਰਿਹਾ ਹੈ

ਤਾਂ ਉਹ ਬਹੁਤ ਗੁੱਸੇ ਹੋਏ। ਇਸ 'ਤੇ ਉਨ੍ਹਾਂ ਨੇ ਨਿਊਜ਼ ਐਂਕਰ ਨੂੰ ਕਿਹਾ ਕਿ ਕੋਈ ਵੀ ਖਿਡਾਰੀ ਜਾਂ ਟੀਮ ਹਾਰਨਾ ਨਹੀਂ ਚਾਹੁੰਦੀ ਅਤੇ ਇਸ ਦੇ ਨਾਲ ਹੀ, ਉਹਨਾਂ ਨੇ ਐਂਕਰ ਨੂੰ ਇਹ ਵੀ ਪੁੱਛਿਆ ਕਿ ਜੇਕਰ ਤੁਹਾਡਾ ਭਰਾ ਜਾਂ ਪੁੱਤਰ ਟੀਮ ਲਈ ਖੇਡ ਰਿਹਾ ਹੁੰਦਾ, ਤਾਂ ਕੀ ਤੁਸੀਂ ਖੁਸ਼ ਨਹੀਂ ਹੁੰਦੇ ਜੇਕਰ ਉਸਨੂੰ ਵੀ ਓਨੇ ਹੀ ਪੈਸੇ ਅਤੇ ਸਨਮਾਨ ਮਿਲ ਰਿਹਾ ਹੁੰਦਾ?

ਇਹ ਸਵਾਲ ਸੁਣ ਕੇ ਨਿਊਜ਼ ਐਂਕਰ ਹੈਰਾਨ ਰਹਿ ਗਿਆ ਅਤੇ ਉਸਨੇ ਸਵਾਲਾਂ ਨੂੰ ਬਦਲ ਬਦਲ ਦਿੱਤਾ।

ਪਰ ਮੈਂ ਕਪਿਲ ਦੇਵ ਨਾਲ ਪੂਰੀ ਤਰ੍ਹਾਂ ਸਹਿਮਤ ਹਾਂ। ਅਸੀਂ ਆਪਣੇ ਲਈ ਅਤੇ ਆਪਣੇ ਅਜ਼ੀਜ਼ਾਂ ਲਈ ਉਹੀ ਸਤਿਕਾਰ ਅਤੇ ਪੈਸਾ ਚਾਹੁੰਦੇ ਹਾਂ ਜੋ ਭਾਰਤੀ ਕ੍ਰਿਕਟ ਟੀਮ ਨੂੰ ਮਿਲ ਰਿਹਾ ਸੀ।

ਸਾਡੀਆਂ ਬਹੁਤ ਸਾਰੀਆਂ ਚਿੰਤਾਵਾਂ ਖਤਮ ਹੋ ਜਾਣਗੀਆਂ ਜੇਕਰ ਅਸੀਂ ਆਪਣਾ ਜੀਵਨ ਇਸ ਸਿਧਾਂਤ ਅਨੁਸਾਰ ਬਿਤਾਈਏ ਕਿ 'ਅਸੀਂ ਦੂਜਿਆਂ ਲਈ ਵੀ ਉਹ ਹੀ ਚਾਹੁੰਦੇ ਹੋਈਏ ਜੋ ਆਪਣੇ ਲਈ ਚਾਹੁੰਦੇ ਹਾਂ। ਅਤੇ ਇਹ ਸਿਧਾਂਤ ਲਗਭਗ ਸਾਰੇ ਧਰਮਾਂ ਵਿੱਚ ਦੱਸਿਆ ਗਿਆ ਹੈ।

ਹੁਣ ਸਵਾਲ ਇਹ ਉੱਠਦਾ ਹੈ ਕਿ ਤੁਸੀਂ ਆਪਣੇ ਲਈ ਕੀ ਚਾਹੁੰਦੇ ਹੋ, ਇਸਦਾ ਜਵਾਬ ਬਹੁਤ ਸਰਲ ਹੈ ਪਿਆਰ, ਖੁਸ਼ੀ, ਸ਼ਾਂਤੀ, ਨਾਮ, ਸਤਿਕਾਰ, ਦੁਨੀਆ ਦੀਆਂ ਸਭ ਤੋਂ ਵਧੀਆ ਚੀਜ਼ਾਂ ਆਦਿ। ਤੁਸੀਂ ਚਾਹੁੰਦੇ ਹੋ ਕਿ ਦੁਨੀਆ ਦੇ ਸਾਰੇ ਲੋਕ ਤੁਹਾਡੇ ਨਾਲ ਚੰਗਾ ਵਿਵਹਾਰ ਕਰਨ ਅਤੇ ਤੁਹਾਨੂੰ ਸਫਲ ਬਣਾਉਣ ਵਿੱਚ ਤੁਹਾਡਾ ਸਹਿਯੋਗ ਕਰਨ।

ਕੁਝ ਸਾਲ ਪਹਿਲਾਂ ਮੈਂ ਇੱਕ ਅਧਿਆਤਮਿਕ ਕਿਤਾਬ ਪੜ੍ਹੀ ਸੀ ਜਿਸ ਵਿੱਚ ਲੇਖਕ ਨੇ ਦੱਸਿਆ ਸੀ ਕਿ ਇੱਕ ਵਾਰ ਉਹ ਬੱਸ ਵਿੱਚ ਸਫ਼ਰ ਕਰ ਰਿਹਾ ਸੀ ਅਤੇ ਉਸਨੇ ਇੱਕ ਵਿਅਕਤੀ ਨੂੰ ਬਹੁਤ ਦੇਰ ਤੱਕ ਉਸਨੂੰ ਘੂਰਦਾ ਦੇਖਿਆ, ਬਿਨਾਂ ਕਾਰਨ ਜਾਣੇ। ਜਵਾਬ ਵਿੱਚ ਉਹ ਉਸਨੂੰ ਵੀ ਘੂਰਦਾ ਰਹਿ ਸਕਦਾ ਸੀ ਪਰ ਇਸ ਦੀ ਬਜਾਏ ਉਸਨੇ ਉਸ ਵਿਅਕਤੀ ਲਈ ਪ੍ਰਮਾਤਮਾ ਅੱਗੇ ਪ੍ਰਾਰਥਨਾ ਕੀਤੀ 'ਹੇ ਪ੍ਰਮਾਤਮਾ ਇਸ ਵਿਅਕਤੀ 'ਤੇ ਰਹਿਮ ਕਰੋ ਅਤੇ ਉਸਨੂੰ ਅਸੀਸ ਦਿਓ'। ਉਹ ਲਿਖਦਾ ਹੈ ਕਿ ਉਸਨੇ ਇਹ ਪ੍ਰਾਰਥਨਾ ਵਾਰ-ਵਾਰ ਦੁਹਰਾਈ। ਉਸਨੇ ਦੇਖਿਆ ਕਿ ਕੁਝ ਸਮੇਂ ਬਾਅਦ ਹੈਰਾਨੀ ਦੀ ਗੱਲ ਹੈ ਕਿ ਉਹ ਵਿਅਕਤੀ ਜੋ ਬਿਨਾਂ ਕਿਸੇ ਕਾਰਨ ਦੇ ਉਸਨੂੰ ਲਗਾਤਾਰ ਘੂਰ ਰਿਹਾ ਸੀ, ਉਸਨੂੰ ਦੇਖ ਕੇ ਮੁਸਕਰਾਉਣ ਲੱਗ ਪਿਆ।

ਇਸ ਕਹਾਣੀ ਨੇ ਮੈਨੂੰ ਬਹੁਤ ਪ੍ਰੇਰਿਤ ਕੀਤਾ ਅਤੇ ਮੈਂ ਇੱਕ ਨਵੀਂ ਤਕਨੀਕ ਅਜ਼ਮਾਉਣ ਦਾ ਫੈਸਲਾ ਕੀਤਾ ਅਤੇ ਇਸ ਤਕਨੀਕ ਦੇ ਤਹਿਤ, ਜਦੋਂ ਵੀ ਮੈਂ ਕਿਸੇ ਨੂੰ ਮਿਲਦਾ ਸੀ, ਮੈਂ ਹੱਥ ਜੋੜ ਕੇ ਉਸਦਾ ਸਵਾਗਤ ਕਰਦਾ ਸੀ ਅਤੇ ਮਨ ਵਿੱਚ ਇਹ ਵੀ ਕਹਿੰਦਾ ਸੀ, 'ਰੱਬ ਤੁਹਾਡਾ ਭਲਾ ਕਰੇ ਕਿਉਂਕਿ ਮੈਂ ਆਪਣੇ ਲਈ ਵੀ ਇਹੀ ਚਾਹੁੰਦਾ ਹਾਂ।'

ਅੱਜ ਜਦੋਂ ਮੈਂ ਲੋਕਾਂ ਨੂੰ ਮਿਲਦਾ ਹਾਂ ਅਤੇ ਜਦੋਂ ਉਹ ਆਪਣੀਆਂ ਪ੍ਰਾਪਤੀਆਂ ਮੇਰੇ ਨਾਲ ਸਾਂਝੀਆਂ ਕਰਦੇ ਹਨ ਜਿਵੇਂ ਕਿ ਤਰੱਕੀ, ਬੱਚੇ ਦਾ ਜਨਮ ਆਦਿ ਤਾਂ ਮੈਂ ਦਿਲੋਂ ਖੁਸ਼ੀ ਪ੍ਰਗਟ ਕਰਦਾ ਹਾਂ। ਮੈਂ ਉਨ੍ਹਾਂ ਨੂੰ ਜ਼ੁਬਾਨੀ ਵੀ ਵਧਾਈ ਦਿੰਦਾ ਹਾਂ। ਇਸ ਦੇ ਨਾਲ ਹੀ ਮੈਂ ਆਪਣੇ ਦਿਲ ਵਿੱਚ ਕਹਿੰਦਾ ਹਾਂ ਕਿ ਪਰਮਾਤਮਾ ਤੁਹਾਨੂੰ ਹੋਰ ਸਫਲਤਾ ਅਤੇ ਖੁਸ਼ੀ ਦੇਵੇ ਕਿਉਂਕਿ ਮੈਂ ਆਪਣੇ ਲਈ ਵੀ ਇਹੀ ਚਾਹੁੰਦਾ ਹਾਂ।

ਇਸ ਆਦਤ ਨੇ ਮੈਨੂੰ ਲੋਕਾਂ ਨਾਲ ਬਿਹਤਰ ਤਰੀਕੇ ਨਾਲ ਜੁੜਨ ਵਿੱਚ ਬਹੁਤ ਮਦਦ ਕੀਤੀ ਹੈ ਕਿਉਂਕਿ ਪਰਮਾਤਮਾ ਨੇ ਸਾਡੇ ਅੰਦਰ ਵੀ ਇੱਕ ਪ੍ਰਣਾਲੀ ਬਣਾਈ ਹੈ, ਕਿ ਲੋਕਾਂ ਨਾਲ ਇੱਕ ਵੀ ਸ਼ਬਦ ਬੋਲਣ ਤੋਂ ਪਹਿਲਾਂ ਹੀ, ਸਾਡੇ ਦਿਲ ਦੀ ਆਵਾਜ਼ ਕਹਿੰਦੀ ਹੈ ਕਿ ਇਹ ਆਦਮੀ ਮੈਨੂੰ ਸਹੀ ਨਹੀਂ ਲੱਗਿਆ ਅਤੇ ਜਦੋਂ ਅਸੀਂ ਲੋਕਾਂ ਨੂੰ ਪਿਆਰ ਕਰਦੇ ਹਾਂ ਅਤੇ ਉਨ੍ਹਾਂ ਲਈ ਸ਼ੁਭਕਾਮਨਾਵਾਂ ਦਿੰਦੇ ਹਾਂ, ਤਾਂ ਨਾ ਸਿਰਫ਼ ਉਹ ਇਸਨੂੰ ਮਹਿਸੂਸ ਕਰ ਸਕਦੇ ਹਨ, ਸਗੋਂ ਉਨ੍ਹਾਂ ਪ੍ਰਤੀ ਸਾਡੀ ਸਦਭਾਵਨਾ ਕਾਰਨ ਅਸੀਂ ਉਨ੍ਹਾਂ ਨਾਲ ਇੱਕ ਬਿਹਤਰ ਸਬੰਧ ਵੀ ਸਥਾਪਤ ਕਰ ਸਕਦੇ ਹਾਂ।

ਜਿਵੇਂ ਕਿ ਮੈਂ ਇਸ ਅਧਿਆਇ ਵਿੱਚ ਪਹਿਲਾਂ ਚਰਚਾ ਕੀਤੀ ਸੀ, ਸਾਰੇ ਧਰਮ ਕਹਿੰਦੇ ਹਨ ਕਿ ਤੁਹਾਨੂੰ ਦੂਜਿਆਂ ਲਈ ਵੀ ਉਸੇ ਤਰ੍ਹਾਂ ਦੀ ਇੱਛਾ ਰੱਖਣੀ ਚਾਹੀਦੀ ਹੈ ਜਿਵੇਂ ਤੁਸੀਂ ਆਪਣੇ ਲਈ ਚਾਹੁੰਦੇ ਹੋ। ਜੇਕਰ ਅਸੀਂ ਸੱਚਮੁੱਚ ਇਸਨੂੰ ਅਪਣਾਉਂਦੇ ਹਾਂ, ਤਾਂ ਅਸੀਂ ਚਮਤਕਾਰੀ ਢੰਗ ਨਾਲ ਆਪਣੇ ਜੀਵਨ ਵਿੱਚ ਚਿੰਤਾ ਦੀ ਮਾਤਰਾ ਨੂੰ ਘਟਾ ਸਕਦੇ ਹਾਂ।

ਜੇਕਰ ਕਿਸੇ ਖਿਡਾਰੀ ਨੂੰ ਲੱਖਾਂ-ਕਰੋੜਾਂ ਰੁਪਏ ਮਿਲਦੇ ਹਨ, ਤਾਂ ਅਸੀਂ ਖੁਸ਼ ਹੋਵਾਂਗੇ ਕਿਉਂਕਿ ਜੇਕਰ ਅਸੀਂ ਉਸਦੀ ਜਗ੍ਹਾ ਹੁੰਦੇ, ਤਾਂ ਅਸੀਂ ਆਪਣੇ ਲਈ ਵੀ ਇਹੀ ਚਾਹੁੰਦੇ ਸੀ। ਤੁਹਾਡਾ ਗੁਆਂਢੀ ਨਵੀਂ ਕਾਰ ਖਰੀਦਦਾ ਹੈ, ਤੁਸੀਂ ਉਸ ਲਈ ਬਹੁਤ ਖੁਸ਼ ਹੋ ਕਿਉਂਕਿ ਜੇਕਰ ਤੁਸੀਂ ਆਪਣੇ ਲਈ ਨਵੀਂ ਕਾਰ ਖਰੀਦੀ ਹੁੰਦੀ ਤਾਂ ਤੁਸੀਂ ਵੀ ਬਹੁਤ ਖੁਸ਼ ਹੁੰਦੇ। ਤੁਹਾਡੇ ਦੋਸਤ ਨੂੰ ਸਰਕਾਰੀ ਨੌਕਰੀ ਮਿਲੀ ਹੈ, ਤੁਸੀਂ ਖੁਸ਼ ਹੋ ਕਿਉਂਕਿ ਜੇਕਰ ਤੁਹਾਨੂੰ ਇਹ ਮਿਲੀ ਹੁੰਦੀ ਤਾਂ ਤੁਸੀਂ ਵੀ ਬਹੁਤ ਖੁਸ਼ ਹੁੰਦੇ। ਕੁੱਲ ਮਿਲਾ ਕੇ, ਦੂਜਿਆਂ ਦੀ ਖੁਸ਼ੀ ਵਿੱਚ ਖੁਸ਼ ਰਹੋ ਅਤੇ ਜੇਕਰ ਕੋਈ ਦੁਖੀ ਹੈ, ਤਾਂ ਪਰਮਾਤਮਾ ਅੱਗੇ ਅਰਦਾਸ ਕਰੋ ਕਿ ਉਹ ਉਸਦਾ ਦੁੱਖ ਘਟਾਵਣ ਕਿਉਂਕਿ ਤੁਸੀਂ ਵੀ ਇਹੀ ਚਾਹੁੰਦੇ ਹੋ ਕਿ ਮੁਸੀਬਤ ਦੇ ਸਮੇਂ, ਲੋਕਾਂ ਦੀਆਂ ਸ਼ੁਭਕਾਮਨਾਵਾਂ ਅਤੇ ਪਰਮਾਤਮਾ ਦਾ ਆਸ਼ੀਰਵਾਦ ਹਮੇਸ਼ਾ ਤੁਹਾਡੇ ਨਾਲ ਹੋਵੇ। ਇਸ ਲਈ, ਹਮੇਸ਼ਾ ਲੋਕਾਂ ਬਾਰੇ ਚੰਗਾ ਬੋਲੋ ਅਤੇ ਚੰਗਾ ਸੋਚੋ ਕਿਉਂਕਿ ਤੁਸੀਂ ਆਪਣੇ ਲਈ ਵੀ ਇਹੀ ਚਾਹੁੰਦੇ ਹੋ।

ਸਟ੍ਰੈਸ ਮੈਨੇਜਮੈਂਟ ਨਾਲ ਸਬੰਧਤ ਉਪਯੋਗੀ ਸੁਝਾਅ:

- ਤੁਸੀਂ ਆਪਣੇ ਲਈ ਕੀ ਚਾਹੁੰਦੇ ਹੋ, ਉਸਦੀ ਇੱਕ ਸੂਚੀ ਬਣਾਓ, ਕੁਝ ਵੀ ਨਾ ਛੱਡੋ। ਸਭ ਕੁਝ ਲਿਖ ਲਓ ਭਾਵੇਂ ਇਹ ਅੱਜ ਅਸੰਭਵ ਜਾਪਦਾ ਹੈ।
- ਦੂਜਿਆਂ ਦੀ ਖੁਸ਼ੀ ਵਿੱਚ ਖੁਸ਼ ਰਹਿਣ ਦੀ ਇੱਕ ਨਵੀਂ ਆਦਤ ਨੂੰ ਆਪਣੀ ਜ਼ਿੰਦਗੀ ਦਾ ਹਿੱਸਾ ਬਣਾਓ ਅਤੇ ਸਿਰਫ਼ ਉਪਰੋਂ ਖੁਸ਼ ਨਾ ਰਹੋ, ਦਿਲ ਤੋਂ ਖੁਸ਼ ਰਹੋ।

• • •

ਅਧਿਆਇ 40

ਇਸ ਤਰ੍ਹਾਂ ਕੰਮ ਕਰੋ ਜਿਵੇਂ ਸਾਰੇ ਤੁਹਾਡੇ ਵੱਲ ਦੇਖ ਰਹੇ ਹੋਣ

"ਸਭ ਨੂੰ ਪਿਆਰ ਕਰੋ, ਕੁਝ ਕੁ 'ਤੇ ਭਰੋਸਾ ਕਰੋ, ਅਤੇ ਕਿਸੇ ਨਾਲ ਵੀ ਧੋਖੇਬਾਜ਼ੀ ਨਾ ਕਰੋ।"

- ਵਿਲੀਅਮ ਸ਼ੇਕਸਪੀਅਰ

ਬਹੁਤ ਸਾਰੇ ਮੌਕੇ ਅਜਿਹੇ ਹੁੰਦੇ ਹਨ ਜਦੋਂ ਅਸੀਂ ਆਪਣੇ ਦਿਲ ਦੀਆਂ ਗੱਲਾਂ ਦੱਸਦੇ ਹਾਂ ਜਾਂ ਕਿਸੇ ਗੈਰਹਾਜ਼ਰ ਵਿਅਕਤੀ ਨੂੰ ਆਪਣਾ ਸ਼ੁਭਚਿੰਤਕ ਸਮਝ ਕੇ ਉਸਦੀ ਆਲੋਚਨਾ ਕਰਦੇ ਹਾਂ ਅਤੇ ਬਾਅਦ ਵਿੱਚ ਕੀ ਹੁੰਦਾ ਹੈ ਕਿ ਉਹ ਵਿਅਕਤੀ ਜਾ ਕੇ ਗੈਰਹਾਜ਼ਰ ਵਿਅਕਤੀ ਨੂੰ ਉਹੀ ਗੱਲ ਬਹੁਤ ਜ਼ਿਆਦਾ ਵਧਾ-ਚੜ੍ਹਾ ਕੇ ਦੱਸ ਦਿੰਦਾ ਹੈ, ਜਿਸ ਕਾਰਨ ਸਾਡਾ ਰਿਸ਼ਤਾ ਹਮੇਸ਼ਾ ਲਈ ਵਿਗੜ ਜਾਂਦਾ ਹੈ ਅਤੇ ਅਸੀਂ ਬੇਲੋੜੀ ਚਿੰਤਾ ਵਿੱਚ ਪੈ ਜਾਂਦੇ ਹਾਂ।

ਇਹ ਬਿਹਤਰ ਹੋਵੇਗਾ ਜੇਕਰ ਅਸੀਂ ਇਹ ਮੰਨ ਲਈਏ ਕਿ ਹਰ ਕੋਈ ਮੌਜੂਦ ਹੈ ਅਤੇ ਹਰ ਕੋਈ ਸਿਰਫ਼ ਸਾਡੇ ਵੱਲ ਦੇਖ ਰਿਹਾ ਹੈ। ਕੀ ਤੁਸੀਂ ਅਜਿਹੀ ਸਥਿਤੀ ਵਿੱਚ ਕਿਸੇ ਦੀ ਆਲੋਚਨਾ ਕਰਦੇ ਹੋ? ਜਵਾਬ ਹੈ, ਬਿਲਕੁਲ ਨਹੀਂ।

ਹੁਣ ਇੱਕ ਹੋਰ ਸਥਿਤੀ ਦੀ ਕਲਪਨਾ ਕਰੀਏ, ਮੰਨ ਲਓ ਕਿ ਵਿਅਕਤੀ "A" ਤੁਹਾਡੇ ਪਿੱਛੇ ਬੈਠਾ ਹੈ ਤਾਂ ਵਿਅਕਤੀ "B" ਆਉਂਦਾ ਹੈ ਅਤੇ ਵਿਅਕਤੀ "A" ਨੂੰ ਤੁਹਾਡੇ ਕੋਲ ਬੈਠਿਆ ਦੇਖਦਾ ਨਹੀ ਹੈ। ਜਦੋਂ ਉਹ ਵਿਅਕਤੀ "A" ਨੂੰ ਨਹੀਂ ਦੇਖਦਾ ਤਾਂ ਉਹ ਵਿਅਕਤੀ 'B' ਵਿਅਕਤੀ 'A' ਦੀ ਆਲੋਚਣਾ ਕਰਨਾ ਤੁਹਾਡੇ ਸਾਹਮਣੇ ਸ਼ੁਰੂ ਕਰ ਦੇਂਦਾ ਹੈ। ਤਾਂ ਅਜਿਹੀ ਸਥਿਤੀ ਵਿੱਚ ਤੁਸੀਂ ਕੀ ਕਰੋਗੇ? ਸੰਭਾਵਨਾ ਹੈ ਕਿ ਤੁਸੀਂ ਜਿੰਨੀ ਜਲਦੀ ਹੋ ਸਕੇ ਉਸ ਚਰਚਾ ਤੋਂ ਬਾਹਰ ਨਿਕਲਣਾ ਚਾਹੋਗੇ ਕਿਉਂਕਿ ਤੁਸੀਂ ਜਾਣਦੇ ਹੋ ਕਿ ਇਸ ਚਰਚਾ ਨੂੰ ਸੁਣਨ ਨਾਲ ਵਿਅਕਤੀ "A" ਨਾਲ ਤੁਹਾਡਾ ਰਿਸ਼ਤਾ ਖਰਾਬ ਹੋ ਜਾਵੇਗਾ, ਇਸ ਲਈ ਇਹ ਬਿਹਤਰ ਹੈ ਕਿ ਕੁਝ ਵੀ ਹੋਵੇ, ਤੁਸੀਂ ਨਾ ਤਾਂ ਆਲੋਚਨਾ ਕਰੋ ਅਤੇ ਨਾ ਹੀ ਕਿਸੇ ਕਿਸਮ ਦੀ ਆਲੋਚਨਾ ਸੁਣੋ।

ਇਸੇ ਤਰ੍ਹਾਂ, ਜੇਕਰ ਤੁਸੀਂ ਕੁਝ ਅਨੈਤਿਕ ਜਾਂ ਗੈਰ-ਕਾਨੂੰਨੀ ਕਰਨ ਦਾ ਮਨ ਕਰ ਰਿਹਾ ਹੈ, ਫਿਰ ਵੀ ਇਹ ਮੰਨ ਲਓ ਕਿ ਹਰ ਕੋਈ ਮੌਜੂਦ ਹੈ ਅਤੇ ਹਰ ਕੋਈ ਦੇਖ ਰਿਹਾ ਹੈ, ਤਾਂ ਇਸ ਗੱਲ ਦੀ ਬਹੁਤ ਸੰਭਾਵਨਾ ਹੈ ਕਿ ਤੁਸੀਂ ਉਸ ਗਲਤ ਕੰਮ ਵੱਲ ਚੁੱਕਿਆ ਕਦਮ ਵਾਪਸ ਲੈ ਲਓਗੇ।

ਸਟ੍ਰੈੱਸ ਮੈਨੇਜਮੈਂਟ ਨਾਲ ਸਬੰਧਤ ਉਪਯੋਗੀ ਸੁਝਾਅ:

- ਯਾਦ ਰੱਖੋ ਕਿ ਜੋ ਵਿਅਕਤੀ ਤੁਹਾਡੀ ਮੌਜੂਦਗੀ ਵਿੱਚ ਕਿਸੇ ਹੋਰ ਦੀ ਆਲੋਚਨਾ ਕਰ ਸਕਦਾ ਹੈ, ਉਹ ਤੁਹਾਡੀ ਗੈਰਹਾਜ਼ਰੀ ਵਿੱਚ ਵੀ ਤੁਹਾਡੀ ਆਲੋਚਨਾ ਕਰੇਗਾ, ਇਸ ਲਈ ਕਿਸੇ ਦੀ ਆਲੋਚਨਾ ਸੁਣ ਕੇ ਬਹੁਤ ਜ਼ਿਆਦਾ ਪਰੇਸ਼ਾਨ ਨਾ ਹੋਵੋ।
- ਵਿਸ਼ਵਾਸ ਕਮਾਉਣ ਲਈ ਪੂਰੀ ਜ਼ਿੰਦਗੀ ਲੱਗ ਜਾਂਦੀ ਹੈ ਅਤੇ ਇਸਨੂੰ ਗੁਆਉਣ ਲਈ ਇੱਕ ਪਲ। ਪੈਸਾ ਕਮਾਉਣਾ ਅਤੇ ਪਿਆਰ ਪ੍ਰਾਪਤ ਕਰਨਾ ਵਿਸ਼ਵਾਸ ਕਮਾਉਣ ਨਾਲੋਂ ਬਹੁਤ ਸੌਖਾ ਹੈ ਪਰ ਕਿਸੀ ਦਾ ਵਿਸ਼ਵਾਸ ਕਮਾਉਣਾ ਬਹੁਤ ਮੁਸ਼ਕਲ ਕੰਮ ਹੈ ਇਸ ਲਈ ਉਹੀ ਕਹੋ ਅਤੇ ਕਰੋ ਜੋ ਸਹੀ ਹੈ।

• • •

ਅਧਿਆਇ 41

ਜਦੋਂ ਇਹ ਸਭ ਨਾਲ ਹੀ ਹੋਣਾ ਹੈ, ਤਾਂ ਡਰਨ ਦੀ ਕੀ ਲੋੜ ਹੈ

"ਮੌਤ ਸਭ ਨੂੰ ਆਉਂਦੀ ਹੈ, ਅਤੇ ਜਦੋਂ ਇਹ ਆਉਂਦੀ ਹੈ ਤਾਂ ਇਹ ਸਾਨੂੰ ਸਾਰਿਆਂ ਨੂੰ ਬਰਾਬਰ ਬਣਾ ਦਿੰਦੀ ਹੈ।"

- ਜੌਨ ਡੌਨ

ਮੌਤ ਦਾ ਡਰ ਦੁਨੀਆਂ ਦੇ ਸਭ ਤੋਂ ਵੱਡੇ ਡਰਾਂ ਵਿੱਚੋਂ ਇੱਕ ਹੈ। ਮੌਤ ਕੀ ਹੈ? ਮੌਤ ਤੋਂ ਬਾਅਦ ਵਿਅਕਤੀ ਕਿੱਥੇ ਜਾਂਦਾ ਹੈ? ਅਜਿਹੇ ਅਣਗਿਣਤ ਸਵਾਲ ਸਾਡੇ ਮਨ ਵਿੱਚ ਆਉਂਦੇ ਹਨ ਅਤੇ ਸਾਨੂੰ ਡਰਾਉਂਦੇ ਹਨ।

- ਜਦੋਂ ਵੀ ਤੁਸੀਂ ਮੌਤ ਤੋਂ ਡਰਦੇ ਹੋ, ਤਾਂ ਆਪਣੇ ਆਪ ਨੂੰ ਯਾਦ ਦਿਵਾਓ ਕਿ ਜਦੋਂ ਇਹ ਸਭ ਨਾਲ ਹੋਣ ਵਾਲਾ ਹੈ, ਤਾਂ ਡਰਨਾ ਕਿਉਂ ਹੈ।
- ਮੌਤ ਨੂੰ ਇੱਕ ਤਰ੍ਹਾਂ ਦੀ ਨੀਂਦ ਜਾਂ ਬੇਹੋਸ਼ੀ ਸਮਝੋ। ਨੀਂਦ ਦੌਰਾਨ ਤੁਹਾਨੂੰ ਕੁਝ ਵੀ ਪਤਾ ਨਹੀਂ ਲੱਗਦਾ, ਇਸ ਲਈ ਚਿੰਤਾ ਮੁਕਤ ਰਹੋ।
- ਮੌਤ ਦੇ ਡਰ ਨੂੰ ਦੂਰ ਕਰਨ ਲਈ ਤੁਸੀਂ ਇੱਕ ਹੋਰ ਚੀਜ਼ ਕਰ ਸਕਦੇ ਹੋ ਉਹ ਹੈ ਆਪਣੀ ਸਿਹਤ ਦਾ ਬਹੁਤ ਧਿਆਨ ਰੱਖਣਾ ਕਿਉਂਕਿ ਤੁਹਾਡੀ ਸਿਹਤ ਜਿੰਨੀ ਚੰਗੀ ਹੋਵੇਗੀ, ਤੁਹਾਡੀ ਉਮਰ ਓਨੀ ਹੀ ਲੰਬੀ ਹੋਵੇਗੀ।

➢ ਕੁੱਲ ਮਿਲਾ ਕੇ, ਮੌਤ ਦੇ ਡਰ ਨੂੰ ਭੁੱਲ ਜਾਓ ਕਿਉਂਕਿ ਹਰ ਕਿਸੇ ਨੂੰ ਇੱਕ ਨਾ ਇੱਕ ਦਿਨ ਇਸਦਾ ਸਾਹਮਣਾ ਕਰਨਾ ਪੈਂਦਾ ਹੈ, ਇਸ ਲਈ ਖੁਸ਼ ਰਹੋ ਅਤੇ ਜ਼ਿੰਦਗੀ ਦਾ ਪੂਰਾ ਆਨੰਦ ਮਾਣੋ।

ਪਰਮਾਤਮਾ ਨੇ ਇਸ ਦੁਨੀਆਂ ਨੂੰ ਇੱਕ ਸ਼ਾਨਦਾਰ ਤਰੀਕੇ ਨਾਲ ਬਣਾਇਆ ਹੈ ਅਤੇ ਮਨੁੱਖੀ ਜੀਵਨ ਉਸ ਵੱਲੋਂ ਸਾਨੂੰ ਦਿੱਤੇ ਗਏ ਸਭ ਤੋਂ ਵੱਡੇ ਤੋਹਫ਼ਿਆਂ ਵਿੱਚੋਂ ਇੱਕ ਹੈ। ਪਰਮਾਤਮਾ ਨੇ ਹਰ ਮਨੁੱਖ ਨੂੰ ਇੰਨੀ ਪ੍ਰਤਿਭਾ ਅਤੇ ਬੁੱਧੀ ਦਿੱਤੀ ਹੈ ਕਿ ਉਹ ਕਈ ਜੀਵਨਾਂ ਵਿੱਚ ਵੀ ਇਸਦੀ ਪੂਰੀ ਵਰਤੋਂ ਨਹੀਂ ਕਰ ਸਕਦਾ। ਸਰਲ ਸ਼ਬਦਾਂ ਵਿੱਚ, ਖੋਜ ਦਰਸਾਉਂਦੀ ਹੈ ਕਿ ਔਸਤ ਮਨੁੱਖ ਆਪਣੇ ਪੂਰੇ ਜੀਵਨ ਕਾਲ ਵਿੱਚ ਆਪਣੀ ਸਮਰੱਥਾ ਦਾ ਵੱਧ ਤੋਂ ਵੱਧ 5 ਪ੍ਰਤੀਸ਼ਤ ਹੀ ਵਰਤ ਸਕਦਾ ਹੈ।

ਬੇਸ਼ੱਕ ਹਰ ਕੋਈ ਮੌਤ ਤੋਂ ਡਰਦਾ ਹੈ ਪਰ ਇੱਕ ਗੱਲ ਸਾਨੂੰ ਹਮੇਸ਼ਾ ਯਾਦ ਰੱਖਣੀ ਚਾਹੀਦੀ ਹੈ ਕਿ ਇਹ ਸਿਰਫ਼ ਤੁਹਾਡੇ ਨਾਲ ਹੀ ਨਹੀਂ ਸਗੋਂ ਸਾਰਿਆਂ ਨਾਲ ਹੀ ਹੋਣਾ ਹੈ, ਇਸ ਲਈ ਤੁਹਾਨੂੰ ਸੋਚਣਾ ਚਾਹੀਦਾ ਹੈ ਕਿ ਸਾਨੂੰ ਮਿਲੀ ਜ਼ਿੰਦਗੀ ਨੂੰ ਅਸੀਂ ਕਿਸ ਤਰੀਕੇ ਨਾਲ ਵਰਤੀਏ ਕਿ ਇਸ ਧਰਤੀ ਨੂੰ ਛੱਡਣ ਤੋਂ ਬਾਅਦ ਵੀ ਲੋਕ ਸਾਨੂੰ ਯਾਦ ਰੱਖਣ ਅਤੇ ਸਾਡੇ ਨਾਲ ਬਿਤਾਏ ਪਲਾਂ ਲਈ ਖੁਸ਼ ਹੋਣ ਅਤੇ ਜਦੋਂ ਵੀ ਉਹ ਸਾਨੂੰ ਯਾਦ ਕਰਨ ਤਾਂ ਸਾਡਾ ਨਾਮ ਬੜੇ ਹੀ ਸਤਿਕਾਰ ਨਾਲ ਲੈਣ।

ਇਸ ਧਰਤੀ 'ਤੇ, ਸਾਡਾ ਕੰਟਰੋਲ ਸਿਰਫ ਤੇ ਸਿਰਫ ਸਾਡੇ ਕੰਮਾਂ 'ਤੇ ਹੈ, ਇਸ ਲਈ ਮੌਤ ਦੀ ਚਿੰਤਾ ਕਰਨਾ ਛੱਡ ਦਿਓ ਅਤੇ ਇਸ ਗੱਲ 'ਤੇ ਧਿਆਨ ਕੇਂਦਰਿਤ ਕਰੋ ਕਿ ਤੁਸੀਂ ਆਪਣੇ ਕੰਮਾਂ ਰਾਹੀਂ ਆਪਣੀ ਅਤੇ ਆਪਣੇ ਅਜ਼ੀਜ਼ਾਂ ਦੀ ਜ਼ਿੰਦਗੀ ਨੂੰ ਕਿਵੇਂ ਬਿਹਤਰ ਬਣਾ ਸਕਦੇ ਹੋ।

ਸਟ੍ਰੈੱਸ ਮੈਨੇਜਮੈਂਟ ਨਾਲ ਸਬੰਧਤ ਉਪਯੋਗੀ ਸੁਝਾਅ:

- **ਇੱਕ ਸਾਲ ਹੋਰ ਵੱਡਾ ਜਾਂ ਇੱਕ ਸਾਲ ਹੋਰ ਸਿਆਣਾ:** ਅਕਸਰ ਦੇਖਿਆ ਜਾਂਦਾ ਹੈ ਕਿ ਕੁਝ ਲੋਕ ਆਪਣੇ ਜਨਮਦਿਨ 'ਤੇ ਰੋਂਦੇ ਹਨ ਅਤੇ ਕਹਿੰਦੇ ਹਨ ਕਿ ਮੇਰੀ ਜ਼ਿੰਦਗੀ ਵਿੱਚ ਇੱਕ ਸਾਲ ਹੋਰ ਘੱਟ ਗਿਆ ਹੈ ਅਤੇ ਮੈਂ ਇੱਕ ਸਾਲ ਹੋਰ ਬੁੱਢਾ ਹੋ ਗਿਆ ਹਾਂ। ਕੁਝ ਲੋਕ ਅਜਿਹੇ ਹਨ ਜੋ ਆਪਣੇ ਜਨਮਦਿਨ ਮਨਾਉਂਦੇ ਹਨ ਅਤੇ ਸੋਚਦੇ ਹਨ ਕਿ ਪਿਛਲੇ ਇੱਕ ਸਾਲ ਵਿੱਚ ਉਨ੍ਹਾਂ ਨੂੰ ਜੋ ਤਜਰਬਾ ਮਿਲਿਆ ਹੈ ਉਹ ਬਹੁਤ ਕੀਮਤੀ ਹੈ ਅਤੇ ਇਸ ਤਜਰਬੇ ਨੇ ਉਨ੍ਹਾਂ ਨੂੰ ਹੋਰ ਸਿਆਣਾ ਬਣਾਇਆ ਹੈ ਅਤੇ ਇਸ ਸਮਝ ਨਾਲ ਉਹ ਇੱਕ ਸਾਲ ਦੇ ਬੀਤਣ ਲਈ ਸਤਿਕਾਰ ਨਾਲ ਪਰਮਾਤਮਾ ਦਾ ਧੰਨਵਾਦ ਕਰਦੇ ਹਨ। ਤੁਸੀਂ ਆਪਣੇ ਆਪ ਨੂੰ ਕਿਸ ਸ਼੍ਰੇਣੀ ਵਿੱਚ ਰੱਖਦੇ ਹੋ? ਕੀ ਤੁਸੀਂ ਇੱਕ ਸਾਲ ਦੇ ਬੀਤਣ 'ਤੇ ਇਹ ਸੋਚ ਕੇ ਰੋਂਦੇ ਹੋ ਕਿ ਤੁਹਾਡੀ ਜ਼ਿੰਦਗੀ ਦਾ ਇੱਕ ਸਾਲ ਘੱਟ ਹੋਵੇਗਾ ਜਾਂ ਤੁਸੀਂ ਪਰਮਾਤਮਾ ਦਾ ਧੰਨਵਾਦ ਕਰਦੇ ਹੋ ਕਿ ਓਹਨਾ ਨੇ ਇਕ ਹੋਰ ਬਹੁਤ ਵਧੀਆ ਸਾਲ ਤੁਹਾਡੀ ਜ਼ਿੰਦਗੀ ਵਿਚ ਪਾਇਆ ਹੈ?
- ਆਪਣੀ ਸਿਹਤ ਦਾ ਧਿਆਨ ਰੱਖੋ ਤਾਂ ਜੋ ਤੁਸੀਂ ਲੰਬੇ ਸਮੇਂ ਤੱਕ ਜੀ ਸਕੋ।

• • •

ਅਧਿਆਇ 42

ਧੋਖਾ ਦੇਣਾ ਪਾਪ ਹੈ, ਧੋਖਾ ਖਾਣਾ ਨਹੀਂ

"ਇਸ ਦੁਨੀਆਂ ਵਿੱਚ ਵਿਸ਼ਵਾਸਘਾਤ ਤੋਂ ਵੱਡਾ ਕੋਈ ਦਰਦ ਨਹੀਂ ਹੈ।"

-ਰਾਜਲ

ਬਹੁਤ ਸਾਰੇ ਲੋਕ ਜ਼ਿੰਦਗੀ ਤੋਂ ਪੂਰੀ ਤਰ੍ਹਾਂ ਨਿਰਾਸ਼ ਹੋ ਜਾਂਦੇ ਹਨ ਕਿਉਂਕਿ ਉਨ੍ਹਾਂ ਨੇ ਆਪਣੇ ਤੋਂ ਵੱਧ ਕਿਸੇ 'ਤੇ ਭਰੋਸਾ ਕੀਤਾ ਅਤੇ ਬਾਅਦ ਵਿੱਚ ਉਸ ਵਿਅਕਤੀ ਨੇ ਵਿਸ਼ਵਾਸ ਨੂੰ ਪੂਰੀ ਤਰ੍ਹਾਂ ਤੋੜ ਦਿੱਤਾ।

- ਸਾਨੂੰ ਅਜਿਹੀਆਂ ਉਦਾਹਰਣਾਂ ਮੁੱਖ ਤੌਰ 'ਤੇ ਵਿਆਹਾਂ ਅਤੇ ਪ੍ਰੇਮ ਸੰਬੰਧਾਂ ਵਿੱਚ ਦੇਖਣ ਨੂੰ ਮਿਲਦੀਆਂ ਹਨ ਜਦੋਂ ਇੱਕ ਸਾਥੀ ਦੁਨੀਆ ਦੀ ਪਰਵਾਹ ਕੀਤੇ ਬਿਨਾਂ, ਪੂਰੀ ਦੁਨੀਆ ਨਾਲ ਜੋਖਮ ਲੈ ਕੇ, ਸਿਰਫ਼ ਆਪਣੇ ਪਿਆਰ ਲਈ ਲੜਦਾ ਹੈ, ਪਰ ਬਾਅਦ ਵਿੱਚ ਉਸਨੂੰ ਪਤਾ ਲੱਗਦਾ ਹੈ ਕਿ ਉਸਨੂੰ ਧੋਖਾ ਦਿੱਤਾ ਗਿਆ ਹੈ, ਕਦੇ ਕੋਈ ਪਿਆਰ ਨਹੀਂ ਸੀ ਅਤੇ ਇਸਦੇ ਪਿੱਛੇ ਅਸਲ ਮਨੋਰਥ ਕੁਝ ਹੋਰ ਸੀ।

- ਇੱਕ ਹੋਰ ਉਦਾਹਰਣ ਜੋ ਮੈਂ ਅਕਸਰ ਦੇਖਦਾ ਹਾਂ ਉਹ ਹੈ ਕਾਰੋਬਾਰ ਜਿੱਥੇ ਇੱਕ ਵਿਅਕਤੀ ਆਪਣੀ ਪੂਰੀ ਜਾਂ ਲਗਾ ਕੇ ਇੱਕ ਵੱਡਾ ਸਾਮਰਾਜ ਬਣਾਉਂਦਾ ਹੈ ਅਤੇ ਬਾਅਦ ਵਿੱਚ ਉਸਦਾ ਸਾਥੀ, ਦੋਸਤ ਜਾਂ ਰਿਸ਼ਤੇਦਾਰ ਗੈਰ ਕਾਨੂੰਨੀ ਤਰੀਕੇ ਨਾਲ ਉਸਦਾ ਪੂਰਾ ਹਥਿਆ ਲੈਂਦਾ ਹੈ। ਉਹ ਕਾਨੂੰਨੀ ਤੌਰ 'ਤੇ ਇਸਨੂੰ ਖੋਹ ਲੈਂਦਾ ਹੈ ਅਤੇ ਸਵਭਾਵਿਕ ਤੌਰ ਤੇ ਉਸਦਾ ਦਿਲ ਟੁੱਟ ਜਾਂਦਾ ਹੈ।

ਜਦੋਂ ਤੁਹਾਡਾ ਦਿਲ ਟੁੱਟਦਾ ਹੈ, ਤਾਂ ਸਿਰਫ਼ ਤੁਸੀਂ ਹੀ ਇਸਨੂੰ ਬਿਹਤਰ ਤਰੀਕੇ ਨਾਲ ਮਹਿਸੂਸ ਕਰ ਸਕਦੇ ਹੋ ਅਤੇ ਫਿਰ ਦੁਨੀਆ ਦੀ ਸਭ ਤੋਂ ਵਧੀਆ ਚੀਜ਼ ਵੀ ਤੁਹਾਨੂੰ ਬੇਕਾਰ ਲੱਗਦੀ ਹੈ, ਮੈਂ ਵੀ ਇਹ ਅਨੁਭਵ ਕੀਤਾ ਹੈ।

ਪਰ ਇਨਸਾਨ ਨੂੰ ਜੀਣਾ ਤਾਂ ਪੈਂਦਾ ਹੈ, ਜੇ ਆਪਣੇ ਲਈ ਨਹੀਂ, ਤਾਂ ਘੱਟੋ-ਘੱਟ ਆਪਣੇ ਅਜ਼ੀਜ਼ਾਂ ਲਈ। ਇਸ ਦੁਨੀਆਂ ਵਿੱਚ ਕੁਝ ਲੋਕ ਅਜਿਹੇ ਵੀ ਹਨ ਜਿਨ੍ਹਾਂ ਲਈ ਤੁਹਾਡੀ ਜ਼ਿੰਦਗੀ ਬਹੁਤ ਮਾਇਨੇ ਰੱਖਦੀ ਹੈ। ਤੁਹਾਨੂੰ ਇਹ ਨਹੀਂ ਪਤਾ ਪਰ ਉਹ ਤੁਹਾਡੇ ਹਾਸੇ ਦੀ ਮਦਦ ਨਾਲ ਹੱਸਦੇ ਹਨ ਅਤੇ ਉਹ ਤੁਹਾਡੇ ਦੁੱਖ ਵਿੱਚ ਤੁਹਾਡੇ ਨਾਲੋਂ ਜ਼ਿਆਦਾ ਪਰੇਸ਼ਾਨ ਹੋ ਜਾਂਦੇ ਹਨ।

ਇੱਕ ਸਮਾਂ ਸੀ ਜਦੋਂ ਮੈਂ ਬਹੁਤ ਚਿੰਤਤ ਸੀ ਅਤੇ ਉਸ ਸਮੇਂ ਦੌਰਾਨ ਮੈਂ ਰਾਮਾਨੰਦ ਸਾਗਰ ਜੀ ਦੁਆਰਾ ਬਣਾਈ ਗਈ ਪੂਰੀ ਰਾਮਾਇਣ ਲੜੀ ਨੂੰ ਵਾਰ-ਵਾਰ ਦੇਖਿਆ। ਮੈਨੂੰ ਇਸਨੂੰ ਬਹੁਤ ਦੇਖਣ ਦੀ ਜ਼ਰੂਰਤ ਸੀ। ਮੈਨੂੰ ਅਹਿਸਾਸ ਹੋਇਆ ਕਿ ਤੁਹਾਡੀ ਜ਼ਿੰਦਗੀ ਵਿੱਚ ਇੰਨੇ ਸਾਰੀ ਮੰਥਰਾਂ ਘੁੰਮ ਰਹਿਆਂ ਹਨ ਕਿ ਤੁਹਾਨੂੰ ਉਦੋਂ ਤੱਕ ਇਸਦਾ ਅਹਿਸਾਸ ਨਹੀਂ ਹੁੰਦਾ ਜਦੋਂ ਤੱਕ ਉਹ ਆਪਣੀਆਂ ਚਾਲਾਂ ਨਹੀ ਚੱਲਦੀਆਂ।

ਰਾਮਾਨੰਦ ਸਾਗਰ ਜੀ ਦੁਆਰਾ ਬਣਾਏ ਗਏ ਇਸ ਰਾਮਾਇਣ ਸੀਰੀਅਲ ਤੋਂ ਮੈਂ ਅਣਗਿਣਤ ਗੱਲਾਂ ਸਿੱਖੀਆਂ। ਸ਼੍ਰੀ ਰਾਮ ਦੁਆਰਾ ਕਹੀ ਗਈ ਇੱਕ ਗੱਲ ਨੇ ਮੈਨੂੰ ਬਹੁਤ ਹਿੰਮਤ ਦਿੱਤੀ ਅਤੇ ਉਹ ਉਦੋਂ ਸੀ ਜਦੋਂ ਭਗਵਾਨ ਸ਼੍ਰੀ ਰਾਮ ਕਹਿੰਦੇ ਹਨ ਕਿ 'ਧੋਖਾ ਦੇਣਾ ਇੱਕ ਪਾਪ ਹੈ, ਧੋਖਾ ਖਾਣਾ ਨਹੀਂ।' ਯਾਨੀ ਜੇਕਰ ਕੋਈ ਤੁਹਾਡੀ ਚੰਗਿਆਈ ਦਾ ਫਾਇਦਾ ਉਠਾਉਂਦਾ ਹੈ ਅਤੇ ਤੁਹਾਨੂੰ ਧੋਖਾ ਦਿੰਦਾ ਹੈ, ਤਾਂ ਇਹ ਪਾਪ ਉਸਨੇ ਕੀਤਾ ਹੈ, ਤੁਸੀਂ ਨਹੀਂ।

ਮੈਂ ਉਰਦੂ ਵਿੱਚ ਇੱਕ ਕਹਾਵਤ ਵੀ ਸੁਣੀ ਹੈ 'ਜੈਸੀ ਨਿਆਤ ਵੈਸੀ ਬਰਕਤ' ਜਿਸਦਾ ਅਰਥ ਹੈ ਕਿ ਕਿਸੇ ਵਿਅਕਤੀ ਦੇ ਮਨ ਵਿੱਚ ਜੋ ਵੀ ਭਾਵਨਾ ਹੋਵੇ, ਉਸਦੀ ਤਰੱਕੀ ਵੀ ਉਸੇ ਅਨੁਪਾਤ ਵਿੱਚ ਹੋਵੇਗੀ। ਉਦਾਹਰਣ ਵਜੋਂ, ਜੇਕਰ ਕੋਈ ਵਿਅਕਤੀ ਕਿਸੇ ਚੰਗੇ ਉਦੇਸ਼ ਜਾਂ ਚੰਗੀ ਭਾਵਨਾ ਨਾਲ ਕੰਮ ਕਰਦਾ ਹੈ, ਤਾਂ ਜ਼ਰੂਰ, ਭਾਵੇਂ ਉਸਦੀ ਤਰੱਕੀ ਹੌਲੀ ਹੋਵੇ, ਉਸਨੂੰ ਜ਼ਰੂਰ ਤਰੱਕੀ ਮਿਲੇਗੀ। ਦੂਜੇ ਪਾਸੇ, ਜੇਕਰ ਕੋਈ ਵਿਅਕਤੀ ਲੋਕਾਂ ਨੂੰ ਧੋਖਾ ਦੇ ਕੇ ਉਨ੍ਹਾਂ ਦੇ ਪੈਸੇ ਹੜੱਪਣਾ ਚਾਹੁੰਦਾ ਹੈ, ਤਾਂ ਇਹ ਸੰਭਵ ਹੈ ਕਿ ਉਹ ਥੋੜ੍ਹੇ ਸਮੇਂ ਵਿੱਚ ਸਫਲ ਹੋ ਸਕਦਾ ਹੈ, ਪਰ ਲੰਬੇ ਸਮੇਂ ਵਿੱਚ, ਉਸਨੂੰ ਆਪਣੀ ਕਮਾਈ ਨਾਲੋਂ ਕਈ ਗੁਣਾ ਜ਼ਿਆਦਾ ਪੈਸਾ ਗੁਆਉਣ ਦੀ ਸੰਭਾਵਨਾ ਹੈ।

ਇਸ ਗੱਲ ਨੂੰ ਸਮਝਾਉਣ ਲਈ, ਮੈਂ ਦੋ ਕਾਰੋਬਾਰੀਆਂ ਦੀ ਉਦਾਹਰਣ ਲੈਣਾ ਚਾਹਾਂਗਾ। ਇੱਕ ਕਾਰੋਬਾਰੀ ਲੋਕਾਂ ਤੋਂ ਸਾਮਾਨ ਅਤੇ ਪੈਸੇ ਉਧਾਰ ਲੈਂਦਾ ਸੀ ਅਤੇ ਜਦੋਂ ਵਾਪਸ ਕਰਨ ਦਾ ਸਮਾਂ ਆਉਂਦਾ ਸੀ, ਤਾਂ ਉਹ ਕਈ ਵਾਰ ਬਹਾਨੇ ਬਣਾਉਂਦਾ ਸੀ ਅਤੇ ਕਈ ਵਾਰ ਫ਼ੋਨ ਨੰਬਰ ਦਿੰਦਾ ਸੀ।

ਕਈ ਵਾਰ ਉਹ ਆਪਣੇ ਪੈਸੇ ਬਦਲ ਲੈਂਦਾ ਸੀ ਅਤੇ ਕਈ ਵਾਰ ਲੋਕਾਂ ਨੂੰ ਪੈਸੇ ਦੇਣ ਤੋਂ ਬਚਣ ਲਈ ਘਰੋਂ ਭੱਜ ਜਾਂਦਾ ਸੀ। ਇਹ ਕੁਝ ਸਮੇਂ ਲਈ ਚੱਲਦਾ ਰਿਹਾ ਪਰ ਫਿਰ ਹਰ ਪਾਸੇ ਅਫਵਾਹ ਫੈਲ ਗਈ ਕਿ ਇਹ ਆਦਮੀ ਠੱਗ ਹੈ ਅਤੇ ਕਦੇ ਵੀ ਇਸ ਨਾਲ ਕੋਈ ਕਾਰੋਬਾਰ ਨਹੀਂ ਕਰੇਗਾ। ਅਤੇ ਇੱਕ ਸਮਾਂ ਆਇਆ ਜਦੋਂ ਉਸਨੂੰ ਸੱਚਮੁੱਚ ਪੈਸਿਆਂ ਦੀ ਜ਼ਰੂਰਤ ਸੀ ਪਰ ਕਿਸੇ ਨੇ ਉਸਦੀ ਮਦਦ ਨਹੀਂ ਕੀਤੀ ਅਤੇ ਅੰਤ ਵਿੱਚ ਉਹ ਭੁੱਖ ਨਾਲ ਮਰ ਗਿਆ।

ਦੂਜੇ ਪਾਸੇ, ਇੱਕ ਹੋਰ ਕਾਰੋਬਾਰੀ ਸੀ ਜੋ ਬਹੁਤ ਇਮਾਨਦਾਰ ਸੀ ਅਤੇ ਆਪਣੀ ਗੱਲ ਦਾ ਬਹੁਤ ਸੱਚਾ ਸੀ। ਉਹ ਹਮੇਸ਼ਾ ਜੋ ਕਹਿੰਦਾ ਸੀ ਉਹ ਕਰਦਾ ਸੀ। ਅਤੇ ਭਾਵੇਂ ਪੈਸਾ ਹੋਵੇ ਜਾਂ ਕਾਰੋਬਾਰ, ਉਹ ਹਰ ਮਾਮਲੇ ਵਿੱਚ ਬਹੁਤ ਭਰੋਸੇਮੰਦ ਸੀ। ਇੱਕ ਵਾਰ ਕਾਰੋਬਾਰ ਵਿੱਚ ਬਹੁਤ ਵੱਡੀ ਆਰਥਿਕ ਮੰਦੀ ਆਈ ਸੀ ਅਤੇ ਇਸ ਕਾਰਨ ਉਹ ਦੀਵਾਲੀਆ ਹੋਣ ਵਾਲਾ ਸੀ ਪਰ ਤੁਹਾਨੂੰ ਕੀ ਲੱਗਦਾ ਹੈ ਕਿ ਕੀ ਹੋਇਆ ਹੋਵੇਗਾ? ਉਸਦੇ ਬਹੁਤ ਸਾਰੇ ਦੋਸਤਾਂ ਅਤੇ ਸ਼ੁਭਚਿੰਤਕਾਂ ਨੇ ਉਸਨੂੰ ਇੱਕ ਖਾਲੀ ਚੈੱਕ ਭੇਜਿਆ ਅਤੇ ਕਿਹਾ, ਜੋ ਵੀ ਰਕਮ ਤੁਸੀਂ ਚਾਹੁੰਦੇ ਹੋ, ਸਾਨੂੰ ਦੱਸੋ ਅਤੇ ਜਦੋਂ ਹਾਲਾਤ ਪਹਿਲਾਂ ਨਾਲੋਂ ਬਿਹਤਰ ਹੋਣਗੇ ਤਾਂ ਵਾਪਸ ਕਰ ਦਿਓ। ਇਨ੍ਹਾਂ ਲੋਕਾਂ ਦੀ ਮਦਦ ਨਾਲ, ਉਹ ਜਲਦੀ ਹੀ ਆਪਣੀ ਪਿਛਲੀ ਸਥਿਤੀ ਵਿੱਚ ਵਾਪਸ ਆ ਗਿਆ ਅਤੇ ਇਨ੍ਹਾਂ ਲੋਕਾਂ ਦਾ ਕਰਜ਼ਾ ਵੀ ਬਹੁਤ ਜਲਦੀ ਵਾਪਸ ਕਰ ਦਿੱਤਾ ਅਤੇ ਉਨ੍ਹਾਂ ਪ੍ਰਤੀ ਆਪਣਾ ਧੰਨਵਾਦ ਪ੍ਰਗਟ ਕੀਤਾ।

ਕੁੱਲ ਮਿਲਾ ਕੇ ਮੇਰਾ ਮੰਨਣਾ ਹੈ ਕਿ 'ਚੰਗੀਆਂ ਚੀਜ਼ਾਂ ਅੰਤ ਵਿੱਚ ਚੰਗੇ ਲੋਕਾਂ ਨਾਲ ਵਾਪਰਦੀਆਂ ਹਨ'।

ਸਟ੍ਰੈੱਸ ਮੈਨੇਜਮੈਂਟ ਨਾਲ ਸਬੰਧਤ ਉਪਯੋਗੀ ਸੁਝਾਅ:

- **ਭਾਵੇਂ ਕੋਈ ਤੁਹਾਡਾ ਸਮਰਥਨ ਕਰੇ ਜਾਂ ਨਾ ਕਰੇ, ਤੁਹਾਨੂੰ ਆਪਣਾ ਸਮਰਥਨ ਖੁਦ ਕਰਨਾ ਚਾਹੀਦਾ ਹੈ:** ਦੂਜਿਆਂ ਦੇ ਕੀਤੇ ਪਾਪ ਦੀ ਸਜ਼ਾ ਆਪਣੇ ਆਪ ਨੂੰ ਨਾ ਦਿਓ, ਹੋ ਸਕਦਾ ਹੈ ਕਿ ਕਿਸੇ ਨੇ ਤੁਹਾਨੂੰ ਧੋਖਾ ਦਿੱਤਾ ਹੋਵੇ, ਜਾਂ ਤੁਹਾਡਾ ਸਤ ਨਾ ਦਿੱਤਾ ਹੋਵੇ ਪਰ ਆਪਣਾ ਸਾਥ ਕਦੇ ਨਾ ਛੱਡੋ।
- ਜਦੋਂ ਜ਼ਿੰਦਗੀ ਵਿਚ ਤੁਹਾਡੇ ਨਾਲ ਵਿਸ਼ਘਾਤ ਹੁੰਦਾ ਹੈ ਤਾਂ ਰੱਬ ਦਾ ਸ਼ੁਕਰ ਕਰੋ ਕਿ ਬਹੁਤ ਜਲਦੀ ਹੀ ਉਸਦਾ ਅਸਲੀ ਚਿਹਰਾ ਸਾਮ੍ਹਣੇ ਆ ਗਿਆ ਅਤੇ ਤੁਹਾਨੂੰ ਆਉਣ ਵਾਲੀ ਵੱਡੀ ਤਕਲੀਫ਼ ਜਾਂ ਮੁਸੀਬਤ ਤੋਂ ਬਚਾ ਲਿਆ।

• • •

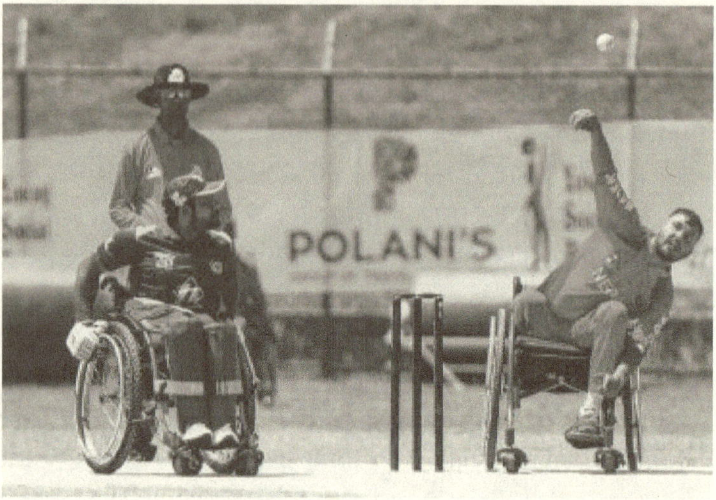

ਅਧਿਆਇ 43

ਚੁਣਨਾ ਮੈਨੂੰ ਹੀ ਹੈ ਜਾਂ ਤਾਂ ਮੈਂ ਟੁੱਟ ਸਕਦਾ ਹਾਂ ਜਾਂ ਮੈਂ ਰਿਕਾਰਡ ਤੋੜ ਸਕਦਾ ਹਾਂ।

"ਮੁਸੀਬਤ ਵਿੱਚੋਂ ਹੀ ਮੌਕਾ ਆਉਂਦਾ ਹੈ।"

- ਬੈਂਜਾਮਿਨ ਫੈਕਲਿਨ

ਪਿਛਲੇ ਅਧਿਆਇ ਵਿੱਚ, ਮੈਂ ਤੁਹਾਡੇ ਨਾਲ ਚਰਚਾ ਕੀਤੀ ਸੀ ਕਿ "ਠੱਗਣਾ ਪਾਪ ਹੈ, ਪਰ ਠਗੇ ਜਾਣਾ ਨਹੀਂ"। ਜਦੋਂ ਅਜਿਹੇ ਹਾਲਾਤ ਪੈਦਾ ਹੁੰਦੇ ਹਨ, ਤਾਂ ਜ਼ਿਆਦਾਤਰ ਲੋਕ ਟੁੱਟ ਜਾਂਦੇ ਹਨ, ਪਰ ਜਦੋਂ ਮੈਂ ਸੈਂਕੜੇ ਅਤੇ ਹਜ਼ਾਰਾਂ ਜੀਵਨੀਆਂ ਦਾ ਅਧਿਐਨ ਕੀਤਾ, ਤਾਂ ਮੈਨੂੰ ਪਤਾ ਲੱਗਾ ਕਿ ਅਜਿਹੀਆਂ ਸਮੱਸਿਆਵਾਂ ਮਹਾਨ ਲੋਕਾਂ ਦੇ ਜੀਵਨ ਵਿੱਚ ਵੀ ਆਉਂਦੀਆਂ ਹਨ, ਪਰ ਟੁੱਟਣ ਦੀ ਬਜਾਏ, ਉਹ ਰਿਕਾਰਡ ਤੋੜਦੇ ਹਨ। ਉਨ੍ਹਾਂ ਵਿੱਚੋਂ ਕੁਝ ਨੂੰ ਆਪਣੇ ਪਰਿਵਾਰਾਂ ਰਾਹੀਂ ਪਰੇਸ਼ਾਨ

ਕੀਤਾ ਗਿਆ ਸੀ ਅਤੇ ਕੁਝ ਨੂੰ ਪਰਿਵਾਰ ਰਾਹੀਂ। ਪਰ ਉਨ੍ਹਾਂ ਸਾਰਿਆਂ ਨੇ ਜ਼ਿੰਦਗੀ ਵਿੱਚ ਕਦੇ ਪਿੱਛੇ ਮੁੜ ਕੇ ਨਹੀਂ ਦੇਖਿਆ ਅਤੇ ਉਹ ਹਮੇਸ਼ਾ ਅੱਗੇ ਵਧਦੇ ਰਹੇ।

ਓਰੀਸਨ ਸਵੇਟ ਮਾਡਰਨ ਨੇ ਆਪਣੀ ਕਿਤਾਬ 'ਤੇ ਸਾਲਾਂ ਤੱਕ ਕੰਮ ਕੀਤਾ ਅਤੇ ਉਸਦੀ 2000 ਪੰਨਿਆਂ ਦੀ ਸਕ੍ਰਿਪਟ ਅੱਗ ਵਿੱਚ ਤਬਾਹ ਹੋ ਗਈ ਪਰ ਆਪਣੀ ਕਿਸਮਤ 'ਤੇ ਰੋਣ ਦੀ ਬਜਾਏ ਉਸਨੇ ਆਪਣੇ ਆਪ ਨੂੰ ਕਿਹਾ "ਮੇਰੇ ਕੋਲ ਉਦੋਂ ਕਿਤਾਬ ਲਿਖਣ ਲਈ ਦਿਮਾਗ ਸੀ ਅਤੇ ਮੇਰੇ ਕੋਲ ਅਜੇ ਵੀ ਹੈ ਅਤੇ ਮੈਂ ਆਪਣੇ ਦਿਮਾਗ ਦੀ ਵਰਤੋਂ ਦੁਬਾਰਾ ਕਰਾਂਗਾ ਅਤੇ ਇਸ ਕਿਤਾਬ ਨੂੰ ਲਿਖਾਂਗਾ"। ਉਸਨੇ ਅਜਿਹਾ ਹੀ ਕੀਤਾ ਅਤੇ ਅਜਿਹਾ ਕਰਨ ਤੋਂ ਬਾਅਦ, ਉਸਦੀ ਕਿਤਾਬ 'ਪੁਸ਼ਿੰਗ ਟੂ ਦ ਫਰੰਟ' ਇਤਿਹਾਸ ਦੀਆਂ ਸਭ ਤੋਂ ਸਫਲ ਅਤੇ ਪ੍ਰੇਰਣਾਦਾਇਕ ਕਿਤਾਬਾਂ ਵਿੱਚੋਂ ਇੱਕ ਗਿਣੀ ਜਾਂਦੀ ਹੈ। ਇਸੇ ਤਰ੍ਹਾਂ, ਜਦੋਂ ਮਹਾਨ ਖੋਜੀ ਥਾਮਸ ਐਡੀਸਨ ਦੀ ਪ੍ਰਯੋਗਸ਼ਾਲਾ ਅੱਗ ਨਾਲ ਪੂਰੀ ਤਰ੍ਹਾਂ ਤਬਾਹ ਹੋ ਗਈ ਸੀ, ਤਾਂ ਉਹਨਾਂ ਨੇ ਆਪਣੀ ਕਿਸਮਤ ਜਾਂ ਭਾਗਾਂ ਨੂੰ ਦੋਸ਼ ਦੇਣ ਦੀ ਬਜਾਏ, ਮੁਸਕਰਾ ਕੇ ਕਿਹਾ, "ਇਹ ਚੰਗਾ ਹੈ ਕਿ ਇਸ ਵਿੱਚ ਸਾਡੀਆਂ ਸਾਰੀਆਂ ਗਲਤੀਆਂ ਤਬਾਹ ਹੋ ਗਈਆਂ। ਅਸੀਂ ਕੱਲ੍ਹ ਸਵੇਰ ਤੋਂ ਹੀ ਇਸ ਪ੍ਰਯੋਗਸ਼ਾਲਾ ਨੂੰ ਦੁਬਾਰਾ ਬਣਾਵਾਂਗੇ।" ਅਤੇ ਉਸਨੇ ਅਜਿਹਾ ਹੀ ਕੀਤਾ ਅਤੇ ਅਜਿਹਾ ਕਰਨ ਕਰਕੇ, ਉਸਨੇ ਆਪਣੇ ਜੀਵਨ ਕਾਲ ਵਿੱਚ ਨਵੀਆਂ ਕਾਢਾਂ ਲਈ ਇੰਨੇ ਪ੍ਰਯੋਗਸ਼ਾਲਾ ਪੇਟੈਂਟ ਲਏ ਜਿੰਨੇ ਸ਼ਾਇਦ ਕਿਸੇ ਹੋਰ ਖੋਜੀ ਨੇ ਆਪਣੇ ਜੀਵਨ ਕਾਲ ਵਿੱਚ ਨਹੀਂ ਲਏ ਹੋਣਗੇ। ਵਿਲਮਾ ਰੁਡੋਲਫ ਨੂੰ ਪੋਲੀਓ ਹੋਇਆ ਸੀ ਪਰ ਉਹ ਟੁੱਟੀ ਨਹੀਂ, ਸਗੋਂ ਉਸਨੇ ਵਾਰ-ਵਾਰ ਅਭਿਆਸ ਕੀਤਾ ਅਤੇ ਕੋਸ਼ਿਸ਼ ਕੀਤੀ ਅਤੇ ਉਸਨੇ ਆਪਣੇ ਦੇਸ਼ ਲਈ ਓਲੰਪਿਕ ਵਿੱਚ ਬਹੁਤ ਸਾਰੇ ਰਿਕਾਰਡ ਤੋੜੇ ਅਤੇ ਬਹੁਤ ਸਾਰੇ ਤਗਮੇ ਜਿੱਤ ਕੇ ਆਪਣੇ ਦੇਸ਼ ਨੂੰ ਮਾਣ ਦਿਵਾਇਆ।

ਭਗਵਾਨ ਸ਼੍ਰੀ ਰਾਮ ਵੀ 14 ਸਾਲਾਂ ਦੇ ਬਨਵਾਸ ਬਾਰੇ ਸੁਣ ਕੇ ਟੁੱਟ ਸਕਦੇ ਸਨ ਪਰ ਉਹ ਨਹੀਂ ਟੁੱਟੇ, ਉਨ੍ਹਾਂ ਨੇ ਰਿਕਾਰਡ ਤੋੜਿਆ, ਮਨੁੱਖਾਂ ਲਈ ਧਰਮ ਦੇ ਨਵੇਂ ਸਿਧਾਂਤ ਸਥਾਪਿਤ ਕੀਤੇ ਅਤੇ ਇੱਕ ਸਪੱਸ਼ਟ ਸੰਦੇਸ਼ ਦਿੱਤਾ ਕਿ ਕਰਮ ਦੁਆਰਾ ਮਨੁੱਖ ਮਹਾਨਤਾ ਦੀਆਂ ਨਵੀਆਂ ਉਚਾਈਆਂ ਨੂੰ ਛੂਹ ਸਕਦਾ ਹੈ। ਇਸ ਲਈ ਹਮੇਸ਼ਾ ਯਾਦ ਰੱਖੋ ਕਿ ਸਾਨੂੰ ਚੋਣ ਕਰਨੀ ਪਵੇਗੀ, ਪ੍ਰਤੀਕੂਲ ਹਾਲਾਤਾਂ ਵਿੱਚ ਜਾਂ ਤਾਂ ਅਸੀਂ ਟੁੱਟ ਸਕਦੇ ਹਾਂ ਜਾਂ ਰਿਕਾਰਡ ਤੋੜ ਸਕਦੇ ਹਾਂ।

ਸਟ੍ਰੈੱਸ ਮੈਨੇਜਮੈਂਟ ਨਾਲ ਸਬੰਧਤ ਉਪਯੋਗੀ ਸੁਝਾਅ:

- ਜ਼ਿੰਦਗੀ ਸਾਨੂੰ ਹਮੇਸ਼ਾ ਇੱਕ ਵਿਕਲਪ ਦਿੰਦੀ ਹੈ, ਜਾਂ ਤਾਂ ਅਸੀਂ ਆਪਣੀ ਕਿਸਮਤ 'ਤੇ ਰੋ ਸਕਦੇ ਹਾਂ ਜਾਂ ਅਸੀਂ ਇਤਿਹਾਸ ਰਚ ਸਕਦੇ ਹਾਂ। ਇਹ ਯਾਦ ਰੱਖੋ, ਕੋਈ ਵੀ ਰੋਣ ਵਾਲਿਆਂ ਨੂੰ ਯਾਦ ਨਹੀਂ ਰੱਖਦਾ, ਲੋਕ ਸਿਰਫ਼ ਉਨ੍ਹਾਂ ਨੂੰ ਯਾਦ ਰੱਖਦੇ ਹਨ ਜੋ ਇਤਿਹਾਸ ਰਚਦੇ ਹਨ।
- ਜੀਵਨੀਆਂ ਦਾ ਅਧਿਐਨ ਕਰੋ ਅਤੇ ਤੁਸੀਂ ਦੇਖੋਗੇ ਕਿ ਤੁਸੀਂ ਇਕੱਲੇ ਨਹੀਂ ਹੋ; ਬਹੁਤ ਸਾਰੇ ਲੋਕ ਹਨ ਜਿਨ੍ਹਾਂ ਨੇ ਤੁਹਾਡੇ ਵਰਗੀਆਂ ਮੁਸ਼ਕਲਾਂ ਜਾਂ ਤੁਹਾਡੇ ਨਾਲੋਂ ਵੀ ਮੁਸ਼ਕਲ ਸਥਿਤੀਆਂ ਦਾ ਸਾਹਮਣਾ ਕੀਤਾ ਅਤੇ ਜਿੱਤ ਪ੍ਰਾਪਤ ਕੀਤੀ।

• • •

ਅਧਿਆਇ 44

ਬਿਹਤਰ ਕੰਮ ਦੀ ਨੈਤਿਕਤਾ ਚਿੰਤਾ ਨੂੰ ਘਟਾਉਂਦੀ ਹੈ

"ਮੈਂ ਕਦੇ ਸਫਲਤਾ ਦਾ ਸੁਪਨਾ ਨਹੀਂ ਵੇਖਿਆ, ਮੈਂ ਸਿਰਫ ਇਸਨੂੰ ਪ੍ਰਾਪਤ ਕਰਨ ਲਈ ਸਖ਼ਤ ਮਿਹਨਤ ਕੀਤੀ।"

- ਐਸਟੀ ਲਾਡਰ

ਚਿੰਤਾ ਦਾ ਇੱਕ ਵੱਡਾ ਹਿੱਸਾ ਸਾਡੇ ਕੰਮਾਂ ਤੋਂ ਆਉਂਦਾ ਹੈ ਅਤੇ ਜੇਕਰ ਇੱਕ ਬਿਹਤਰ ਕਾਰਜ ਸ਼ੈਲੀ ਵਿਕਸਤ ਕੀਤੀ ਜਾਵੇ ਤਾਂ ਸਾਡੀ ਚਿੰਤਾ ਚਮਤਕਾਰੀ ਢੰਗ ਨਾਲ ਘਟਾਈ ਜਾ ਸਕਦੀ ਹੈ।

ਬਿਹਤਰ ਕੰਮ ਕਰਨ ਦੀ ਨੈਤਿਕਤਾ ਵਿਕਸਤ ਕਰਨ ਲਈ ਕੁਝ ਸੁਝਾਅ:

- ਕੀਤੇ ਜਾਣ ਵਾਲੇ ਕੰਮਾਂ ਦੀ ਇਕ ਲਿਖਿਤ ਸੂਚੀ ਬਣਾਓ।
- ਚੀਜ਼ਾਂ ਨੂੰ ਇੱਕ ਖਾਸ ਜਗ੍ਹਾ ਤੇ ਰੱਖੋ
- ਦਿਨ ਦੇ 3 ਸਭ ਤੋਂ ਮਹੱਤਵਪੂਰਨ ਕੰਮ ਪਹਿਲਾਂ ਕਰੋ
- ਸਮੇਂ ਸਿਰ ਬਿੱਲਾਂ ਦਾ ਭੁਗਤਾਨ ਕਰਨਾ

- ਪਲਾਨ ਬੀ ਤਿਆਰ ਰੱਖੋ
- ਰੁਟੀਨ ਸੰਭਾਲ ਕਰੋ

ਭਾਵੇਂ ਮੈਂ ਆਪਣੀ ਸਭ ਤੋਂ ਵੱਧ ਵਿਕਣ ਵਾਲੀ ਕਿਤਾਬ ਰਾਜਨਲਨੀਤੀ ਟਾਈਮ ਮੈਨੇਜਮੈਂਟ ਵਿੱਚ ਇੱਕ ਬਿਹਤਰ ਕਾਰਜ ਸ਼ੈਲੀ ਕਿਵੇਂ ਵਿਕਸਤ ਕਰਨੀ ਹੈ, ਇਸ ਬਾਰੇ ਪੂਰੀ ਜਾਣਕਾਰੀ ਦਿੱਤੀ ਹੈ, ਪਰ ਇਸ ਅਧਿਆਇ ਵਿੱਚ ਮੈਂ ਕੁਝ ਅਜਿਹੀਆਂ ਕਾਰਜ ਸ਼ੈਲੀਆਂ ਬਾਰੇ ਗੱਲ ਕਰਾਂਗਾ ਜੋ ਸਾਡੀ ਜ਼ਿੰਦਗੀ ਨੂੰ ਕਾਫ਼ੀ ਹੱਦ ਤੱਕ ਚਿੰਤਾ ਮੁਕਤ ਕਰ ਦੇਣਗੀਆਂ। ਜੇਕਰ ਤੁਸੀਂ ਇੱਕ ਬਿਹਤਰ ਕਾਰਜ ਸ਼ੈਲੀ ਵਿਕਸਤ ਕਰਨ ਬਾਰੇ ਹੋਰ ਜਾਣਨਾ ਚਾਹੁੰਦੇ ਹੋ ਤਾਂ ਮੈਂ ਤੁਹਾਨੂੰ ਰਾਜਨਲਨੀਤੀ ਟਾਈਮ ਮੈਨੇਜਮੈਂਟ ਪੜ੍ਹਨ ਦਾ ਸੁਝਾਅ ਦੇਵਾਂਗਾ।

ਸਭ ਤੋਂ ਪਹਿਲਾਂ ਕਰਨ ਵਾਲੀਆਂ ਚੀਜ਼ਾਂ ਦੀ ਸੂਚੀ ਬਣਾਉਣੀ ਪੈਂਦੀ ਹੈ: ਅਸੀਂ ਦਿਨ ਭਰ ਕੀ ਕਰਨਾ ਹੈ ਇਸ ਬਾਰੇ ਬਹੁਤ ਜ਼ਿਆਦਾ ਚਿੰਤਾ ਕਰਦੇ ਰਹਿੰਦੇ ਹਾਂ। ਪਰ ਜਦੋਂ ਅਸੀਂ ਇੱਕ ਰਾਤ ਪਹਿਲਾਂ ਕਰਨ ਵਾਲੇ ਕੰਮਾਂ ਦੀ ਸੂਚੀ ਬਣਾਉਂਦੇ ਹਾਂ, ਤਾਂ ਸਾਨੂੰ ਨਾ ਸਿਰਫ਼ ਸਪੱਸ਼ਟਤਾ ਦੀ ਭਾਵਨਾ ਮਿਲਦੀ ਹੈ, ਸਗੋਂ ਨਿਯੰਤਰਣ ਦੀ ਭਾਵਨਾ ਵੀ ਮਿਲਦੀ ਹੈ। ਸਾਡੀ ਉਤਪਾਦਕਤਾ ਵੀ ਵਧਦੀ ਹੈ, ਜਿਸ ਨਾਲ ਅਸੀਂ ਖੁਸ਼ ਮਹਿਸੂਸ ਕਰਦੇ ਹਾਂ। ਸੂਚੀ ਬਣਾਉਣਾ ਇਸ ਲਈ ਵੀ ਮਹੱਤਵਪੂਰਨ ਹੈ ਕਿਉਂਕਿ ਸਾਡਾ ਦਿਮਾਗ ਅਕਸਰ ਭੁੱਲ ਜਾਂਦਾ ਹੈ ਕਿ ਸਾਨੂੰ ਕਿਹੜੇ ਕੰਮ ਕਰਨੇ ਹਨ।

ਰਾਜਨੀਤੀ ਟਾਈਮ ਮੈਨੇਜਮੈਂਟ ਵਿੱਚ, ਅਧਿਆਇ-5 'ਰੋਜ਼ਾਨਾ ਕਰਨ ਵਾਲੇ ਕੰਮਾਂ ਦੀ ਇੱਕ ਲਿਖਤ ਸੂਚੀ ਬਣਾਓ' ਵਿੱਚ ਮੈਂ ਦੱਸਿਆ ਸੀ ਕਿ ਮੈਂ ਆਪਣੀ ਰੋਜ਼ਾਨਾ ਕਰਨ ਵਾਲੇ ਕੰਮਾਂ ਦੀ ਸੂਚੀ ਕਿਵੇਂ ਬਣਾਉਂਦਾ ਹਾਂ, ਇਹੀ ਜਾਣਕਾਰੀ ਮੈਂ ਤੁਹਾਡੇ ਨਾਲ ਰਾਜਨੀਤੀ ਸਟ੍ਰੈੱਸ ਮੈਨੇਜਮੈਂਟ ਵਿੱਚ ਵੀ ਸਾਂਝੀ ਕਰ ਰਿਹਾ ਹਾਂ।

ਇੱਕ ਸੂਚੀ ਕਿਵੇਂ ਬਣਾਈਏ:

ਤੁਹਾਨੂੰ ਜੀ ਵੀ ਕੰਮ ਕਰਨੇ ਹੋਣ, ਉਹਨਾਂ ਸਭ ਨੂੰ ਲਿਖ ਲੋ, ਕੋਈ ਵੀ ਕੰਮ ਨਾ ਛੱਡੋ। ਉਹਨਾਂ ਵਿੱਚੋ ਕੁਝ ਕੁ ਕੰਮ ਹੋ ਤੁਹਾਨੂੰ ਖਾਸ ਲਗਦੇ ਹੋਣ, ਜਿਨ੍ਹਾਂ ਨਾਲ ਤੁਹਾਡਾ ਭਵਿੱਖ ਉੱਜਵਲ ਹੁੰਦਾ ਹੋਵੇ, ਉਹਨਾਂ ਅੱਗੇ ਰੋਮਨ ਅੱਖਰ 'I' (ਆਈ) ਜਿੱਦਾ ਮਤਲਬ ਪਹਿਲਾ ਵੀ ਹੁੰਦਾ ਹੈ ਲਿਖ ਲਓ। ਉਸ ਤੋਂ ਬਾਅਦ ਦੇਖੋ ਕਿ ਇਹਨਾਂ ਆਈ ' I' ਲਿਖੇ ਕੰਮਾਂ ਵਿਚ ਸਭ ਤੋਂ ਜ਼ਰੂਰੀ ਕਿਹੜਾ ਕੰਮ ਹੈ, ਇਹ ਦੇਖਣ ਤੋਂ ਬਾਦਵੁਸ 'I' ਅੱਗੇ ੧ ਲਿਖ ਲਓ, ਦੂਜੇ ਅੱਗੇ ੨ ਲਿਖ ਲੋਟੇ ਐਸੀ ਤਰ੍ਹਾਂ ਹਰ ਇਕ ਕੰਮ ਅੱਗੇ ਇਕ ਇਕ ਨੰਬਰ ਪਾ ਲਓ। ਇਹਨਾ ਨੂੰ ਇਹਨਾ ਦੇ ਨੰਬਰ ਅਨੁਸਾਰ ਕਰਦੇ ਜਾਓ ਮਤਲਬ ਜਬ ਤਕ ਪਹਿਜਾ ਨਾ ਹੋ ਜਾਏ ਤਾਂ ਤਕ ਦੂਜੇ ਤੇ ਨਾ ਜਾਓ।

ਹੁਣ ਆਂਦੇ ਹਾਂ ਦੂਜੀ ਸ਼੍ਰੇਣੀ ਤੇ, ਜਿਸਨੂੰ ਮੈ 'II' ਡਬਲ ਆਈ ਅੱਖਰ ਨਾਲ ਬੁਲਾਨਾ ਚਾਵਾ ਗਾ। ਇਹ ਉਹ ਕੰਮ ਨੇ, ਜਿਨ੍ਹਾਂ ਨੂੰ ਤੁਸੀਂ ਹੁਣੇ ਨਾ ਵੀ ਕਰੋ ਤਾ ਵੀ ਚਲੇਗਾ ਕਿਉਂਕਿ ਇਹਨਾ ਨੂੰ ਕਰਨ ਜਾਂ ਨਾ ਕਰਨ ਨਾਲ ਤੁਹਾਡੇ ਭਵਿੱਖ ਤੇ ਕੋਈ ਅਸਰ ਨਹੀਂ ਹੁੰਦਾ। ਇਸ ਨੂੰ ਵੀ ਉਪਰ ਲਿਖੀ ਸੂਚੀ ਵਾਂਗ ਨੰਬਰ ਦੇ ਕੇ 'II' ੧,੨,੩... ਲਿਖ ਲੋ।

ਹੁਣ ਆਂਦੇ ਹਾਂ ਤੀਜੀ ਸ਼੍ਰੇਣੀ ਤੇ, ਜਿਸਨੂੰ ਮੈਂ 'U' ਅੱਖਰ ਨਾਲ ਚਿੰਨ੍ਹਿਤ ਕਰਨਾ ਚਾਹੁੰਦਾ ਹਾਂ, ਮੈਂ ਇਸਨੂੰ ਅੰਗਰੇਜ਼ੀ ਸ਼ਬਦ 'urgent' ਤੋਂ ਲਿਆ ਹੈ। ਇਹ ਅਜਿਹੇ ਕੰਮ ਹਨ ਜੋ ਕਿਸੇ ਵੀ ਕੀਮਤ 'ਤੇ ਹੁਣੇ ਕਰਨੇ ਪੈਂਦੇ ਹਨ ਅਤੇ ਜੇਕਰ ਹੁਣੇ ਨਹੀਂ ਕੀਤੇ ਗਏ, ਤਾਂ ਤੁਹਾਨੂੰ ਬਹੁਤ ਸਾਰੇ ਨਤੀਜੇ ਭੁਗਤਣੇ ਪੈ ਸਕਦੇ ਹਨ, ਜਿਵੇਂ ਕਿ ਆਪਣੇ ਬੱਚੇ ਨੂੰ ਡਾਕਟਰ ਕੋਲ ਲਿਜਾਣਾ, ਸਮਾਂ ਸੀਮਾ ਤੋਂ ਪਹਿਲਾਂ ਬਿੱਲਾਂ ਦਾ ਭੁਗਤਾਨ ਕਰਨਾ, ਕਾਰ ਵਿੱਚ ਪੈਟਰੋਲ ਭਰਨਾ, ਆਦਿ।

ਚੌਥੀ ਸ਼੍ਰੇਣੀ ਜਿਸਨੂੰ ਮੈਂ 'D' ਅੱਖਰ ਨਾਲ ਲੇਬਲ ਕਰਨਾ ਚਾਹਾਂਗਾ। ਮੈਂ ਇਸਨੂੰ ਅੰਗਰੇਜ਼ੀ ਸ਼ਬਦ ਡੈਲੀਗੇਟ ਤੋਂ ਲਿਆ ਹੈ, ਇਹ ਉਹ ਕੰਮ ਹਨ ਜੋ ਤੁਸੀਂ ਕਿਸੇ ਹੋਰ ਨੂੰ ਸੌਂਪ ਸਕਦੇ ਹੋ।

ਉਦਾਹਰਨ ਲਈ ਇੱਕ ਸੂਚੀ:

ਫਿੱਟ ਰਹਿਣ ਲਈ ਜਿੰਮ ਜਾਣਾ I-1
ਅੱਜ ਮੋਬਾਈਲ ਰੀਚਾਰਜ ਦੀ ਆਖਰੀ ਤਾਰੀਖ ਹੈ U 2
ਦਵਾਈ ਖਾਣਾ U-1
ਕਿਤਾਬਾਂ ਲਿਖਣਾ I-2
ਫਿਲਮ ਦੇਖਣ ਜਾਣਾ II-੨
ਮਾਰਕੀਟ ਤੋਂ ਸਾਮਾਨ ਮੰਗਵਾਉਣਾ D-੨
ਬੈਂਕ ਵਿੱਚ ਪੈਸੇ ਜਮ੍ਹਾ ਕਰਵਾਉਣਾ D-੧
ਘੁੰਮਣ ਫਿਰਨ ਲਈ ਬਾਹਰ ਜਾਣਾ II-2

ਉਪਰੋਕਤ ਸੂਚੀ ਵਿੱਚ, ਮੇਰੀਆਂ "I", ਗਤੀਵਿਧੀਆਂ ਫਿੱਟ ਰਹਿਣ ਲਈ ਜਿੰਮ ਜਾਣਾ ਅਤੇ ਕਿਤਾਬਾਂ ਲਿਖਣਾ ਹਨ, ਜਿਨ੍ਹਾਂ ਵਿੱਚੋਂ ਮੈਂ ਫਿੱਟ ਰਹਿਣ ਲਈ ਜਿੰਮ ਜਾਣ ਨੂੰ ਮੈ 'I' ੧ ਦਾ ਦਰਜਾ ਦਿੱਤਾ ਹੈ ਕਿਉਂਕਿ ਜੇਕਰ ਮੇਰੀ ਸਿਹਤ ਚੰਗੀ ਹੈ, ਤਾਂ ਮੈਂ ਵਧੇਰੇ ਇਕਾਗਰਤਾ ਨਾਲ ਕਿਤਾਬਾਂ ਲਿਖ ਸਕਦਾ ਹਾਂ (ਕਿਤਾਬਾਂ ਲਿਖਣਾ I-2) ਅਤੇ ਹੋਰ ਕੰਮ ਕਰ ਸਕਦਾ ਹਾਂ।

ਜ਼ਰੂਰੀ ਕੰਮਾਂ ਨੂੰ "U" ਨਾਲ ਚਿੰਨ੍ਹਿਤ ਕੀਤਾ ਜਾਂਦਾ ਹੈ। ਇਹ ਅਜਿਹੇ ਕੰਮ ਹਨ ਜਿਨ੍ਹਾਂ ਨੂੰ ਮੁਲਤਵੀ ਨਹੀਂ ਕੀਤਾ ਜਾ ਸਕਦਾ। ਇਸ ਉਦਾਹਰਣ ਵਿੱਚ "U"-1 ਦਵਾਈ ਲੈ ਰਿਹਾ ਹੈ ਅਤੇ "U"-2 ਮੋਬਾਈਲ ਰੀਚਾਰਜ ਕਰ ਰਿਹਾ ਹੈ, ਕਿਉਂਕਿ ਜੇਕਰ ਅਸੀਂ ਕੁਝ ਸਮੇਂ ਬਾਅਦ ਮੋਬਾਈਲ ਰੀਚਾਰਜ ਕਰਦੇ ਹਾਂ ਤਾਂ ਸਾਨੂੰ ਜ਼ਿਆਦਾ ਸਮੱਸਿਆ ਨਹੀਂ ਆਵੇਗੀ ਪਰ ਜੇਕਰ ਅਸੀਂ ਸਮੇਂ ਸਿਰ ਦਵਾਈ ਨਹੀਂ ਲੈਂਦੇ ਤਾਂ ਸਾਨੂੰ ਸਮੱਸਿਆਵਾਂ ਦਾ ਸਾਹਮਣਾ ਕਰਨਾ ਪੈ ਸਕਦਾ ਹੈ।

ਅਜਿਹੇ ਕੰਮ ਜੋ ਅਸੀਂ ਦੂਜਿਆਂ ਨੂੰ ਸੌਂਪ ਸਕਦੇ ਹਾਂ, ਅਸੀਂ ਉਨ੍ਹਾਂ ਨੂੰ "D" ਨਾਲ ਚਿੰਨ੍ਹਿਤ ਕਰਾਂਗੇ। ਇੱਥੇ ਅਸੀਂ ਬੈਂਕ ਵਿੱਚ ਪੈਸੇ ਜਮ੍ਹਾ ਕਰਨ ਨੂੰ ਤਰਜੀਹ ਦਿੱਤੀ ਹੈ, ਇਸ ਲਈ ਅਸੀਂ ਇਸਨੂੰ "D"-1 ਨਾਲ ਚਿੰਨ੍ਹਿਤ ਕੀਤਾ ਹੈ, ਕਿਉਂਕਿ ਬੈਂਕ ਦਾ ਇੱਕ ਨਿਸ਼ਚਿਤ ਕੰਮ ਕਰਨ ਦਾ ਸਮਾਂ ਹੁੰਦਾ ਹੈ, ਜਦੋਂ ਕਿ ਬਾਜ਼ਾਰ ਤੋਂ ਸਾਮਾਨ ਕਈ ਥਾਵਾਂ ਤੋਂ ਉਪਲਬਧ ਹੋ ਸਕਦਾ ਹੈ, ਇਸ ਲਈ ਅਸੀਂ ਇਸਨੂੰ "D"-2 ਦਾ ਦਰਜਾ ਦਿੱਤਾ ਹੈ।

ਇਸ ਨਾਲ ਕੋਈ ਬਹੁਤਾ ਫ਼ਰਕ ਨਹੀਂ ਪਵੇਗਾ ਕਿ ਤੁਸੀਂ ਫ਼ਿਲਮ ਦੇਖਣ ਜਾਓ ਜਾਂ ਸੈਰ ਲਈ ਜਾਓ ਜਾਂ ਨਾ ਜਾਓ। ਇਸੇ ਲਈ ਇਸਨੂੰ "II" ਸ਼੍ਰੇਣੀ ਵਿੱਚ ਵੰਡਿਆ ਗਿਆ ਹੈ, ਕਿਉਂਕਿ ਇੱਕ ਫ਼ਿਲਮ ਰਿਲੀਜ਼ ਹੁੰਦੀ ਹੈ ਅਤੇ ਕੁਝ ਸਮੇਂ ਬਾਅਦ ਹਟਾ ਦਿੱਤੀ ਜਾਂਦੀ ਹੈ। ਇਸੇ ਲਈ ਇਸਨੂੰ "II"-

1 ਸ਼੍ਰੇਣੀ ਵਿੱਚ ਰੱਖਿਆ ਗਿਆ ਹੈ। ਜਦੋਂ ਕਿ ਅਸੀਂ ਕਿਸੇ ਵੀ ਸਮੇਂ ਸੈਰ ਲਈ ਜਾ ਸਕਦੇ ਹਾਂ। ਇਸੇ ਲਈ ਇਸਨੂੰ "II"-2 ਸ਼੍ਰੇਣੀ ਵਿੱਚ ਰੱਖਿਆ ਗਿਆ ਹੈ।

- **ਚੀਜ਼ਾਂ ਨੂੰ ਇੱਕ ਖਾਸ ਜਗ੍ਹਾ 'ਤੇ ਰੱਖਣ ਦੀ ਆਦਤ ਪਾਓ:** ਮੈਨੂੰ ਯਕੀਨ ਹੈ ਕਿ ਤੁਸੀਂ ਕਦੇ ਨਾ ਕਦੇ ਬਿੱਗ ਬਾਜ਼ਾਰ, ਸਪੈਂਸਰ ਆਦਿ ਵਰਗੇ ਵੱਡੇ ਹਾਈਪਰ ਸਟੋਰਾਂ 'ਤੇ ਗਏ ਹੋਵੋਗੇ। ਉੱਥੇ ਲੱਖਾਂ ਵੱਖ-ਵੱਖ ਕਿਸਮਾਂ ਦੇ ਉਤਪਾਦ ਉਪਲਬਧ ਹਨ ਅਤੇ ਜਦੋਂ ਵੀ ਤੁਹਾਨੂੰ ਕੋਈ ਉਤਪਾਦ ਲੱਭਣਾ ਪੈਂਦਾ ਹੈ, ਤਾਂ ਤੁਸੀਂ ਉੱਥੇ ਮੌਜੂਦ ਕਿਸੇ ਵੀ ਸੇਲਜ਼ਮੈਨ ਨੂੰ ਪੁੱਛਦੇ ਹੋ ਕਿ ਤੁਹਾਨੂੰ ਇਹ ਕਿੱਥੋਂ ਮਿਲ ਸਕਦਾ ਹੈ, ਤੁਹਾਨੂੰ ਸਿਰਫ਼ ਪੁੱਛਣਾ ਪੈਂਦਾ ਹੈ ਅਤੇ ਸੇਲਜ਼ਮੈਨ ਤੁਹਾਨੂੰ ਤੁਰੰਤ ਉਸ ਜਗ੍ਹਾ 'ਤੇ ਲੈ ਜਾਵੇਗਾ ਜਿੱਥੇ ਉਤਪਾਦ ਰੱਖਿਆ ਗਿਆ ਹੈ।

  ਹਜ਼ਾਰਾਂ ਚੀਜ਼ਾਂ ਵਿੱਚੋਂ ਇੱਕ ਛੋਟੀ ਜਿਹੀ ਚੀਜ਼ ਲੱਭਣ ਵਿੱਚ ਆਸਾਨੀ ਦਾ ਸਿਰਫ਼ ਇੱਕ ਕਾਰਨ ਹੈ ਅਤੇ ਉਹ ਹੈ ਚੀਜ਼ਾਂ ਨੂੰ ਇੱਕ ਨਿਸ਼ਚਿਤ ਜਗ੍ਹਾ 'ਤੇ ਰੱਖਣਾ। ਕਲਪਨਾ ਕਰੋ ਕਿ ਜਦੋਂ ਤੁਹਾਨੂੰ ਲੋੜੀਂਦੇ ਸਮੇਂ 'ਤੇ ਚੀਜ਼ ਨਹੀਂ ਮਿਲਦੀ ਤਾਂ ਤੁਸੀਂ ਕਿੰਨੀ ਚਿੰਤਾ ਮਹਿਸੂਸ ਕਰਦੇ ਹੋ ਅਤੇ ਇੱਕ ਬਦਲ ਖਰੀਦੋ ਅਤੇ ਫਿਰ ਥੋੜ੍ਹੀ ਦੇਰ ਬਾਅਦ ਗੁਆਚੀ ਚੀਜ਼ ਲੱਭ ਲਓ। ਇਸ ਲਈ ਚੀਜ਼ਾਂ ਨੂੰ ਉਨ੍ਹਾਂ ਦੀ ਨਿਸ਼ਚਿਤ ਜਗ੍ਹਾ 'ਤੇ ਰੱਖਣਾ ਅਤੇ ਚਿੰਤਾ ਤੋਂ ਬਚਣਾ ਬਿਹਤਰ ਹੈ।

- **ਦਿਨ ਦੇ 3 ਸਭ ਤੋਂ ਮਹੱਤਵਪੂਰਨ ਕੰਮਾਂ ਦੀ ਚੋਣ ਕਰਨਾ:** ਕਈ ਵਾਰ ਸਾਨੂੰ ਇਹਨਾ ਕੰਮ ਆ ਜਾਂਦਾ ਹੈ ਕਿ ਅਸੀਂ ਉਲਝਣ ਵਿੱਚ ਪੈ ਜਾਂਦੇ ਹਾਂ ਕਿ ਸਾਨੂੰ ਕਿਹੜਾ ਕੰਮ ਕਰਨਾ ਚਾਹੀਦਾ ਹੈ ਅਤੇ ਕਿਹੜਾ ਨਹੀਂ ਕਰਨਾ ਚਾਹੀਦਾ। ਅਜਿਹੀ ਸਥਿਤੀ ਵਿੱਚ, ਮੈਂ 1-2-3 ਫਾਰਮੂਲਾ ਲਾਗੂ ਕਰਨ ਦੀ ਸਲਾਹ ਦਿੰਦਾ ਹਾਂ ਜਿਸਦੀ ਵਿਆਖਿਆ ਮੈਂ ਰਾਜਨਲਨੀਤੀ ਟਾਈਮ ਮੈਨੇਜਮੈਂਟ ਵਿੱਚ ਵੀ ਕੀਤੀ ਹੈ।

  ਜਦੋਂ ਤੁਸੀਂ ਬਹੁਤ ਰੁੱਝੇ ਹੁੰਦੇ ਹੋ ਅਤੇ ਤੁਹਾਨੂੰ ਸਮਝ ਨਹੀਂ ਆਉਂਦਾ ਕਿ ਕਿਹੜਾ ਕੰਮ ਕਰਨਾ ਹੈ, ਤਾਂ ਸਭ ਤੋਂ ਪਹਿਲਾਂ ਤੁਹਾਨੂੰ ਸ਼ਾਂਤ ਹੋਣਾ ਚਾਹੀਦਾ ਹੈ ਅਤੇ ਫਿਰ ਕਾਗਜ਼ 'ਤੇ ਜਾਂ ਕੰਪਿਊਟਰ ਜਾਂ ਮੋਬਾਈਲ 'ਤੇ ਕਰਨ ਵਾਲੇ ਸਾਰੇ ਕੰਮਾਂ ਦੀ ਪੂਰੀ ਸੂਚੀ ਬਣਾ ਲੈਣੀ ਚਾਹੀਦੀ ਹੈ ਤਾਂ ਜੋ ਤੁਸੀਂ ਇਸਨੂੰ ਆਸਾਨੀ ਨਾਲ ਦੇਖ ਸਕੋ ਅਤੇ ਆਪਣੇ ਆਪ ਤੋਂ ਪੁੱਛ ਸਕੋ ਕਿ ਕਿਹੜਾ ਇੱਕੋ ਇੱਕ ਕੰਮ ਹੈ ਜੋ ਮੇਰੇ ਭਵਿੱਖ ਨੂੰ ਸਭ ਤੋਂ ਉੱਜਵਲ ਬਣਾ ਸਕਦਾ ਹੈ, ਤੁਹਾਡੇ ਮਨ ਵਿੱਚ ਜੋ ਵੀ ਜਵਾਬ ਆਉਂਦਾ ਹੈ ਉਸਨੂੰ ਨੋਟ ਕਰ ਲਓ।

  ਫਿਰ ਆਪਣੇ ਆਪ ਤੋਂ ਪੁੱਛੋ ਕਿ ਦੂਜੀ ਕਿਹੜੀ ਚੀਜ਼ ਮੇਰੇ ਭਵਿੱਖ ਨੂੰ ਉਜਵਲ ਬਣਾਏਗੀ, ਜੋ ਵੀ ਜਵਾਬ ਤੁਹਾਡੇ ਮਨ ਵਿੱਚ ਆਉਂਦਾ ਹੈ ਉਸਨੂੰ ਨੋਟ ਕਰੋ। ਇੱਕ ਵਾਰ ਫਿਰ ਆਪਣੇ ਆਪ ਤੋਂ ਪੁੱਛੋ ਕਿ ਤੀਜੀ ਕਿਹੜੀ ਚੀਜ਼ ਮੇਰੇ ਭਵਿੱਖ ਨੂੰ ਉਜਵਲ ਬਣਾਏਗੀ, ਜੋ ਵੀ ਜਵਾਬ ਤੁਹਾਡੇ ਮਨ ਵਿੱਚ ਆਉਂਦਾ ਹੈ ਉਸਨੂੰ ਨੋਟ ਕਰੋ।

  ਹੁਣ ਆਪਣੇ ਆਪ ਨੂੰ ਅਨੁਸ਼ਾਸਿਤ ਕਰੋ ਕਿ ਪਹਿਲਾ, ਦੂਜਾ ਅਤੇ ਤੀਜਾ ਕੰਮ ਪਹਿਲ ਦੇ ਆਧਾਰ 'ਤੇ ਕਰੋ ਯਾਨੀ ਮਹੱਤਵ ਦੇ ਕ੍ਰਮ ਵਿੱਚ ਅਤੇ ਕੋਈ ਹੋਰ ਕੰਮ ਸਿਰਫ਼ ਤਾਂ ਹੀ ਕਰੋ ਜੇਕਰ ਸਮਾਂ ਬਚਿਆ ਹੋਵੇ।

ਇਸ ਟਾਈਮ ਮੈਨੇਜਮੈਂਟ ਤਕਨੀਕ ਦਾ ਫਾਇਦਾ ਇਹ ਹੈ ਕਿ ਇਹ ਬਹੁਤ ਸਰਲ ਹੈ ਅਤੇ ਇਹ ਜ਼ਿੰਦਗੀ ਨੂੰ ਆਸਾਨ ਬਣਾ ਦਿੰਦੀ ਹੈ। ਹੁਣ ਜਦੋਂ ਵੀ ਤੁਹਾਡੇ ਸਾਹਮਣੇ ਕੰਮ ਦਾ ਪਹਾੜ ਹੋਵੇ, ਤਾਂ ਆਪਣੇ ਆਪ ਨੂੰ ਸਿਰਫ਼ 1-2-3 ਕਹੋ ਅਤੇ ਸ਼ੁਰੂਆਤ ਕਰੋ।

- **ਸਮੇਂ ਸਿਰ ਬਿੱਲਾਂ ਦਾ ਭੁਗਤਾਨ ਕਰੋ:** ਜਦੋਂ ਅਸੀਂ ਸਮੇਂ ਸਿਰ ਬਿੱਲਾਂ ਦਾ ਭੁਗਤਾਨ ਨਹੀਂ ਕਰਦੇ, ਤਾਂ ਸਾਨੂੰ ਲੇਟ ਫੀਸ ਦੇ ਨਾਲ-ਨਾਲ ਹੋਰ ਤਰ੍ਹਾਂ ਦੇ ਤਣਾਅ ਦਾ ਸਾਹਮਣਾ ਕਰਨਾ ਪੈਂਦਾ ਹੈ, ਇਸ ਲਈ ਸਾਨੂੰ ਬਿੱਲਾਂ ਦੀਆਂ ਨਿਰਧਾਰਤ ਮਿਤੀਆਂ ਨੂੰ ਨੋਟ ਕਰਨਾ ਚਾਹੀਦਾ ਹੈ ਅਤੇ ਸਮੇਂ ਤੋਂ ਪਹਿਲਾਂ ਉਨ੍ਹਾਂ ਦਾ ਭੁਗਤਾਨ ਕਰਨਾ ਚਾਹੀਦਾ ਹੈ ਤਾਂ ਜੋ ਅਸੀਂ ਚਿੰਤਾ ਤੋਂ ਬਚ ਸਕੀਏ। ਉਦਾਹਰਣ ਵਜੋਂ
  - ਬਿਜਲੀ ਬਿੱਲ ਦੇ ਭੁਗਤਾਨ ਦੀ ਮਿਤੀ
  - ਇਨਕਮ ਟੈਕਸ ਭੁਗਤਾਨ ਦੀ ਆਖਰੀ ਮਿਤੀ
  - ਸਕੂਲ ਅਤੇ ਕਾਲਜ ਫੀਸਾਂ ਭਰਨ ਦੀ ਆਖਰੀ ਮਿਤੀ
  - ਫ਼ੋਨ ਅਤੇ ਇੰਟਰਨੈੱਟ ਬਿੱਲਾਂ ਦੇ ਭੁਗਤਾਨ ਦੀ ਆਖਰੀ ਮਿਤੀ
  - ਤੁਹਾਡੇ ਕਰਜ਼ੇ ਦੀਆਂ ਕਿਸ਼ਤਾਂ ਵਾਪਸ ਕਰਨ ਦੀ ਆਖਰੀ ਤਾਰੀਖ
  - ਤੁਹਾਡੇ ਕ੍ਰੈਡਿਟ ਕਾਰਡ ਦੀ ਅਦਾਇਗੀ ਕਰਨ ਦੀ ਆਖਰੀ ਤਾਰੀਖ
- **ਪਲਾਨ ਬੀ ਤਿਆਰ ਰੱਖੋ:** ਸਾਡੀ ਜ਼ਿੰਦਗੀ ਵਿੱਚ ਬਹੁਤ ਸਾਰੇ ਕੰਮ ਹਨ ਜਿਨ੍ਹਾਂ ਲਈ ਸਾਨੂੰ ਦੂਜਿਆਂ 'ਤੇ ਨਿਰਭਰ ਕਰਨਾ ਪੈਂਦਾ ਹੈ। ਉਦਾਹਰਣ ਵਜੋਂ, ਘਰ ਬਣਾਉਣ ਲਈ ਪੇਂਟਰ, ਪਲੰਬਰ, ਤਰਖਾਣ ਆਦਿ ਦੀ ਲੋੜ ਹੁੰਦੀ ਹੈ।

  ਕਈ ਵਾਰ ਅਜਿਹੇ ਹਾਲਾਤ ਬਣ ਜਾਂਦੇ ਹਨ ਜਦੋਂ ਸਾਨੂੰ ਉਨ੍ਹਾਂ ਦੀ ਸਭ ਤੋਂ ਵੱਧ ਲੋੜ ਹੁੰਦੀ ਹੈ, ਕਿਸੇ ਕਾਰਨ ਕਰਕੇ ਉਹ ਉਪਲਬਧ ਨਹੀਂ ਹੁੰਦੇ ਅਤੇ ਇਸ ਕਾਰਨ ਅਸੀਂ ਚਿੰਤਤ ਹੋ ਜਾਂਦੇ ਹਾਂ। ਇਹ ਬਿਹਤਰ ਹੋਵੇਗਾ ਜੇਕਰ ਅਸੀਂ ਇੱਕ ਵਾਧੂ ਵਿਕਲਪ ਜਿਸਨੂੰ ਮੈਂ ਪਲਾਨ ਬੀ ਕਹਿੰਦਾ ਹਾਂ ਤਿਆਰ ਰੱਖੀਏ ਤਾਂ ਜੋ ਜੇਕਰ ਅਜਿਹੀ ਸਮੱਸਿਆ ਆਉਂਦੀ ਹੈ, ਤਾਂ ਵੀ ਅਸੀਂ ਤਿਆਰ ਰਹੀਏ ਅਤੇ ਸਥਿਤੀ ਨਾਲ ਆਸਾਨੀ ਨਾਲ ਨਜਿੱਠ ਸਕੀਏ।
- **ਰੂਟੀਨ ਰੱਖ-ਰਖਾਅ:** ਸਾਡੀ ਜ਼ਿੰਦਗੀ ਵਿੱਚ ਅਜਿਹੀਆਂ ਬਹੁਤ ਸਾਰੀਆਂ ਚੀਜ਼ਾਂ ਹਨ ਜਿਨ੍ਹਾਂ ਦੀ ਨਿਯਮਤ ਸਰਵਿਸਿੰਗ ਦੀ ਲੋੜ ਹੁੰਦੀ ਹੈ ਜਿਵੇਂ ਕਿ ਮੋਟਰਸਾਈਕਲ, ਵਾਟਰ ਪਿਊਰੀਫਾਇਰ, ਏਸੀ ਆਦਿ। ਇਹ ਸਾਰੀਆਂ ਚੀਜ਼ਾਂ ਸਸਤੀਆਂ ਨਹੀਂ ਹਨ ਅਤੇ ਇਨ੍ਹਾਂ ਨੂੰ ਖਰੀਦਣ ਲਈ ਬਹੁਤ ਸਾਰਾ ਪੈਸਾ ਖਰਚ ਹੁੰਦਾ ਹੈ ਅਤੇ ਇਸ ਲਈ ਅਸੀਂ ਇਹ ਵੀ ਉਮੀਦ ਕਰਦੇ ਹਾਂ ਕਿ ਇਹ ਲੰਬੇ ਸਮੇਂ ਤੱਕ ਚੱਲਣਗੀਆਂ ਅਤੇ ਇਸ ਲਈ ਸਾਨੂੰ ਇਨ੍ਹਾਂ ਦੀ ਨਿਯਮਤ ਦੇਖਭਾਲ ਕਰਨੀ ਪਵੇਗੀ ਤਾਂ ਹੀ ਇਹ ਲੰਬੇ ਸਮੇਂ ਤੱਕ ਚੱਲਣਗੀਆਂ ਨਹੀਂ ਤਾਂ ਸਾਨੂੰ ਇਨ੍ਹਾਂ ਦੀ ਮੁਰੰਮਤ ਵਿੱਚ ਬਹੁਤ ਸਾਰਾ ਸਮਾਂ ਅਤੇ ਪੈਸਾ ਖਰਚ ਕਰਨਾ ਪਵੇਗਾ ਜਿਸ ਨਾਲ ਸਾਨੂੰ ਬੇਲੋੜੀ ਚਿੰਤਾ ਹੋਵੇਗੀ। ਇਸ ਲਈ ਇਹ ਬਿਹਤਰ ਹੈ ਕਿ ਅਸੀਂ ਆਪਣੀਆਂ ਸਾਰੀਆਂ ਚੀਜ਼ਾਂ ਦੀ ਨਿਯਮਤ ਦੇਖਭਾਲ ਕਰੀਏ ਅਤੇ ਬੇਲੋੜੀ ਚਿੰਤਾ ਤੋਂ ਬਚੀਏ।

• • •

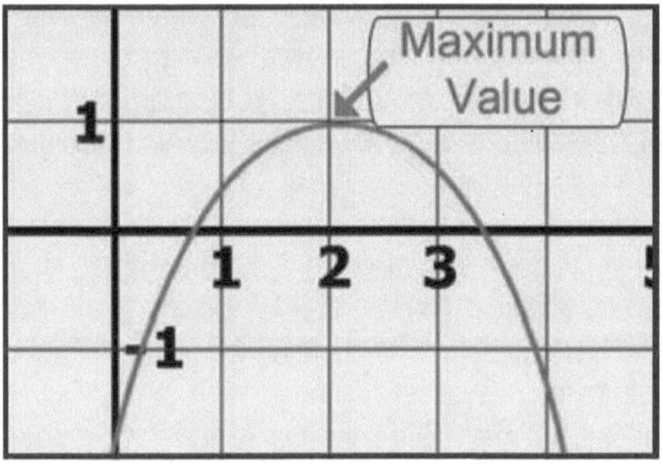

ਅਧਿਆਇ 45

ਇਹ ਸਭ ਤੋਂ ਵੱਧ ਹੋ ਸਕਦਾ ਹੈ...

"ਘੱਟੋ ਘੱਟ ਕੋਸ਼ਿਸ਼ ਨਾਲ ਵੱਧ ਤੋਂ ਵੱਧ ਪ੍ਰਭਾਵ ਪ੍ਰਾਪਤ ਕਰੋ।"

- ਬਰੂਸ ਲੀ

ਜਦੋਂ ਹਾਲਾਤ ਮਾੜੇ ਹੁੰਦੇ ਹਨ, ਤਾਂ ਅਸੀਂ ਇੰਨੇ ਚਿੰਤਤ ਹੋ ਜਾਂਦੇ ਹਾਂ ਕਿ ਫੈਸਲੇ ਲੈਣ ਅਤੇ ਕੰਮ ਕਰਨ ਦੀ ਸਾਡੀ ਸਮਰੱਥਾ ਲਗਭਗ ਖਤਮ ਹੋ ਜਾਂਦੀ ਹੈ। ਇਹ ਮਾੜੇ ਹਾਲਾਤ ਕੁਝ ਵੀ ਹੋ ਸਕਦੇ ਹਨ ਜਿਵੇਂ ਕਿ ਬਿਮਾਰੀ, ਕਾਰੋਬਾਰ ਵਿੱਚ ਵੱਡਾ ਨੁਕਸਾਨ, ਮੁਕੱਦਮਾ, ਆਦਿ।

ਜੇਕਰ ਇਹ ਇੱਕ ਬਿਮਾਰੀ ਹੈ, ਤਾਂ ਕਲਪਨਾ ਕਰੋ ਕਿ ਸਭ ਤੋਂ ਭੈੜਾ ਕੀ ਹੋ ਸਕਦਾ ਹੈ, ਸ਼ਾਇਦ ਮੌਤ। ਹੁਣ, ਕਿਉਂਕਿ ਤੁਸੀਂ ਕਲਪਨਾ ਕੀਤੀ ਹੈ ਕਿ ਹੋਰ ਕੁਝ ਨਹੀਂ ਹੋ ਸਕਦਾ, ਆਪਣੇ ਆਪ ਤੋਂ ਪੁੱਛੋ ਕਿ ਮੈਂ ਇਸ ਤੋਂ ਬਚਣ ਲਈ ਕੀ ਕਰ ਸਕਦਾ ਹਾਂ? ਕੀ ਮੈਂ ਆਪਣੀ ਖੁਰਾਕ ਬਦਲ ਸਕਦਾ ਹਾਂ? ਕੀ ਮੈਂ ਆਪਣੇ ਡਾਕਟਰ ਨਾਲ ਸਲਾਹ ਕਰ ਸਕਦਾ ਹਾਂ? ਕੀ ਮੈਂ ਯੋਗਾ ਜਾਂ ਕਸਰਤ ਕਰ ਸਕਦਾ ਹਾਂ? ਇਸ ਬਿਮਾਰੀ ਤੋਂ ਛੁਟਕਾਰਾ ਪਾਉਣ ਲਈ ਮੈਂ ਕੀ ਕਰ ਸਕਦਾ ਹਾਂ?

ਜੇਕਰ ਇਹ ਕਾਰੋਬਾਰ ਵਿੱਚ ਬਹੁਤ ਵੱਡੇ ਨੁਕਸਾਨ ਦੀ ਗੱਲ ਹੈ, ਤਾਂ ਸਭ ਤੋਂ ਬੁਰਾ ਕੀ ਹੋ ਸਕਦਾ ਹੈ ਕਿ ਤੁਹਾਡਾ ਕਾਰੋਬਾਰ ਪੂਰੀ ਤਰ੍ਹਾਂ ਬਰਬਾਦ ਹੋ ਜਾਵੇ ਅਤੇ ਤੁਸੀਂ ਦੀਵਾਲੀਆ ਹੋ ਜਾਓ ਕਿਉਂਕਿ ਤੁਸੀਂ ਕਲਪਨਾ ਕੀਤੀ ਹੈ ਕਿ ਹੋਰ ਕੁਝ ਨਹੀਂ ਕੀਤਾ ਜਾ ਸਕਦਾ। ਹੁਣ ਆਪਣੇ ਆਪ ਤੋਂ ਪੁੱਛੋ ਕਿ ਮੈਂ ਇਸ ਤੋਂ ਬਚਣ ਲਈ ਕੀ ਕਰ ਸਕਦਾ ਹਾਂ? ਕੀ ਮੈਂ ਕਿਸੇ ਬੈਂਕ ਨਾਲ ਗੱਲ ਕਰ ਸਕਦਾ ਹਾਂ? ਕੀ ਮੈਂ ਕਿਸੇ ਦੋਸਤ ਨਾਲ ਕਰਜ਼ੇ ਬਾਰੇ ਗੱਲ ਕਰ ਸਕਦਾ ਹਾਂ? ਕੀ ਮੈਂ ਕੋਈ ਅਜਿਹਾ ਵਿਅਕਤੀ ਲੱਭ ਸਕਦਾ ਹਾਂ ਜੋ ਮੇਰੇ ਵਰਗੀ ਸਥਿਤੀ ਵਿੱਚ ਸੀ ਪਰ ਸਫਲਤਾਪੂਰਵਕ ਇਸ ਸਮੱਸਿਆ ਨੂੰ ਦੂਰ ਕਰ ਸਕਿਆ?

ਜੇਕਰ ਇਹ ਇੱਕ ਮੁਕਦਮਾ ਹੈ, ਤਾਂ ਸਭ ਤੋਂ ਬੁਰਾ ਕੀ ਹੋ ਸਕਦਾ ਹੈ? ਤੁਸੀਂ ਕੇਸ ਹਾਰ ਸਕਦੇ ਹੋ ਕਿਉਂਕਿ ਤੁਸੀਂ ਮੰਨ ਲਿਆ ਹੈ ਕਿ ਹੋਰ ਕੁਝ ਨਹੀਂ ਹੋ ਸਕਦਾ। ਹੁਣ ਆਪਣੇ ਆਪ ਤੋਂ ਪੁੱਛੋ ਕਿ ਮੈਂ ਇਸ ਤੋਂ ਬਚਣ ਲਈ ਕੀ ਕਰ ਸਕਦਾ ਹਾਂ? ਕੀ ਮੈਂ ਕੋਈ ਹੋਰ ਵਕੀਲ ਰੱਖ ਸਕਦਾ ਹਾਂ? ਕੀ ਮੈਂ ਵਿਰੋਧੀ ਧਿਰ ਨਾਲ ਸਮਝੌਤਾ ਕਰ ਸਕਦਾ ਹਾਂ? ਕੀ ਮੈਨੂੰ ਕੋਈ ਸਬੂਤ ਮਿਲ ਸਕਦਾ ਹੈ ਜੋ ਮੈਨੂੰ ਇਹ ਕੇਸ ਜਿੱਤਣ ਵਿੱਚ ਮਦਦ ਕਰੇਗਾ?

ਵੱਧ ਤੋਂ ਵੱਧ ਕੀ ਹੋ ਸਕਦਾ ਹੈ ਇਹ ਜਾਣਨ ਤੋਂ ਬਾਅਦ, ਅਸੀਂ ਸੋਚਣ ਅਤੇ ਕੰਮ ਕਰਨ ਦੀ ਯੋਗਤਾ ਮੁੜ ਪ੍ਰਾਪਤ ਕਰਦੇ ਹਾਂ ਜੋ ਪਹਿਲਾਂ ਚਿੰਤਾ ਕਾਰਨ ਗੁਆਚ ਗਈ ਸੀ। "ਵੱਧ ਤੋਂ ਵੱਧ ਕੀ ਹੋ ਸਕਦਾ ਹੈ" ਦਾ ਫਾਰਮੂਲਾ ਮੇਰੇ ਲਈ ਬਹੁਤ ਵਧੀਆ ਕੰਮ ਕਰ ਰਿਹਾ ਹੈ ਅਤੇ ਇਹ ਮੈਨੂੰ ਬਹੁਤ ਰਾਹਤ ਦਿੰਦਾ ਹੈ। ਇੱਕ ਪਾਸੇ ਇਹ ਸਪੱਸ਼ਟ ਹੈ ਕਿ ਹੋਰ ਕੁਝ ਨਹੀਂ ਹੋ ਸਕਦਾ ਅਤੇ ਦੂਜੇ ਪਾਸੇ ਮੈਨੂੰ ਇਹ ਪਤਾ ਲਗਾਉਣ ਲਈ ਸਖ਼ਤ ਮਿਹਨਤ ਕਰਨੀ ਪੈਂਦੀ ਹੈ ਕਿ ਮੈਂ ਇਸ ਸਮੱਸਿਆ ਤੋਂ ਬਚਣ ਲਈ ਕੀ ਕਰ ਸਕਦਾ ਹਾਂ। ਤੁਹਾਨੂੰ ਵੀ ਇੱਕ ਵਾਰ ਕੋਸ਼ਿਸ਼ ਕਰਨੀ ਚਾਹੀਦੀ ਹੈ। ਮੈਨੂੰ ਯਕੀਨ ਹੈ ਕਿ ਤੁਹਾਨੂੰ ਵੀ ਵਧੀਆ ਨਤੀਜੇ ਮਿਲਣਗੇ।

ਸਟ੍ਰੈੱਸ ਮੈਨੇਜਮੈਂਟ ਨਾਲ ਸਬੰਧਤ ਉਪਯੋਗੀ ਸੁਝਾਅ:

- ਅੱਜ ਤੁਹਾਨੂੰ ਜੋ ਵੀ ਸਮੱਸਿਆ ਪਰੇਸ਼ਾਨ ਕਰ ਰਹੀ ਹੈ, ਉਸ ਬਾਰੇ ਸੋਚੋ ਅਤੇ ਆਪਣੇ ਆਪ ਤੋਂ ਪੁੱਛੋ ਕਿ ਸਭ ਤੋਂ ਭੈੜਾ ਕੀ ਹੋ ਸਕਦਾ ਹੈ? ਹੁਣ ਜਦੋਂ ਇਹ ਸਪੱਸ਼ਟ ਹੋ ਗਿਆ ਹੈ ਕਿ ਹੋਰ ਕੁਝ ਨਹੀਂ ਹੋ ਸਕਦਾ, ਤਾਂ ਆਪਣੇ ਆਪ ਤੋਂ ਪੁੱਛੋ ਕਿ ਮੈਂ ਇਸ ਤੋਂ ਬਚਣ ਲਈ ਕੀ ਕਰ ਸਕਦਾ ਹਾਂ?
- ਆਪਣੇ ਦੋਸਤਾਂ ਅਤੇ ਸ਼ੁਭਚਿੰਤਕਾਂ ਨਾਲ "ਕੀ ਸੰਭਵ ਹੈ" ਦੇ ਫਾਰਮੂਲੇ ਨੂੰ ਸਾਂਝਾ ਕਰੋ ਕਿਉਂਕਿ ਜਿੰਨੀਆਂ ਜ਼ਿਆਦਾ ਚੰਗੀਆਂ ਚੀਜ਼ਾਂ ਤੁਸੀਂ ਦੂਜਿਆਂ ਨਾਲ ਸਾਂਝੀਆਂ ਕਰੋਗੇ, ਓਨੀਆਂ ਹੀ ਚੰਗੀਆਂ ਚੀਜ਼ਾਂ ਤੁਹਾਡੇ ਕੋਲ ਕਈ ਗੁਣਾ ਵੱਧ ਵਾਪਸ ਆਉਣਗੀਆਂ।

• • •

ਅਧਿਆਇ 46

ਨਾ ਬੀਤੇ ਹੋਏ ਕਲ ਤੇ ਨ ਆਉਣ ਵਾਲੇ ਕਲ ਤੇ; ਸਾਡਾ ਬਸ ਸਿਰਫ਼ ਅੱਜ 'ਤੇ ਹੈ।

"ਵਧਾਈਆਂ! ਅੱਜ ਤੁਹਾਡਾ ਦਿਨ ਹੈ।"

-ਡਾਕਟਰ ਸੁਸ

ਅਸੀਂ ਅਜੇ ਵੀ ਆਪਣੇ ਮੋਢਿਆਂ 'ਤੇ ਅਤੀਤ ਦੀਆਂ ਬਹੁਤ ਸਾਰੀਆਂ ਗੱਲਾਂ ਦਾ ਭਾਰ ਚੁੱਕ ਰਹੇ ਹਾਂ ਅਤੇ ਚਿੰਤਤ ਹੋ ਰਹੇ ਹਾਂ। ਅਤੀਤ ਇੱਕ ਵਗਦੀ ਨਦੀ ਵਾਂਗ ਹੈ, ਇੱਕ ਵਾਰ ਪਾਣੀ ਵਹਿ ਜਾਣ ਤੋਂ ਬਾਅਦ, ਇਹ ਕਦੇ ਵਾਪਸ ਨਹੀਂ ਆ ਸਕਦਾ। ਇਸੇ ਤਰ੍ਹਾਂ, ਭਵਿੱਖ ਦੀ ਚਿੰਤਾ ਕਰਨ ਦੀ ਬਜਾਏ, ਭਵਿੱਖ ਵਿੱਚ ਕੀ ਮਾੜੀਆਂ ਚੀਜ਼ਾਂ ਵਾਪਰ ਸਕਦੀਆਂ ਹਨ, ਇਸ ਬਾਰੇ ਸੋਚ ਕੇ ਚਿੰਤਾ ਕਿਉਂ ਕਰੀਏ, ਕਿਉਂ ਨਾ ਕੁਝ ਕਰੀਏ ਕਿਉਂਕਿ ਸਾਡਾ ਭਵਿੱਖ ਵਰਤਮਾਨ (ਅੱਜ) ਵਿੱਚ ਸਾਡੇ ਕੰਮਾਂ ਦੁਆਰਾ ਨਿਰਧਾਰਤ ਹੁੰਦਾ ਹੈ, ਇਸ ਲਈ ਸਭ ਤੋਂ ਵਧੀਆ ਤਰੀਕਾ ਇਹ ਹੈ ਕਿ ਅਸੀਂ ਬੀਤੇ ਹੋਏ ਕੱਲ੍ਹ ਦੀ ਜਾਂ ਆਉਣ ਵਾਲੇ ਕੱਲ੍ਹ ਦੀ ਚਿੰਤਾ ਨਾ ਕਰੀਏ ਅਤੇ ਉਹ ਕਰੀਏ ਜੋ ਅਸੀਂ ਅੱਜ ਕਰ ਸਕਦੇ ਹਾਂ ਕਿਉਂਕਿ ਸਾਡਾ ਕੰਟਰੋਲ ਅੱਜ 'ਤੇ ਹੀ ਹੈ।

ਜਦੋਂ ਤੁਸੀਂ ਸਫਲ ਲੋਕਾਂ ਬਾਰੇ ਪੜ੍ਹਦੇ ਹੋ ਤਾਂ ਤੁਹਾਨੂੰ ਪਤਾ ਲੱਗਦਾ ਹੈ ਕਿ ਉਹ ਕਦੇ ਵੀ ਉਹ ਨਾ ਤਾਂ ਅਤੀਤ ਬਾਰੇ ਚਿੰਤਾ ਕਰਦੇ ਹਨ ਅਤੇ ਨਾ ਹੀ ਸ਼ਿਕਾਇਤ ਕਰਦੇ ਹਨ, ਇਸੇ ਤਰ੍ਹਾਂ ਉਹ ਨਾ ਤਾਂ ਭਵਿੱਖ ਬਾਰੇ ਚਿੰਤਾ ਕਰਦੇ ਹਨ ਅਤੇ ਨਾ ਹੀ ਸ਼ਿਕਾਇਤ ਕਰਦੇ ਹਨ, ਇਸ ਦੀ ਬਜਾਏ ਉਹ ਪਿਛਲੀਆਂ ਗਲਤੀਆਂ ਤੋਂ ਸਿੱਖਦੇ ਹਨ ਤਾਂ ਜੋ ਉਹ ਭਵਿੱਖ ਵਿੱਚ ਉਨ੍ਹਾਂ ਨੂੰ ਨਾ ਦੁਹਰਾਉਣ ਅਤੇ ਨਾਲ ਹੀ ਉਹ ਭਵਿੱਖ ਲਈ ਯੋਜਨਾਵਾਂ ਬਣਾਉਂਦੇ ਹਨ ਅਤੇ ਉਨ੍ਹਾਂ ਨੂੰ ਦਿਨ ਪ੍ਰਤੀ ਦਿਨ ਲਾਗੂ ਕਰਦੇ ਹਨ ਅਤੇ ਸਫਲ ਹੁੰਦੇ ਹਨ।

ਕਿਉਂ ਨਾ ਅਸੀਂ ਅਤੇ ਤੁਸੀਂ ਵੀ ਇਨ੍ਹਾਂ ਸਫਲ ਲੋਕਾਂ ਤੋਂ ਸਿੱਖੀਏ ਅਤੇ ਨਾ ਤਾਂ ਬੀਤੇ ਸਮੇਂ ਦੀ ਚਿੰਤਾ ਕਰੀਏ ਅਤੇ ਨਾ ਹੀ ਸ਼ਿਕਾਇਤ ਕਰੀਏ, ਸਗੋਂ ਅੱਜ ਤੋਂ ਹੀ ਸਖ਼ਤ ਮਿਹਨਤ ਕਰਨੀ ਸ਼ੁਰੂ ਕਰ ਦੇਈਏ ਤਾਂ ਜੋ ਸਾਡਾ ਭਵਿੱਖ ਸੁਨਹਿਰਾ ਬਣ ਸਕੇ।

ਸਟ੍ਰੈੱਸ ਮੈਨੇਜਮੈਂਟ ਨਾਲ ਸਬੰਧਤ ਉਪਯੋਗੀ ਸੁਝਾਅ:

- ਅਤੀਤ ਵਿੱਚ ਜੋ ਕੁਝ ਹੋਇਆ ਉਸ ਬਾਰੇ ਉਦਾਸ ਹੋਣਾ ਜਾਂ ਸ਼ਿਕਾਇਤ ਕਰਨਾ ਬੰਦ ਕਰੋ ਕਿਉਂਕਿ ਤੁਸੀਂ ਇਸ ਬਾਰੇ ਕੁਝ ਨਹੀਂ ਕਰ ਸਕਦੇ, ਸਗੋਂ ਅਤੀਤ ਤੋਂ ਸਿੱਖੋ ਅਤੇ ਆਪਣੇ ਭਵਿੱਖ ਨੂੰ ਬਿਹਤਰ ਬਣਾਓ।
- ਭਵਿੱਖ ਲਈ ਯੋਜਨਾ ਬਣਾਓ ਅਤੇ ਸੋਚੋ ਕਿ ਭਵਿੱਖ ਨੂੰ ਬਿਹਤਰ ਬਣਾਉਣ ਲਈ ਤੁਸੀਂ ਅੱਜ ਕੀ ਕਰ ਸਕਦੇ ਹੋ?

• • •

ਅਧਿਆਇ 47

ਵੱਡੇ ਟੀਚੇ ਨੂੰ ਹਮੇਸ਼ਾ ਯਾਦ ਰੱਖੋ

"ਉੱਚ ਟੀਚੇ ਰੱਖੋ ਅਤੇ ਉਨ੍ਹਾਂ ਤੱਕ ਪਹੁੰਚਣ ਤੱਕ ਨਾ ਰੁਕੋ।"

-ਬੋ ਜੈਕਸਨ

ਭਾਵੇਂ ਤੁਸੀਂ ਕਾਰੋਬਾਰੀ ਹੋ, ਅਭਿਭਾਵਕ ਹੋ ਜਾਂ ਕੁਝ ਹੋਰ, ਜੇਕਰ ਤੁਸੀਂ ਜੋ ਵੀ ਕੰਮ ਕਰਦੇ ਹੋ, ਉਸ ਵਿੱਚ ਹਮੇਸ਼ਾ ਆਪਣੇ ਵੱਡੇ ਟੀਚੇ 'ਤੇ ਧਿਆਨ ਕੇਂਦਰਿਤ ਕਰਦੇ ਹੋ, ਤਾਂ ਤੁਸੀਂ ਨਾ ਸਿਰਫ਼ ਸਫਲ ਹੋਵੋਗੇ ਸਗੋਂ ਚਿੰਤਾ ਤੋਂ ਵੀ ਮੁਕਤ ਹੋਵੋਗੇ।

ਉਦਾਹਰਣ ਵਜੋਂ, ਜੇਕਰ ਤੁਸੀਂ ਇੱਕ ਕਾਰੋਬਾਰੀ ਹੋ ਅਤੇ ਤੁਹਾਡੇ ਕੋਲ ਇੱਕ ਗਾਹਕ ਹੈ ਜਿਸਨੂੰ ਹਉਮੈ ਦੀ ਸਮੱਸਿਆ ਹੈ, ਜੇਕਰ ਤੁਸੀਂ ਇੱਕ ਕਾਰੋਬਾਰੀ ਹੋ ਜਿਸਦਾ ਕੋਈ ਵੱਡਾ ਟੀਚਾ ਨਹੀਂ ਹੈ, ਤਾਂ ਤੁਸੀਂ ਉਸ ਗਾਹਕ ਨੂੰ ਦਲੀਲ ਵਿੱਚ ਹਰਾ ਕੇ ਆਪਣੀ ਉੱਤਮਤਾ ਸਾਬਤ ਕਰ ਸਕਦੇ ਹੋ ਅਤੇ ਆਪਣੇ ਕਰਮਚਾਰੀਆਂ ਤੋਂ ਪ੍ਰਸ਼ੰਸਾ ਪ੍ਰਾਪਤ ਕਰ ਸਕਦੇ ਹੋ ਅਤੇ ਜੇਕਰ ਤੁਸੀਂ ਇੱਕ ਕਾਰੋਬਾਰੀ ਹੋ ਜਿਸਦਾ ਵੱਡਾ ਟੀਚਾ ਹੈ, ਤਾਂ ਤੁਸੀਂ ਗਾਹਕ ਨੂੰ ਸਭ ਤੋਂ ਵਧੀਆ ਸਮਝੋਗੇ ਅਤੇ ਉਸਨੂੰ ਸੰਤੁਸ਼ਟ ਕਰੋਗੇ ਅਤੇ ਸਾਮਾਨ ਵੇਚੋਗੇ ਅਤੇ ਆਪਣੇ ਕਾਰੋਬਾਰ ਲਈ ਮੁਨਾਫ਼ਾ ਕਮਾਓਗੇ।

ਇਸੇ ਤਰ੍ਹਾਂ, ਜੇਕਰ ਤੁਸੀਂ ਇੱਕ ਅਭਿਭਾਵਕ ਹੋ ਅਤੇ ਤੁਸੀਂ ਦੇਖਦੇ ਹੋ ਕਿ ਤੁਹਾਡਾ ਬੱਚਾ ਬਹੁਤ ਚਿੜਚਿੜਾ ਹੈ ਅਤੇ ਅਸਧਾਰਨ ਵਿਵਹਾਰ ਕਰ ਰਿਹਾ ਹੈ ਅਤੇ ਤੁਹਾਡੇ ਕੋਲ ਇਸ ਨੂੰ ਹਲ ਕਰਨ ਦਾ ਕੋਈ ਵੱਡਾ ਟੀਚਾ ਨਹੀਂ ਹੈ ਤਾਂ ਤੁਸੀਂ ਆਪਣੇ ਬੱਚੇ ਨੂੰ ਧਮਕੀ ਦੇ ਸਕਦੇ ਹੋ ਅਤੇ ਉਸ ਨਾਲ ਗੱਲ ਕੀਤੇ ਬਿਨਾਂ ਉਸ ਦੇ ਵਿਵਹਾਰ ਨੂੰ ਸੁਧਾਰਨ ਲਈ ਕਹਿ ਸਕਦੇ ਹੋ, ਪਰ ਜੇਕਰ ਤੁਸੀਂ ਇੱਕ ਵੱਡੇ ਟੀਚੇ ਵਾਲੇ ਮਾਪੇ ਹੋ, ਤਾਂ ਤੁਸੀਂ ਪਹਿਲਾਂ ਆਪਣੇ ਬੱਚੇ ਨਾਲ ਗੱਲ ਕਰੋਗੇ ਅਤੇ ਸਮਝੋਗੇ ਕਿ ਬੱਚੇ ਨੂੰ ਸਮੱਸਿਆ ਕੀ ਹੈ, ਕਾਰਨ ਲੱਭਣ ਤੋਂ ਬਾਅਦ, ਤੁਸੀਂ ਉਸ ਕਾਰਨ ਨੂੰ ਹੱਲ ਕਰੋਗੇ ਅਤੇ ਆਪਣੇ ਬੱਚੇ ਦੀ ਜ਼ਿੰਦਗੀ ਨੂੰ ਖੁਸ਼ੀਆਂ ਨਾਲ ਭਰ ਦਿਓਗੇ।

ਦੇਖੋ, ਕਾਰੋਬਾਰ ਵਿੱਚ ਮੁੱਖ ਟੀਚਾ ਗਾਹਕ ਦੀ ਬਿਹਤਰ ਤੋਂ ਬਿਹਤਰ ਸੇਵਾ ਕਰਨਾ ਅਤੇ ਮੁਨਾਫ਼ਾ ਕਮਾਉਣਾ ਹੁੰਦਾ ਹੈ। ਗਾਹਕ ਦੀਆਂ ਨਿੱਜੀ ਕਮੀਆਂ ਲੱਭਣਾ ਅਤੇ ਉਸ ਨਾਲ ਬਹਿਸ ਜਿੱਤਣਾ ਨਹੀਂ। ਇਸੇ ਤਰ੍ਹਾਂ, ਇੱਕ ਮਾਤਾ-ਪਿਤਾ ਦਾ ਮੁੱਖ ਟੀਚਾ ਬੱਚਿਆਂ ਦੇ ਜੀਵਨ ਨੂੰ ਸਹੀ ਦਿਸ਼ਾ ਦੇਣਾ, ਉਨ੍ਹਾਂ ਨੂੰ ਆਤਮ-ਨਿਰਭਰ ਬਣਾਉਣਾ ਅਤੇ ਉਨ੍ਹਾਂ ਦੀ ਜ਼ਿੰਦਗੀ ਨੂੰ ਖੁਸ਼ੀ ਨਾਲ ਭਰਨਾ ਹੁੰਦਾ ਹੈ, ਨਾ ਕਿ ਬੱਚਿਆਂ ਨੂੰ ਧਮਕੀਆਂ ਦੇ ਕੇ ਉਹ ਕਰਨਾ ਜੋ ਤੁਸੀਂ ਚਾਹੁੰਦੇ ਹੋ। ਇਸੇ ਤਰ੍ਹਾਂ, ਵਿਆਹੁਤਾ ਜੀਵਨ ਵਿੱਚ ਮੁੱਖ ਟੀਚਾ ਇੱਕ ਦੂਜੇ ਨੂੰ ਸਮਝਣਾ ਹੁੰਦਾ ਹੈ, ਹਮੇਸ਼ਾ ਖੁਸ਼ੀ ਅਤੇ ਦੁੱਖ ਵਿੱਚ ਇਕੱਠੇ ਰਹਿਣਾ ਅਤੇ ਇੱਕ ਦੂਜੇ ਨੂੰ ਕਦੇ ਨਾ ਛੱਡਣਾ, ਉਨ੍ਹਾਂ ਨੂੰ ਆਪਣੇ ਸੁਆਰਥੀ ਉਦੇਸ਼ਾਂ ਲਈ ਨਾ ਵਰਤਣਾ।

ਕੁੱਲ ਮਿਲਾ ਕੇ, ਤੁਸੀਂ ਭਾਵੇਂ ਜੋ ਵੀ ਕਰਦੇ ਹੋ ਜਾਂ ਇੱਕ ਵਿਅਕਤੀ ਦੇ ਤੌਰ 'ਤੇ ਰਿਸ਼ਤੇ ਵਿੱਚ ਤੁਹਾਡੀ ਭੂਮਿਕਾ ਜੋ ਵੀ ਹੈ, ਹਮੇਸ਼ਾ ਲੰਬੇ ਸਮੇਂ ਦੇ ਦ੍ਰਿਸ਼ਟੀਕੋਣ ਅਤੇ ਵੱਡੇ ਟੀਚੇ ਨੂੰ ਧਿਆਨ ਵਿੱਚ ਰੱਖੋ। ਕੇਵਲ ਤਦ ਹੀ ਤੁਸੀਂ ਸਫਲ ਅਤੇ ਚਿੰਤਾ ਮੁਕਤ ਹੋਵੋਗੇ।

ਸਟ੍ਰੈੱਸ ਮੈਨੇਜਮੈਂਟ ਨਾਲ ਸਬੰਧਤ ਉਪਯੋਗੀ ਸੁਝਾਅ:

- ਜ਼ਿੰਦਗੀ ਵਿੱਚ ਵੱਖ-ਵੱਖ ਭੂਮਿਕਾਵਾਂ ਵਿੱਚ ਤੁਹਾਡਾ ਵੱਡਾ ਟੀਚਾ ਕੀ ਹੈ, ਇਹ ਪਛਾਣਨ ਲਈ ਸਮਾਂ ਕੱਢੋ।
- ਛੋਟੀਆਂ, ਚਿੰਤਾਜਨਕ ਸਥਿਤੀਆਂ ਵਿੱਚ ਵੀ, ਆਪਣੇ ਵੱਡੇ ਟੀਚੇ ਨੂੰ ਯਾਦ ਰੱਖੋ ਅਤੇ ਟਕਰਾਅ ਵਿੱਚ ਪੈਣ ਤੋਂ ਬਚੋ।

• • •

ਅਧਿਆਇ 48

ਆਪਣੀ ਪੂਰੀ ਕੋਸ਼ਿਸ਼ ਕਰੋ ਅਤੇ ਆਪਣੀਆਂ ਚਿੰਤਾਵਾਂ ਨੂੰ ਭੁੱਲ ਜਾਓ

"ਸੰਤੁਸ਼ਟੀ ਕੋਸ਼ਿਸ਼ 'ਤੇ ਨਿਰਭਰ ਕਰਦੀ ਹੈ, ਪ੍ਰਾਪਤੀ 'ਤੇ ਨਹੀਂ। ਪੂਰੀ ਕੋਸ਼ਿਸ਼ ਦਾ ਅਰਥ ਹੈ ਪੂਰੀ ਜਿੱਤ"।

- ਮਹਾਤਮਾ ਗਾਂਧੀ

ਜਦੋਂ ਤੇਲ ਦੀਆਂ ਕੰਪਨੀਆਂ ਤੇਲ ਦੇ ਖੂਹਾਂ ਦੀ ਖੋਜ ਕਰਦੀਆਂ ਹਨ, ਤਾਂ ਉਹ ਤੇਲ ਲੱਭਣ ਦੀ ਪੂਰੀ ਕੋਸ਼ਿਸ਼ ਕਰਦੀਆਂ ਹਨ। ਉਨ੍ਹਾਂ ਨੂੰ ਕੁਝ ਥਾਵਾਂ 'ਤੇ ਸਫਲਤਾ ਮਿਲਦੀ ਹੈ ਅਤੇ ਕੁਝ ਥਾਵਾਂ 'ਤੇ ਨਹੀਂ। ਜਿਨ੍ਹਾਂ ਥਾਵਾਂ 'ਤੇ ਉਨ੍ਹਾਂ ਨੂੰ ਸਫਲਤਾ ਨਹੀਂ ਮਿਲਦੀ, ਉਹ ਉੱਥੋਂ ਦੂਰ ਜਾਣ ਤੋਂ ਪਹਿਲਾਂ ਆਪਣੀ ਪੂਰੀ ਕੋਸ਼ਿਸ਼ ਕਰਦੇ ਹਨ। ਇੱਕ ਨਿਸ਼ਚਿਤ ਦੂਰੀ ਤੱਕ ਖੁਦਾਈ ਕਰਨ ਤੋਂ ਬਾਅਦ, ਉਹ ਮਾਹਰਾਂ ਦੀ ਸਲਾਹ ਲੈਂਦੇ ਹਨ। ਜੇਕਰ ਤੇਲ ਦੀ ਕੋਈ ਸੰਭਾਵਨਾ ਨਹੀਂ ਹੈ, ਤਾਂ ਉਹ ਚਿੰਤਾ ਨਹੀਂ ਕਰਦੇ ਅਤੇ ਤੇਲ ਦੀ ਖੋਜ ਕਰਨਾ ਬੰਦ ਨਹੀਂ ਕਰਦੇ, ਸਗੋਂ ਉਹ ਇਸ ਤੱਥ ਤੋਂ ਸੰਤੁਸ਼ਟ ਹੁੰਦੇ ਹਨ ਕਿ ਸਿਰਫ਼ ਆਪਣੀ ਪੂਰੀ ਕੋਸ਼ਿਸ਼ ਕਰਨਾ ਉਨ੍ਹਾਂ ਦੇ ਹੱਥ ਵਿੱਚ ਸੀ ਅਤੇ ਉਨ੍ਹਾਂ ਨੇ ਇਹ ਕੀਤਾ।

ਹੁਣ ਜੇਕਰ ਉਹ ਆਪਣੀ ਅਸਫਲਤਾ ਬਾਰੇ ਚਿੰਤਾ ਕਰਦੇ ਹਨ, ਤਾਂ ਉਹ ਨਾ ਸਿਰਫ਼ ਆਪਣਾ ਸਮਾਂ ਬਰਬਾਦ ਕਰਨਗੇ ਬਲਕਿ ਹੋਰ ਤੇਲ ਦੇ ਖੂਹਾਂ ਨੂੰ ਲੱਭਣ ਦੀ ਸੰਭਾਵਨਾ ਨੂੰ ਵੀ ਘਟਾ ਦੇਣਗੇ।

ਯਾਦ ਰੱਖੋ ਕਿ ਅਸੀਂ ਸਿਰਫ਼ ਆਪਣੀ ਪੂਰੀ ਕੋਸ਼ਿਸ਼ ਕਰ ਸਕਦੇ ਹਾਂ ਅਤੇ ਇਹੀ ਸਾਡੇ ਹੱਥ ਵਿੱਚ ਹੈ। ਉਦਾਹਰਣ ਵਜੋਂ ਜੇਕਰ ਤੁਸੀਂ ਇੱਕ ਕਾਰੋਬਾਰੀ ਹੋ ਤਾਂ ਤੁਸੀਂ ਆਪਣੇ ਗਾਹਕ ਨੂੰ ਆਪਣਾ ਉਤਪਾਦ ਵੇਚਣ ਦੀ ਪੂਰੀ ਕੋਸ਼ਿਸ਼ ਕਰ ਸਕਦੇ ਹੋ ਪਰ ਫਿਰ ਵੀ ਜੇਕਰ ਗਾਹਕ ਤੁਹਾਡੇ ਤੋਂ ਨਹੀਂ ਖਰੀਦਦਾ ਅਤੇ ਤੁਸੀਂ ਚਿੰਤਤ ਹੋ ਜਾਂਦੇ ਹੋ ਤਾਂ ਤੁਹਾਡੇ ਅਗਲੇ ਗਾਹਕ ਨੂੰ ਵੇਚਣ ਦੀ ਸੰਭਾਵਨਾ ਘੱਟ ਜਾਵੇਗੀ।

ਇੱਕ ਹੋਰ ਉਦਾਹਰਣ ਲੈਂਦੇ ਹਾਂ। ਜੇਕਰ ਤੁਸੀਂ ਇੱਕ ਵਿਦਿਆਰਥੀ ਹੋ ਅਤੇ ਤੁਸੀਂ ਆਪਣੀ ਕਲਾਸ ਵਿੱਚ ਪਹਿਲੇ ਆਉਣ ਦਾ ਟੀਚਾ ਰੱਖਿਆ ਹੈ ਪਰ ਕਿਸੇ ਕਾਰਨ ਕਰਕੇ ਤੁਸੀਂ ਦੂਜੇ ਨੰਬਰ 'ਤੇ ਆਉਂਦੇ ਹੋ ਤਾਂ ਤੁਸੀਂ ਜਾਂ ਤਾਂ ਸੰਤੁਸ਼ਟ ਹੋ ਸਕਦੇ ਹੋ ਕਿ ਤੁਸੀਂ ਆਪਣੀ ਪੂਰੀ ਕੋਸ਼ਿਸ਼ ਕੀਤੀ ਜਾਂ ਤੁਸੀਂ ਚਿੰਤਤ ਹੋ ਸਕਦੇ ਹੋ ਕਿ ਜਦੋਂ ਤੁਹਾਡਾ ਸਹਿਪਾਠੀ ਪਹਿਲੇ ਨੰਬਰ 'ਤੇ ਆਇਆ ਤਾਂ ਤੁਸੀਂ ਦੂਜੇ ਨੰਬਰ 'ਤੇ ਕਿਉਂ ਆਏ। ਜੇਕਰ ਤੁਸੀਂ ਅਜਿਹਾ ਕਰਦੇ ਹੋ, ਤਾਂ ਭਵਿੱਖ ਵਿੱਚ ਪੜ੍ਹਾਈ ਪ੍ਰਤੀ ਤੁਹਾਡਾ ਉਤਸ਼ਾਹ ਨਾ ਸਿਰਫ਼ ਠੰਢਾ ਪਵੇਗਾ, ਸਗੋਂ ਭਵਿੱਖ ਵਿੱਚ ਪਹਿਲੇ ਨੰਬਰ 'ਤੇ ਆਉਣ ਦੀਆਂ ਸੰਭਾਵਨਾਵਾਂ ਨੂੰ ਵੀ ਖਤਮ ਕਰ ਦਿਓਗੇ।

ਅਜਿਹੀਆਂ ਬਹੁਤ ਸਾਰੀਆਂ ਉਦਾਹਰਣਾਂ ਹਨ ਜਦੋਂ ਸਾਨੂੰ ਅਸਫਲਤਾਵਾਂ ਮਿਲਦੀਆਂ ਹਨ ਅਤੇ ਅਸੀਂ ਚਿੰਤਤ ਹੋ ਜਾਂਦੇ ਹਾਂ। ਮੇਰਾ ਤੁਹਾਨੂੰ ਸੁਝਾਅ ਇਹ ਹੋਵੇਗਾ ਕਿ ਜਦੋਂ ਵੀ ਤੁਹਾਨੂੰ ਲੋੜੀਂਦੇ ਨਤੀਜੇ ਨਹੀਂ ਮਿਲਦੇ, ਤਾਂ ਆਪਣੇ ਆਪ ਤੋਂ ਪੁੱਛੋ ਕਿ ਕੀ ਮੈਂ ਇਸ ਟੀਚੇ ਨੂੰ ਪ੍ਰਾਪਤ ਕਰਨ ਲਈ ਆਪਣੀ ਪੂਰੀ ਕੋਸ਼ਿਸ਼ ਕੀਤੀ। ਜੇਕਰ ਜਵਾਬ ਹਾਂ ਹੈ, ਤਾਂ ਖੁਸ਼ ਰਹੋ ਕਿ ਤੁਸੀਂ ਉਹ ਸਭ ਕੁਝ ਕੀਤਾ ਜੋ ਤੁਹਾਡੇ ਹੱਥ ਵਿੱਚ ਸੀ। ਜੇਕਰ ਅਜਿਹਾ ਨਹੀਂ ਹੈ, ਤਾਂ ਸੋਚੋ ਕਿ ਤੁਸੀਂ ਇਸ ਵਾਰ ਜੋ ਕਮੀਆਂ ਰਹਿ ਗਈਆਂ ਸਨ ਉਨ੍ਹਾਂ ਦੀ ਭਰਪਾਈ ਕਿਵੇਂ ਕਰੋਗੇ।

ਸਟ੍ਰੈੱਸ ਮੈਨੇਜਮੈਂਟ ਨਾਲ ਸਬੰਧਤ ਉਪਯੋਗੀ ਸੁਝਾਅ

- ਹੁਣ ਤੋਂ, ਆਪਣੇ ਆਪ ਨਾਲ ਵਾਅਦਾ ਕਰੋ ਕਿ ਤੁਸੀਂ ਜੋ ਵੀ ਕਰੋਗੇ ਉਸ ਵਿੱਚ ਆਪਣੀ ਪੂਰੀ ਕੋਸ਼ਿਸ਼ ਕਰੋਗੇ ਅਤੇ ਕੇਵਲ ਤਦ ਹੀ ਤੁਸੀਂ ਸ਼ਾਂਤੀ ਨਾਲ ਬੈਠੋਗੇ ਅਤੇ ਸੰਭਾਵਨਾਵਾਂ ਬਹੁਤ ਜ਼ਿਆਦਾ ਹਨ ਕਿ ਜਦੋਂ ਤੁਸੀਂ ਆਪਣੀ ਪੂਰੀ ਕੋਸ਼ਿਸ਼ ਕਰੋਗੇ, ਤਾਂ ਤੁਹਾਡੀ ਸਫਲਤਾ ਵੀ ਯਕੀਨੀ ਹੋਵੇਗੀ।
- ਜੇਕਰ ਤੁਹਾਨੂੰ ਲੋੜੀਂਦੇ ਨਤੀਜੇ ਨਹੀਂ ਮਿਲਦੇ, ਤਾਂ ਆਪਣੇ ਆਪ ਤੋਂ ਪੁੱਛੋ ਕਿ ਕੀ ਤੁਸੀਂ ਇਸ ਟੀਚੇ ਨੂੰ ਪ੍ਰਾਪਤ ਕਰਨ ਲਈ ਆਪਣੀ ਪੂਰੀ ਕੋਸ਼ਿਸ਼ ਕੀਤੀ। ਜੇਕਰ ਜਵਾਬ ਹਾਂ ਹੈ, ਤਾਂ ਖੁਸ਼ ਰਹੋ ਕਿ ਤੁਸੀਂ ਉਹ ਸਭ ਕੁਝ ਕੀਤਾ ਜੋ ਤੁਹਾਡੇ ਹੱਥਾਂ ਵਿੱਚ ਸੀ। ਜੇਕਰ ਅਜਿਹਾ ਨਹੀਂ ਹੈ, ਤਾਂ ਸੋਚੋ ਕਿ ਤੁਸੀਂ ਇਸ ਵਾਰ ਜੋ ਕਮੀਆਂ ਰਹਿ ਗਈਆਂ ਸਨ ਉਨ੍ਹਾਂ ਦੀ ਭਰਪਾਈ ਕਿਵੇਂ ਕਰੋਗੇ।

• • •

ਅਧਿਆਇ 49

ਤੁਹਾਡਾ ਮੂਡ ਖਰਾਬ ਹੋਣ ਤੋਂ ਬਾਅਦ ਤੁਹਾਨੂੰ ਨੌਰਮਲ ਹੋਣ ਵਿਚ ਕਿੰਨਾ ਸਮਾਂ ਲੱਗਦਾ ਹੈ?

"ਜਦੋਂ ਮੇਰਾ ਮੂਡ ਖਰਾਬ ਹੁੰਦਾ ਹੈ ਤਾਂ ਮੈਨੂੰ ਕੁਝ ਵੀ ਸੁਣਾਈ ਨਹੀਂ ਦਿੰਦਾ।

- ਕੈਥੀ ਫ੍ਰੀਮੈਨ

ਅੱਜਕੱਲ੍ਹ ਮੋਬਾਈਲ ਕੰਪਨੀਆਂ ਦਿਨ-ਬ-ਦਿਨ ਆਪਣੇ ਮੋਬਾਈਲ ਫੋਨਾਂ ਨੂੰ ਬਿਹਤਰ ਬਣਾਉਣ ਵਿੱਚ ਰੁੱਝੀਆਂ ਹੋਈਆਂ ਹਨ, ਕੁਝ ਆਪਣੇ ਕੈਮਰੇ ਨੂੰ ਬਿਹਤਰ ਬਣਾ ਰਹੀਆਂ ਹਨ, ਕੁਝ ਆਪਣੀ ਬੈਟਰੀ ਅਤੇ ਡਿਜ਼ਾਈਨ ਨੂੰ ਬਿਹਤਰ ਬਣਾ ਰਹੀਆਂ ਹਨ। ਕੁਝ ਦਿਨ ਪਹਿਲਾਂ ਮੈਂ ਇੱਕ ਹੋਰ ਪਹਿਲੂ ਦੇਖਿਆ ਜਿਸ 'ਤੇ ਮੋਬਾਈਲ ਕੰਪਨੀਆਂ ਕੰਮ ਕਰ ਰਹੀਆਂ ਹਨ ਅਤੇ ਉਹ ਇਹ ਹੈ ਕਿ ਕੰਪਨੀਆਂ ਹੁਣ ਅਜਿਹੇ ਚਾਰਜਰ ਪ੍ਰਦਾਨ ਕਰ ਰਹੀਆਂ ਹਨ ਜਿਸ ਕਾਰਨ ਮੋਬਾਈਲ ਨੂੰ ਚਾਰਜ ਕਰਨ ਵਿੱਚ ਲੱਗਣ ਵਾਲਾ ਸਮਾਂ ਕਈ ਘੰਟਿਆਂ ਤੋਂ ਘੱਟ ਕੇ ਬਹੁਤ ਘੱਟ ਹੋ ਗਿਆ ਹੈ। ਯਾਨੀ ਕਿ ਡਿਸਚਾਰਜ ਸਥਿਤੀ ਤੋਂ ਆਮ ਚਾਰਜ ਜਾਂ ਪੂਰੇ ਚਾਰਜ ਹੋਣ ਵਿੱਚ ਜਿੰਨਾ ਘੱਟ ਸਮਾਂ ਲੱਗੇਗਾ, ਓਨਾ ਹੀ ਬਿਹਤਰ ਹੈ।

ਇਸ ਚਾਰਜਿੰਗ ਸਮੇਂ ਬਾਰੇ ਸੋਚਦੇ ਹੋਏ, ਮੇਰੇ ਮਨ ਵਿੱਚ ਇਹ ਆਇਆ ਕਿ ਕਈ ਵਾਰ ਜਦੋਂ ਅਸੀਂ ਚਿੰਤਤ ਹੁੰਦੇ ਹਾਂ ਜਾਂ ਸਾਡਾ ਮੂਡ ਖਰਾਬ ਹੁੰਦਾ ਹੈ (ਜਿਵੇਂ ਮੋਬਾਈਲ ਬੈਟਰੀ ਦੀ ਡਿਸਚਾਰਜ ਦੀ ਸਥਿਤੀ ਵਿਚ) ਤਾਂ ਸਾਡਾ ਮੋੜ ਨੌਰਮਲ ਹੋਣ ਵਿੱਚ ਕਿੰਨਾ ਸਮਾਂ ਲੱਗਦਾ ਹੈ? ਮੈਨੂੰ ਇਹ ਸੋਚ ਕੇ ਹੈਰਾਨੀ ਹੋਈ ਕਿ ਸਾਨੂੰ ਨਹੀਂ ਪਤਾ ਕਿ ਅਸੀਂ ਖਰਾਬ ਮੂਡ ਦੇ ਬਹਾਨੇ ਕਿੰਨਾ ਸਮਾਂ ਬਰਬਾਦ ਕਰਦੇ ਹਾਂ ਅਤੇ ਆਪਣਾ ਕੀਮਤੀ ਕੰਮ ਨਹੀਂ ਕਰਦੇ। ਕੀ ਇਹ ਬਿਹਤਰ ਨਹੀਂ ਹੋਵੇਗਾ ਕਿ ਹੁਣ ਤੋਂ ਅਸੀਂ ਆਪਣੇ ਚਾਰਜਿੰਗ ਸਮੇਂ ਨੂੰ ਮੋਬਾਈਲ ਤਕਨਾਲੋਜੀ ਵਾਂਗ ਘੱਟੋ-ਘੱਟ ਰੱਖੀਏ, ਯਾਨੀ ਕਿ ਖਰਾਬ ਮੂਡ ਤੋਂ ਆਮ ਮੂਡ ਵਿੱਚ ਆਉਣ ਲਈ ਲੱਗਣ ਵਾਲਾ ਸਮਾਂ ਘੱਟੋ-ਘੱਟ ਹੋਣਾ ਚਾਹੀਦਾ ਹੈ।

ਸਟ੍ਰੈੱਸ ਮੈਨੇਜਮੈਂਟ ਨਾਲ ਸਬੰਧਤ ਉਪਯੋਗੀ ਸੁਝਾਅ:

- ਹੁਣ ਤੋਂ, ਜਦੋਂ ਵੀ ਤੁਹਾਡਾ ਮੂਡ ਖਰਾਬ ਹੁੰਦਾ ਹੈ, ਇਹ ਯਾਦ ਰੱਖੋ ਕਿ ਤੁਹਾਨੂੰ ਆਮ ਵਾਂਗ ਹੋਣ ਵਿੱਚ ਕਿੰਨਾ ਸਮਾਂ ਲੱਗਦਾ ਹੈ।
- ਉਨ੍ਹਾਂ ਚੀਜ਼ਾਂ ਵੱਲ ਵੀ ਧਿਆਨ ਦਿਓ ਜੋ ਤੁਹਾਡਾ ਮੂਡ ਖਰਾਬ ਕਰਦੀਆਂ ਹਨ। ਬਿਹਤਰ ਹੋਵੇਗਾ ਜੇਕਰ ਤੁਸੀਂ ਅਜਿਹੇ ਲੋਕਾਂ ਜਾਂ ਗਤੀਵਿਧੀਆਂ ਤੋਂ ਬਚੋ ਜੋ ਤੁਹਾਡਾ ਮੂਡ ਖਰਾਬ ਕਰਦੀਆਂ ਹਨ।

• • •

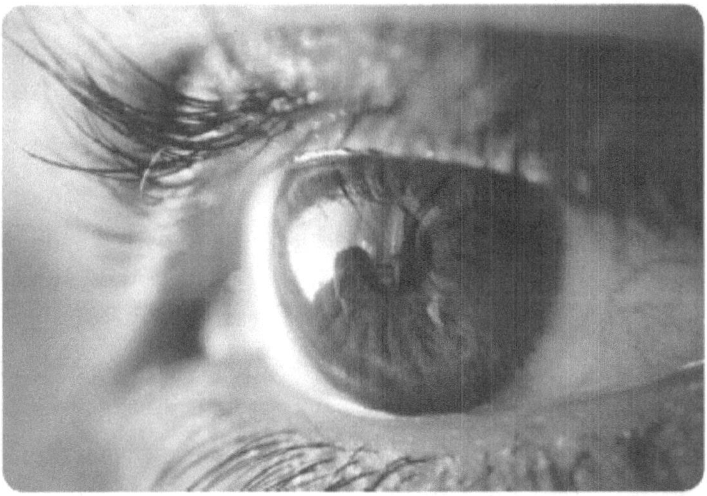

ਅਧਿਆਇ 50

ਦੂਰਦਰਸ਼ੀ ਬਣੋ ਅਤੇ ਚਿੰਤਾ ਤੋਂ ਬਚੋ

"ਅੰਨ੍ਹੇ ਹੋਣ ਤੋਂ ਬਾਅਦ ਸਭ ਤੋਂ ਭੈੜੀ ਚੀਜ਼ ਜੋ ਹੋ ਸਕਦੀ ਹੈ ਉਹ ਹੈ ਦੂਰਦ੍ਰਿਸ਼ਟੀ ਨਾ ਹੋਣਾ"

- ਹੈਲਨ ਕੈਲਰ

ਅਪ੍ਰੈਲ 2015 ਵਿੱਚ, ਉੱਤਰ ਪ੍ਰਦੇਸ਼ ਅਤੇ ਆਸ ਪਾਸ ਦੇ ਇਲਾਕਿਆਂ ਵਿੱਚ 2-3 ਭੂਚਾਲ ਆਏ ਅਤੇ ਸਥਾਨਕ ਨਿਵਾਸੀ ਡਰ ਗਏ। ਨਿਊਜ਼ ਚੈਨਲ ਵੀ ਭਵਿੱਖਵਾਣੀ ਕਰ ਰਹੇ ਸਨ ਕਿ ਅਜਿਹੀਆਂ ਘਟਨਾਵਾਂ ਅਕਸਰ ਵਾਪਰਨਗੀਆਂ। ਲੋਕ ਡਰ ਰਹੇ ਸਨ ਕਿ ਅੱਗੇ ਕੀ ਹੋਵੇਗਾ ਪਰ ਸਮਾਂ ਬੀਤਦਾ ਗਿਆ ਅਤੇ ਲੋਕ ਇਨ੍ਹਾਂ ਘਟਨਾਵਾਂ ਨੂੰ ਭੁੱਲ ਗਏ ਅਤੇ ਨੌਰਮਲ ਹੋ ਗਏ।

ਮਾਰਚ 2020 ਵਿੱਚ, ਕੋਰੋਨਾ ਨਾਮ ਦੀ ਇੱਕ ਮਹਾਂਮਾਰੀ ਆਈ ਅਤੇ ਬਹੁਤ ਤਬਾਹੀ ਮਚਾਈ, ਇਸਦਾ ਕਹਿਰ ਸਾਲ 2021 ਵਿੱਚ ਵੀ ਜਾਰੀ ਰਿਹਾ ਅਤੇ ਬਹੁਤ ਸਾਰੇ ਲੋਕ ਭਵਿੱਖਵਾਣੀ ਕਰ ਰਹੇ ਸਨ ਕਿ ਦੁਨੀਆ ਦਾ ਅੰਤ ਹੋ ਜਾਵੇਗਾ ਪਰ ਇਹ ਭਿਆਨਕ ਤੂਫਾਨ ਵੀ ਰੁਕ ਗਿਆ, ਇੱਕ ਟੀਕਾ ਲੱਭਿਆ ਗਿਆ ਅਤੇ ਇਸਨੂੰ ਕਾਫ਼ੀ ਹੱਦ ਤੱਕ ਕਾਬੂ ਕੀਤਾ ਗਿਆ।

ਕੁੱਲ ਮਿਲਾ ਕੇ, ਮੇਰਾ ਕਹਿਣ ਦਾ ਮਤਲਬ ਇਹ ਹੈ ਕਿ ਸਮੇਂ ਦੇ ਨਾਲ ਸਭ ਤੋਂ ਭਿਆਨਕ ਚੀਜ਼ਾਂ ਵੀ ਆਮ ਹੋ ਜਾਂਦੀਆਂ ਹਨ, ਇਹ ਜ਼ਰੂਰੀ ਹੈ ਕਿ ਅਸੀਂ ਦੂਰਦਰਸ਼ੀ ਰਹੀਏ।

ਇੱਕ ਔਰਤ ਜੋ ਜ਼ਿੰਦਗੀ ਤੋਂ ਨਿਰਾਸ਼ ਹੋ ਕੇ ਖੁਦਕੁਸ਼ੀ ਕਰਨ ਜਾ ਰਹੀ ਸੀ, ਉਸਨੇ ਖੁਦਕੁਸ਼ੀ ਨਹੀਂ ਕੀਤੀ ਕਿਉਂਕਿ ਉਸਨੂੰ ਡਰ ਸੀ ਕਿ ਉਸਦੇ ਪਰਿਵਾਰ ਦੇ ਮੈਂਬਰਾਂ ਕੋਲ ਅੰਤਿਮ ਸੰਸਕਾਰ ਲਈ ਵੀ ਪੈਸੇ ਨਹੀਂ ਹਨ। ਬਾਅਦ ਵਿੱਚ ਉਸਨੇ ਕਿਹਾ ਕਿ ਇਹ ਚੰਗਾ ਹੋਇਆ ਕਿ ਉਸਨੇ ਖੁਦਕੁਸ਼ੀ ਨਹੀਂ ਕੀਤੀ। ਅੱਜ ਉਸਦਾ ਇੱਕ ਸ਼ਾਨਦਾਰ ਪਰਿਵਾਰ ਹੈ, ਜਿਸ ਵਿੱਚ ਉਸਦੇ 8 ਪੋਤੇ-ਪੋਤੀਆਂ ਵੀ ਸ਼ਾਮਲ ਹਨ, ਅਤੇ ਉਹ ਕਈ ਸਮਾਜਿਕ ਗਤੀਵਿਧੀਆਂ ਵਿੱਚ ਵੀ ਹਿੱਸਾ ਲੈਂਦੀ ਹੈ। ਉਹ ਕਹਿੰਦੀ ਹੈ ਕਿ ਜਿਹੜੇ ਲੋਕ ਖੁਦਕੁਸ਼ੀ ਕਰਨ ਬਾਰੇ ਸੋਚ ਰਹੇ ਹਨ, ਮੈਂ ਉਨ੍ਹਾਂ ਨੂੰ ਦੱਸਣਾ ਚਾਹੁੰਦੀ ਹਾਂ ਕਿ ਨਿਰਾਸ਼ਾ ਦੇ ਪਲ ਕੁਝ ਪਲਾਂ ਲਈ ਹੀ ਹੁੰਦੇ ਹਨ, ਪਰਮਾਤਮਾ ਵਿੱਚ ਵਿਸ਼ਵਾਸ ਰੱਖੋ, ਇਹ ਨਿਰਾਸ਼ਾ ਜਲਦੀ ਹੀ ਖਤਮ ਹੋ ਜਾਵੇਗੀ ਅਤੇ ਫਿਰ ਤੁਹਾਡੀ ਜ਼ਿੰਦਗੀ ਵਿੱਚ ਖੁਸ਼ੀ ਅਤੇ ਮੌਕਿਆਂ ਦੇ ਦਰਵਾਜ਼ੇ ਖੁੱਲ੍ਹਣਗੇ। ਇਸ ਲਈ ਗਲਤੀ ਨਾਲ ਵੀ ਖੁਦਕੁਸ਼ੀ ਨਾ ਕਰੋ।

ਜਦੋਂ ਹਾਲਾਤ ਬਹੁਤ ਮਾੜੇ ਹੁੰਦੇ ਹਨ, ਤਾਂ ਸਾਨੂੰ ਤਿੰਨ ਗੱਲਾਂ ਹਮੇਸ਼ਾ ਯਾਦ ਰੱਖਣੀਆਂ ਚਾਹੀਦੀਆਂ ਹਨ। ਪਹਿਲਾ, ਇਹ ਸਮੱਸਿਆ ਵੀ ਲੰਘ ਜਾਵੇਗੀ ਕਿਉਂਕਿ ਹਰ ਸਮੱਸਿਆ ਦਾ ਇੱਕ ਨਿਸ਼ਚਿਤ ਸਮਾਂ ਹੁੰਦਾ ਹੈ, ਦੂਜਾ, ਇਸ ਦੁਨੀਆਂ ਵਿੱਚ ਕੁਝ ਲੋਕ ਅਜਿਹੇ ਹਨ ਜੋ ਤੁਹਾਡੇ ਨਾਲੋਂ ਜ਼ਿਆਦਾ ਪਰੇਸ਼ਾਨ ਹਨ ਅਤੇ ਤੀਜਾ, ਲਗਭਗ ਹਰ ਮਾੜੇ ਹਾਲਾਤ ਵਿੱਚ ਵੀ ਇੱਕ ਚੰਗਾ ਪਹਿਲੂ ਲੱਭਿਆ ਜਾ ਸਕਦਾ ਹੈ।

ਉਦਾਹਰਣ ਵਜੋਂ, 2008 ਵਿੱਚ ਜਦੋਂ ਮੈਨੂੰ ਭਾਰਤ ਦੇ ਸਭ ਤੋਂ ਵਧੀਆ MBA ਕਾਲਜ ਵਿੱਚ ਦਾਖਲਾ ਨਹੀਂ ਮਿਲਿਆ, ਤਾਂ ਮੈਂ ਬਹੁਤ ਉਦਾਸ ਸੀ। ਉਸ ਸਮੇਂ ਮੈਨੂੰ ਲੱਗਾ ਕਿ ਇਹ ਬਹੁਤ ਬੁਰਾ ਸੀ ਪਰ ਇਹ ਚੰਗਾ ਸੀ ਕਿਉਂਕਿ ਮੈਂ ਆਪਣੇ ਸ਼ਹਿਰ ਤੋਂ ਬਾਹਰ ਨਹੀਂ ਜਾਂਦਾ ਸੀ ਅਤੇ ਘਰ ਹੀ ਰਹਿੰਦਾ ਸੀ ਅਤੇ ਮੇਰੇ ਦਾਦਾ ਜੀ ਬਿਮਾਰ ਸਨ ਅਤੇ ਮੈਂ ਉਨ੍ਹਾਂ ਨਾਲ ਬਹੁਤ ਸਮਾਂ ਬਿਤਾਇਆ। 2010 ਵਿੱਚ, ਮੇਰੇ ਦਾਦਾ ਜੀ ਦਾ ਦੇਹਾਂਤ ਹੋ ਗਿਆ। ਜੇਕਰ ਮੈਂ ਬਾਹਰ ਗਿਆ ਹੁੰਦਾ, ਤਾਂ ਮੈਂ ਇਹ ਸਮਾਂ ਉਨ੍ਹਾਂ ਨਾਲ ਨਹੀਂ ਬਿਤਾ ਸਕਦਾ ਸੀ।

ਇਸੇ ਤਰ੍ਹਾਂ, ਇੱਕ ਵਾਰ ਮੈਂ ਮਾੜੇ ਆਰਥਿਕ ਦੌਰ ਵਿੱਚੋਂ ਲੰਘਿਆ ਅਤੇ ਉਸ ਸਮੇਂ ਮੈਂ ਦੁੱਖ ਝੱਲਿਆ ਪਰ ਇਸਨੇ ਮੈਨੂੰ ਪੈਸੇ ਦੀ ਕੀਮਤ ਸਿਖਾਈ। ਇਸੇ ਤਰ੍ਹਾਂ, ਮਾੜੀ ਸਿਹਤ ਨੇ ਮੈਨੂੰ ਚੰਗੀ ਸਿਹਤ ਦੀ ਮਹੱਤਤਾ ਸਿਖਾਈ ਅਤੇ ਅਜਿਹੇ ਮੁਸ਼ਕਲ ਸਮਿਆਂ ਵਿੱਚ ਇਹ ਸਿੱਖਣਾ ਮਹੱਤਵਪੂਰਨ ਹੈ। ਇਹ ਪਾਇਆ ਗਿਆ ਕਿ ਜੇਕਰ ਤੁਸੀਂ ਆਪਣੇ ਮਨ ਨੂੰ ਕਾਬੂ ਵਿੱਚ ਰੱਖਦੇ ਹੋ ਅਤੇ ਠੰਡੇ ਦਿਮਾਗ ਨਾਲ ਕੰਮ ਕਰਦੇ ਹੋ ਤਾਂ ਇਸ ਗੱਲ ਦੀ ਬਹੁਤ ਸੰਭਾਵਨਾ ਹੈ ਕਿ ਤੁਸੀਂ ਉਸ ਸਮੱਸਿਆ

ਤੋਂ ਬਾਹਰ ਨਿਕਲ ਜਾਓਗੇ ਅਤੇ ਜੇਕਰ ਤੁਸੀਂ ਅਜਿਹਾ ਨਹੀਂ ਕਰਦੇ ਤਾਂ ਤੁਹਾਡਾ ਔਖਾ ਸਮਾਂ ਹੋਰ ਵੀ ਔਖਾ ਹੋ ਜਾਵੇਗਾ।

ਇਹ ਸੰਭਵ ਹੈ ਕਿ ਤੁਹਾਡੀਆਂ ਚੁਣੌਤੀਆਂ ਜਾਂ ਹਾਲਾਤ ਬਹੁਤ ਮੁਸ਼ਕਲ ਜਾਂ ਦਰਦਨਾਕ ਹੋ ਸਕਦੇ ਹਨ, ਉਦਾਹਰਣ ਵਜੋਂ, ਤੁਸੀਂ ਕਿਸੇ 'ਤੇ ਆਪਣੇ ਤੋਂ ਵੱਧ ਭਰੋਸਾ ਕੀਤਾ ਹੋ ਸਕਦਾ ਹੈ ਅਤੇ ਬਾਅਦ ਵਿੱਚ ਉਸਨੇ ਤੁਹਾਡੇ ਨਾਲ ਧੋਖਾ ਕੀਤਾ ਹੋ ਸਕਦਾ ਹੈ ਅਤੇ ਤੁਹਾਡਾ ਵਿਸ਼ਵਾਸ ਅਤੇ ਤੁਹਾਨੂੰ ਪੂਰੀ ਤਰ੍ਹਾਂ ਤੋੜ ਦਿੱਤਾ ਹੋਵੇ। ਅਜਿਹੀ ਸਥਿਤੀ ਵਿੱਚ, ਟੁੱਟਣਾ ਬਹੁਤ ਆਸਾਨ ਹੈ ਕਿਉਂਕਿ ਵਿਸ਼ਵਾਸਘਾਤ ਸ਼ਾਇਦ ਦੁਨੀਆ ਦਾ ਸਭ ਤੋਂ ਅਸਹਿ ਦਰਦ ਹੈ, ਪਰ ਜਿਵੇਂ ਕਿ ਮੈਂ ਤੁਹਾਡੇ ਨਾਲ ਪਹਿਲਾਂ ਚਰਚਾ ਕੀਤੀ ਸੀ, ਜਦੋਂ ਹਾਲਾਤ ਬਹੁਤ ਮੁਸ਼ਕਲ ਹੁੰਦੇ ਹਨ, ਤਾਂ ਸਾਨੂੰ ਹਮੇਸ਼ਾ ਤਿੰਨ ਗੱਲਾਂ ਯਾਦ ਰੱਖਣੀਆਂ ਚਾਹੀਦੀਆਂ ਹਨ, ਪਹਿਲੀ, ਇਹ ਸਮੱਸਿਆ ਵੀ ਲੰਘ ਜਾਵੇਗੀ ਕਿਉਂਕਿ ਹਰ ਸਮੱਸਿਆ ਦਾ ਇੱਕ ਨਿਸ਼ਚਿਤ ਸਮਾਂ ਹੁੰਦਾ ਹੈ, ਦੂਜਾ, ਇਸ ਦੁਨੀਆ ਵਿੱਚ ਕੁਝ ਲੋਕ ਹਨ ਜੋ ਤੁਹਾਡੇ ਨਾਲੋਂ ਜ਼ਿਆਦਾ ਪਰੇਸ਼ਾਨ ਹਨ ਅਤੇ ਤੀਜਾ, ਲਗਭਗ ਹਰ ਪ੍ਰਤੀਕੂਲ ਸਥਿਤੀ ਵਿੱਚ ਵੀ ਇੱਕ ਚੰਗਾ ਪਹਿਲੂ ਲੱਭਿਆ ਜਾ ਸਕਦਾ ਹੈ।

ਜਿੱਥੋਂ ਤੱਕ ਧੋਖੇ ਦੀ ਗੱਲ ਹੈ, ਇਹ ਸੰਭਵ ਹੈ ਕਿ ਇਹ ਜ਼ਖ਼ਮ ਕਦੇ ਠੀਕ ਨਾ ਹੋਵੇ ਪਰ ਹਾਂ, ਦੋ ਗੱਲਾਂ ਪੱਕੀਆਂ ਹਨ, ਪਹਿਲੀ ਗੱਲ ਤਾਂ ਇਹ ਹੈ ਕਿ ਤੁਸੀਂ ਦੁਨੀਆ ਦੇ ਇਕੱਲੇ ਵਿਅਕਤੀ ਨਹੀਂ ਹੋ ਜਿਸ ਨਾਲ ਧੋਖਾ ਹੋਇਆ ਹੈ ਅਤੇ ਜੇਕਰ ਅਸੀਂ ਸਕਾਰਾਤਮਕ ਪੱਖ ਲੱਭਣ ਦੀ ਗੱਲ ਕਰੀਏ, ਤਾਂ ਇਸਦਾ ਸਕਾਰਾਤਮਕ ਪੱਖ ਇਹ ਹੋ ਸਕਦਾ ਹੈ ਕਿ ਤੁਹਾਨੂੰ ਪਰਮਾਤਮਾ ਦਾ ਧੰਨਵਾਦ ਕਰਨਾ ਚਾਹੀਦਾ ਹੈ ਕਿ ਉਸਨੇ ਤੁਹਾਨੂੰ ਬਹੁਤ ਜਲਦੀ ਆਪਣੇ ਅਸਲ ਸੁਭਾਅ ਤੋਂ ਜਾਣੂ ਕਰਵਾ ਦਿੱਤਾ, ਨਹੀਂ ਤਾਂ ਤੁਹਾਨੂੰ ਬਾਅਦ ਵਿੱਚ ਹੋਰ ਵੀ ਦਰਦ ਅਤੇ ਨੁਕਸਾਨ ਝੱਲਣਾ ਪੈਂਦਾ। ਪਰਮਾਤਮਾ ਦਾ ਵੀ ਧੰਨਵਾਦ ਕਰੋ ਕਿਉਂਕਿ ਉਸਨੇ ਤੁਹਾਡੀਆਂ ਅੱਖਾਂ ਤੋਂ ਪੱਟੀ ਹਟਾ ਦਿੱਤੀ ਹੈ ਅਤੇ ਸਭ ਕੁਝ ਤੁਹਾਡੇ ਲਈ ਸਪੱਸ਼ਟ ਹੋ ਗਿਆ ਹੈ।

ਸ਼ਿਕਾਇਤ ਕਰਨ ਦੀ ਬਜਾਏ, ਵਿਸ਼ਵਾਸਘਾਤ ਤੋਂ ਮਹਿਸੂਸ ਹੋਣ ਵਾਲੇ ਦਰਦ ਦੀ ਵਰਤੋਂ ਆਪਣੇ ਆਪ ਨੂੰ ਪ੍ਰੇਰਿਤ ਕਰਨ ਅਤੇ ਆਪਣੇ ਆਪ ਨੂੰ ਬਿਹਤਰ ਬਣਾਉਣ ਲਈ ਕਰੋ।

ਧੋਖਾ ਖਾਣ ਤੋਂ ਬਾਅਦ ਜ਼ਿੰਦਗੀ ਜਿਉਣਾ ਬਹੁਤ ਮੁਸ਼ਕਲ ਹੋ ਜਾਂਦਾ ਹੈ ਪਰ ਜੇ ਅਸੀਂ ਉਨ੍ਹਾਂ ਲੋਕਾਂ 'ਤੇ ਧਿਆਨ ਕੇਂਦਰਤ ਕਰੀਏ ਜੋ ਸਾਡੀ ਖੁਸ਼ੀ ਦੇਖਦੇ ਹਨ ਉਹ ਖੁਸ਼ ਹੋ ਜਾਂਦੇ ਹਨ ਅਤੇ ਜਦੋਂ ਉਹ ਸਾਨੂੰ ਉਦਾਸ ਦੇਖਦੇ ਹਨ, ਤਾਂ ਉਹ ਹੋਰ ਵੀ ਉਦਾਸ ਹੋ ਜਾਂਦੇ ਹਨ, ਅਤੇ ਫਿਰ ਸਾਨੂੰ ਜੀਣ ਦਾ ਇੱਕ ਮਕਸਦ ਮਿਲਦਾ ਹੈ।

ਸਟ੍ਰੈੱਸ ਮੈਨੇਜਮੈਂਟ ਨਾਲ ਸਬੰਧਤ ਉਪਯੋਗੀ ਸੁਝਾਅ:

- ਹਮੇਸ਼ਾ ਯਾਦ ਰੱਖੋ ਕਿ ਜਦੋਂ ਹਾਲਾਤ ਬਹੁਤ ਮਾੜੇ ਹੁੰਦੇ ਹਨ, ਤਾਂ ਸਾਨੂੰ ਤਿੰਨ ਗੱਲਾਂ ਹਮੇਸ਼ਾ ਯਾਦ ਰੱਖਣੀਆਂ ਚਾਹੀਦੀਆਂ ਹਨ। ਪਹਿਲਾ, ਇਹ ਸਮੱਸਿਆ ਵੀ ਲੰਘ ਜਾਵੇਗੀ ਕਿਉਂਕਿ ਹਰ ਸਮੱਸਿਆ ਦਾ ਇੱਕ ਨਿਸ਼ਚਿਤ ਸਮਾਂ ਹੁੰਦਾ ਹੈ, ਦੂਜਾ, ਇਸ ਦੁਨੀਆਂ ਵਿੱਚ ਕੁਝ ਲੋਕ ਅਜਿਹੇ ਹਨ ਜੋ ਤੁਹਾਡੇ ਨਾਲੋਂ ਜ਼ਿਆਦਾ ਪਰੇਸ਼ਾਨ ਹਨ ਅਤੇ

ਤੀਜਾ, ਲਗਭਗ ਹਰ ਮਾੜੇ ਹਾਲਾਤ ਵਿੱਚ ਇੱਕ ਚੰਗਾ ਪਹਿਲੂ ਲੱਭਿਆ ਜਾ ਸਕਦਾ ਹੈ।

- ਜਦੋਂ ਤੁਸੀਂ ਪੂਰੀ ਤਰ੍ਹਾਂ ਟੁੱਟੇ ਹੋਏ ਹੋ, ਤਾਂ ਇਕੱਲੇ ਨਾ ਰਹੋ, ਆਪਣੇ ਕਿਸੇ ਨਜ਼ਦੀਕੀ ਜਾਂ ਬਜ਼ੁਰਗਾਂ ਕੋਲ ਜਾਓ ਅਤੇ ਆਪਣੀਆਂ ਚਿੰਤਾਵਾਂ ਸਾਂਝੀਆਂ ਕਰੋ, ਯਾਦ ਰੱਖੋ ਕਿ ਅਕਸਰ ਦੇਖਿਆ ਗਿਆ ਹੈ ਕਿ ਜ਼ਿੰਦਗੀ ਦੇ ਸਭ ਤੋਂ ਸੁੰਦਰ ਪਲ ਸਭ ਤੋਂ ਮੁਸ਼ਕਲ ਪਲਾਂ ਤੋਂ ਬਾਅਦ ਆਉਂਦੇ ਹਨ।

• • •

ਭਾਗ 2

ਵੱਖ-ਵੱਖ ਖੇਤਰਾਂ ਵਿੱਚ ਸਟ੍ਰੈੱਸ ਮੈਨੇਜਮੈਂਟ

ਅਧਿਆਇ 51

ਚਿੰਤਾ ਘਟਾਉਣ ਲਈ ਇਹਨਾਂ ਵਿਸ਼ਿਆਂ ਵਿੱਚ ਆਪਣਾ ਗਿਆਨ ਵਧਾਓ

"ਅਭਿਆਸ ਤੋਂ ਬਿਨਾਂ ਗਿਆਨ ਬੇਕਾਰ ਹੈ ਅਤੇ ਗਿਆਨ ਤੋਂ ਬਿਨਾਂ ਅਭਿਆਸ ਖ਼ਤਰਨਾਕ ਹੈ।"

- ਕਨਫਿਊਸ਼ੀਅਸ

ਇਹ ਕਹਿਣਾ ਗਲਤ ਨਹੀਂ ਹੋਵੇਗਾ ਕਿ ਸਾਡੀ ਜ਼ਿੰਦਗੀ ਦਿਨੋ-ਦਿਨ ਤਣਾਅਪੂਰਨ ਅਤੇ ਗੁੰਝਲਦਾਰ ਹੁੰਦੀ ਜਾ ਰਹੀ ਹੈ, ਇਸ ਲਈ ਸਾਨੂੰ ਕਿਸੇ ਵੀ ਕੀਮਤ 'ਤੇ ਆਪਣੀ ਚਿੰਤਾ ਨੂੰ ਕਾਬੂ ਕਰਨਾ ਪਵੇਗਾ ਅਤੇ ਇਸ ਅਧਿਆਇ ਵਿੱਚ ਮੈਂ ਤੁਹਾਡੇ ਨਾਲ ਪੰਜ ਅਜਿਹੇ ਖੇਤਰ ਸਾਂਝੇ ਕਰਨਾ ਚਾਹੁੰਦਾ ਹਾਂ ਜਿਨ੍ਹਾਂ ਵਿੱਚ ਅਸੀਂ ਬਹੁਤ ਚਿੰਤਾ ਕਰਦੇ ਹਾਂ ਅਤੇ ਇਹ ਬਿਹਤਰ ਹੋਵੇਗਾ ਜੇਕਰ ਅਸੀਂ ਇਨ੍ਹਾਂ ਖੇਤਰਾਂ ਵਿੱਚ ਆਪਣਾ ਗਿਆਨ ਵਧਾ ਕੇ ਆਪਣੀ ਚਿੰਤਾ ਨੂੰ ਘਟਾਇਏ।

- **ਲੋਕਾਂ ਨਾਲ ਗੱਲਬਾਤ:** ਚਿੰਤਾ ਦਾ ਸਭ ਤੋਂ ਵੱਡਾ ਅਤੇ ਸਭ ਤੋਂ ਪ੍ਰਮੁੱਖ ਕਾਰਨ ਹਨ ਲੋਕ। ਤੁਹਾਨੂੰ ਪਸੰਦ ਹੋਵੇ ਜਾਂ ਨਾ, ਸਾਨੂੰ ਹਰ ਰੋਜ਼ ਸੈਂਕੜੇ ਲੋਕਾਂ ਨੂੰ ਮਿਲਣਾ ਪੈਂਦਾ ਹੈ।

ਸਾਡੀ ਸਫਲਤਾ ਜਾਂ ਅਸਫਲਤਾ ਜ਼ਿਆਦਾਤਰ ਲੋਕਾਂ ਨਾਲ ਸਾਡੇ ਤਾਲਮੇਲ 'ਤੇ ਨਿਰਭਰ ਕਰਦੀ ਹੈ। ਇਸ ਲਈ, ਇਹ ਬਿਹਤਰ ਹੋਵੇਗਾ ਜੇਕਰ ਅਸੀਂ ਲੋਕਾਂ ਨਾਲ ਬਿਹਤਰ ਢੰਗ ਨਾਲ ਗੱਲਬਾਤ ਕਰਨ ਦੇ ਤਰੀਕੇ ਬਾਰੇ ਆਪਣੇ ਗਿਆਨ ਵਿੱਚ ਵਾਧਾ ਕਰੀਏ।

- **ਸਿਹਤ ਅਤੇ ਖੁਰਾਕ:** ਚਿੰਤਾ ਦਾ ਦੂਜਾ ਸਭ ਤੋਂ ਮਹੱਤਵਪੂਰਨ ਖੇਤਰ ਤੁਹਾਡੀ ਸਿਹਤ ਹੈ। ਜਦੋਂ ਵੀ ਸਾਡੀ ਸਿਹਤ ਠੀਕ ਨਹੀਂ ਹੁੰਦੀ, ਅਸੀਂ ਚੰਗਾ ਮਹਿਸੂਸ ਨਹੀਂ ਕਰਦੇ ਅਤੇ ਇਸ ਕਾਰਨ ਅਸੀਂ ਚੰਗੀ ਤਰ੍ਹਾਂ ਕੰਮ ਨਹੀਂ ਕਰ ਪਾਉਂਦੇ ਅਤੇ ਲੋਕਾਂ ਨਾਲ ਸਾਡਾ ਵਿਵਹਾਰ ਵੀ ਪ੍ਰਭਾਵਿਤ ਹੁੰਦਾ ਹੈ ਅਤੇ ਫਿਰ ਅਸੀਂ ਚਿੰਤਤ ਹੋ ਜਾਂਦੇ ਹਾਂ। ਸਾਨੂੰ ਆਪਣੀ ਸਿਹਤ ਨੂੰ ਚੰਗਾ ਰੱਖਣ ਲਈ ਕਿਹੜੀਆਂ ਆਦਤਾਂ ਅਪਣਾਉਣੀਆਂ ਚਾਹੀਦੀਆਂ ਹਨ? ਸਾਨੂੰ ਕਿਹੋ ਜਿਹਾ ਭੋਜਨ ਖਾਣਾ ਚਾਹੀਦਾ ਹੈ ਤਾਂ ਜੋ ਸਾਡੀ ਸਿਹਤ ਚੰਗੀ ਰਹੇ? ਇਸ ਵਿਸ਼ੇ ਵਿੱਚ ਵੀ ਗਿਆਨ ਵਧਾਉਣਾ ਚੰਗਾ ਹੋਵੇਗਾ।
- **ਪੈਸਾ:** ਤੀਜਾ ਸਭ ਤੋਂ ਮਹੱਤਵਪੂਰਨ ਖੇਤਰ ਜਿਸ ਬਾਰੇ ਅਸੀਂ ਸਭ ਤੋਂ ਵੱਧ ਚਿੰਤਾ ਕਰਦੇ ਹਾਂ ਉਹ ਹੈ ਪੈਸਾ। ਜ਼ਿਆਦਾਤਰ ਲੋਕ ਹਮੇਸ਼ਾ ਪੈਸੇ ਬਾਰੇ ਚਿੰਤਤ ਰਹਿੰਦੇ ਹਨ। ਉਹ ਸੋਚਦੇ ਹਨ ਕਿ ਪੈਸਾ ਕਮਾਉਣ ਲਈ ਲੋਕਾਂ ਨੂੰ ਖੁਸ਼ਕਿਸਮਤ ਹੋਣਾ ਪੈਂਦਾ ਹੈ। ਜਾਂ ਅਮੀਰ ਲੋਕ ਚੰਗੇ ਨਹੀਂ ਹੁੰਦੇ। ਉਹ ਆਪਣੀ ਪੂਰੀ ਜ਼ਿੰਦਗੀ ਅਜਿਹੇ ਵਿਸ਼ਵਾਸਾਂ ਨਾਲ ਬਿਤਾਉਂਦੇ ਹਨ। ਪਰ ਅਸਲ ਵਿੱਚ ਪੈਸਾ ਕਮਾਉਣ ਲਈ, ਥੋੜ੍ਹੀ ਜਿਹੀ ਸਮਝ ਦੀ ਵਰਤੋਂ ਕਰਨੀ ਪੈਂਦੀ ਹੈ ਅਤੇ ਲੋਕਾਂ ਦੀਆਂ ਜ਼ਰੂਰਤਾਂ ਨੂੰ ਸਮਝਣਾ ਪੈਂਦਾ ਹੈ ਅਤੇ ਉਨ੍ਹਾਂ ਨੂੰ ਸਭ ਤੋਂ ਵਧੀਆ ਤਰੀਕੇ ਨਾਲ ਪੂਰਾ ਕਰਨਾ ਪੈਂਦਾ ਹੈ।
- **ਕਾਨੂੰਨ/ਅਧਿਕਾਰਾਂ ਨਾਲ ਸਬੰਧਤ ਮੁੱਢਲੀ ਜਾਣਕਾਰੀਆਂ:** ਮੌਜੂਦਾ ਸੰਸਾਰ ਲੋੜ ਤੋਂ ਵੱਧ ਗੁੰਝਲਦਾਰ ਹੁੰਦਾ ਜਾ ਰਿਹਾ ਹੈ। ਜ਼ਿਆਦਾਤਰ ਲੋਕ ਕਹਿੰਦੇ ਕੁਝ ਹਨ ਅਤੇ ਕਰਦੇ ਕੁਝ ਹੋਰ ਹਨ। ਇਸ ਲਈ, ਅਸੀਂ ਸਪੱਸ਼ਟ ਤੌਰ 'ਤੇ ਨਹੀਂ ਦੱਸ ਸਕਦੇ ਕਿ ਉਨ੍ਹਾਂ ਦੇ ਮਨਾਂ ਵਿੱਚ ਕੀ ਚੱਲ ਰਿਹਾ ਹੈ। ਇਸ ਲਈ, ਇਹ ਬਿਹਤਰ ਹੋਵੇਗਾ ਕਿ ਸਾਨੂੰ ਕਾਨੂੰਨ ਜਾਂ ਆਪਣੇ ਅਧਿਕਾਰਾਂ ਦਾ ਕੁਝ ਮੁੱਢਲਾ ਗਿਆਨ ਹੋਵੇ। ਜਿਵੇਂ ਕਿ, ਸੰਵਿਧਾਨ ਸਾਨੂੰ ਕਿਹੜੇ ਅਧਿਕਾਰ ਦਿੰਦਾ ਹੈ ਅਤੇ ਜੇਕਰ ਉਨ੍ਹਾਂ ਦੀ ਉਲੰਘਣਾ ਹੁੰਦੀ ਹੈ ਤਾਂ ਸਾਨੂੰ ਕਿੱਥੇ ਜਾਣਾ ਚਾਹੀਦਾ ਹੈ। ਇਸੇ ਤਰ੍ਹਾਂ, ਸਾਡੇ ਹਿੱਤ ਵਿੱਚ ਸਰਕਾਰ ਦੀਆਂ ਕਿਹੜੀਆਂ ਨਵੀਆਂ ਯੋਜਨਾਵਾਂ ਲਾਗੂ ਕੀਤੀਆਂ ਗਈਆਂ ਹਨ।
- **ਤਕਨਾਲੋਜੀ:** ਮੌਜੂਦਾ ਯੁੱਗ ਨੂੰ ਤਕਨਾਲੋਜੀ ਦਾ ਯੁੱਗ ਵੀ ਕਿਹਾ ਜਾ ਸਕਦਾ ਹੈ। ਤਕਨਾਲੋਜੀ ਨੇ ਦੁਨੀਆ ਦੀਆਂ ਦੂਰੀਆਂ ਨੂੰ ਖਤਮ ਕਰ ਦਿੱਤਾ ਹੈ ਜਿਸ ਵਿੱਚ ਇੰਟਰਨੈੱਟ ਸਭ ਤੋਂ ਮਹੱਤਵਪੂਰਨ ਹੈ। ਹੁਣ ਤੁਹਾਨੂੰ ਪੈਸੇ ਲੈ ਕੇ ਜਾਣ ਦੀ ਜ਼ਰੂਰਤ ਨਹੀਂ ਹੈ, ਤੁਸੀਂ ਇੰਟਰਨੈੱਟ ਰਾਹੀਂ ਲੱਖਾਂ ਅਤੇ ਕਰੋੜਾਂ ਰੁਪਏ ਦੇ ਲੈਣ-ਦੇਣ ਆਸਾਨੀ ਨਾਲ ਕਰ ਸਕਦੇ ਹੋ। ਜਦੋਂ ਤਕਨਾਲੋਜੀ ਇੰਨੀ ਸ਼ਕਤੀਸ਼ਾਲੀ ਹੈ ਤਾਂ ਅਸੀਂ ਪਿੱਛੇ ਕਿਉਂ ਰਹੀਏ। ਇਸ ਲਈ ਤਕਨਾਲੋਜੀ ਦੇ ਖੇਤਰ ਵਿੱਚ ਆਪਣਾ ਗਿਆਨ ਵਧਾਓ ਅਤੇ ਚਿੰਤਾ ਤੋਂ ਬਚੋ।

ਸਟ੍ਰੈੱਸ ਮੈਨੇਜਮੈਂਟ ਨਾਲ ਸਬੰਧਤ ਉਪਯੋਗੀ ਸੁਝਾਅ:

- ਆਪਣੇ ਆਪ ਤੋਂ ਪੁੱਛੋ ਕਿ ਤੁਸੀਂ ਇਨ੍ਹਾਂ ਪੰਜ ਖੇਤਰਾਂ ਵਿੱਚ ਆਪਣੇ ਗਿਆਨ ਨੂੰ ਬਿਹਤਰ ਬਣਾਉਣ ਲਈ ਕੀ ਕਰ ਸਕਦੇ ਹੋ। ਜੇਕਰ ਤੁਸੀਂ ਚਾਹੋ ਤਾਂ ਇਸ ਕਿਤਾਬ ਨਾਲ ਸ਼ੁਰੂਆਤ ਕਰ ਸਕਦੇ ਹੋ ਕਿਉਂਕਿ ਇਸ ਵਿੱਚ ਇਨ੍ਹਾਂ ਖੇਤਰਾਂ ਵਿੱਚ ਬਹੁਤ ਸਾਰੇ ਅਧਿਆਏ ਹਨ।
- ਆਪਣੇ ਦੋਸਤਾਂ ਅਤੇ ਸ਼ੁਭਚਿੰਤਕਾਂ ਨੂੰ ਵੀ ਇਨ੍ਹਾਂ ਪੰਜ ਖੇਤਰਾਂ ਵਿੱਚ ਆਪਣਾ ਗਿਆਨ ਵਧਾਉਣ ਲਈ ਉਤਸ਼ਾਹਿਤ ਕਰੋ ਅਤੇ ਇਨ੍ਹਾਂ ਵਿਸ਼ਿਆਂ 'ਤੇ ਆਪਣੇ ਵਿਚਾਰਾਂ ਦਾ ਆਦਾਨ-ਪ੍ਰਦਾਨ ਕਰਕੇ ਚਿੰਤਾ ਮੁਕਤ ਮਹਿਸੂਸ ਕਰੋ।

• • •

ਅਧਿਆਇ 52

ਸਟ੍ਰੈੱਸ ਮੈਨੇਜਮੈਂਟ ਅਤੇ ਲੋਕ

"ਜਦੋਂ ਅਸੀਂ ਲੋਕਾਂ ਨੂੰ ਸਮਝਣਾ ਸ਼ੁਰੂ ਕਰਦੇ ਹਾਂ, ਤਾਂ ਉਨ੍ਹਾਂ ਨਾਲ ਗੱਲਬਾਤ ਕਰਨ ਦੀ ਸਾਡੀ ਯੋਗਤਾ ਵੀ ਸੁਧਰਨ ਲਗਦੀ ਹੈ।"

-ਜੌਨ ਸੀ ਮੈਕਸਵੈੱਲ

ਅਸੀਂ ਸਵੇਰੇ ਉੱਠਣ ਤੋਂ ਲੈ ਕੇ ਰਾਤ ਨੂੰ ਸੌਣ ਤੱਕ ਆਪਣਾ ਜ਼ਿਆਦਾਤਰ ਸਮਾਂ ਲੋਕਾਂ ਨਾਲ ਬਿਤਾਉਂਦੇ ਹਾਂ। ਅਤੇ ਇਹ ਸਿਰਫ਼ ਇੱਕ ਦਿਨ ਲਈ ਨਹੀਂ ਸਗੋਂ ਹਫ਼ਤਿਆਂ, ਮਹੀਨਿਆਂ, ਸਾਲਾਂ ਲਈ ਰਹਿੰਦਾ ਹੈ ਜਾਂ ਅਸੀਂ ਕਹਿ ਸਕਦੇ ਹਾਂ ਕਿ ਇਹ ਜੀਵਨ ਭਰ ਲਈ ਜਾਰੀ ਰਹਿੰਦਾ ਹੈ। ਇਸ ਲਈ ਸਾਨੂੰ ਇਹ ਯਕੀਨੀ ਬਣਾਉਣਾ ਚਾਹੀਦਾ ਹੈ ਕਿ ਸਾਡਾ ਦੂਜੇ ਲੋਕਾਂ ਨਾਲ ਬਿਹਤਰ ਤਾਲਮੇਲ ਹੋਵੇ ਤਾਂ ਜੋ ਅਸੀਂ ਇੱਕ ਖੁਸ਼ਹਾਲ ਜ਼ਿੰਦਗੀ ਦਾ ਆਨੰਦ ਮਾਣ ਸਕੀਏ। ਇਹ ਵਿਸ਼ਾ ਇੰਨਾ ਵੱਡਾ ਅਤੇ ਮਹੱਤਵਪੂਰਨ ਹੈ ਕਿ ਆਉਣ ਵਾਲੇ ਦਿਨਾਂ ਵਿੱਚ ਮੈਂ ਰਾਜਨੀਤੀ ਲੜੀ ਵਿੱਚ ਇਸ ਵਿਸ਼ੇ 'ਤੇ ਇੱਕ ਕਿਤਾਬ ਲਿਖਣ ਦੀ ਯੋਜਨਾ ਬਣਾ ਰਿਹਾ ਹਾਂ। ਪਰ ਇਸ ਅਧਿਆਇ ਵਿੱਚ ਮੈਂ ਕੁਝ ਬੁਨਿਆਦੀ ਗੱਲਾਂ 'ਤੇ ਚਰਚਾ ਕਰਾਂਗਾ ਜੋ ਤੁਸੀਂ ਲੋਕਾਂ ਨਾਲ ਬਿਹਤਰ ਤਾਲਮੇਲ ਬਣਾਉਣ ਲਈ ਅਪਣਾ ਸਕਦੇ ਹੋ।

1. **ਲੋਕਾਂ ਦੇ ਨਾਮ ਯਾਦ ਰੱਖੋ:** ਕਿਸੇ ਵੀ ਵਿਅਕਤੀ ਦੀ ਸਭ ਤੋਂ ਵੱਡੀ ਸੰਪਤੀ ਉਸਦਾ ਨਾਮ ਹੁੰਦਾ ਹੈ ਅਤੇ ਕਿਸੇ ਵੀ ਵਿਅਕਤੀ ਲਈ ਉਸਦਾ ਨਾਮ ਦੁਨੀਆ ਦਾ ਸਭ ਤੋਂ ਪਿਆਰਾ ਸ਼ਬਦ ਹੁੰਦਾ ਹੈ। ਤੁਸੀਂ ਅਕਸਰ ਦੇਖਿਆ ਹੋਵੇਗਾ ਕਿ ਜਦੋਂ ਕੋਈ ਵਿਅਕਤੀ ਕਿਸੇ ਨੂੰ ਬੁਲਾਉਂਦਾ ਹੈ, ਤਾਂ ਉਸਨੂੰ ਉਨ੍ਹਾਂ ਦੇ ਨਾਮ ਯਾਦ ਰਹਿੰਦੇ ਹਨ। ਜਦੋਂ ਕਿਸੇ ਵਿਅਕਤੀ ਦੇ ਨਾਮ ਦਾ ਮਜ਼ਾਕ ਉਡਾਇਆ ਜਾਂਦਾ ਹੈ, ਤਾਂ ਇਹ ਬਹਿਸ, ਲੜਾਈ ਅਤੇ ਇੱਥੋਂ ਤੱਕ ਕਿ ਸਰੀਰਕ ਹਿੰਸਾ ਦਾ ਕਾਰਨ ਬਣ ਸਕਦਾ ਹੈ, ਜੋ ਦਰਸਾਉਂਦਾ ਹੈ ਕਿ ਕਿਸੇ ਵਿਅਕਤੀ ਦਾ ਨਾਮ ਉਸ ਲਈ ਕਿੰਨਾ ਮਹੱਤਵਪੂਰਨ ਹੈ। ਇਸ ਲਈ, ਸਾਨੂੰ ਲੋਕਾਂ ਦੇ ਨਾਮਾਂ ਪ੍ਰਤੀ ਬਹੁਤ ਸਾਵਧਾਨ ਰਹਿਣਾ ਚਾਹੀਦਾ ਹੈ ਭਾਵੇਂ ਅਸੀਂ ਲੋਕਾਂ ਦੇ ਨਾਮ ਉਚਾਰਦੇ ਹਾਂ ਜਾਂ ਲੋਕਾਂ ਦੇ ਨਾਮ ਲਿਖਦੇ ਹਾਂ।
2. **ਲੋਕਾਂ ਦੇ ਨਾਮ ਸਤਿਕਾਰ ਨਾਲ ਲਓ:** ਨਾਮ ਲੈਂਦੇ ਸਮੇਂ ਜਿੰਨਾ ਹੋ ਸਕੇ 'ਸ਼੍ਰੀ' ਅਤੇ 'ਜੀ' ਦੀ ਵਰਤੋਂ ਕਰਨ ਦੀ ਕੋਸ਼ਿਸ਼ ਕਰੋ। ਉਦਾਹਰਣ ਵਜੋਂ, ਜੇਕਰ ਤੁਸੀਂ ਆਪਣੇ ਤੋਂ ਵੱਡੇ ਕਿਸੇ ਵਿਅਕਤੀ ਦਾ ਨਾਮ ਲੈ ਰਹੇ ਹੋ, ਤਾਂ ਉਨ੍ਹਾਂ ਨੂੰ 'ਸ਼੍ਰੀ' ਜੋੜ ਕੇ ਸੰਬੋਧਨ ਕਰੋ। ਕਿਸੇ ਅਜਨਬੀ ਜਾਂ ਕਿਸੇ ਅਜਿਹੇ ਵਿਅਕਤੀ ਲਈ ਜਿਸਦੇ ਤੁਸੀਂ ਬਹੁਤ ਨੇੜੇ ਨਹੀਂ ਹੋ, ਤਾਂ ਉਨ੍ਹਾਂ ਦੇ ਨਾਮ ਦੇ ਅੰਤ ਵਿੱਚ 'ਜੀ' ਦੀ ਵਰਤੋਂ ਕਰੋ। ਜਦੋਂ ਤੁਸੀਂ ਲੋਕਾਂ ਨੂੰ ਸਤਿਕਾਰ ਦੇਣਾ ਸ਼ੁਰੂ ਕਰਦੇ ਹੋ, ਤਾਂ ਸੰਭਾਵਨਾ ਬਹੁਤ ਜ਼ਿਆਦਾ ਹੁੰਦੀ ਹੈ ਕਿ 100 ਵਿੱਚੋਂ 90 ਲੋਕ ਵੀ ਤੁਹਾਡੇ ਨਾਲ ਸਤਿਕਾਰ ਨਾਲ ਪੇਸ਼ ਆਉਣਗੇ।
3. **ਲੋਕਾਂ ਦੀ ਖੁਸ਼ੀ ਵਿੱਚ ਦਿਲੋਂ ਖੁਸ਼ ਰਹੋ ਅਤੇ ਉਨ੍ਹਾਂ ਦੇ ਦੁੱਖ ਵਿੱਚ ਅਫ਼ਸੋਸ ਪ੍ਰਗਟ ਕਰੋ:** ਬਹੁਤ ਸਾਰੇ ਮੌਕੇ ਆਉਂਦੇ ਹਨ ਜਦੋਂ ਕੋਈ ਵਿਅਕਤੀ ਜ਼ਿੰਦਗੀ ਵਿੱਚ ਬਹੁਤ ਖੁਸ਼ ਹੁੰਦਾ ਹੈ। ਜਿਵੇਂ ਜਨਮਦਿਨ, ਵਰ੍ਹੇਗੰਢ, ਕਾਰ ਖਰੀਦਣਾ, ਘਰ ਖਰੀਦਣਾ, ਡਿਗਰੀ ਪ੍ਰਾਪਤ ਕਰਨਾ ਆਦਿ। ਜਦੋਂ ਵੀ ਅਜਿਹੇ ਮੌਕੇ ਆਉਂਦੇ ਹਨ, ਤਾਂ ਦਿਲੋਂ ਵਧਾਈ ਦੇਣਾ ਨਾ ਭੁੱਲੋ। ਦਿਲੋਂ ਵਧਾਈ ਦੇਣ ਦਾ ਮਤਲਬ ਹੈ ਸਿਰਫ਼ ਬੋਲ ਕੇ ਇੱਕਸਾਰ ਤਰੀਕੇ ਨਾਲ ਵਧਾਈ ਦੇਣਾ ਨਹੀਂ, ਸਗੋਂ ਇਸ ਤਰ੍ਹਾਂ ਵਧਾਈ ਦੇਣਾ ਜਿਵੇਂ ਇਹ ਜਨਮਦਿਨ ਜਾਂ ਵਰ੍ਹੇਗੰਢ ਤੁਹਾਡੀ ਹੋਵੇ। ਜਦੋਂ ਤੁਸੀਂ ਦੂਜਿਆਂ ਨੂੰ ਆਪਣੀ ਜਗ੍ਹਾ 'ਤੇ ਰੱਖਦੇ ਹੋ, ਤਾਂ ਹੀ ਤੁਸੀਂ ਉਸ ਭਾਵਨਾ ਨੂੰ ਮਹਿਸੂਸ ਕਰ ਸਕੋਗੇ ਅਤੇ ਆਪਣੇ ਦਿਲੋਂ ਇੱਛਾ ਪ੍ਰਗਟ ਕਰ ਸਕੋਗੇ। ਇਸੇ ਤਰ੍ਹਾਂ, ਕਿਸੇ ਦੇ ਜੀਵਨ ਵਿੱਚ ਕਿਸੇ ਉਦਾਸ ਪਲ ਵਿੱਚ ਵੀ ਅਫ਼ਸੋਸ ਪ੍ਰਗਟ ਕਰਨਾ ਨਾ ਭੁੱਲੋ।
4. **ਲੋਕਾਂ ਨਾਲ ਸਿਰਫ਼ ਉਹੀ ਵਾਅਦੇ ਕਰੋ ਜੋ ਤੁਸੀਂ ਨਿਭਾ ਸਕੋ:** ਜਦੋਂ ਵੀ ਕੋਈ ਵਿਅਕਤੀ ਸਾਡੇ ਨਾਲ ਵਾਅਦਾ ਕਰਦਾ ਹੈ, ਤਾਂ ਸਾਨੂੰ ਉਸ ਤੋਂ ਇੱਕ ਉਮੀਦ ਹੁੰਦੀ ਹੈ ਅਤੇ ਜਦੋਂ ਉਹ ਵਿਅਕਤੀ ਆਪਣਾ ਵਾਅਦਾ ਪੂਰਾ ਨਹੀਂ ਕਰਦਾ, ਤਾਂ ਸਾਨੂੰ ਬਹੁਤ ਦੁੱਖ ਹੁੰਦਾ ਹੈ। ਜੇਕਰ ਅਸੀਂ ਵੀ ਵਾਅਦੇ ਕਰਦੇ ਹਾਂ ਅਤੇ ਉਨ੍ਹਾਂ ਨੂੰ ਪੂਰਾ ਨਹੀਂ ਕਰਦੇ, ਤਾਂ ਦੂਜੇ ਲੋਕ ਵੀ ਉਹੀ ਦਰਦ ਮਹਿਸੂਸ ਕਰਨਗੇ ਜੋ ਸਾਨੂੰ ਵਾਅਦਾ ਟੁੱਟਣ 'ਤੇ ਮਹਿਸੂਸ ਹੁੰਦਾ ਹੈ। ਇਸ ਲਈ, ਸਿਰਫ਼ ਉਹੀ ਵਾਅਦੇ ਕਰੋ ਜੋ ਤੁਸੀ ਨਿਭਾ ਸਕੋ।

5. **ਜੇ ਤੁਸੀਂ ਮਜ਼ਾਕ ਕਰਨਾ ਹੈ, ਤਾਂ ਆਪਣੇ ਆਪ 'ਤੇ ਮਜ਼ਾਕ ਕਰੋ:** ਜ਼ਿਆਦਾਤਰ ਲੋਕ ਮਜ਼ਾਕ ਕਰਨਾ ਜਾਣਦੇ ਹਨ ਪਰ ਮਜ਼ਾਕ ਨੂੰ ਬਰਦਾਸ਼ਤ ਕਰਨਾ ਨਹੀਂ ਜਾਣਦੇ। ਯਾਨੀ ਜਦੋਂ ਉਹ ਦੂਜਿਆਂ ਦਾ ਮਜ਼ਾਕ ਉਡਾਉਂਦੇ ਹਨ ਜਾਂ ਵਿਅੰਗ ਕਰਦੇ ਹਨ, ਤਾਂ ਉਹ ਇਸਦਾ ਬਹੁਤ ਆਨੰਦ ਲੈਂਦੇ ਹਨ, ਪਰ ਜਦੋਂ ਉਨ੍ਹਾਂ ਬਾਰੇ ਮਜ਼ਾਕ ਬਣਾਇਆ ਜਾਂਦਾ ਹੈ, ਤਾਂ ਉਹ ਗੁੱਸੇ ਹੋ ਜਾਂਦੇ ਹਨ ਅਤੇ ਮਾਮਲਾ ਵਧ ਜਾਂਦਾ ਹੈ, ਜਿਸ ਨਾਲ ਬੇਲੋੜੀ ਚਿੰਤਾ ਹੁੰਦੀ ਹੈ। ਇਸ ਲਈ, ਇਹ ਬਿਹਤਰ ਹੈ ਕਿ ਜੇ ਤੁਹਾਨੂੰ ਮਜ਼ਾਕ ਕਰਨਾ ਹੀ ਹੈ, ਤਾਂ ਆਪਣੇ ਬਾਰੇ ਹਲਕੇ-ਫੁਲਕੇ ਤਰੀਕੇ ਨਾਲ ਮਜ਼ਾਕ ਕਰੋ, ਇਸ ਨਾਲ ਲੋਕ ਤੁਹਾਨੂੰ ਪਸੰਦ ਵੀ ਕਰਨ ਗੇ ਅਤੇ ਲੋਕਾਂ ਨਾਲ ਤੁਹਾਡਾ ਰਿਸ਼ਤਾ ਖਰਾਬ ਨਹੀਂ ਹੋਵੇਗਾ।
6. **ਧਰਮ, ਜਾਤ, ਲਿੰਗ, ਦੇਸ਼ ਆਦਿ 'ਤੇ ਕੋਈ ਟਿੱਪਣੀ ਨਾ ਕਰੋ:** ਅਕਸਰ ਤੁਸੀਂ ਦੇਖਿਆ ਜਾਂ ਸੁਣਿਆ ਹੋਵੇਗਾ ਕਿ ਧਰਮ ਜਾਂ ਜਾਤ 'ਤੇ ਟਿੱਪਣੀਆਂ ਕਰਨ ਕਾਰਨ ਵੱਡਾ ਵਿਵਾਦ ਹੁੰਦਾ ਹੈ। ਇਸੇ ਤਰ੍ਹਾਂ, ਕਿਸੇ ਵੀ ਲਿੰਗ ਜਾਂ ਦੇਸ਼ 'ਤੇ ਕੋਈ ਵੀ ਬੇਲੋੜੀ ਟਿੱਪਣੀ ਨਾ ਕਰੋ। ਇਹ ਨਾ ਸਿਰਫ਼ ਰਿਸ਼ਤੇ ਨੂੰ ਵਿਗਾੜਦਾ ਹੈ ਬਲਕਿ ਬੇਲੋੜੀ ਚਿੰਤਾ ਦਾ ਕਾਰਨ ਵੀ ਬਣਦਾ ਹੈ।
7. **ਰਾਜਨੀਤੀ ਜਾਂ ਖੇਡਾਂ ਨਾਲ ਸਬੰਧਤ ਬੇਲੋੜੀਆਂ ਟਿੱਪਣੀਆਂ ਤੋਂ ਬਚੋ:** ਹਰ ਕਿਸੇ ਦੀ ਆਪਣੀ ਰਾਜਨੀਤਿਕ ਵਿਚਾਰਧਾਰਾ ਹੁੰਦੀ ਹੈ, ਕੁਝ ਇੱਕ ਪਾਰਟੀ ਜਾਂ ਨੇਤਾ ਦੇ ਸਮਰਥਕ ਹੁੰਦੇ ਹਨ, ਜਦੋਂ ਕਿ ਕੁਝ ਦੂਜੀ ਪਾਰਟੀ ਜਾਂ ਨੇਤਾ ਦੇ ਸਮਰਥਕ ਹੁੰਦੇ ਹਨ। ਹਰ ਵਿਅਕਤੀ ਦੀ ਆਪਣੀ ਨਿੱਜੀ ਰਾਏ ਹੁੰਦੀ ਹੈ।

ਜੇਕਰ ਤੁਸੀਂ ਵਾਟਸਐਪ ਜਾਂ ਫੇਸਬੁੱਕ ਦੀ ਵਰਤੋਂ ਕਰਦੇ ਹੋ, ਤਾਂ ਤੁਸੀਂ ਬਹੁਤ ਸਾਰੀਆਂ ਪੋਸਟਾਂ ਜਾਂ ਸੁਨੇਹੇ ਦੇਖੇ ਹੋਣਗੇ ਜੋ ਦੱਸਦੇ ਹਨ ਕਿ ਇੱਕ ਪਾਰਟੀ ਜਾਂ ਨੇਤਾ ਸਭ ਤੋਂ ਵਧੀਆ ਕਿਉਂ ਹੈ ਜਦੋਂ ਕਿ ਦੂਜੇ ਨੇਤਾ ਜਾਂ ਪਾਰਟੀ ਦੀ ਭਾਰੀ ਆਲੋਚਨਾ ਹੁੰਦੀ ਹੈ। ਪਰ ਗੱਲ ਇੱਥੇ ਹੀ ਨਹੀਂ ਰੁਕਦੀ। ਲੋਕ ਇਸਨੂੰ ਨਿੱਜੀ ਤੌਰ 'ਤੇ ਲੈਂਦੇ ਹਨ ਅਤੇ ਸੋਚਦੇ ਹਨ ਕਿ ਨਕਾਰਾਤਮਕ ਫੀਡਬੈਕ ਉਨ੍ਹਾਂ ਵੱਲ ਸੇਧਿਤ ਹੈ ਨਾ ਕਿ ਕਿਸੇ ਪਾਰਟੀ ਜਾਂ ਨੇਤਾ ਵੱਲ, ਇਸ ਲਈ ਮੁੱਦਾ ਵਧਦਾ ਹੈ ਅਤੇ ਕਈ ਵਾਰ ਸਾਲਾਂ ਪੁਰਾਣੇ ਰਿਸ਼ਤੇ ਖਤਮ ਹੋ ਜਾਂਦੇ ਹਨ।

ਇਸੇ ਤਰ੍ਹਾਂ, ਕ੍ਰਿਕਟ ਵਰਗੇ ਖੇਡ ਵਿੱਚ, ਕਿਸੇ ਖਿਡਾਰੀ ਜਾਂ ਟੀਮ ਦੇ ਪ੍ਰਦਰਸ਼ਨ 'ਤੇ ਚਰਚਾ ਨਕਾਰਾਤਮਕ ਹੋ ਜਾਂਦੀ ਹੈ, ਜਿਸ ਨਾਲ ਸਾਡੇ ਸਬੰਧ ਵੀ ਵਿਗੜ ਜਾਂਦੇ ਹਨ ਅਤੇ ਅਸੀਂ ਬੇਲੋੜੇ ਚਿੰਤਤ ਹੋ ਜਾਂਦੇ ਹਾਂ। ਇਸ ਲਈ ਮੇਰਾ ਸੁਝਾਅ ਇਹ ਹੋਵੇਗਾ ਕਿ ਕੋਈ ਵੀ ਹਾਰਨ ਲਈ ਨਹੀਂ ਖੇਡਦਾ। ਕਿਸੇ ਨੂੰ ਵੀ ਹਾਰ ਪਸੰਦ ਨਹੀਂ ਹੈ ਅਤੇ ਜਦੋਂ ਵੀ ਸਾਡਾ ਦੇਸ਼ ਹਾਰਦਾ ਹੈ, ਸਾਡੇ ਦਿਲ ਟੁੱਟ ਜਾਂਦੇ ਹਨ। ਪਰ ਸਾਨੂੰ ਆਪਣੇ ਖਿਡਾਰੀਆਂ ਨੂੰ ਉਤਸ਼ਾਹਿਤ ਕਰਨਾ ਚਾਹੀਦਾ ਹੈ ਤਾਂ ਜੋ ਉਨ੍ਹਾਂ ਦਾ ਮਨੋਬਲ ਨਾ ਟੁੱਟੇ ਅਤੇ ਉਹ ਭਵਿੱਖ ਵਿੱਚ ਆਪਣੀਆਂ ਗਲਤੀਆਂ ਤੋਂ ਸਿੱਖਦੇ ਰਹਿਣ ਅਤੇ ਹਮੇਸ਼ਾ ਦੇਸ਼ ਦਾ ਮਾਣ ਵਧਾਉਂਦੇ ਰਹਿਣ।

ਸਟ੍ਰੈੱਸ ਮੈਨੇਜਮੈਂਟ ਨਾਲ ਸਬੰਧਤ ਉਪਯੋਗੀ ਸੁਝਾਅ:

- ਯਾਦ ਰੱਖੋ, ਤੁਹਾਡੀ ਸਫਲਤਾ ਲੋਕਾਂ ਦੇ ਸਹਿਯੋਗ 'ਤੇ ਨਿਰਭਰ ਕਰਦੀ ਹੈ, ਇਸ ਲਈ ਲੋਕਾਂ ਨਾਲ ਚੰਗੇ ਸਬੰਧ ਬਣਾਉਣ ਲਈ ਸਖ਼ਤ ਮਿਹਨਤ ਕਰੋ।
- ਯਾਦ ਰੱਖੋ, ਜਿਸ ਤਰ੍ਹਾਂ ਤੁਸੀਂ ਲੋਕਾਂ ਨਾਲ ਪੇਸ਼ ਆਉਂਦੇ ਹੋ, 100 ਵਿੱਚੋਂ 90 ਵਾਰ ਸੰਭਾਵਨਾ ਹੈ ਕਿ ਉਹ ਤੁਹਾਡੇ ਨਾਲ ਵੀ ਉਸੇ ਤਰ੍ਹਾਂ ਪੇਸ਼ ਆਉਣਗੇ।

• • •

ਅਧਿਆਇ 53

ਸਟ੍ਰੈੱਸ ਮੈਨੇਜਮੈਂਟ ਅਤੇ ਖੁਰਾਕ

"ਸਿਹਤਮੰਦ ਰਹਿਣ ਲਈ, ਘੱਟ ਨਾ ਖਾਓ, ਸਹੀ ਖਾਓ।"

-ਰਾਜਲ

ਜਦੋਂ ਅਸੀਂ ਆਪਣੀ ਗੱਡੀ ਵਿੱਚ ਪੈਟਰੋਲ ਭਰਦੇ ਹਾਂ, ਤਾਂ ਅਸੀਂ ਕਿਸੇ ਅਜਿਹੇ ਪੈਟਰੋਲ ਪੰਪ ਤੋਂ ਪੈਟਰੋਲ ਭਰਨ ਦੀ ਪੂਰੀ ਕੋਸ਼ਿਸ਼ ਕਰਦੇ ਹਾਂ ਜਿੱਥੇ ਸ਼ੁੱਧ ਪੈਟਰੋਲ ਉਪਲਬਧ ਹੋਵੇ ਕਿਉਂਕਿ ਅਸੀਂ ਜਾਣਦੇ ਹਾਂ ਕਿ ਜੇਕਰ ਅਸੀਂ ਮਿਲਾਵਟੀ ਜਾਂ ਅਸ਼ੁੱਧ ਪੈਟਰੋਲ ਭਰਦੇ ਹਾਂ, ਤਾਂ ਇਹ ਗੱਡੀ ਦੇ ਇੰਜਣ ਨੂੰ ਨੁਕਸਾਨ ਪਹੁੰਚਾ ਸਕਦਾ ਹੈ। ਪਰ ਬਦਕਿਸਮਤੀ ਨਾਲ ਅਸੀਂ ਆਪਣੇ ਸਰੀਰ ਦੇ ਇੰਜਣ ਯਾਨੀ ਆਪਣੇ ਪੇਟ ਦਾ ਇੰਨਾ ਧਿਆਨ ਨਹੀਂ ਰੱਖਦੇ। ਅਸੀਂ ਕਿਸੇ ਵੀ ਸਮੇਂ ਜੋ ਵੀ ਸਾਡੇ ਹੱਥ ਵਿੱਚ ਆਉਂਦਾ ਹੈ ਖਾ ਲੈਂਦੇ ਹਾਂ।

ਅਸੀਂ ਨਾ ਤਾਂ ਆਪਣੀ ਖੁਰਾਕ ਦੀ ਯੋਜਨਾ ਬਣਾਉਂਦੇ ਹਾਂ ਅਤੇ ਨਾ ਹੀ ਖੁਰਾਕ ਬਾਰੇ ਅਧਿਐਨ ਕਰਦੇ ਹਾਂ ਕਿ ਕਿਹੜਾ ਭੋਜਨ ਸਾਡੇ ਸਰੀਰ ਨੂੰ ਸਭ ਤੋਂ ਵਧੀਆ ਪੋਸ਼ਣ ਪ੍ਰਦਾਨ ਕਰੇਗਾ।

ਕਿਉਂਕਿ ਖੁਰਾਕ ਦਾ ਵਿਸ਼ਾ ਬਹੁਤ ਮਹੱਤਵਪੂਰਨ ਹੈ ਅਤੇ ਇੱਕ ਪ੍ਰਸਿੱਧ ਕਹਾਵਤ ਵੀ ਹੈ "ਜੈਸਾ ਅੰਨ ਵੇਸਾ ਮੰਨ", ਇਸ ਲਈ ਇਸ ਅਧਿਆਇ ਵਿੱਚ ਮੈਂ ਕੁਝ ਆਮ ਗੱਲਾਂ 'ਤੇ ਚਰਚਾ ਕਰਨਾ ਚਾਹੁੰਦਾ ਹਾਂ ਜੋ ਸਾਡੀ ਸਿਹਤ ਨੂੰ ਬਿਹਤਰ ਬਣਾਉਂਦੀਆਂ ਹਨ।

1. **ਆਪਣੀ ਖੁਰਾਕ ਵਿੱਚ ਫਲ ਸ਼ਾਮਲ ਕਰੋ:** ਅੱਜਕੱਲ੍ਹ ਫਾਸਟ ਫੂਡ ਅਤੇ ਪੈਕ ਕੀਤੀਆਂ ਚੀਜ਼ਾਂ ਦਾ ਰੁਝਾਨ ਇੰਨਾ ਜ਼ਿਆਦਾ ਹੋ ਗਿਆ ਹੈ ਕਿ ਫਲਾਂ 'ਤੇ ਸਾਡੀ ਨਿਰਭਰਤਾ ਘੱਟਦੀ ਜਾ ਰਹੀ ਹੈ। ਸਿਹਤ ਮਾਹਿਰਾਂ ਦਾ ਕਹਿਣਾ ਹੈ ਕਿ ਤੁਹਾਨੂੰ ਸਵੇਰੇ ਉੱਠਣ ਤੋਂ ਬਾਅਦ ਸਭ ਤੋਂ ਪਹਿਲਾਂ ਫਲ ਖਾਣੇ ਚਾਹੀਦੇ ਹਨ ਅਤੇ ਕੋਸ਼ਿਸ਼ ਕਰਨੀ ਚਾਹੀਦੀ ਹੈ ਕਿ 11-12 ਵਜੇ ਤੱਕ ਆਪਣੇ ਖਾਣੇ ਵਿੱਚ ਫਲਾਂ ਤੋਂ ਇਲਾਵਾ ਕੁਝ ਵੀ ਨਾ ਹੋਵੇ। ਉਨ੍ਹਾਂ ਦੀ ਸਲਾਹ ਥੋੜ੍ਹੀ ਔਖੀ ਹੈ ਪਰ ਹਾਂ ਇੱਕ ਗੱਲ ਅਸੀਂ ਜ਼ਰੂਰ ਕਰ ਸਕਦੇ ਹਾਂ ਕਿ ਸਵੇਰੇ ਉੱਠਦੇ ਹੀ ਸੇਬ ਵਰਗੇ ਕੁਝ ਫਲ ਖਾ ਲਈਏ।
2. **ਆਪਣੀ ਖੁਰਾਕ ਵਿੱਚ ਸਲਾਦ ਨੂੰ ਵੀ ਸ਼ਾਮਲ ਕਰੋ:** ਕਈ ਸਰਵੇਆਂ ਵਿੱਚ ਇਹ ਪਾਇਆ ਗਿਆ ਹੈ ਕਿ ਜਦੋਂ ਅਸੀਂ ਖਾਣਾ ਪਕਾਉਂਦੇ ਹਾਂ, ਤਾਂ ਉੱਚੇ ਤਾਪਮਾਨ ਕਾਰਨ ਬਹੁਤ ਸਾਰੇ ਪੌਸ਼ਟਿਕ ਤੱਤ ਖਤਮ ਹੋ ਜਾਂਦੇ ਹਨ, ਇਸ ਲਈ ਸਾਨੂੰ ਕੱਚੀਆਂ ਸਬਜ਼ੀਆਂ ਵੀ ਖਾਣੀਆਂ ਚਾਹੀਦੀਆਂ ਹਨ। ਸਲਾਦ ਨਾ ਸਿਰਫ਼ ਭੋਜਨ ਦਾ ਸੁਆਦ ਵਧਾਉਂਦਾ ਹੈ ਬਲਕਿ ਤੁਹਾਨੂੰ ਬਹੁਤ ਸਾਰੇ ਪੌਸ਼ਟਿਕ ਤੱਤ ਵੀ ਪ੍ਰਦਾਨ ਕਰਦਾ ਹੈ ਜੋ ਤੁਹਾਡੇ ਸਰੀਰ ਦੇ ਵਿਕਾਸ ਲਈ ਬਹੁਤ ਜ਼ਰੂਰੀ ਹਨ।
3. **ਸਾਡਾ ਸਰੀਰ 70 ਪ੍ਰਤੀਸ਼ਤ ਪਾਣੀ ਹੈ ਪਰ ਅਸੀਂ ਅਕਸਰ ਇਸ ਤੱਥ ਨੂੰ ਭੁੱਲ ਜਾਂਦੇ ਹਾਂ:** ਅਸੀਂ ਕਈ ਥਾਵਾਂ 'ਤੇ ਪੜ੍ਹਿਆ ਹੈ ਕਿ ਸਾਡੇ ਸਰੀਰ ਦਾ 70 ਪ੍ਰਤੀਸ਼ਤ ਹਿੱਸਾ ਪਾਣੀ ਹੈ। ਜੇਕਰ ਇਹ ਸੱਚ ਹੈ, ਤਾਂ ਸਾਡੇ ਸਰੀਰ ਨੂੰ ਬਹੁਤ ਜ਼ਿਆਦਾ ਪਾਣੀ ਦੀ ਲੋੜ ਹੁੰਦੀ ਹੈ ਪਰ ਇਸ ਰੁਝੇਵਿਆਂ ਭਰੀ ਜ਼ਿੰਦਗੀ ਵਿੱਚ, ਅਸੀਂ ਉਦੋਂ ਹੀ ਪਾਣੀ ਪੀਂਦੇ ਹਾਂ ਜਦੋਂ ਸਾਡਾ ਗਲਾ ਸੁੱਕਣ ਲੱਗਦਾ ਹੈ। ਪਰ ਸਾਨੂੰ ਇਹ ਸਥਿਤੀ ਪੈਦਾ ਨਹੀਂ ਹੋਣ ਦੇਣੀ ਚਾਹੀਦੀ। ਸਾਨੂੰ ਨਿਯਮਿਤ ਤੌਰ 'ਤੇ ਲੋੜੀਂਦੀ ਮਾਤਰਾ ਵਿੱਚ ਪਾਣੀ ਪੀਂਦੇ ਰਹਿਣਾ ਚਾਹੀਦਾ ਹੈ ਤਾਂ ਜੋ ਸਾਡਾ ਸਰੀਰ ਕਦੇ ਵੀ ਡੀਹਾਈਡ੍ਰੇਟ ਨਾ ਹੋਵੇ।
4. **ਕਾਫ਼ੀ ਆਕਸੀਜਨ ਲਓ:** ਅਸੀਂ ਆਕਸੀਜਨ ਨੂੰ ਭੋਜਨ ਦੀ ਸ਼੍ਰੇਣੀ ਵਿੱਚ ਨਹੀਂ ਪਾਉਂਦੇ, ਪਰ ਕਈ ਵਾਰ ਆਕਸੀਜਨ ਭੋਜਨ ਨਾਲੋਂ ਵਧੇਰੇ ਮਹੱਤਵਪੂਰਨ ਭੂਮਿਕਾ ਨਿਭਾਉਂਦੀ ਹੈ। ਅਸੀਂ ਕੁਝ ਘੰਟੇ ਜਾਂ ਦਿਨਾਂ ਲਈ ਭੋਜਨ ਤੋਂ ਬਿਨਾਂ ਰਹਿ ਸਕਦੇ ਹਾਂ, ਪਰ ਅਸੀਂ ਕੁਝ ਮਿੰਟਾਂ ਤੋਂ ਵੱਧ ਆਕਸੀਜਨ ਤੋਂ ਬਿਨਾਂ ਨਹੀਂ ਰਹਿ ਸਕਦੇ। ਇਸ ਤੋਂ ਇਹ ਸਪੱਸ਼ਟ ਹੁੰਦਾ ਹੈ ਕਿ ਆਕਸੀਜਨ ਸਾਡੇ ਲਈ ਕਿੰਨੀ ਮਹੱਤਵਪੂਰਨ ਹੈ। ਦੁਨੀਆ ਵਿੱਚ ਪ੍ਰਦੂਸ਼ਣ ਅਤੇ ਸਾਡੀਆਂ ਕੰਮ ਕਰਨ ਦੀਆਂ ਆਦਤਾਂ ਦੇ ਕਾਰਨ, ਸਾਨੂੰ ਲੋੜੀਂਦੀ ਆਕਸੀਜਨ ਨਹੀਂ ਮਿਲਦੀ। ਅਸੀਂ ਰਾਤ ਨੂੰ ਸਾਫ਼ ਹਵਾ ਸਾਹ ਨਹੀਂ ਲੈ ਸਕਦੇ। ਇਸ ਲਈ, ਬਿਹਤਰ ਹੋਵੇਗਾ ਕਿ ਅਸੀਂ ਆਪਣੇ ਦਿਨ ਦੀ ਸ਼ੁਰੂਆਤ ਕਸਰਤ ਅਤੇ ਯੋਗਾ ਨਾਲ ਕਰੀਏ। ਜੇ ਸੰਭਵ ਹੋਵੇ, ਤਾਂ ਕਿਸੇ ਪਾਰਕ ਜਾਂ ਜ਼ਮੀਨ ਜਾਂ ਆਪਣੇ ਘਰ ਦੀ ਛੱਤ 'ਤੇ ਜਾਣਾ ਵੀ ਇੱਕ ਚੰਗਾ ਵਿਕਲਪ ਹੋ ਸਕਦਾ ਹੈ। ਜੇਕਰ ਤੁਸੀਂ ਇੱਕ ਹਫ਼ਤੇ ਲਈ ਵੀ ਕਸਰਤ ਸਹੀ ਢੰਗ ਨਾਲ

ਕਰਦੇ ਹੋ, ਤਾਂ ਤੁਸੀਂ ਇਹ ਦੇਖ ਕੇ ਹੈਰਾਨ ਹੋਵੋਗੇ ਕਿ ਤੁਸੀਂ ਕਿੰਨਾ ਬਿਹਤਰ ਕਰ ਰਹੇ ਹੋ, ਇਸ ਲਈ ਕਸਰਤ ਨੂੰ ਆਪਣੀ ਰੋਜ਼ਾਨਾ ਦੀ ਰੁਟੀਨ ਦਾ ਹਿੱਸਾ ਬਣਾਓ।

5. **ਸਿਗਰਟ ਅਤੇ ਨਸ਼ਿਆਂ ਤੋਂ ਬਚੋ:** ਮੈਂ ਤੁਹਾਨੂੰ ਮਾਣ ਨਾਲ ਦੱਸਣਾ ਚਾਹੁੰਦਾ ਹਾਂ ਕਿ ਮੈਂ ਆਪਣੀ ਜ਼ਿੰਦਗੀ ਵਿੱਚ ਕਦੇ ਵੀ ਸਿਗਰਟ ਨਹੀਂ ਪੀਤੀ ਜਾਂ ਨਸ਼ੇ ਨਹੀਂ ਲਏ। ਹਾਂ, ਮੈਂ ਕਿਤਾਬਾਂ ਪੜ੍ਹਨ ਅਤੇ ਇੱਕ ਬਿਹਤਰ ਇਨਸਾਨ ਬਣਨ ਦਾ ਨਸ਼ਾ ਜਰੂਰ ਕੀਤਾ ਹੈ। ਮੈਂ ਤੁਹਾਡੇ ਨਾਲ ਸਿਗਰਟ ਅਤੇ ਨਸ਼ਿਆਂ ਬਾਰੇ ਕੁਝ ਵਿਚਾਰ ਸਾਂਝੇ ਕਰਨਾ ਚਾਹੁੰਦਾ ਹਾਂ। ਸਭ ਤੋਂ ਪਹਿਲਾਂ, ਇਸਨੂੰ ਕਦੇ ਵੀ ਸ਼ੁਰੂ ਨਾ ਕਰੋ। ਬਹੁਤ ਸਾਰੇ ਲੋਕ ਸੋਚਦੇ ਹਨ ਕਿ ਜੇਕਰ ਉਹ ਇੱਕ ਵਾਰ ਇਸ ਦੀ ਵਰਤੋਂ ਕਰ ਲੈਣ ਗੇ ਤੇ ਬਸ ਦੁਬਾਰਾ ਨਹੀਂ ਕਰਨ ਗੇ। ਪਰ ਇੱਕ ਵਾਰ ਜਦੋਂ ਤੁਸੀਂ ਇਸਦੇ ਜਾਲ ਵਿੱਚ ਫਸ ਜਾਂਦੇ ਹੋ, ਤਾਂ ਤੁਸੀਂ ਇਸ ਵਿਚ ਫਸਦੇ ਹੀ ਰਹਿੰਦੇ ਹੋ। ਦੂਜੀ ਗੱਲ ਇਹ ਹੈ ਕਿ ਤੁਸੀਂ ਇੱਕ ਚੰਗੀ ਉਦਾਹਰਣ ਬਣੋ। ਮੈਂ ਤੁਹਾਨੂੰ ਇੱਕ ਸਵਾਲ ਪੁੱਛਾਂਗਾ, ਜੇਕਰ ਤੁਸੀਂ ਨਸ਼ੇ ਦੀ ਵਰਤੋਂ ਕਰਦੇ ਹੋ, ਤਾਂ ਕੀ ਤੁਸੀਂ ਆਪਣੇ ਬੱਚਿਆਂ ਨੂੰ ਨਸ਼ੇ ਕਰਨ ਤੋਂ ਰੋਕ ਸਕਦੇ ਹੋ? ਸ਼ਾਇਦ ਨਹੀਂ, ਕਿਉਂਕਿ ਬੱਚਾ ਤੁਰੰਤ ਤੁਹਾਡੇ ਵੱਲ ਉਂਗਲੀ ਉਠਾਏਗਾ। ਅਜਿਹੀ ਉਦਾਹਰਣ ਨਾ ਬਣੋ ਜੀ ਤੁਸੀ ਨਹੀਂ ਚਾਹੁੰਦੇ ਕਿ ਤੁਹਾਡੇ ਬੱਚੇ ਵੀ ਕਰਨ।

6. **ਜੇ ਸੰਭਵ ਹੋਵੇ, ਤਾਂ ਸ਼ਾਕਾਹਾਰੀ ਬਣੋ:** ਜਿੱਥੋਂ ਤੱਕ ਮੇਰਾ ਸਬੰਧ ਹੈ, ਮੈਂ ਇਸ ਬਹਿਸ ਵਿੱਚ ਨਹੀਂ ਪੈਣਾ ਚਾਹੁੰਦਾ ਕਿ ਸ਼ਾਕਾਹਾਰੀ ਜਾਂ ਮਾਸਾਹਾਰੀ ਬਿਹਤਰ ਹੈ। ਮੈਂ ਬਹੁਤ ਖੁਸ਼ ਹਾਂ ਕਿ ਮੇਰੇ ਪੁਰਖਿਆਂ ਨੇ ਮੇਰੇ ਅੰਦਰ 100% ਸ਼ਾਕਾਹਾਰੀ ਦਾ ਵਿਸ਼ਵਾਸ ਅਤੇ ਕਦਰਾਂ-ਕੀਮਤਾਂ ਪੈਦਾ ਕੀਤੀਆਂ। ਜਪਾਨ ਵਿੱਚ 100 ਸਾਲ ਤੋਂ ਵੱਧ ਉਮਰ ਦੇ ਲੋਕਾਂ ਦੇ ਇੱਕ ਸਮੂਹ ਦਾ ਅਧਿਐਨ ਕੀਤਾ ਗਿਆ ਅਤੇ ਉਨ੍ਹਾਂ ਵਿੱਚ ਬਹੁਤ ਸਾਰੀਆਂ ਸਮਾਨਤਾਵਾਂ ਪਾਈਆਂ ਗਈਆਂ, ਜਿਨ੍ਹਾਂ ਵਿੱਚੋਂ ਸਭ ਤੋਂ ਪ੍ਰਮੁੱਖ ਸ਼ਾਕਾਹਾਰੀ ਸੀ। ਅਕਸਰ ਅਸੀਂ ਕਿਸੇ ਵੱਡੇ ਅਦਾਕਾਰ ਜਾਂ ਵੱਡੇ ਖਿਡਾਰੀ ਬਾਰੇ ਸੁਣਦੇ ਹਾਂ ਕਿ ਉਸਨੇ ਮਾਸਾਹਾਰੀ ਭੋਜਨ ਛੱਡ ਦਿੱਤਾ ਹੈ ਅਤੇ ਸ਼ਾਕਾਹਾਰੀ ਅਪਣਾ ਲਿਆ ਹੈ। ਇਸ ਦੇ ਪਿੱਛੇ ਇੱਕ ਵੱਡਾ ਕਾਰਨ ਇਹ ਹੈ ਕਿ ਸਾਡੀ ਬਹੁਤ ਸਾਰੀ ਊਰਜਾ ਉਸ ਭੋਜਨ ਨੂੰ ਹਜ਼ਮ ਕਰਨ ਵਿੱਚ ਖਰਚ ਹੋ ਜਾਂਦੀ ਹੈ ਅਤੇ ਜਦੋਂ ਅਸੀਂ ਸ਼ਾਕਾਹਾਰੀ ਭੋਜਨ ਖਾਂਦੇ ਹਾਂ, ਤਾਂ ਇਸ ਵਿੱਚ ਖਰਚ ਹੋਣ ਵਾਲੀ ਊਰਜਾ ਘੱਟ ਲਗਦੀ ਹੈ। ਸ਼ਾਕਾਹਾਰੀ ਹੋਣ ਦੇ ਬਹੁਤ ਸਾਰੇ ਫਾਇਦੇ ਹਨ ਜੋ ਤੁਸੀਂ ਚਾਹੋ ਤਾਂ ਇੰਟਰਨੈਟ 'ਤੇ ਖੋਜ ਸਕਦੇ ਹੋ। ਅਤੇ ਮੈਂ ਤੁਹਾਨੂੰ ਦੁਬਾਰਾ ਦੱਸਣਾ ਚਾਹਾਂਗਾ ਕਿ ਜੇ ਸੰਭਵ ਹੋਵੇ ਤਾਂ ਸ਼ਾਕਾਹਾਰੀ ਅਪਣਾਓ।

7. **ਜ਼ਿਆਦਾ ਖਾਣਾ ਹਮੇਸ਼ਾ ਵਰਜਿਤ ਹੈ:** ਕਿਸੇ ਵੀ ਚੀਜ਼ ਦੀ ਜ਼ਿਆਦਾ ਵਰਤੋਂ ਨੁਕਸਾਨਦੇਹ ਹੁੰਦੀ ਹੈ, ਬਹੁਤ ਸਾਰੇ ਨੌਜਵਾਨ ਸੋਚਦੇ ਹਨ ਕਿ ਕਿਉਂਕਿ ਸਰੀਰ ਦੇ ਵਿਕਾਸ ਲਈ ਪ੍ਰੋਟੀਨ ਦੀ ਲੋੜ ਹੁੰਦੀ ਹੈ, ਇਸ ਲਈ ਉਹ ਜ਼ਿਆਦਾ ਪ੍ਰੋਟੀਨ ਲੈਂਦੇ ਹਨ ਜੋ ਉਨ੍ਹਾਂ ਨੂੰ ਲਾਭ ਪਹੁੰਚਾਉਣ ਦੀ ਬਜਾਏ ਉਨ੍ਹਾਂ ਨੂੰ ਨੁਕਸਾਨ ਪਹੁੰਚਾਉਂਦਾ ਹੈ, ਸਿਰਫ ਪ੍ਰੋਟੀਨ ਹੀ ਨਹੀਂ, ਭਾਵੇਂ ਉਹ ਵਿਟਾਮਿਨ, ਕੈਲਸ਼ੀਅਮ ਆਦਿ ਕੋਈ ਵੀ ਤੱਤ ਹੋਵੇ, ਹਰ ਚੀਜ਼ ਵਿੱਚ ਸੰਤੁਲਨ ਸਭ ਤੋਂ ਮਹੱਤਵਪੂਰਨ ਹੈ।

ਸਟ੍ਰੈੱਸ ਮੈਨੇਜਮੈਂਟ ਨਾਲ ਸਬੰਧਤ ਉਪਯੋਗੀ ਸੁਝਾਅ:

- **ਤੁਸੀਂ ਕਿੰਨੇ ਵੱਖ-ਵੱਖ ਰੰਗਾਂ ਦੇ ਫਲ ਅਤੇ ਸਬਜ਼ੀਆਂ ਖਾਂਦੇ ਹੋ:** ਕੁਦਰਤ ਸੁੰਦਰਤਾ ਨਾਲ ਭਰੀ ਹੋਈ ਹੈ। ਸਾਡੇ ਸਰੀਰ ਨੂੰ ਵਿਟਾਮਿਨ, ਖਣਿਜ, ਕੈਲਸ਼ੀਅਮ ਆਦਿ ਵਰਗੇ ਬਹੁਤ ਸਾਰੇ ਪੌਸ਼ਟਿਕ ਤੱਤਾਂ ਦੀ ਲੋੜ ਹੁੰਦੀ ਹੈ। ਇਸ ਬਾਰੇ ਉਲਝਣ ਵਿੱਚ ਪੈਣ ਦੀ ਬਜਾਏ ਕਿ ਕਿਹੜੇ ਭੋਜਨ ਵਿੱਚ ਕਿਹੜੇ ਵਿਟਾਮਿਨ ਜਾਂ ਪੌਸ਼ਟਿਕ ਤੱਤ ਹੁੰਦੇ ਹਨ, ਮੈਂ ਇੱਕ ਖੇਡ ਬਣਾਉਂਦਾ ਹਾਂ ਕਿ ਮੈਂ ਆਪਣੇ ਸਲਾਦ ਵਿੱਚ ਕਿੰਨੇ ਵੱਖ-ਵੱਖ ਰੰਗਾਂ ਦੇ ਫਲ ਅਤੇ ਕਿੰਨੇ ਰੰਗਾਂ ਦੀਆਂ ਸਬਜ਼ੀਆਂ ਖਾ ਸਕਦਾ ਹਾਂ ਕਿਉਂਕਿ ਇਸ ਨਾਲ ਮੈਨੂੰ ਲੋੜੀਂਦੇ ਸਾਰੇ ਪੌਸ਼ਟਿਕ ਤੱਤ ਮਿਲਣ ਦੀ ਸੰਭਾਵਨਾ ਵੱਧ ਜਾਂਦੀ ਹੈ।
- ਸੁੱਕੇ ਮੇਵੇ: ਨਮਕੀਨ ਫਲਾਂ ਦੀ ਵਰਤੋਂ ਕਰਨ ਦੀ ਬਜਾਏ, ਤੁਸੀਂ ਭੁੰਨੇ ਹੋਏ ਕਾਜੂ, ਨਮਕੀਨ ਪਿਸਤਾ ਆਦਿ ਦੀ ਵਰਤੋਂ ਕਰ ਸਕਦੇ ਹੋ।

• • •

ਅਧਿਆਇ 54

ਸਟ੍ਰੈੱਸ ਮੈਨੇਜਮੈਂਟ ਅਤੇ ਪੈਸਾ

"ਜੇ ਤੁਸੀਂ ਪੈਸੇ ਦੀ ਕੀਮਤ ਜਾਣਨਾ ਚਾਹੁੰਦੇ ਹੋ, ਤਾਂ ਜਾਓ ਅਤੇ ਕੁਝ ਉਧਾਰ ਲੈਣ ਦੀ ਕੋਸ਼ਿਸ਼ ਕਰੋ।"

- ਬੈਂਜਾਮਿਨ ਫਰੈਂਕਲਿਨ

ਪੈਸਾ ਸਾਡੀ ਜ਼ਿੰਦਗੀ ਨੂੰ ਚਲਾਉਣ ਵਿੱਚ ਬਹੁਤ ਮਹੱਤਵਪੂਰਨ ਭੂਮਿਕਾ ਨਿਭਾਉਂਦਾ ਹੈ, ਜੇਕਰ ਅਸੀਂ ਇੱਕ ਬਿਹਤਰ ਅਤੇ ਖੁਸ਼ਹਾਲ ਜ਼ਿੰਦਗੀ ਜਿਊਣਾ ਚਾਹੁੰਦੇ ਹਾਂ, ਤਾਂ ਸਾਡੇ ਕੋਲ ਕਾਫ਼ੀ ਪੈਸਾ ਹੋਣਾ ਚਾਹੀਦਾ ਹੈ। ਜ਼ਿਆਦਾਤਰ ਲੋਕਾਂ ਨੂੰ ਅਕਸਰ ਪੈਸੇ ਦੀਆਂ ਸਮੱਸਿਆਵਾਂ ਦਾ ਸਾਹਮਣਾ ਕਰਨਾ ਪੈਂਦਾ ਹੈ ਅਤੇ ਇਸ ਕਾਰਨ ਉਹ ਹਮੇਸ਼ਾ ਚਿੰਤਤ ਰਹਿੰਦੇ ਹਨ। ਪੈਸੇ ਨਾਲ ਜੁੜੇ ਬਹੁਤ ਸਾਰੇ ਵਿਸ਼ਵਾਸ ਹਨ ਜੋ ਸਾਡੀ ਚਿੰਤਾ ਨੂੰ ਵਧਾਉਂਦੇ ਹਨ, ਉਨ੍ਹਾਂ ਵਿੱਚੋਂ ਮੁੱਖ ਹਨ ਕਿ ਪੈਸਾ ਕਿਸਮਤ ਨਾਲ ਪ੍ਰਾਪਤ ਹੁੰਦਾ ਹੈ, ਅਮੀਰ ਲੋਕ ਚੰਗੇ ਨਹੀਂ ਹੁੰਦੇ, ਪੈਸੇ ਕਾਰਨ ਅਪਰਾਧ ਹੁੰਦੇ ਹਨ, ਆਦਿ।

ਇਹ ਸੰਭਵ ਹੈ ਕਿ ਤੁਹਾਡੀ ਜ਼ਿੰਦਗੀ ਵਿੱਚ ਕੁਝ ਲੋਕ ਆਏ ਹੋਣ ਜੋ ਅਮੀਰ ਹੋਣ ਅਤੇ ਚੰਗੇ ਨਾ ਹੋਣ ਜਾਂ ਤੁਸੀਂ ਕੁਝ ਅਮੀਰ ਲੋਕਾਂ ਨੂੰ ਦੇਖਿਆ ਹੋਵੇਗਾ ਜਿਨ੍ਹਾਂ ਦੀ ਮਾਨਸਿਕਤਾ ਅਪਰਾਧਿਕ ਹੈ ਪਰ ਸਾਰੇ ਲੋਕਾਂ ਨੂੰ ਇੱਕੋ ਸ਼੍ਰੇਣੀ ਵਿੱਚ ਰੱਖਣਾ ਸਹੀ ਨਹੀਂ ਹੈ।

ਇੱਕ ਸਮੇਂ ਦੁਨੀਆ ਦੇ ਸਭ ਤੋਂ ਅਮੀਰ ਆਦਮੀਆਂ ਵਿੱਚੋਂ ਇੱਕ, ਜੌਨ ਡੀ ਰੌਕਫੈਲਰ ਨੇ ਆਪਣੀ ਬਹੁਤ ਸਾਰੀ ਦੌਲਤ ਸਕੂਲ, ਕਾਲਜ ਖੋਲ੍ਹਣ ਅਤੇ ਹਸਪਤਾਲ ਬਣਾਉਣ ਵਿੱਚ ਖਰਚ ਕੀਤੀ। ਇਸੇ ਤਰ੍ਹਾਂ, ਮੌਜੂਦਾ ਸਮੇਂ ਵਿੱਚ ਦੁਨੀਆ ਦੇ ਸਭ ਤੋਂ ਅਮੀਰ ਆਦਮੀਆਂ ਵਿੱਚੋਂ ਇੱਕ, ਬਿਲ ਗੇਟਸ ਵੀ ਆਪਣੀ ਆਮਦਨ ਦਾ ਇੱਕ ਵੱਡਾ ਹਿੱਸਾ ਸਮਾਜਿਕ ਭਲਾਈ ਵਿੱਚ ਖਰਚ ਕਰਦੇ ਹਨ। ਜੇਕਰ ਅਸੀਂ ਭਾਰਤ ਦੀ ਗੱਲ ਕਰੀਏ ਤਾਂ ਉਦਯੋਗਪਤੀ ਰਤਨ ਟਾਟਾ ਵੀ ਕਈ ਸਮਾਜਿਕ ਗਤੀਵਿਧੀਆਂ ਵਿੱਚ ਖੁੱਲ੍ਹੇ ਦਿਲ ਨਾਲ ਦਾਨ ਕਰਦੇ ਹਨ। ਸਿਰਫ਼ ਉਦਯੋਗਪਤੀ ਹੀ ਨਹੀਂ, ਬਹੁਤ ਸਾਰੇ ਅਮੀਰ ਅਦਾਕਾਰ, ਖਿਡਾਰੀ, ਗਾਇਕ ਆਦਿ ਆਪਣੇ ਪੈਸੇ ਨੂੰ ਦੁਨੀਆ ਦੀ ਭਲਾਈ ਲਈ ਵਰਤ ਰਹੇ ਹਨ, ਇਸ ਲਈ ਸਾਰਿਆਂ ਨੂੰ ਇੱਕੋ ਪੈਮਾਨੇ 'ਤੇ ਤੋਲਣਾ ਗਲਤ ਹੋਵੇਗਾ।

ਇਸ ਅਧਿਆਇ ਵਿੱਚ ਮੈਂ ਤੁਹਾਡੇ ਨਾਲ ਪੈਸੇ ਬਾਰੇ ਕੁਝ ਵਿਚਾਰ ਸਾਂਝੇ ਕਰਨਾ ਚਾਹੁੰਦਾ ਹਾਂ ਜੋ ਤੁਹਾਨੂੰ ਚਿੰਤਾ ਤੋਂ ਬਚਣ ਵਿੱਚ ਮਦਦ ਕਰਨਗੇ।

1. **ਕਦੇ ਵੀ ਪੈਸੇ ਬਾਰੇ ਬੁਰਾ ਨਾ ਬੋਲੋ:** ਭਾਵੇਂ ਤੁਹਾਡੀ ਅੱਜ ਵਿੱਤੀ ਸਥਿਤੀ ਜੋ ਵੀ ਹੋਵੇ, ਕਦੇ ਵੀ ਪੈਸੇ ਦੀ ਆਲੋਚਨਾ ਨਾ ਕਰੋ, ਜਿਵੇਂ ਕਿ ਪੈਸੇ ਕਾਰਨ ਅਪਰਾਧ ਹੁੰਦੇ ਹਨ ਜਾਂ ਅਮੀਰ ਲੋਕ ਚੰਗੇ ਨਹੀਂ ਹੁੰਦੇ ਆਦਿ। ਇਹ ਸਿਧਾਂਤ ਬਿਲਕੁਲ ਇਸ ਤਰ੍ਹਾਂ ਕੰਮ ਕਰਦਾ ਹੈ ਜਿਵੇਂ ਜੇਕਰ ਤੁਸੀਂ ਕਿਸੇ ਵਿਅਕਤੀ ਦੀ ਵਾਰ-ਵਾਰ ਆਲੋਚਨਾ ਕਰਦੇ ਹੋ ਤਾਂ ਉਹ ਤੁਹਾਡੇ ਤੋਂ ਦੂਰ ਭੱਜ ਜਾਂਦਾ ਹੈ, ਇਸੇ ਤਰ੍ਹਾਂ ਵਾਰ-ਵਾਰ ਆਲੋਚਨਾ ਕਾਰਨ, ਪੈਸੇ ਵੀ ਤੁਹਾਡੇ ਤੋਂ ਦੂਰ ਭੱਜ ਜਾਂਦਾ ਹੈ।
2. **ਆਪਣੀ ਕਮਾਈ ਤੋਂ ਘੱਟ ਖਰਚ ਕਰੋ:** ਕੁਝ ਦਿਨ ਪਹਿਲਾਂ ਮੈਂ ਇੱਕ ਵਿਅਕਤੀ ਨੂੰ ਦੇਖਿਆ ਜਿਸਨੇ ਦੀਵਾਲੀ ਦੇ ਮੌਕੇ 'ਤੇ ਇੱਕ ਬਹੁਤ ਹੀ ਆਲੀਸ਼ਾਨ ਕਾਰ ਖਰੀਦੀ। ਸਿਰਫ਼ 10 ਦਿਨਾਂ ਦੇ ਅੰਦਰ-ਅੰਦਰ ਉਸਦੇ ਗੁਆਂਢੀ ਨੇ ਇੱਕ ਹੋਰ ਵੀ ਮਹਿੰਗਾ ਅਤੇ ਆਲੀਸ਼ਾਨ ਮਾਡਲ ਖਰੀਦ ਲਿਆ ਜਦੋਂ ਕਿ ਉਸਨੂੰ ਕਾਰ ਦੀ ਕੋਈ ਲੋੜ ਨਹੀਂ ਸੀ। ਉਹ ਕਾਰ ਖਰੀਦਦੇ ਸਮੇਂ ਬਹੁਤ ਖੁਸ਼ ਸੀ ਪਰ ਜਦੋਂ ਕਰਜ਼ੇ ਦੀਆਂ ਕਿਸ਼ਤਾਂ ਦਾ ਭੁਗਤਾਨ ਕਰਨ ਦਾ ਸਮਾਂ ਆਇਆ, ਤਾਂ ਉਹ ਬਹੁਤ ਚਿੰਤਤ ਹੋ ਗਿਆ ਅਤੇ ਕਰਜ਼ਾ ਨਹੀਂ ਦੇ ਸਕਿਆ ਅਤੇ ਤੁਸੀਂ ਇਸ ਤੋਂ ਬਾਅਦ ਦੀ ਸਥਿਤੀ ਦੀ ਕਲਪਨਾ ਕਰ ਸਕਦੇ ਹੋ।

   ਮੇਰਾ ਕਹਿਣ ਦਾ ਮਤਲਬ ਬਹੁਤ ਸਰਲ ਹੈ, ਦਿਖਾਵੇ ਤੇ ਨਾ ਜਾਓ, ਆਪਣੀ ਵਿੱਤੀ ਸਥਿਤੀ ਨੂੰ ਸਮਝਣ ਤੋਂ ਬਾਅਦ ਹੀ ਕੰਮ ਕਰੋ, ਨਹੀਂ ਤਾਂ ਤੁਹਾਨੂੰ ਭਵਿੱਖ ਵਿੱਚ ਬਹੁਤ ਸਾਰੀਆਂ ਸਮੱਸਿਆਵਾਂ ਦਾ ਸਾਹਮਣਾ ਕਰਨਾ ਪੈ ਸਕਦਾ ਹੈ।
3. **ਨਾ ਪੈਸਾ ਉਧਾਰ ਦੋ ਨਾ ਲਓ:** ਮੈਂ ਕਈ ਵਾਰ ਦੇਖਿਆ ਹੈ ਕਿ ਜਦੋਂ ਤੁਸੀਂ ਕਿਸੇ ਨੂੰ ਪੈਸੇ ਉਧਾਰ ਦਿੰਦੇ ਹੋ, ਤਾਂ ਇਸਦੀ ਵਸੂਲੀ ਵਿੱਚ ਬਹੁਤ ਸਾਰੀਆਂ ਮੁਸ਼ਕਲਾਂ ਆਉਂਦੀਆਂ ਹਨ। ਨਾ ਸਿਰਫ਼ ਸਾਡਾ ਸਮਾਂ, ਸਗੋਂ ਸਾਡੇ ਰਿਸ਼ਤੇ ਵੀ ਬਰਬਾਦ ਹੋ ਜਾਂਦੇ ਹਨ ਜਿਸ ਨਾਲ ਅਸੀਂ

ਬਹੁਤ ਚਿੰਤਤ ਹੋ ਜਾਂਦੇ ਹਾਂ, ਇਸ ਲਈ ਇੱਕ ਨਿਯਮ ਬਣਾਓ ਕਿ ਭਾਵੇਂ ਲੋਕਾਂ ਨੂੰ ਪਹਿਲਾਂ ਬੁਰਾ ਲੱਗੇ, ਤੁਸੀਂ ਪੈਸੇ ਉਧਾਰ ਨਹੀਂ ਦਯੋਗੇ।

ਇਸ ਵੇਲੇ, ਕ੍ਰੈਡਿਟ ਕਾਰਡ ਕੰਪਨੀਆਂ ਬਹੁਤ ਤੇਜ਼ੀ ਨਾਲ ਕ੍ਰੈਡਿਟ ਕਾਰਡ ਵੰਡ ਰਹੀਆਂ ਹਨ। ਉਹ ਕਈ ਆਕਰਸ਼ਕ ਪੇਸ਼ਕਸ਼ਾਂ ਵੀ ਦੇ ਰਹੀਆਂ ਹਨ ਤਾਂ ਜੋ ਤੁਸੀਂ ਉਨ੍ਹਾਂ ਦੇ ਕਾਰਡ ਕਿਸੇ ਵੀ ਤਰੀਕੇ ਨਾਲ ਖਰੀਦ ਸਕੋ। ਇਸ ਤੋਂ ਬਾਅਦ, ਅਸੀਂ ਦੇਖਦੇ ਹਾਂ ਕਿ ਦੀਵਾਲੀ ਜਾਂ ਨਵੇਂ ਸਾਲ 'ਤੇ, ਔਨਲਾਈਨ ਕੰਪਨੀਆਂ ਤੁਹਾਨੂੰ ਵੱਖ-ਵੱਖ ਕ੍ਰੈਡਿਟ ਕਾਰਡਾਂ ਰਾਹੀਂ ਵਾਧੂ ਛੂਟਾਂ ਪ੍ਰਦਾਨ ਕਰਦੀਆਂ ਹਨ। ਅਤੇ ਇਹਨਾਂ ਲੁਭਾਉਣ ਵਾਲੀਆਂ ਪੇਸ਼ਕਸ਼ਾਂ ਨੂੰ ਦੇਖ ਕੇ, ਤੁਸੀਂ ਆਪਣੇ ਆਪ ਨੂੰ ਰੋਕ ਨਹੀਂ ਪਾਉਂਦੇ ਅਤੇ ਤੁਹਾਨੂੰ ਸਾਮਾਨ ਦੀ ਜ਼ਰੂਰਤ ਹੋਵੇ ਜਾਂ ਨਾ, ਤੁਸੀਂ ਸਾਮਾਨ ਖਰੀਦਦੇ ਹੋ ਅਤੇ ਬਾਅਦ ਵਿੱਚ ਜਦੋਂ ਇਸ ਦੀਆਂ ਕਿਸ਼ਤਾਂ ਜਾਂ EMI ਦਾ ਭੁਗਤਾਨ ਕਰਨ ਦਾ ਸਮਾਂ ਆਉਂਦਾ ਹੈ, ਤਾਂ ਤੁਹਾਡੇ 'ਤੇ ਇੱਕ ਵਾਧੂ ਦਬਾਅ ਆਉਂਦਾ ਹੈ ਕਿ ਜੇਕਰ ਤੁਸੀਂ ਸਮੇਂ ਸਿਰ EMI ਦਾ ਭੁਗਤਾਨ ਨਹੀਂ ਕਰਦੇ, ਤਾਂ ਤੁਹਾਡੇ ਤੋਂ ਲੇਟ ਫੀਸ ਜਾਂ ਵਿਆਜ ਵਸੂਲਿਆ ਜਾਵੇਗਾ।

ਬਿੱਲਾਂ ਦਾ ਭੁਗਤਾਨ ਕਰਨ ਲਈ, ਤੁਹਾਨੂੰ ਓਵਰਟਾਈਮ ਕਰਨਾ ਪੈਂਦਾ ਹੈ ਅਤੇ ਕਈ ਵਾਰ ਤੁਹਾਨੂੰ ਲੋਕਾਂ ਤੋਂ ਪੈਸੇ ਉਧਾਰ ਲੈਣੇ ਪੈਂਦੇ ਹਨ। ਅਜਿਹੀ ਸਥਿਤੀ ਵਿੱਚ ਨਾ ਪੈਣਾ ਹੀ ਬਿਹਤਰ ਹੈ। ਆਪਣੇ ਆਪ ਨਾਲ ਥੋੜ੍ਹਾ ਸਖ਼ਤ ਰਹੋ ਅਤੇ ਆਪਣੀ ਆਮਦਨ ਤੋਂ ਘੱਟ ਖਰਚ ਕਰੋ।

4. **ਆਪਣੇ ਅਤੇ ਆਪਣੇ ਪਰਿਵਾਰ ਲਈ ਵੀ ਬੱਚਤ ਕਰੋ:** ਤੁਹਾਡੀ ਜ਼ਿੰਦਗੀ ਸਿਰਫ਼ ਤੁਹਾਡੀ ਨਹੀਂ ਹੈ। ਤੁਹਾਡੀ, ਤੁਹਾਡੇ ਬੱਚਿਆਂ ਅਤੇ ਪਰਿਵਾਰ ਦੇ ਹੋਰ ਮੈਂਬਰਾਂ ਪ੍ਰਤੀ ਵੀ ਜ਼ਿੰਮੇਵਾਰੀਆਂ ਹਨ, ਇਸ ਲਈ ਬੱਚਤ ਨੂੰ ਆਪਣੀ ਜ਼ਿੰਦਗੀ ਦਾ ਹਿੱਸਾ ਬਣਾਓ। ਤੁਹਾਡੀ ਆਮਦਨ ਜੋ ਵੀ ਹੋਵੇ, ਸਭ ਤੋਂ ਪਹਿਲਾਂ ਆਪਣੀ ਆਮਦਨ ਦਾ 10 ਪ੍ਰਤੀਸ਼ਤ ਬੱਚਤ ਲਈ ਰੱਖੋ ਅਤੇ ਇਸਨੂੰ ਛੂਹੋ ਵੀ ਨਾ। ਜਿਵੇਂ-ਜਿਵੇਂ ਸਮਾਂ ਬੀਤਦਾ ਜਾਂਦਾ ਹੈ, ਤੁਸੀਂ ਆਪਣੀ 10 ਪ੍ਰਤੀਸ਼ਤ ਬੱਚਤ ਨੂੰ 20 ਤੋਂ 30 ਪ੍ਰਤੀਸ਼ਤ ਤੱਕ ਵਧਾ ਸਕਦੇ ਹੋ।

   ਜਦੋਂ ਤੁਹਾਨੂੰ ਪਤਾ ਲੱਗਦਾ ਹੈ ਕਿ ਤੁਹਾਡੇ ਕੋਲ ਆਪਣੀਆਂ ਜਾਂ ਆਪਣੇ ਪਰਿਵਾਰ ਦੀਆਂ ਜ਼ਰੂਰਤਾਂ ਪੂਰੀਆਂ ਕਰਨ ਲਈ ਕਾਫ਼ੀ ਪੈਸਾ ਹੈ, ਤਾਂ ਤੁਹਾਡਾ ਸਵੈ-ਮਾਣ ਵਧਦਾ ਹੈ। ਇਹ ਹੋਰ ਵੀ ਵੱਧ ਜਾਂਦਾ ਹੈ ਕਿਉਂਕਿ ਤੁਸੀਂ ਜਾਣਦੇ ਹੋ ਕਿ ਤੁਸੀਂ ਇਸ ਲਈ ਆਪਣੀਆਂ ਇੱਛਾਵਾਂ ਦੀ ਕੁਰਬਾਨੀ ਦਿੱਤੀ ਹੈ ਅਤੇ ਇਸੇ ਲਈ ਤੁਸੀਂ ਅੱਜ ਕਿਸੇ 'ਤੇ ਨਿਰਭਰ ਨਹੀਂ ਹੋ। ਜਦੋਂ ਅਸੀਂ ਬੱਚਤ ਕਰਨ ਦੀ ਆਦਤ ਅਪਣਾਉਂਦੇ ਹਾਂ, ਤਾਂ ਸਾਡੇ ਵਿੱਚ ਪੈਸੇ ਪ੍ਰਤੀ ਇੱਕ ਵੱਖਰਾ ਵਿਸ਼ਵਾਸ ਪੈਦਾ ਹੁੰਦਾ ਹੈ। ਇਹ ਬਿਹਤਰ ਹੋਵੇਗਾ ਜੇਕਰ ਅਸੀਂ ਜੋ ਪੈਸਾ ਬਚਾ ਰਹੇ ਹਾਂ ਉਸਨੂੰ ਬੈਂਕ ਵਿੱਚ ਰੱਖ ਦੇਈਏ ਤਾਂ ਜੋ ਸਾਨੂੰ ਆਪਣੀ ਬੱਚਤ 'ਤੇ ਵਿਆਜ ਮਿਲਦਾ ਰਹੇ ਅਤੇ ਸਾਡੀ ਆਮਦਨ ਵਧਦੀ ਰਹੇ।

5. **ਉਨ੍ਹਾਂ ਚੀਜ਼ਾਂ 'ਤੇ ਪੈਸਾ ਖਰਚ ਕਰੋ ਜਿਨ੍ਹਾਂ ਦੀ ਕੀਮਤ ਸਮੇਂ ਦੇ ਨਾਲ ਵਧਦੀ ਹੈ:** ਅੱਜਕੱਲ੍ਹ ਸਾਡੇ ਵਿੱਚੋਂ ਜ਼ਿਆਦਾਤਰ ਲੋਕ ਆਪਣੇ ਪੈਸੇ ਦਾ ਵੱਡਾ ਹਿੱਸਾ ਬਹੁਤ ਮਹਿੰਗੇ

ਮੋਬਾਈਲ, ਲੈਪਟਾਪ, ਟੀਵੀ ਆਦਿ ਵਰਗੇ ਇਲੈਕਟ੍ਰਾਨਿਕ ਉਤਪਾਦਾਂ 'ਤੇ ਖਰਚ ਕਰਦੇ ਹਨ ਅਤੇ ਮਹਿੰਗੀਆਂ ਕਾਰਾਂ, ਮੋਟਰਸਾਈਕਲਾਂ 'ਤੇ ਵੀ ਚੰਗੀ ਰਕਮ ਖਰਚ ਕਰਦੇ ਹਨ। ਪਰ ਇੱਕ ਵਾਰ ਜਦੋਂ ਤੁਸੀਂ ਇਹ ਚੀਜ਼ਾਂ ਖਰੀਦ ਲੈਂਦੇ ਹੋ, ਤਾਂ ਜੇਕਰ ਤੁਸੀਂ ਉਨ੍ਹਾਂ ਨੂੰ ਤੁਰੰਤ ਵੇਚਣਾ ਚਾਹੁੰਦੇ ਹੋ, ਤਾਂ ਤੁਹਾਡੇ ਲਈ ਅੱਧੀ ਕੀਮਤ ਵੀ ਪ੍ਰਾਪਤ ਕਰਨਾ ਬਹੁਤ ਮੁਸ਼ਕਲ ਹੈ।

ਮੇਰਾ ਇੱਕ ਸ਼ੁਭਚਿੰਤਕ ਮੈਨੂੰ ਦੱਸ ਰਿਹਾ ਸੀ ਕਿ ਇੱਕ ਵਾਰ ਉਸਨੇ ਬਹੁਤ ਉਤਸ਼ਾਹ ਨਾਲ 56,000 ਰੁਪਏ ਦਾ ਮੋਬਾਈਲ ਫ਼ੋਨ ਖਰੀਦਿਆ ਸੀ। ਕੁਝ ਦਿਨਾਂ ਬਾਅਦ, ਉਸਨੂੰ ਇੱਕ ਪਰਿਵਾਰਕ ਸਮੱਸਿਆ ਹੋ ਗਈ ਜਿਸ ਕਾਰਨ ਉਸਨੂੰ ਪੈਸਿਆਂ ਦੀ ਲੋੜ ਸੀ। ਉਸ ਸਮੇਂ, ਉਸਨੇ ਆਪਣਾ 56,000 ਰੁਪਏ ਦਾ ਮੋਬਾਈਲ ਵੇਚਣ ਦੀ ਕੋਸ਼ਿਸ਼ ਕੀਤੀ। ਮੋਬਾਈਲ ਬਹੁਤ ਚੰਗੀ ਹਾਲਤ ਵਿੱਚ ਹੋਣ ਦੇ ਬਾਵਜੂਦ, ਇਹ ਸਿਰਫ਼ 20,000 ਰੁਪਏ ਵਿੱਚ ਵਿਕ ਪਾਇਆ।

ਹੁਣ ਆਓ ਕੁਝ ਚੀਜ਼ਾਂ ਵੱਲ ਆਉਂਦੇ ਹਾਂ ਜਿਨ੍ਹਾਂ ਦੀ ਕੀਮਤ ਸਮੇਂ ਦੇ ਨਾਲ (ਲੰਬੇ ਸਮੇਂ ਵਿੱਚ) ਵਧਦੀ ਹੈ ਅਤੇ ਇੱਥੇ ਮੈਂ ਤੁਹਾਡੇ ਨਾਲ 3 ਅਜਿਹੀਆਂ ਚੀਜ਼ਾਂ ਸਾਂਝੀਆਂ ਕਰ ਰਿਹਾ ਹਾਂ ਜਿਨ੍ਹਾਂ ਦੀ ਕੀਮਤ ਸਮੇਂ ਦੇ ਨਾਲ ਵਧਦੀ ਦੇਖੀ ਜਾ ਸਕਦੀ ਹੈ ਅਤੇ ਉਹ 3 ਚੀਜ਼ਾਂ ਹਨ ਸੋਨਾ, ਚਾਂਦੀ ਅਤੇ ਜ਼ਮੀਨ ਅਤੇ ਸਭ ਤੋਂ ਵਧੀਆ ਗੱਲ ਇਹ ਹੈ ਕਿ ਇਹਨਾਂ ਨੂੰ ਇਲੈਕਟ੍ਰਾਨਿਕ ਉਪਕਰਣਾਂ ਜਾਂ ਵਾਹਨਾਂ ਨਾਲੋਂ ਬਹੁਤ ਆਸਾਨੀ ਨਾਲ ਅਤੇ ਵਧੀਆ ਕੀਮਤਾਂ 'ਤੇ ਵੇਚਿਆ ਜਾ ਸਕਦਾ ਹੈ।

ਜੇਕਰ ਤੁਸੀਂ ਚਾਹੋ, ਤਾਂ ਤੁਸੀਂ ਸਮੇਂ-ਸਮੇਂ 'ਤੇ ਸੋਨੇ ਜਾਂ ਚਾਂਦੀ ਦੇ ਸਿੱਕੇ ਖਰੀਦ ਸਕਦੇ ਹੋ। ਇਸ ਵਿੱਚ ਛੋਟੇ ਨਿਵੇਸ਼ ਸਮੇਂ ਦੇ ਨਾਲ ਵਧਦੇ ਹਨ। ਜ਼ਮੀਨ ਲਈ ਵੱਡੇ ਨਿਵੇਸ਼ ਦੀ ਲੋੜ ਹੁੰਦੀ ਹੈ ਪਰ ਬਹੁਤ ਸਾਰੇ ਬੈਂਕ ਅਤੇ ਜਾਇਦਾਦ ਸੰਸਥਾਵਾਂ ਜ਼ਮੀਨ ਦੀ ਖਰੀਦ ਨੂੰ ਆਸਾਨ ਬਣਾਉਣ ਲਈ ਸਸਤੇ ਕਰਜ਼ੇ ਦੀ ਪੇਸ਼ਕਸ਼ ਕਰਦੀਆਂ ਹਨ। ਅੱਜਕੱਲ੍ਹ, ਕਿਫ਼ਾਇਤੀ ਦਰਾਂ 'ਤੇ ਕਰਜ਼ਾ ਸਹੂਲਤਾਂ ਉਪਲਬਧ ਕਰਵਾਈਆਂ ਜਾ ਰਹੀਆਂ ਹਨ ਤਾਂ ਜੋ ਤੁਸੀਂ ਜ਼ਮੀਨ ਖਰੀਦਣ ਦੇ ਆਪਣੇ ਸੁਪਨੇ ਨੂੰ ਆਸਾਨੀ ਨਾਲ ਪੂਰਾ ਕਰ ਸਕੋ।

6. **ਆਮਦਨ ਦੇ ਇੱਕ ਤੋਂ ਵੱਧ ਸਰੋਤ ਵਿਕਸਤ ਕਰੋ:** ਇਹ ਥੋੜ੍ਹਾ ਮੁਸ਼ਕਲ ਹੈ ਪਰ ਥੋੜ੍ਹੀ ਜਿਹੀ ਕੋਸ਼ਿਸ਼ ਨਾਲ ਅਸੀਂ ਇਸਨੂੰ ਵਿਕਸਤ ਕਰ ਸਕਦੇ ਹਾਂ। ਆਮਦਨ ਦੇ ਇੱਕ ਤੋਂ ਵੱਧ ਸਰੋਤ ਹੋਣਾ ਵੀ ਸਿਆਣਪ ਹੈ ਤਾਂ ਜੋ ਜੇਕਰ ਤੁਹਾਡਾ ਇੱਕ ਸਰੋਤ ਗਲਤ ਹੋ ਜਾਵੇ, ਤਾਂ ਸਾਡੇ ਕੋਲ ਆਮਦਨ ਦਾ ਇੱਕ ਹੋਰ ਵਿਕਲਪਿਕ ਸਰੋਤ ਹੋਵੇ।

ਉਦਾਹਰਣ ਵਜੋਂ, ਮੇਰਾ ਇੱਕ ਦੋਸਤ ਹੈ ਜੋ ਇੱਕ ਕਾਰੋਬਾਰੀ ਹੈ। ਕਾਰੋਬਾਰ ਕਰਨ ਦੇ ਨਾਲ-ਨਾਲ, ਉਸਨੇ ਆਪਣਾ ਪੈਸਾ ਸਟਾਕ ਮਾਰਕੀਟ ਵਿੱਚ ਵੀ ਲਗਾਉਣਾ ਸ਼ੁਰੂ ਕਰ ਦਿੱਤਾ। ਇੱਕ ਸਮਾਂ ਆਇਆ ਜਦੋਂ ਉਸਦਾ ਕਾਰੋਬਾਰ ਰਾਤੋ-ਰਾਤ ਬਰਬਾਦ ਹੋ ਗਿਆ ਕਿਉਂਕਿ ਉਸਨੇ ਸਟਾਕ ਮਾਰਕੀਟ ਵਿੱਚ ਬਹੁਤ ਸਾਰਾ ਪੈਸਾ ਲਗਾਇਆ ਸੀ, ਇਸ ਲਈ ਉਹ ਇਸ ਵਿੱਤੀ ਸੰਕਟ ਨੂੰ ਦੂਰ ਕਰਨ ਦੇ ਯੋਗ ਹੋ ਗਿਆ, ਜੇਕਰ ਉਸਨੇ ਸਟਾਕ ਮਾਰਕੀਟ ਵਿੱਚ ਨਿਵੇਸ਼ ਨਾ ਕੀਤਾ ਹੁੰਦਾ, ਤਾਂ

ਰੱਬ ਜਾਣਦਾ ਹੈ ਕੀ ਹੁੰਦਾ, ਇਸ ਲਈ ਤੁਹਾਨੂੰ ਵੀ ਜੇਕਰ ਸੰਭਵ ਹੋਵੇ ਤਾਂ ਆਮਦਨ ਦੇ ਇੱਕ ਤੋਂ ਵੱਧ ਸਰੋਤ ਵਿਕਸਤ ਕਰਨੇ ਚਾਹੀਦੇ ਹਨ। ਉਦਾਹਰਣ ਵਜੋਂ, ਇਹ ਕਿਸੇ ਦੋਸਤ ਨਾਲ ਸਾਂਝੇਦਾਰੀ ਵਿੱਚ ਕਾਰੋਬਾਰ ਸ਼ੁਰੂ ਕਰਨਾ, ਸਟਾਕ ਮਾਰਕੀਟ ਵਿੱਚ ਨਿਵੇਸ਼ ਕਰਨਾ ਜਾਂ ਜੇ ਤੁਸੀਂ ਚਾਹੋ, ਤਾਂ ਤੁਸੀਂ ਇੱਕ ਜਾਇਦਾਦ ਕਿਰਾਏ 'ਤੇ ਦੇ ਸਕਦੇ ਹੋ, ਤਾਂ ਜੋ ਤੁਹਾਨੂੰ ਨਿਯਮਤ ਆਮਦਨ ਮਿਲੇ।

ਸਟ੍ਰੈੱਸ ਮੈਨੇਜਮੈਂਟ ਨਾਲ ਸਬੰਧਤ ਉਪਯੋਗੀ ਸੁਝਾਅ:

- ਜਿਵੇਂ ਤੁਸੀਂ ਸਿਹਤ ਸੰਬੰਧੀ ਸਮੱਸਿਆਵਾਂ ਨੂੰ ਹੱਲ ਕਰਨ ਲਈ ਕਿਸੇ ਮਾਹਰ (ਡਾਕਟਰ) ਤੋਂ ਸਲਾਹ ਲੈਂਦੇ ਹੋ, ਉਸੇ ਤਰ੍ਹਾਂ, ਪੈਸੇ ਸੰਬੰਧੀ ਕਿਸੀ ਵੀ ਆਂਦੇ ਜਾਂਦੇ ਮਨੁੱਖ ਦੀ ਸਲਾਹ ਨਾ ਲਓ, ਸਗੋਂ ਕਿਸੇ ਮਾਹਰ ਤੋਂ ਸਲਾਹ ਲਓ। ਇੱਕ ਪੁਰਾਣੀ ਕਹਾਵਤ ਹੈ ਕਿ ਅੱਗੇ ਵਧਣ ਦਾ ਰਸਤਾ ਉਹੀ ਦੱਸ ਸਕਦਾ ਹੈ ਜੋ ਉਸ ਰਸਤੇ 'ਤੇ ਚੱਲਿਆ ਹੈ ਅਤੇ ਵਾਪਸ ਆ ਰਿਹਾ ਹੈ। ਸਾਡੇ ਵਿੱਚੋਂ ਬਹੁਤ ਸਾਰੇ ਲੋਕ ਉਨ੍ਹਾਂ ਲੋਕਾਂ ਤੋਂ ਸਲਾਹ ਲੈਂਦੇ ਹਨ ਜਿਨ੍ਹਾਂ ਦੀ ਵਿੱਤੀ ਹਾਲਤ ਖੁਦ ਚੰਗੀ ਨਹੀਂ ਹੈ। ਇੱਕ ਗੱਲ ਸਪੱਸ਼ਟ ਹੈ, ਜੇਕਰ ਉਹ ਆਪਣੀ ਹਾਲਤ ਨਹੀਂ ਸੁਧਾਰ ਸਕਦੇ, ਤਾਂ ਉਹ ਸਾਡੀ ਹਾਲਤ ਕਿਵੇਂ ਸੁਧਾਰਣਗੇ।
- **ਪੈਸੇ ਨਾਲ ਸਤਿਕਾਰ ਨਾਲ ਪੇਸ਼ ਆਓ:** ਅਕਸਰ ਲੋਕ ਪੈਸੇ ਨੂੰ ਬੇਤਰਤੀਬ ਢੰਗ ਨਾਲ ਰੱਖਦੇ ਹਨ, ਜਿਸ ਨਾਲ ਇਹ ਸੁਨੇਹਾ ਮਿਲਦਾ ਹੈ ਕਿ ਉਨ੍ਹਾਂ ਨੂੰ ਪੈਸੇ ਦੀ ਕੋਈ ਪਰਵਾਹ ਨਹੀਂ ਹੈ। ਉਦਾਹਰਣ ਵਜੋਂ, ਜਦੋਂ ਲੋਕ ਆਪਣੇ ਪਰਸ ਵਿੱਚ ਪੈਸੇ ਰੱਖਦੇ ਹਨ, ਤਾਂ ਉਹਨਾਂ ਨੂੰ ਮੋੜ ਕੇ ਉਲਟਾ ਰੱਖਿਆ ਜਾਂਦਾ ਹੈ। 100 ਰੁਪਏ ਦੇ ਨੋਟ 10 ਰੁਪਏ ਦੇ ਨੋਟਾਂ ਦੇ ਵਿਚਕਾਰ, 200 ਰੁਪਏ ਦੇ ਨੋਟ ਉਨ੍ਹਾਂ ਦੇ ਵਿਚਕਾਰ ਆਦਿ ਰੱਖੇ ਜਾਂਦੇ ਹਨ। ਕੁੱਲ ਮਿਲਾ ਕੇ, ਤੁਸੀਂ ਸਥਿਤੀ ਨੂੰ ਸਮਝ ਸਕਦੇ ਹੋ। ਜਦੋਂ ਅਸੀਂ ਨੋਟਾਂ ਨੂੰ ਕ੍ਰਮਬੱਧ ਅਤੇ ਸੰਗਠਿਤ ਰੱਖਦੇ ਹਾਂ, ਤਾਂ ਸਾਨੂੰ ਪੈਸੇ ਬਾਰੇ ਵੀ ਚੰਗਾ ਲੱਗਦਾ ਹੈ, ਇਸ ਲਈ ਹੁਣ ਤੋਂ ਨੋਟਾਂ ਨੂੰ ਸੰਗਠਿਤ ਰੱਖੋ।
- **ਜਦੋਂ ਤੁਹਾਨੂੰ ਪੈਸਾ ਮਿਲਦਾ ਹੈ ਤਾਂ ਖੁਸ਼ ਰਹੋ। ਜਦੋਂ ਤੁਸੀਂ ਦੂਜਿਆਂ ਨੂੰ ਪੈਸਾ ਦਿੰਦੇ ਹੋ, ਤਾਂ ਇਸਨੂੰ ਚੰਗੇ ਦਿਲ ਨਾਲ ਦਿਓ:** ਤੁਸੀਂ ਸਮਝ ਗਏ ਹੋ ਕਿ ਜਦੋਂ ਤੁਹਾਨੂੰ ਪੈਸਾ ਮਿਲਦਾ ਹੈ ਤਾਂ ਤੁਹਾਨੂੰ ਖੁਸ਼ ਹੋਣਾ ਚਾਹੀਦਾ ਹੈ, ਪਰ ਜਦੋਂ ਤੁਸੀਂ ਦੂਜਿਆਂ ਨੂੰ ਪੈਸਾ ਦਿੰਦੇ ਹੋ, ਤਾਂ ਇਸਨੂੰ ਚੰਗੇ ਦਿਲ ਅਤੇ ਖੁਸ਼ੀ ਨਾਲ ਦਿਓ। ਇਸ ਦੇ ਪਿੱਛੇ ਕਾਰਨ ਇਹ ਹੈ ਕਿ ਤੁਸੀਂ ਦੁਨੀਆ ਨੂੰ ਜੋ ਵੀ ਊਰਜਾ ਦਿੰਦੇ ਹੋ, ਉਹੀ ਊਰਜਾ ਤੁਹਾਡੇ ਕੋਲ ਵਾਪਸ ਆਉਂਦੀ ਹੈ। ਜੇਕਰ ਤੁਸੀਂ ਝਿਜਕ ਨਾਲ ਜਾਂ ਉਦਾਸ ਮਨ ਨਾਲ ਪੈਸਾ ਖਰਚ ਕਰਦੇ ਹੋ, ਤਾਂ ਪੈਸਾ ਵੀ ਤੁਹਾਡੇ ਕੋਲ ਉਸੇ ਊਰਜਾ ਨਾਲ ਵਾਪਸ ਆਵੇਗਾ। ਯਾਦ ਰੱਖੋ ਪੈਸਾ ਸਿਰਫ਼ ਇੱਕ ਮਾਧਿਅਮ ਹੈ ਜਿਸ ਰਾਹੀਂ ਤੁਸੀਂ ਸੇਵਾਵਾਂ ਅਤੇ ਉਤਪਾਦ ਖਰੀਦ ਸਕਦੇ ਹੋ, ਇਸ ਲਈ ਇਸ ਮਾਧਿਅਮ ਨੂੰ ਖੁਸ਼ੀ ਨਾਲ ਵਹਾਓ ਤਾਂ ਜੋ ਇਹ ਤੁਹਾਡੇ ਕੋਲ ਖੁਸ਼ੀ ਨਾਲ ਵਾਪਸ ਆਵੇ।

- **ਪੈਸੇ ਬਾਰੇ ਗਿਆਨ ਵਧਾਓ:** ਇੱਕ ਵਾਰ ਲਗਭਗ ਢਾਈ ਸਾਲ ਦੇ ਇੱਕ ਬੱਚੇ ਨੂੰ ਉਸਦੇ ਪਿਤਾ ਨੇ 100 ਦਾ ਨੋਟ ਦਿੱਤਾ ਅਤੇ ਪੁੱਛਿਆ ਕਿ ਉਹ ਇਸ ਨਾਲ ਕੀ ਕਰੇਗਾ? ਤਾਂ ਉਸਨੇ ਕਿਹਾ ਕਿ ਉਹ ਇਸ ਨਾਲ ਚਾਕਲੇਟ ਖਰੀਦੇਗਾ, ਪਰ ਜੇਕਰ ਉਸਨੂੰ 1000 ਰੁਪਏ ਦਿੱਤੇ ਜਾਣ ਅਤੇ ਫਿਰ ਵੀ ਉਸਦਾ ਜਵਾਬ ਇਹੀ ਹੋਵੇ, ਤਾਂ ਇਹ ਸਹੀ ਨਹੀਂ ਹੋਵੇਗਾ, ਇਸ ਲਈ ਸਾਨੂੰ ਪੈਸੇ ਬਾਰੇ ਆਪਣਾ ਗਿਆਨ ਵਧਾਉਣਾ ਚਾਹੀਦਾ ਹੈ ਅਤੇ ਤਿਆਰੀ ਕਰਨੀ ਚਾਹੀਦੀ ਹੈ ਕਿ ਜਦੋਂ ਸਾਡੀ ਆਮਦਨ ਵਧੇਗੀ, ਤਾਂ ਅਸੀਂ ਇਸਨੂੰ ਕਿਵੇਂ ਨਿਵੇਸ਼ ਕਰਾਂਗੇ ਅਤੇ ਕਿੰਨੀ ਰਕਮ ਖਰਚ ਕਰਨੀ ਉਚਿਤ ਹੋਵੇਗੀ।

• • •

ਅਧਿਆਇ 55

ਸਟ੍ਰੈੱਸ ਮੈਨੇਜਮੈਂਟ ਅਤੇ ਕਾਰੋਬਾਰ

"ਕਾਰੋਬਾਰੀ ਮੌਕੇ ਬੱਸਾਂ ਵਾਂਗ ਹੁੰਦੇ ਹਨ ਅਤੇ ਇਸਲਈ ਹਮੇਸ਼ਾ ਕੋਈ ਨੇ ਕੋਈ ਅਵਸਰ ਆਉਂਦਾ ਰਹਿੰਦਾ ਹੈ।"

-ਸਰ ਰਿਚਰਡ ਬ੍ਰੇਸਨ

ਮੌਜੂਦਾ ਸਮੇਂ ਵਿੱਚ ਕਾਰੋਬਾਰ ਕਰਨਾ ਬਹੁਤ ਚੁਣੌਤੀਪੂਰਨ ਹੁੰਦਾ ਜਾ ਰਿਹਾ ਹੈ। ਮੁਕਾਬਲਾ ਬਹੁਤ ਜ਼ਿਆਦਾ ਹੈ, ਜਿਸ ਕਾਰਨ ਗਾਹਕ ਕੋਲ ਪਹਿਲਾਂ ਨਾਲੋਂ ਜ਼ਿਆਦਾ ਵਿਕਲਪ ਹਨ। ਪਰ ਹੁਣ ਵੀ ਜੇਕਰ ਅਸੀਂ ਬੁਨਿਆਦੀ ਗੱਲਾਂ 'ਤੇ ਸਖ਼ਤ ਮਿਹਨਤ ਕਰਦੇ ਹਾਂ, ਤਾਂ ਅਸੀਂ ਕਾਰੋਬਾਰ ਨੂੰ ਬਿਹਤਰ ਤਰੀਕੇ ਨਾਲ ਚਲਾ ਸਕਦੇ ਹਾਂ ਅਤੇ ਚਿੰਤਾ ਮੁਕਤ ਰਹਿ ਸਕਦੇ ਹਾਂ। ਅਤੇ ਇਸ ਅਧਿਆਇ ਵਿੱਚ ਅਸੀਂ ਕੁਝ ਅਜਿਹੇ ਸੁਝਾਵਾਂ 'ਤੇ ਚਰਚਾ ਕਰਾਂਗੇ:

1. **ਕਾਰੋਬਾਰ ਗਾਹਕ ਦੀ ਪਸੰਦ 'ਤੇ ਚੱਲਦਾ ਹੈ, ਤੁਹਾਡੀ ਪਸੰਦ 'ਤੇ ਨਹੀਂ:** ਮੈਨੂੰ ਯਾਦ ਹੈ ਜਦੋਂ ਮੈਂ ਬਚਪਨ ਵਿੱਚ ਆਪਣੇ ਦਾਦਾ ਜੀ ਨਾਲ ਆਪਣੀ ਪੁਸ਼ਤੈਨੀ ਘੜੀ ਦੀ ਦੁਕਾਨ, ਵਾਚ ਹਾਊਸ, ਵਿੱਚ ਬੈਠਾ ਹੁੰਦਾ ਸੀ, ਇੱਕ ਵਾਰ ਮੈਂ ਆਪਣੇ ਦਾਦਾ ਜੀ ਨੂੰ ਕਿਹਾ, "ਬਾਊ ਜੀ, ਇਹ ਸਾਰੇ ਮਾਡਲ ਦੀਆਂ ਘੜੀਆਂ ਨਾ ਮੰਗਵਾਓ। ਮੈਨੂੰ ਇਹ ਬਿਲਕੁਲ ਵੀ ਪਸੰਦ ਨਹੀਂ ਹਨ। ਤੁਹਾਨੂੰ ਵੱਧ ਤੋਂ ਵੱਧ ਮਾਤਰਾ ਵਿੱਚ ਸਿਰਫ਼ ਇਸ ਮਾਡਲ ਦੀ ਘੜੀ ਮੰਗਵਾਉਣੀ ਚਾਹੀਦੀ ਹੈ ਕਿਉਂਕਿ ਮੈਨੂੰ ਸਿਰਫ਼ ਉਹੀ ਪਸੰਦ ਹਨ।" ਇਸ 'ਤੇ ਦਾਦਾ ਜੀ ਮੁਸਕਰਾਏ ਅਤੇ ਕਿਹਾ, "ਬਾਬੂ, ਮੈਨੂੰ ਵੀ ਇਹ ਮਾਡਲ ਪਸੰਦ ਹਨ।" ਮੈਨੂੰ ਸਿਰਫ਼ ਕੁਝ ਹੀ ਮਾਡਲ ਪਸੰਦ ਹਨ, ਪਰ ਦੁਕਾਨ ਚਲਾਉਣ ਲਈ, ਗਾਹਕ ਦੀ ਪਸੰਦ ਦਾ ਪਾਲਣ ਕਰਨਾ ਪੈਂਦਾ ਹੈ, ਆਪਣੀ ਨਹੀਂ।"

   ਇਹ ਸਿਧਾਂਤ ਅੱਜ ਵੀ ਓਨਾ ਹੀ ਸੱਚ ਹੈ ਜਿੰਨਾ ਉਦੋਂ ਸੀ: ਗਾਹਕ ਦੀਆਂ ਜ਼ਰੂਰਤਾਂ ਨੂੰ ਸਮਝੋ ਅਤੇ ਉਨ੍ਹਾਂ ਨੂੰ ਉਹ ਦਿਓ ਜੋ ਉਹ ਚਾਹੁੰਦੇ ਹਨ।
2. **ਗਾਹਕ ਨਾਲ ਹਮੇਸ਼ਾ ਸਤਿਕਾਰ ਨਾਲ ਪੇਸ਼ ਆਓ:** ਯਾਦ ਰੱਖੋ ਕਿ ਗਾਹਕ ਹੀ ਤੁਹਾਡੇ ਕਾਰੋਬਾਰ ਦਾ ਆਧਾਰ ਹੈ, ਜੇਕਰ ਗਾਹਕ ਕਾਰੋਬਾਰ ਚਲਾ ਸਕਦੇ ਹਨ ਤਾਂ ਗਾਹਕ ਕਾਰੋਬਾਰ ਬੰਦ ਵੀ ਕਰਵਾ ਸਕਦੇ ਹਨ।

   ਗਾਹਕਾਂ ਨਾਲ ਮੁਸਕਰਾਹਟ ਅਤੇ ਨਿਮਰਤਾ ਨਾਲ ਗੱਲ ਕਰੋ। ਇਹ ਸੰਭਵ ਹੈ ਕਿ ਤੁਹਾਡਾ ਕਾਰੋਬਾਰ ਅੱਜ ਆਪਣੇ ਸਿਖਰ 'ਤੇ ਹੈ ਪਰ ਇਹ ਗਾਹਕ ਹਨ ਜਿਨ੍ਹਾਂ ਨੇ ਇਸਨੂੰ ਸਿਖਰ 'ਤੇ ਪਹੁੰਚਾਇਆ ਹੈ। ਮੈਨੂੰ ਲੱਗਦਾ ਹੈ ਕਿ ਭਾਵੇਂ ਤੁਹਾਡੇ ਕੋਲ ਦੁਨੀਆ ਦੇ ਸਭ ਤੋਂ ਵੱਡੇ ਸੰਸਥਾਨ ਤੋਂ ਐਮਬੀਏ ਦੀ ਡਿਗਰੀ ਹੈ, ਜੇਕਰ ਤੁਹਾਡਾ ਵਿਵਹਾਰ ਬਹੁਤ ਰੁੱਖਾ ਹੈ, ਤਾਂ ਤੁਸੀਂ ਕਾਰੋਬਾਰ ਵਿੱਚ ਵੱਡੀ ਸਫਲਤਾ ਪ੍ਰਾਪਤ ਨਹੀਂ ਕਰ ਸਕੋਗੇ।
3. **ਗਾਹਕ ਨਾਲ ਸਿਰਫ਼ ਉਹੀ ਵਾਅਦੇ ਕਰੋ ਜੋ ਤੁਸੀਂ ਪੂਰੇ ਕਰ ਸਕੋ:** ਅਕਸਰ ਦੇਖਿਆ ਜਾਂਦਾ ਹੈ ਕਿ ਲੋਕ ਗਾਹਕ ਨੂੰ ਆਪਣੀਆਂ ਚੀਜ਼ਾਂ ਅਤੇ ਸੇਵਾਵਾਂ ਜਲਦੀ ਵੇਚਣ ਲਈ ਵੱਡੇ ਅਤੇ ਲੁਭਾਉਣੇ ਵਾਅਦੇ ਕਰਦੇ ਹਨ। ਗਾਹਕ ਇਨ੍ਹਾਂ ਵਾਅਦਿਆਂ ਤੋਂ ਪ੍ਰਭਾਵਿਤ ਹੁੰਦੇ ਹਨ ਅਤੇ ਉਨ੍ਹਾਂ ਤੋਂ ਉਹ ਉਤਪਾਦ ਅਤੇ ਸੇਵਾਵਾਂ ਖਰੀਦਦੇ ਹਨ। ਪਰ ਬਾਅਦ ਵਿੱਚ ਜਦੋਂ ਗਾਹਕ ਨੂੰ ਸੱਚਾਈ ਦਾ ਪਤਾ ਲੱਗਦਾ ਹੈ, ਤਾਂ ਉਹ ਬਹੁਤ ਦੁਖੀ ਹੁੰਦਾ ਹੈ।

   ਭਵਿੱਖ ਵਿੱਚ ਤੁਹਾਡੇ ਤੋਂ ਸਾਮਾਨ ਖਰੀਦਣ ਦੀ ਗੱਲ ਤਾਂ ਭੁੱਲ ਜਾਓ, ਉਹ ਆਪਣੇ ਧੋਖਾਧੜੀ ਦੇ ਤਜਰਬੇ ਨੂੰ ਉਨ੍ਹਾਂ ਸਾਰਿਆਂ ਨਾਲ ਸਾਂਝਾ ਕਰਦਾ ਹੈ ਜਿਨ੍ਹਾਂ ਨੂੰ ਉਹ ਜਾਣਦਾ ਹੈ ਅਤੇ ਇਸ ਕਾਰਨ ਉਨ੍ਹਾਂ ਵਿੱਚੋਂ ਜ਼ਿਆਦਾਤਰ ਤੁਹਾਡੇ ਨਾਲ ਕਾਰੋਬਾਰ ਨਹੀਂ ਕਰਦੇ।
4. **ਸਿਰਫ਼ ਖੁਸ਼ ਅਤੇ ਭਰੋਸੇਮੰਦ ਕਰਮਚਾਰੀਆਂ ਨਾਲ ਹੀ ਮਿਲਕੇ ਕਾਰੋਬਾਰ ਕਰੋ:** ਤੁਹਾਡਾ ਕਾਰੋਬਾਰ ਜਿੰਨਾ ਵੱਡਾ ਹੋਵੇਗਾ, ਤੁਸੀਂ ਆਪਣੇ ਗਾਹਕਾਂ ਨੂੰ ਓਨਾ ਹੀ ਘੱਟ ਮਿਲ ਸਕੋਗੇ। ਤੁਹਾਡੇ ਕਰਮਚਾਰੀ ਤੁਹਾਡੇ ਜ਼ਿਆਦਾਤਰ ਕਾਰੋਬਾਰ ਦੀ ਨੁਮਾਇੰਦਗੀ ਕਰਨਗੇ।

ਜੇਕਰ ਤੁਹਾਡੇ ਕਰਮਚਾਰੀ ਚੰਗੇ ਵਿਵਹਾਰ ਵਾਲੇ, ਇਮਾਨਦਾਰ ਅਤੇ ਤੁਹਾਡੇ ਸੰਗਠਨ ਪ੍ਰਤੀ ਸਮਰਪਿਤ ਹਨ ਤਾਂ ਕੋਈ ਵੀ ਤੁਹਾਨੂੰ ਕਾਰੋਬਾਰ ਵਿੱਚ ਸਫਲ ਹੋਣ ਤੋਂ ਨਹੀਂ ਰੋਕ ਸਕਦਾ।

ਇੱਥੇ ਮੈਂ ਤੁਹਾਡੇ ਸਾਰਿਆਂ ਨਾਲ ਆਪਣਾ ਨਿੱਜੀ ਅਨੁਭਵ ਸਾਂਝਾ ਕਰ ਰਿਹਾ ਹਾਂ। ਦੇਸ਼ ਦੀ ਇੱਕ ਮਸ਼ਹੂਰ ਚਾਰ ਪਹੀਆ ਵਾਹਨ ਕੰਪਨੀ ਨੇ ਇੱਕ ਵੱਡੀ 7 ਸੀਟਰ ਕਾਰ ਲਾਂਚ ਕੀਤੀ ਸੀ। ਮੇਰਾ ਦੋਸਤ ਇਸ ਕਾਰ ਬਾਰੇ ਬਹੁਤ ਉਤਸ਼ਾਹਿਤ ਸੀ ਅਤੇ ਉਸਨੇ ਮੈਨੂੰ ਦੱਸਿਆ ਕਿ ਉਹ ਇਸ ਬਾਰੇ ਬਹੁਤ ਉਤਸ਼ਾਹਿਤ ਹੈ ਅਤੇ ਉਹ ਇਸਦਾ ਕਾਲੇ ਰੰਗ ਦਾ ਮਾਡਲ ਖਰੀਦੇਗਾ।

ਮੇਰਾ ਦੋਸਤ ਮੇਰੇ ਨਾਲ ਕਾਰ ਦੇ ਸ਼ੋਅਰੂਮ ਗਿਆ ਜਿੱਥੇ ਉਸਨੇ ਕਾਰ ਦੀ ਟੈਸਟ ਡਰਾਈਵ ਕਰਨ ਦੀ ਇੱਛਾ ਜ਼ਾਹਰ ਕੀਤੀ। ਕੰਪਨੀ ਦੇ ਦੋ ਲੋਕ, ਯਾਨੀ ਇੱਕ ਮਾਰਕੀਟਿੰਗ ਵਿਅਕਤੀ ਅਤੇ ਇੱਕ ਡਰਾਈਵਰ, ਕਾਰ ਵਿੱਚ ਬੈਠੇ ਅਤੇ ਪੂਰੇ ਸਫ਼ਰ ਦੌਰਾਨ ਕਾਰ ਦੀਆਂ ਵਿਸ਼ੇਸ਼ਤਾਵਾਂ ਬਾਰੇ ਦੱਸਦੇ ਰਹੇ। ਮੇਰੇ ਦੋਸਤ ਨੇ ਕਿਹਾ ਕਿ ਇਹ ਵਧੀਆ ਹੈ ਪਰ ਹੁਣ ਮੈਂ ਕਾਰ ਦੀ ਟੈਸਟ ਡਰਾਈਵ ਕਰਨਾ ਚਾਹੁੰਦਾ ਹਾਂ ਪਰ ਡਰਾਈਵਰ ਨੇ ਇਹ ਕਹਿ ਕੇ ਇਨਕਾਰ ਕਰ ਦਿੱਤਾ ਕਿ ਉਸਨੂੰ ਕਾਰ ਬਹੁਤ ਸਾਰੇ ਲੋਕਾਂ ਨੂੰ ਦਿਖਾਉਣੀ ਪਵੇਗੀ।

ਮੈਨੂੰ ਡਰਾਈਵਰ ਦੀ ਇਹ ਗੱਲ ਚੰਗੀ ਨਹੀਂ ਲੱਗੀ ਕਿਉਂਕਿ ਟੈਸਟ ਡਰਾਈਵ ਦਾ ਅਰਥ ਇਹ ਹੈ ਕਿ ਤੁਸੀਂ ਇੱਕ ਵਾਰ ਕਾਰ ਚਲਾਓ ਅਤੇ ਇਸ ਗੱਲ ਦਾ ਅਨੁਭਵ ਪ੍ਰਾਪਤ ਕਰੋ ਕਿ ਕਾਰ ਅਸਲ ਵਿੱਚ ਕਿਵੇਂ ਹੈ ਅਤੇ ਫਿਰ ਉਸ ਦੇ ਆਧਾਰ 'ਤੇ ਫੈਸਲਾ ਲਓ। ਜਿਵੇਂ ਕਿ ਮੈਂ ਤੁਹਾਨੂੰ ਦੱਸਿਆ ਸੀ, ਮੈਨੂੰ ਡਰਾਈਵਰ ਦੀ ਗੱਲ ਪਸੰਦ ਨਹੀਂ ਆਈ ਅਤੇ ਜਿੱਥੋਂ ਤੱਕ ਮੇਰੇ ਦੋਸਤ ਦਾ ਸਵਾਲ ਹੈ, ਉਹ ਡਰਾਈਵਰ ਦੇ ਵਿਵਹਾਰ ਤੋਂ ਬਹੁਤ ਪਰੇਸ਼ਾਨ ਸੀ। ਉਹ ਇਸ ਕੰਪਨੀ ਦਾ ਪੁਰਾਣਾ ਗਾਹਕ ਸੀ ਅਤੇ ਉਸਨੇ ਪਹਿਲਾਂ ਹੀ.ਇਸ ਕੰਪਨੀ ਤੋਂ ਤਿੰਨ ਕਾਰਾਂ ਖਰੀਦੀਆਂ ਸਨ ਪਰ ਡਰਾਈਵਰ ਦੇ ਮਾੜੇ ਵਿਵਹਾਰ ਕਾਰਨ, ਉਸਨੇ ਦੂਜੀ ਕੰਪਨੀ ਵੱਲ ਜਾਣ ਦਾ ਫੈਸਲਾ ਕੀਤਾ ਅਤੇ ਇਸ ਕੰਪਨੀ ਤੋਂ ਖਰੀਦੀ ਜਾਣ ਵਾਲੀ 7 ਸੀਟਰ ਕਾਰ ਦੀ ਕੀਮਤ 28 ਲੱਖ ਰੁਪਏ ਸੀ।

ਮੈਨੂੰ ਲੱਗਦਾ ਹੈ ਕਿ ਸਿਰਫ਼ ਮੇਰਾ ਦੋਸਤ ਹੀ ਨਹੀਂ, ਹੋਰ ਵੀ ਬਹੁਤ ਸਾਰੇ ਗਾਹਕ ਹੋਣਗੇ ਜੋ ਕੰਪਨੀ ਦੀ ਮਾੜੀ ਭਰਤੀ ਕਾਰਨ ਕੰਪਨੀ ਦੇ ਉਤਪਾਦ ਖਰੀਦਣਾ ਬੰਦ ਕਰ ਦੇਣਗੇ। ਜੇਕਰ ਕੰਪਨੀ ਅਜਿਹੇ ਲੋਕਾਂ ਨੂੰ ਭਰਤੀ ਕਰਦੀ ਰਹੀ, ਤਾਂ ਤੁਸੀਂ ਖੁਦ ਅੰਦਾਜ਼ਾ ਲਗਾ ਸਕਦੇ ਹੋ ਕਿ ਕੰਪਨੀ ਨੂੰ ਕਿੰਨਾ ਨੁਕਸਾਨ ਹੋਵੇਗਾ।

5. **ਕਾਰੋਬਾਰੀ ਰਸਮਾਂ ਪਹਿਲਾਂ ਤੋਂ ਪੂਰੀਆਂ ਕਰੋ:** ਕਾਰੋਬਾਰ ਕਰਨ ਲਈ ਬਹੁਤ ਸਾਰੀਆਂ ਰਸਮਾਂ ਪੂਰੀਆਂ ਕਰਨੀਆਂ ਪੈਂਦੀਆਂ ਹਨ, ਜਿਸ ਵਿੱਚ ਬਹੁਤ ਸਾਰਾ ਕਾਗਜ਼ੀ ਕੰਮ ਵੀ ਸ਼ਾਮਲ ਹੁੰਦਾ ਹੈ। ਉਦਾਹਰਣ ਵਜੋਂ, ਟੈਕਸ। ਟੈਕਸਾਂ ਦਾ ਭੁਗਤਾਨ ਪਹਿਲਾਂ ਤੋਂ ਕਰਨ ਦੀ ਤਿਆਰੀ ਕਰਦੇ ਰਹੋ ਅਤੇ ਉਨ੍ਹਾਂ ਦਾ ਭੁਗਤਾਨ ਸਮੇਂ ਤੋਂ ਪਹਿਲਾਂ ਕਰੋ।

   ਇਸਨੂੰ ਪਹਿਲਾਂ ਹੀ ਕਰ ਲਓ, ਨਹੀਂ ਤਾਂ ਤੁਹਾਨੂੰ ਕਈ ਜੁਰਮਾਨੇ ਭੁਗਤਣੇ ਪੈਣਗੇ, ਅਤੇ ਇਸ ਨਾਲ ਚਿੰਤਾ ਵੀ ਵਧੇਗੀ।

6. **ਜਿੰਨਾ ਹੋ ਸਕੇ ਘੱਟ ਤੋਂ ਘੱਟ ਉਧਾਰ ਦੇਣ ਦੀ ਕੋਸ਼ਿਸ਼ ਕਰੋ:** ਇਹ ਉਦੋਂ ਦੇਖਿਆ ਜਾਂਦਾ ਹੈ ਜਦੋਂ ਅਸੀਂ ਕਿਸੇ ਨੂੰ ਪੈਸੇ ਉਧਾਰ ਦਿੰਦੇ ਹਾਂ, ਤਾਂ ਉਧਾਰ ਲੈਣ ਵੇਲੇ ਉਨ੍ਹਾਂ ਦਾ ਵਿਵਹਾਰ ਬਹੁਤ ਵਧੀਆ ਹੁੰਦਾ ਹੈ ਪਰ ਜਦੋਂ ਅਸੀਂ ਆਪਣਾ ਦਿੱਤਾ ਹੋਇਆ ਪੈਸਾ ਵਾਪਸ ਮੰਗਦੇ ਹਾਂ, ਤਾਂ ਉਹ ਸਾਡੇ ਨਾਲ ਇਸ ਤਰ੍ਹਾਂ ਪੇਸ਼ ਆਉਂਦੇ ਹਨ ਜਿਵੇਂ ਅਸੀਂ ਕੋਈ ਅਪਰਾਧ ਕੀਤਾ ਹੋਵੇ। ਅਤੇ ਆਪਣੇ ਪੈਸੇ ਵਾਪਸ ਲੈਣ ਲਈ, ਸਾਨੂੰ ਵਾਰ-ਵਾਰ ਚੱਕਰ ਲਗਾਉਣੇ ਪੈਂਦੇ ਹਨ ਅਤੇ ਇਸ ਨਾਲ ਸਾਨੂੰ ਬਹੁਤ ਚਿੰਤਾ ਹੁੰਦੀ ਹੈ, ਇਸ ਲਈ ਇਸ ਸਿਧਾਂਤ ਨੂੰ ਯਾਦ ਰੱਖਣਾ ਬਿਹਤਰ ਹੋਵੇਗਾ, ਜਿੰਨਾ ਘੱਟ ਤੁਸੀਂ ਉਧਾਰ ਲਓਗੇ, ਓਨੀ ਹੀ ਘੱਟ ਤੁਸੀਂ ਚਿੰਤਾ ਕਰੋਗੇ।
7. **ਬੀਮਾ:** ਆਪਣੇ ਕਾਰੋਬਾਰ ਦਾ ਬੀਮਾ ਕਰਵਾਉਣਾ ਕਦੀ ਨਾ ਭੁੱਲੋ ਤਾਂ ਜੋ ਕਿਸੇ ਦੁਰਘਟਨਾ ਦੀ ਸਥਿਤੀ ਵਿੱਚ ਤੁਹਾਨੂੰ ਘੱਟੋ-ਘੱਟ ਵਿੱਤੀ ਨੁਕਸਾਨ ਹੋਵੇ ਅਤੇ ਨਾਲ ਹੀ ਅੱਗ ਤੋਂ ਬਚਾਅ ਲਈ ਹਮੇਸ਼ਾ ਅੱਗ ਬੁਝਾਊ ਯੰਤਰ ਵੀ ਰੱਖੋ।

ਸਟ੍ਰੈੱਸ ਮੈਨੇਜਮੈਂਟ ਨਾਲ ਸਬੰਧਤ ਉਪਯੋਗੀ ਸੁਝਾਅ:

- **ਆਪਣੇ ਕਾਰੋਬਾਰੀ ਖੇਤਰ ਵਿੱਚ ਆਪਣੇ ਗਿਆਨ ਨੂੰ ਨਿਯਮਿਤ ਤੌਰ 'ਤੇ ਅਪਡੇਟ ਕਰੋ:** ਅਜੋਕੇ ਸਮੇਂ ਵਿੱਚ, ਕਾਰੋਬਾਰ ਬਹੁਤ ਤੇਜ਼ੀ ਨਾਲ ਬਦਲ ਰਿਹਾ ਹੈ ਅਤੇ ਇਸ ਲਈ ਇਹ ਜ਼ਰੂਰੀ ਹੈ ਕਿ ਅਸੀਂ ਤਬਦੀਲੀਆਂ ਦੇ ਨਾਲ ਤਾਲਮੇਲ ਬਣਾਈ ਰੱਖੀਏ। ਅਤੇ ਇਸ ਲਈ ਇਹ ਜ਼ਰੂਰੀ ਹੈ ਕਿ ਅਸੀਂ ਆਪਣੇ ਕਾਰੋਬਾਰ ਵਿੱਚ ਹੋ ਰਹੇ ਬਦਲਾਅ ਅਤੇ ਪ੍ਰਗਤੀ ਤੋਂ ਜਾਣੂ ਰਹੀਏ ਅਤੇ ਇਸ ਲਈ ਆਪਣੇ ਕਾਰੋਬਾਰ ਨਾਲ ਸਬੰਧਤ ਅਖ਼ਬਾਰਾਂ ਅਤੇ ਰਸਾਲਿਆਂ ਨੂੰ ਪੜ੍ਹਦੇ ਰਹੀਏ। ਆਪਣੇ ਕਾਰੋਬਾਰ ਨਾਲ ਸਬੰਧਤ ਸੰਗਠਨਾਂ ਨਾਲ ਜੁੜੋ ਅਤੇ ਆਪਣੇ ਖੇਤਰ ਨਾਲ ਸਬੰਧਤ ਕਾਰੋਬਾਰੀਆਂ ਨਾਲ ਜਾਣਕਾਰੀ ਦਾ ਆਦਾਨ-ਪ੍ਰਦਾਨ ਕਰਦੇ ਰਹੋ।
- **ਗਾਹਕ ਦੀ ਲੋੜ ਅਨੁਸਾਰ ਆਪਣੇ ਆਪ ਨੂੰ ਢਾਲੋ:** ਮੈਂ ਦੋ ਦਹਾਕਿਆਂ ਤੋਂ ਆਪਣੇ ਸ਼ਹਿਰ ਦੀ ਇੱਕ ਮਸ਼ਹੂਰ ਮਿਠਾਈ ਦੀ ਦੁਕਾਨ ਤੋਂ ਖਰੀਦਦਾਰੀ ਕਰ ਰਿਹਾ ਹਾਂ। ਕੁਝ ਸਾਲ ਪਹਿਲਾਂ ਉਸ ਦੁਕਾਨ ਦੇ ਨੇੜੇ ਇੱਕ ਬਿਨਾ ਅੰਡੇ ਦਾ ਕੇਕ ਅਤੇ ਪੇਸਟਰੀ ਦੀ ਦੁਕਾਨ ਖੁੱਲ੍ਹੀ ਸੀ ਅਤੇ ਇਹ ਬਹੁਤ ਸਫਲ ਰਹੀ। ਗਾਹਕਾਂ ਦੀਆਂ ਜ਼ਰੂਰਤਾਂ ਨੂੰ ਧਿਆਨ ਵਿੱਚ ਰੱਖਦੇ ਹੋਏ, ਉਸ ਮਸ਼ਹੂਰ ਮਿਠਾਈ ਦੀ ਦੁਕਾਨ ਨੇ ਵੀ ਬਿਨਾ ਅੰਡੇ ਦਾ ਕੇਕ ਅਤੇ ਪੇਸਟਰੀਆਂ ਬਣਾਉਣਾ ਅਤੇ ਵੇਚਣਾ ਸ਼ੁਰੂ ਕਰ ਦਿੱਤਾ ਅਤੇ ਉਨ੍ਹਾਂ ਦਾ ਇਹ ਕਾਰੋਬਾਰ ਵੀ ਮਿਠਾਈ ਦੇ ਕਾਰੋਬਾਰ ਵਾਂਗ ਹੀ ਸਫਲ ਰਿਹਾ।

• • •

ਅਧਿਆਇ 56

ਸਟ੍ਰੈੱਸ ਮੈਨੇਜਮੈਂਟ ਅਤੇ ਬੱਚੇ

"ਬੱਚੇ ਤੁਹਾਡੇ ਲਈ ਦੁਨੀਆਂ ਨੂੰ ਦੁਬਾਰਾ ਬਣਾਉਂਦੇ ਹਨ।"

- ਸੂਜ਼ਨ ਸਰੈਂਡਨ

ਮਾਪੇ ਬਣਨਾ ਦੁਨੀਆ ਦੇ ਸਭ ਤੋਂ ਖੁਸ਼ਹਾਲ ਪਲਾਂ ਵਿੱਚੋਂ ਇੱਕ ਹੈ। ਪਾਲਣ-ਪੋਸ਼ਣ ਜ਼ਿੰਦਗੀ ਦੀਆਂ ਸਭ ਤੋਂ ਮੁਸ਼ਕਲ ਜ਼ਿੰਮੇਵਾਰੀਆਂ ਵਿੱਚੋਂ ਇੱਕ ਹੈ ਕਿਉਂਕਿ ਇਸਨੂੰ ਪੂਰਾ ਕਰਨਾ ਬਹੁਤ ਮੁਸ਼ਕਲ ਜ਼ਿੰਮੇਵਾਰੀ ਹੈ, ਇਸ ਲਈ ਅਕਸਰ ਸਾਨੂੰ ਇਸ ਭੂਮਿਕਾ ਨੂੰ ਨਿਭਾਉਂਦੇ ਸਮੇਂ ਚਿੰਤਾ ਦਾ ਸਾਹਮਣਾ ਕਰਨਾ ਪੈਂਦਾ ਹੈ ਅਤੇ ਇਸ ਅਧਿਆਇ ਵਿੱਚ ਮੈਂ ਤੁਹਾਡੇ ਨਾਲ ਕੁਝ ਸੁਝਾਵਾਂ 'ਤੇ ਚਰਚਾ ਕਰਾਂਗਾ ਜੋ ਤੁਹਾਨੂੰ ਇੱਕ ਮਾਪੇ ਵਜੋਂ ਬਹੁਤ ਜ਼ਿਆਦਾ ਚਿੰਤਾ ਮੁਕਤ ਬਣਾ ਸਕਦੇ ਹਨ:

1. **ਬੱਚਿਆਂ ਨੂੰ ਚੰਗਾ ਬਣਾਉਣ ਲਈ ਉਨ੍ਹਾਂ ਲਈ ਚੰਗੀਆਂ ਉਦਾਹਰਣਾਂ ਕਾਇਮ ਕਰੋ:** ਬੱਚੇ ਸਿਖਾਏ ਜਾਣ ਨਾਲ ਓਨਾ ਨਹੀਂ ਸਿੱਖਦੇ ਜਿੰਨਾ ਆਪਣੇ ਮਾਪਿਆਂ ਦੇ ਕੰਮ ਦੇਖ ਕੇ ਸਿੱਖਦੇ ਹਨ। ਜੇਕਰ ਤੁਸੀਂ ਚਾਹੁੰਦੇ ਹੋ ਕਿ ਤੁਹਾਡੇ ਬੱਚੇ ਸਮਾਜ ਦੇ ਚੰਗੇ ਨਾਗਰਿਕ

ਬਣਨ, ਤਾਂ ਤੁਹਾਨੂੰ ਖੁਦ ਅੱਗੇ ਆ ਕੇ ਇੱਕ ਚੰਗਾ ਨਾਗਰਿਕ ਬਣਨਾ ਪਵੇਗਾ ਅਤੇ ਉਨ੍ਹਾਂ ਨੂੰ ਦਿਖਾਉਣਾ ਪਵੇਗਾ ਕਿ ਇੱਕ ਚੰਗਾ ਨਾਗਰਿਕ ਹੋਣ ਦਾ ਕੀ ਅਰਥ ਹੈ।

ਸਾਡੇ ਦਾਦਾ ਜੀ ਨੇ ਸਾਡਾ ਪਰਿਵਾਰ ਬਣਾਇਆ ਅਤੇ ਅੱਜ ਅਸੀਂ ਜੋ ਵੀ ਹਾਂ ਉਹ ਉਨ੍ਹਾਂ ਦੀ ਬਦੌਲਤ ਹੀ ਹਾਂ। ਸਾਡੇ ਦਾਦਾ ਜੀ ਅਤੇ ਦਾਦੀ ਜੀ ਨੇ ਇਹ ਯਕੀਨੀ ਬਣਾਇਆ ਕਿ ਸਾਡੇ ਪਰਿਵਾਰ ਵਿੱਚ ਕਦੇ ਵੀ ਕਿਸੇ ਕਿਸਮ ਦੀ ਲਤ ਜਾਂ ਸਿਗਰਟਨੋਸ਼ੀ ਨਾ ਹੋਵੇ ਅਤੇ ਉਨ੍ਹਾਂ ਨੇ ਸਾਡੇ ਵਿੱਚ ਸ਼ਾਕਾਹਾਰੀ ਦੇ ਜੀਵਨ ਮੁੱਲ ਵੀ ਪੈਦਾ ਕੀਤੇ। ਸ਼ਾਇਦ ਇਹੀ ਕਾਰਨ ਹੈ ਕਿ ਮੈਂ ਆਪਣੀ ਜ਼ਿੰਦਗੀ ਵਿੱਚ ਅੱਜ ਤੱਕ ਕਦੇ ਵੀ ਮਾਸਾਹਾਰੀ ਭੋਜਨ ਅਤੇ ਕਿਸੇ ਵੀ ਕਿਸਮ ਦੀ ਲਤ ਜਾਂ ਸਿਗਰਟਨੋਸ਼ੀ ਨੂੰ ਹੱਥ ਨਹੀਂ ਲਗਾਇਆ।

2. **ਬੱਚਿਆਂ ਨੂੰ ਹਮੇਸ਼ਾ ਸੱਚ ਬੋਲਣ ਲਈ ਉਤਸ਼ਾਹਿਤ ਕਰੋ:** ਸਮਾਜ ਵਿੱਚ ਅਕਸਰ ਦੇਖਿਆ ਜਾਂਦਾ ਹੈ ਕਿ ਜਦੋਂ ਬੱਚੇ ਗਲਤੀਆਂ ਕਰਦੇ ਹਨ ਤਾਂ ਅਸੀਂ ਉਨ੍ਹਾਂ ਨੂੰ ਝਿੜਕਦੇ ਅਤੇ ਧਮਕਾਉਂਦੇ ਹਾਂ ਅਤੇ ਉਨ੍ਹਾਂ ਵਿੱਚ ਡਰ ਪੈਦਾ ਕਰਦੇ ਹਾਂ ਜਿਵੇਂ ਗਲਤੀਆਂ ਕਰਨਾ ਪਾਪ ਹੈ ਅਤੇ ਜਦੋਂ ਉਹ ਗਲਤੀਆਂ ਕਰਦੇ ਹਨ, ਤਾਂ ਉਹ ਸੋਚਦੇ ਹਨ ਕਿ ਝੂਠ ਬੋਲਣਾ ਹੀ ਬਿਹਤਰ ਹੈ ਤਾਂ ਜੋ ਉਹ ਝਿੜਕਾਂ ਤੋਂ ਬਚ ਸਕਣ।

   ਭਾਵੇਂ ਸਾਨੂੰ ਉਨ੍ਹਾਂ ਨੂੰ ਗਲਤੀਆਂ ਕਰਨ ਤੋਂ ਸਾਵਧਾਨ ਕਰਨਾ ਚਾਹੀਦਾ ਹੈ, ਪਰ ਸਾਨੂੰ ਉਨ੍ਹਾਂ ਨੂੰ ਇਹ ਸਮਝਾਉਣਾ ਚਾਹੀਦਾ ਹੈ ਕਿ ਗਲਤੀਆਂ ਤਾਂ ਹੀ ਗਲਤੀਆਂ ਹੁੰਦੀਆਂ ਹਨ ਜਦੋਂ ਅਸੀਂ ਉਨ੍ਹਾਂ ਤੋਂ ਨਹੀਂ ਸਿੱਖਦੇ। ਇਹ ਬਿਹਤਰ ਹੋਵੇਗਾ ਜੇਕਰ ਅਸੀਂ ਆਪਣੀਆਂ ਗਲਤੀਆਂ ਦੀ ਬਜਾਏ ਦੂਜਿਆਂ ਦੀਆਂ ਗਲਤੀਆਂ ਤੋਂ ਸਿੱਖੀਏ।

   ਬਹੁਤ ਸਾਰੇ ਮਾਪੇ ਬੱਚਿਆਂ ਦੇ ਸਾਹਮਣੇ ਆਪਣੀਆਂ ਗਲਤੀਆਂ ਮੰਨਣ ਤੋਂ ਇਨਕਾਰ ਕਰਦੇ ਹਨ ਕਿਉਂਕਿ ਉਹ ਮਹਿਸੂਸ ਕਰਦੇ ਹਨ ਕਿ ਬੱਚਿਆਂ ਦੇ ਸਾਹਮਣੇ ਆਪਣੀਆਂ ਗਲਤੀਆਂ ਮੰਨਣਾ ਸ਼ਰਮ ਦੀ ਗੱਲ ਹੈ। ਅਜਿਹਾ ਕਰਨਾ ਗਲਤ ਹੈ ਕਿਉਂਕਿ ਜਿਵੇਂ ਕਿ ਮੈਂ ਪਹਿਲਾਂ ਕਿਹਾ ਸੀ, ਬੱਚੇ ਤੁਹਾਡੇ ਸ਼ਬਦਾਂ ਤੋਂ ਨਹੀਂ ਸਗੋਂ ਤੁਹਾਡੇ ਕੰਮਾਂ ਤੋਂ ਸਭ ਤੋਂ ਵੱਧ ਸਿੱਖਦੇ ਹਨ, ਇਸ ਲਈ ਇੱਕ ਚੰਗੀ ਉਦਾਹਰਣ ਕਾਇਮ ਕਰੋ ਅਤੇ ਬੱਚਿਆਂ ਨੂੰ ਇਹ ਮਹਿਸੂਸ ਕਰਵਾਓ ਕਿ ਤੁਸੀਂ ਹਰ ਸਥਿਤੀ ਵਿੱਚ ਉਨ੍ਹਾਂ ਦੇ ਨਾਲ ਹੋ।

3. **ਸਫਲਤਾ ਜਾਂ ਅਸਫਲਤਾ ਹੋਵੇ, ਬੱਚਿਆਂ ਲਈ ਤੁਹਾਡਾ ਪਿਆਰ ਇਕੋ ਜਿਹਾ ਰਹਿਣਾ ਚਾਹੀਦਾ ਹੈ:** ਬਹੁਤ ਸਾਰੇ ਮਾਪੇ ਆਪਣੇ ਬੱਚਿਆਂ ਨੂੰ ਇੱਕ ਸ਼ਰਤ ਦੇ ਆਧਾਰ 'ਤੇ ਪਿਆਰ ਕਰਦੇ ਹਨ। ਸਰਲ ਸ਼ਬਦਾਂ ਵਿੱਚ, ਜੇਕਰ ਬੱਚਾ ਉਹ ਕਰਦਾ ਹੈ ਜੋ ਮਾਪੇ ਚਾਹੁੰਦੇ ਹਨ, ਤਾਂ ਉਹ ਉਸਨੂੰ ਪਿਆਰ ਕਰਦੇ ਹਨ ਨਹੀਂ ਤਾਂ ਨਹੀਂ। ਮੈਂ ਆਪਣੇ ਆਪ ਨੂੰ ਬਹੁਤ ਖੁਸ਼ਕਿਸਮਤ ਸਮਝਦਾ ਹਾਂ। ਮੇਰੀ ਜ਼ਿੰਦਗੀ ਵਿੱਚ ਮੇਰੇ ਦਾਦਾ ਜੀ ਸਨ ਜੋ ਹਮੇਸ਼ਾ ਮੈਨੂੰ ਨਿਰਸਵਾਰਥ ਪਿਆਰ ਕਰਦੇ ਸਨ ਅਤੇ ਜਦੋਂ ਮੈਂ ਅਤੇ ਸਾਰੀ ਦੁਨੀਆ ਸੋਚਦੀ ਸੀ ਕਿ ਮੈਂ ਆਪਣੀ ਜ਼ਿੰਦਗੀ ਵਿੱਚ ਕੁਝ ਨਹੀਂ ਕਰ ਸਕਾਂਗਾ, ਤਾਂ ਵੀ ਉਹ ਮੈਨੂੰ ਨਿਰਸਵਾਰਥ ਪਿਆਰ ਕਰਦੇ ਸਨ ਅਤੇ ਕਹਿੰਦੇ ਸਨ "ਮੇਰਾ ਬੱਚਾ ਮੇਰਾ ਖੂਬ ਨਾਮ ਰੌਸ਼ਨ ਕਰੇਗਾ।" ਉਹ ਮੈਨੂੰ ਇਹ ਗੱਲ ਸਿਰਫ਼ ਇੱਕ ਵਾਰ ਨਹੀਂ ਸਗੋਂ ਹਰ ਰੋਜ਼ ਕਹਿੰਦੇ ਸਨ। ਮੈਨੂੰ ਨਹੀਂ ਪਤਾ ਕਿ ਉਨ੍ਹਾਂ ਦੇ ਇਹ ਸ਼ਬਦ ਮੇਰੇ ਦਿਮਾਗ ਵਿੱਚ ਕਿਵੇਂ ਵੱਸ ਗਏ ਅਤੇ ਅੱਜ ਮੈਂ ਜੋ ਵੀ

ਹਾਂ, ਮੈਂ ਉਸ ਸਫਲਤਾ ਦਾ ਸਿਹਰਾ ਆਪਣੇ ਦਾਦਾ ਸਵਰਗੀ ਸ਼੍ਰੀ ਰਾਧੇਸ਼ਿਆਮ ਗੁਪਤਾ ਜੀ ਦੇ ਨਿਰਸਵਾਰਥ ਪਿਆਰ ਨੂੰ ਦਿੰਦਾ ਹਾਂ।

ਜਦੋਂ ਤੁਸੀਂ ਆਪਣੇ ਬੱਚਿਆਂ ਨੂੰ ਨਿਰਸਵਾਰਥ ਪਿਆਰ ਕਰਦੇ ਹੋ, ਤਾਂ ਤੁਸੀਂ ਉਨ੍ਹਾਂ ਵਿੱਚ ਆਤਮ-ਵਿਸ਼ਵਾਸ ਦੀ ਇੱਕ ਬਹੁਤ ਵੱਡੀ ਭਾਵਨਾ ਪੈਦਾ ਕਰਦੇ ਹੋ ਅਤੇ ਜਦੋਂ ਤੁਸੀਂ ਅਜਿਹਾ ਨਹੀਂ ਕਰਦੇ, ਤਾਂ ਉਨ੍ਹਾਂ ਵਿੱਚ ਹਮੇਸ਼ਾ ਇੱਕ ਡਰ ਰਹਿੰਦਾ ਹੈ ਕਿ ਜੇ ਉਹ ਉਹ ਨਹੀਂ ਕਰਦੇ ਜੋ ਤੁਸੀਂ ਚਾਹੁੰਦੇ ਹੋ, ਤਾਂ ਉਹ ਤੁਹਾਡੇ ਪਿਆਰ ਤੋਂ ਵਾਂਝੇ ਰਹਿ ਜਾਣਗੇ।

4. **ਉਨ੍ਹਾਂ ਨੂੰ ਹਮੇਸ਼ਾ ਮੱਛੀਆਂ ਫੜ ਕੇ ਨਾ ਦਿਓ, ਸਗੋਂ ਮੱਛੀਆਂ ਫੜਨੀਆਂ ਵੀ ਸਿਖਾਓ:** ਇੱਕ ਕਹਾਵਤ ਹੈ ਕਿ ਜੇਕਰ ਤੁਸੀਂ ਕਿਸੇ ਨੂੰ ਖਾਣਾ ਖੁਆਉਣਾ ਚਾਹੁੰਦੇ ਹੋ, ਤਾਂ ਉਨ੍ਹਾਂ ਨੂੰ ਮੱਛੀ ਫੜ ਕੇ ਦੇ ਦਿਓ ਅਤੇ ਜੇਕਰ ਤੁਸੀਂ ਚਾਹੁੰਦੇ ਹੋ ਕਿ ਉਹ ਜ਼ਿੰਦਗੀ ਭਰ ਖਾਣਾ ਕਹਾਉਂਦੇ ਰਹਿਣ, ਤਾਂ ਉਨ੍ਹਾਂ ਨੂੰ ਮੱਛੀ ਫੜਨ ਦਾ ਤਰੀਕਾ ਸਿਖਾਓ। ਇਹੀ ਗੱਲ ਬੱਚਿਆਂ ਲਈ ਵੀ ਸੱਚ ਹੈ। ਉਹ ਕੁਝ ਸਮੇਂ ਲਈ ਤੁਹਾਡੇ 'ਤੇ ਨਿਰਭਰ ਰਹਿਣਗੇ ਪਰ ਉਨ੍ਹਾਂ ਨੂੰ ਆਪਣੀ ਬਾਕੀ ਦੀ ਜ਼ਿੰਦਗੀ ਇਕੱਲੇ ਬਿਤਾਉਣੀ ਪਵੇਗੀ ਅਤੇ ਆਪਣੇ ਪਰਿਵਾਰ ਦੀ ਜ਼ਿੰਮੇਵਾਰੀ ਵੀ ਲੈਣੀ ਪਵੇਗੀ, ਇਸ ਲਈ ਉਨ੍ਹਾਂ ਨੂੰ ਆਪਣੇ ਪੈਰਾਂ 'ਤੇ ਮਜ਼ਬੂਤੀ ਨਾਲ ਖੜ੍ਹੇ ਹੋਣ ਅਤੇ ਆਪਣੀ ਅਤੇ ਆਪਣੇ ਪਰਿਵਾਰ ਦੀ ਦੇਖਭਾਲ ਕਰਨ ਲਈ ਉਤਸ਼ਾਹਿਤ ਕਰੋ।

5. **ਆਪਣੇ ਬੱਚਿਆਂ ਨੂੰ ਡਾਕਟਰ ਜਾਂ ਇੰਜੀਨੀਅਰ ਬਣਾਉਣ ਤੋਂ ਪਹਿਲਾਂ ਉਨ੍ਹਾਂ ਨੂੰ ਚੰਗੇ ਇਨਸਾਨ ਬਣਾਓ:** ਮੇਰਾ ਇੱਕ ਜਾਣਕਾਰ ਹੈ ਜਿਸਦਾ ਬੱਚਾ ਸਿਰਫ਼ 5 ਤੋਂ 6 ਸਾਲ ਦਾ ਹੈ। ਉਹ ਆਪਣੇ ਬੱਚੇ ਨੂੰ ਵਾਰ-ਵਾਰ ਇਹ ਜਵਾਬ ਦੇਣ ਲਈ ਉਤਸ਼ਾਹਿਤ ਕਰਦਾ ਹੈ ਕਿ ਜਦੋਂ ਵੀ ਕੋਈ ਉਸਨੂੰ ਪੁੱਛਦਾ ਹੈ ਕਿ ਉਹ ਵੱਡਾ ਹੋ ਕੇ ਕੀ ਬਣੇਗਾ, ਤਾਂ ਉਹ ਵੱਡਾ ਹੋ ਕੇ ਡੀਐਮ ਬਣੇਗਾ। ਇੱਕ ਤਰ੍ਹਾਂ ਨਾਲ, ਇਹ ਚੰਗੀ ਗੱਲ ਹੈ ਕਿ ਉਹ ਆਪਣੇ ਪੁੱਤਰ ਨੂੰ ਵੱਡੇ ਸੁਪਨੇ ਦੇਖਣ ਲਈ ਪ੍ਰੇਰਿਤ ਕਰ ਰਿਹਾ ਹੈ। ਦੂਜੇ ਪਾਸੇ, ਜੇਕਰ ਉਸਦਾ ਬੱਚਾ ਦੂਜਿਆਂ ਨਾਲ ਚੰਗਾ ਵਿਵਹਾਰ ਨਹੀਂ ਕਰਦਾ, ਤਾਂ ਉਹ ਇਸਨੂੰ ਨਜ਼ਰਅੰਦਾਜ਼ ਕਰ ਦਿੰਦਾ ਹੈ। ਹੋ ਸਕਦਾ ਹੈ ਕਿ ਉਹ ਆਪਣੇ ਬੱਚਿਆਂ ਨੂੰ ਸਫਲ ਬਣਾਵੇ। ਪਰ ਕੀ ਉਹ ਆਪਣੇ ਬੱਚਿਆਂ ਨੂੰ ਚੰਗਾ ਇਨਸਾਨ ਬਣਾ ਸਕੇਗਾ?

ਕੁੱਲ ਮਿਲਾ ਕੇ ਮੈਂ ਇਹ ਕਹਿਣਾ ਚਾਹੁੰਦਾ ਹਾਂ ਕਿ ਤੁਸੀਂ ਆਪਣੇ ਬੱਚੇ ਨੂੰ ਇੱਕ ਸਫਲ ਵਿਅਕਤੀ ਬਣਾ ਕੇ ਉਸਦੀ ਮਦਦ ਕਰਦੇ ਹੋ ਪਰ ਜੇਕਰ ਤੁਸੀਂ ਆਪਣੇ ਬੱਚੇ ਨੂੰ ਇੱਕ ਸਫਲ ਵਿਅਕਤੀ ਬਣਨ ਦੇ ਨਾਲ-ਨਾਲ ਇੱਕ ਚੰਗਾ ਵਿਅਕਤੀ ਬਣਾਉਂਦੇ ਹੋ ਤਾਂ ਤੁਸੀਂ ਨਾ ਸਿਰਫ਼ ਆਪਣੇ ਬੱਚੇ ਦੀ ਸਗੋਂ ਪੂਰੇ ਸਮਾਜ ਦੀ ਵੀ ਮਦਦ ਕਰਦੇ ਹੋ।

6. **ਬੱਚਿਆਂ ਦੀ ਆਲੋਚਨਾ ਉਹਨਾਂ ਨੂੰ ਕਮਜ਼ੋਰ ਦਿਖਾਉਣ ਲਈ ਨਹੀਂ ਸਗੋਂ ਉਹਨਾਂ ਨੂੰ ਬਿਹਤਰ ਬਣਾਉਣ ਲਈ ਕਰੋ:** ਮਾਪਿਆਂ ਦਾ ਫਰਜ਼ ਹੈ ਕਿ ਉਹ ਬੱਚੇ ਨੂੰ ਬਿਹਤਰ ਬਣਾਉਣ ਅਤੇ ਇਸ ਲਈ ਕਈ ਵਾਰ ਪਿਆਰ ਦੇ ਨਾਲ-ਨਾਲ ਆਲੋਚਨਾ ਦੀ ਵੀ ਲੋੜ ਹੁੰਦੀ ਹੈ ਪਰ ਆਲੋਚਨਾ ਦਾ ਉਦੇਸ਼ ਉਹਨਾਂ ਨੂੰ ਬਿਹਤਰ ਬਣਾਉਣਾ ਹੋਣਾ ਚਾਹੀਦਾ ਹੈ ਨਾ ਕਿ ਉਹਨਾਂ 'ਤੇ ਆਪਣਾ ਗੁੱਸਾ ਕੱਢਣਾ ਜਾਂ ਉਹਨਾਂ ਨੂੰ ਨੀਵਾਂ ਦਿਖਾਉਣਾ। ਨਹੀਂ ਤਾਂ

ਤੁਸੀਂ ਆਪਣੇ ਬੱਚੇ ਦਾ ਮਨੋਬਲ ਤੋੜੋਗੇ। ਆਲੋਚਨਾ ਕਰਦੇ ਸਮੇਂ ਇੱਕ ਹੋਰ ਗੱਲ ਧਿਆਨ ਵਿੱਚ ਰੱਖਣੀ ਚਾਹੀਦੀ ਹੈ ਕਿ ਤੁਹਾਨੂੰ ਬੱਚੇ ਦੀ ਆਲੋਚਨਾ ਨਹੀਂ ਕਰਨੀ ਚਾਹੀਦੀ, ਸਗੋਂ ਉਸਦੇ ਦੁਆਰਾ ਕੀਤੇ ਗਏ ਕਿਸੇ ਵੀ ਗਲਤ ਕੰਮ ਦੀ ਆਲੋਚਨਾ ਕਰਨੀ ਚਾਹੀਦੀ ਹੈ।

7. **ਤੁਹਾਡਾ ਸਮਾਂ ਤੁਹਾਡੇ ਬੱਚਿਆਂ ਲਈ ਸਭ ਤੋਂ ਮਹੱਤਵਪੂਰਨ ਹੈ:** ਸੁਪਰਹਿੱਟ ਫਿਲਮ ਸ਼ਰਾਬੀ ਵਿੱਚ, ਮੈਗਾਸਟਾਰ ਅਮਿਤਾਭ ਬੱਚਨ ਦੇ ਭਟਕਣ ਦਾ ਸਭ ਤੋਂ ਵੱਡਾ ਕਾਰਨ ਇਹ ਹੈ ਕਿ ਉਸਦੇ ਪਿਤਾ ਆਪਣੀਆਂ ਕਾਰੋਬਾਰੀ ਵਚਨਬੱਧਤਾਵਾਂ ਕਾਰਨ ਉਸਨੂੰ ਸਮਾਂ ਨਹੀਂ ਦਿੰਦੇ ਅਤੇ ਉਸਦੀ ਮਾਂ ਦੀ ਬੇਵਕਤੀ ਮੌਤ ਕਾਰਨ, ਉਸਦਾ ਪਾਲਣ-ਪੋਸ਼ਣ ਸਹੀ ਢੰਗ ਨਾਲ ਨਹੀਂ ਹੁੰਦਾ ਅਤੇ ਉਹ ਭਟਕ ਜਾਂਦਾ ਹੈ।

ਇਹ ਫ਼ਿਲਮ ਬਹੁਤ ਪੁਰਾਣੀ ਹੋ ਸਕਦੀ ਹੈ ਪਰ ਇਸ ਤੋਂ ਸਿੱਖਣ ਲਈ ਬਹੁਤ ਕੁਝ ਹੈ। ਤੁਸੀਂ ਬੱਚਿਆਂ ਨੂੰ ਵੱਡੇ ਤੋਹਫ਼ੇ ਅਤੇ ਚੀਜ਼ਾਂ ਦੇ ਸਕਦੇ ਹੋ ਪਰ ਉਨ੍ਹਾਂ ਦੀ ਕੀਮਤ ਤੁਹਾਡੇ ਸਮੇਂ ਦੇ ਮੁਕਾਬਲੇ ਕੁਝ ਵੀ ਨਹੀਂ ਹੈ। ਬੱਚੇ ਤੁਹਾਡਾ ਪਿਆਰ ਚਾਹੁੰਦੇ ਹਨ ਅਤੇ ਬੱਚੇ ਤੁਹਾਡਾ ਸਮਾਂ ਚਾਹੁੰਦੇ ਹਨ।

ਜਦੋਂ ਵੀ ਤੁਸੀਂ ਬੱਚਿਆਂ ਨੂੰ ਆਪਣਾ ਸਮਾਂ ਦਿੰਦੇ ਹੋ, ਉਸ ਸਮੇਂ ਦੌਰਾਨ ਆਪਣਾ ਪੂਰਾ ਧਿਆਨ ਆਪਣੇ ਬੱਚਿਆਂ 'ਤੇ ਕੇਂਦ੍ਰਿਤ ਕਰੋ ਅਤੇ ਉਨ੍ਹਾਂ ਨੂੰ ਇਹ ਅਹਿਸਾਸ ਕਰਵਾਓ ਕਿ ਜ਼ਿੰਦਗੀ ਵਿੱਚ ਉਨ੍ਹਾਂ ਤੋਂ ਵੱਧ ਤੁਹਾਡੇ ਲਈ ਕੁਝ ਵੀ ਮਹੱਤਵਪੂਰਨ ਨਹੀਂ ਹੈ।

ਸਟ੍ਰੈੱਸ ਮੈਨੇਜਮੈਂਟ ਨਾਲ ਸਬੰਧਤ ਉਪਯੋਗੀ ਸੁਝਾਅ:

- ਬੱਚਿਆਂ ਲਈ ਰੋਜ਼ਾਨਾ ਸਮਾਂ ਕੱਢੋ: ਆਪਣੇ ਰੁਝੇਵਿਆਂ ਭਰੇ ਸ਼ਡਿਊਲ ਵਿੱਚੋਂ ਬੱਚਿਆਂ ਲਈ ਇੱਕ ਨਿਸ਼ਚਿਤ ਸਮਾਂ ਕੱਢੋ, ਸ਼ਾਮ ਜਾਂ ਰਾਤ ਦਾ ਸਮਾਂ ਬਿਹਤਰ ਹੋਵੇਗਾ ਕਿਉਂਕਿ ਉਸ ਸਮੇਂ ਤੁਸੀਂ ਆਪਣੇ ਕੰਮ ਤੋਂ ਵਿਹਲੇ ਹੋਵੋਗੇ ਅਤੇ ਬੱਚੇ ਸਕੂਲ ਤੋਂ ਵਿਹਲੇ ਹੋਣਗੇ।
- ਆਪਣੇ ਬੱਚੇ ਨੂੰ ਇਹ ਮਹਿਸੂਸ ਕਰਵਾਓ ਕਿ ਤੁਸੀਂ ਜ਼ਿੰਦਗੀ ਦੇ ਉਤਰਾਅ-ਚੜ੍ਹਾਅ ਦੌਰਾਨ ਉਨ੍ਹਾਂ ਦੇ ਨਾਲ ਹੋ, ਅਤੇ ਜਦੋਂ ਤੁਸੀਂ ਅਜਿਹਾ ਕਰਦੇ ਹੋ, ਤਾਂ ਉਨ੍ਹਾਂ ਦਾ ਵਿਕਾਸ ਬਹੁਤ ਤੇਜ਼ ਹੁੰਦਾ ਹੈ।

• • •

ਅਧਿਆਇ 57

ਸਟ੍ਰੈੱਸ ਮੈਨੇਜਮੈਂਟ ਅਤੇ ਸਮੱਸਿਆ ਦਾ ਹੱਲ

"ਸਾਰੀ ਜ਼ਿੰਦਗੀ ਸਮੱਸਿਆ ਨੂੰ ਹੱਲ ਕਰਨ ਵਿੱਚ ਹੀ ਬੀਤ ਜਾਂਦੀ ਹੈ।

- ਕਾਰਲ ਪੋਪਰ

ਇੱਕ ਦਿਨ ਇੱਕ ਗੁਰੂ ਆਪਣੇ ਚੇਲਿਆਂ ਕੋਲ ਬਹੁਤ ਦੇਰ ਨਾਲ ਆਇਆ, ਜਿਸਨੇ ਚੇਲਿਆਂ ਨੂੰ ਹੈਰਾਨ ਕਰ ਦਿੱਤਾ ਕਿਉਂਕਿ ਗੁਰੂ ਜੀ ਪਹਿਲਾਂ ਕਦੇ ਵੀ ਦੇਰ ਨਾਲ ਨਹੀਂ ਆਏ ਸਨ। ਪਰ ਇਸ ਵਾਰ ਗੁਰੂ ਜੀ ਨੇ ਉਨ੍ਹਾਂ ਦੇ ਮੋਢੇ 'ਤੇ ਰੱਸੀ ਰੱਖੀ ਹੋਈ ਸੀ।

ਗੁਰੂ ਜੀ ਨੇ ਆਪਣੀ ਜਗ੍ਹਾ ਲੈ ਲਈ ਅਤੇ ਉਹ ਰੱਸੀ ਜਿਸ ਵਿੱਚ ਬਹੁਤ ਸਾਰੀਆਂ ਗੰਢਾਂ ਸਨ, ਆਪਣੇ ਚੇਲਿਆਂ ਨੂੰ ਦੇ ਦਿੱਤੀ। ਇਸ ਤੋਂ ਬਾਅਦ ਗੁਰੂ ਜੀ ਨੇ ਇਸਨੂੰ ਪਹਿਲਾਂ ਵਾਂਗ ਹੀ ਕਰਨ ਲਈ ਕਿਹਾ।

ਚੇਲਿਆਂ ਨੇ ਸੋਚਿਆ ਕਿ ਇਹ ਇੱਕ ਵੱਡਾ ਖੇਡ ਹੈ ਅਤੇ ਉਨ੍ਹਾਂ ਨੇ ਆਪਣੀ ਪੂਰੀ ਤਾਕਤ ਨਾਲ ਰੱਸੀ ਨੂੰ ਖਿੱਚਿਆ ਅਤੇ ਜਿੰਨਾ ਜ਼ਿਆਦਾ ਜ਼ੋਰ ਉਹ ਰੱਸੀ ਨੂੰ ਖਿੱਚਦੇ ਸਨ, ਗੰਢ ਓਨੀ ਹੀ ਕੱਸੀ ਹੁੰਦੀ ਗਈ। ਇੱਕ-ਇੱਕ ਕਰਕੇ ਸਾਰੇ ਚੇਲਿਆਂ ਨੇ ਇਹੀ ਕੀਤਾ। ਅੰਤ ਵਿੱਚ, ਸਾਰੇ ਚੇਲੇ ਥੱਕ ਗਏ ਅਤੇ ਅੰਤ ਵਿੱਚ ਗੁਰੂ ਜੀ ਨੂੰ ਰੱਸੀ ਸੌਂਪ ਦਿੱਤੀ। ਗੁਰੂ ਜੀ ਨੇ ਬਹੁਤ ਸ਼ਾਂਤੀ ਨਾਲ ਰੱਸੀ ਚੁੱਕੀ

ਅਤੇ ਬਹੁਤ ਪਿਆਰ ਨਾਲ ਰੱਸੀ ਦੀਆਂ ਗੰਢਾਂ ਨੂੰ ਇੱਕ-ਇੱਕ ਕਰਕੇ ਢਿੱਲਾ ਕਰਨਾ ਅਤੇ ਖੋਲ੍ਹਣਾ ਸ਼ੁਰੂ ਕਰ ਦਿੱਤਾ। ਇਸ ਵਿੱਚ ਕੁਝ ਸਮਾਂ ਲੱਗਿਆ ਪਰ ਅੰਤ ਵਿੱਚ ਗੁਰੂ ਜੀ ਨੇ ਇੱਕ-ਇੱਕ ਕਰਕੇ ਸਾਰੀਆਂ ਗੰਢਾਂ ਖੋਲ੍ਹ ਦਿੱਤੀਆਂ।

ਇਸ ਤੋਂ ਬਾਅਦ ਗੁਰੂ ਜੀ ਨੇ ਕਿਹਾ ਕਿ ਸਾਡੀ ਜ਼ਿੰਦਗੀ ਦੀਆਂ ਸਮੱਸਿਆਵਾਂ ਵੀ ਇਨ੍ਹਾਂ ਗੰਢਾਂ ਵਾਂਗ ਹਨ। ਉਨ੍ਹਾਂ ਨੂੰ ਠੰਢੇ ਦਿਮਾਗ ਨਾਲ ਇੱਕ-ਇੱਕ ਕਰਕੇ ਹੱਲ ਕਰਨ ਦੀ ਬਜਾਏ, ਅਸੀਂ ਉਨ੍ਹਾਂ ਨੂੰ ਖਿੱਚਦੇ ਹਾਂ ਅਤੇ ਮਜ਼ਬੂਤ ਬਣਾਉਂਦੇ ਹਾਂ ਅਤੇ ਚਿੰਤਤ ਹੁੰਦੇ ਹਾਂ। ਜਦੋਂ ਵੀ ਜ਼ਿੰਦਗੀ ਵਿੱਚ ਕੋਈ ਸਮੱਸਿਆ ਆਉਂਦੀ ਹੈ, ਤਾਂ ਉਸ ਨੂੰ ਸ਼ਾਂਤੀ ਅਤੇ ਠੰਢੇ ਦਿਮਾਗ ਨਾਲ ਹੱਲ ਕਰਨ ਦੀ ਕੋਸ਼ਿਸ਼ ਕਰੋ।

ਅਤੇ ਇਸ ਪਾਠ ਵਿੱਚ ਅਸੀਂ ਦੱਸਾਂਗੇ ਕਿ ਸਮੱਸਿਆ ਨੂੰ ਹੱਲ ਕਰਨ ਅਤੇ ਉਹਨਾਂ ਨੂੰ ਆਸਾਨ ਬਣਾਉਣ ਲਈ ਕਿਹੜੀਆਂ ਤਕਨੀਕਾਂ ਹਨ:

1. **ਸਮੱਸਿਆ ਬਾਰੇ ਤੁਸੀਂ ਕੀ ਕਰ ਸਕਦੇ ਹੋ:** ਪਹਿਲਾਂ, ਇਹ ਜਾਣੋ ਕਿ ਕੀ ਤੁਸੀਂ ਇਸ ਸਮੱਸਿਆ ਬਾਰੇ ਕੁਝ ਕਰ ਸਕਦੇ ਹੋ ਜਾਂ ਨਹੀਂ? ਜਦੋਂ ਵੀ ਤੁਹਾਨੂੰ ਕੋਈ ਸਮੱਸਿਆ ਆਉਂਦੀ ਹੈ, ਤਾਂ ਆਪਣੇ ਆਪ ਤੋਂ ਇਹ ਪੁੱਛੋ
    - ਕੀ ਮੈਂ ਇਸ ਸਮੱਸਿਆ ਬਾਰੇ ਕੁਝ ਕਰ ਸਕਦਾ ਹਾਂ?
    - ਕੀ ਕੋਈ ਹੋਰ ਹੈ ਜਿਸਨੇ ਇਸ ਸਮੱਸਿਆ ਦਾ ਸਾਹਮਣਾ ਕੀਤਾ ਹੈ ਅਤੇ ਇਸ ਨੂੰ ਦੂਰ ਕੀਤਾ ਹੈ, ਉਹ ਵਿਅਕਤੀ ਕੌਣ ਹੈ ਅਤੇ ਮੈਂ ਉਸਨੂੰ ਕਿੱਥੇ ਲੱਭ ਸਕਦਾ ਹਾਂ?
    - ਕੀ ਇਸ ਸਮੱਸਿਆ ਨੂੰ ਹੱਲ ਕਰਨ ਲਈ ਕੋਈ ਕਿਤਾਬਾਂ ਉਪਲਬਧ ਹਨ?
    - ਕੀ ਇੰਟਰਨੈੱਟ ਦੇ ਕਿਸੇ ਮਾਹਰ ਨੇ ਇਸ ਸਮੱਸਿਆ ਦੇ ਹੱਲ ਸੁਝਾਏ ਹਨ?

ਇੱਕ ਹੋਰ ਗੱਲ ਜੋ ਤੁਸੀਂ ਆਪਣੇ ਆਪ ਤੋਂ ਪੁੱਛ ਸਕਦੇ ਹੋ ਕਿ ਕੀ ਮੇਰਾ ਇਸ ਉੱਤੇ ਕੋਈ ਕੰਟਰੋਲ ਹੈ ਜਾਂ ਕੀ ਮੇਰਾ ਇਸ ਉੱਤੇ ਕੋਈ ਕੰਟਰੋਲ ਨਹੀਂ ਹੈ। ਜੇਕਰ ਇਹ ਕੰਟਰੋਲ ਤੋਂ ਬਾਹਰ ਹੈ ਤਾਂ ਇਸਨੂੰ ਪਰਮਾਤਮਾ 'ਤੇ ਛੱਡ ਦਿਓ, ਜੇਕਰ ਇਹ ਕੰਟਰੋਲ ਵਿੱਚ ਹੈ ਤਾਂ ਤੁਸੀਂ ਆਪਣੇ ਆਪ ਤੋਂ ਪੁੱਛ ਸਕਦੇ ਹੋ ਕਿ ਕੀ ਇਹ ਸਿੱਧੇ ਤੁਹਾਡੇ ਕੰਟਰੋਲ ਵਿੱਚ ਹੈ ਯਾਨੀ ਇਸ ਸਮੱਸਿਆ ਦਾ ਹੱਲ ਪੂਰੀ ਤਰ੍ਹਾਂ ਤੁਹਾਡੇ 'ਤੇ ਨਿਰਭਰ ਹੈ ਜਾਂ ਅਸਿੱਧੇ ਕੰਟਰੋਲ ਯਾਨੀ ਸਮੱਸਿਆ ਪੂਰੀ ਤਰ੍ਹਾਂ ਕਿਸੀ ਦੂਜੇ 'ਤੇ ਨਿਰਭਰ ਹੈ।

2. **ਵਿਚਾਰੋ:** ਇਸ ਤਕਨੀਕ ਵਿੱਚ ਅਸੀਂ ਇੱਕ ਸਾਦੇ ਕਾਗਜ਼ ਅਤੇ ਇੱਕ ਪੈੱਨ ਦੀ ਵਰਤੋਂ ਕਰਦੇ ਹਾਂ। ਇੱਕ ਕਾਗਜ਼ ਦਾ ਟੁਕੜਾ ਲਓ ਅਤੇ ਉਸ ਉੱਤੇ ਆਪਣੀ ਸਮੱਸਿਆ ਲਿਖੋ ਅਤੇ ਇਸਦੇ ਹੇਠਾਂ ਉਸ ਸਮੱਸਿਆ ਦੇ 20 ਸੰਭਵ ਹੱਲ ਲਿਖੋ। ਇਹ ਤਕਨੀਕ ਬਹੁਤ ਸਰਲ ਅਤੇ ਉਪਯੋਗੀ ਹੈ। ਤੁਹਾਡੀ ਸਮੱਸਿਆ ਦੇ ਹੱਲ ਲਈ ਪਹਿਲੇ 5-6 ਵਿਕਲਪ ਬਹੁਤ ਸਰਲ ਹੋਣਗੇ ਪਰ ਜਿਵੇਂ-ਜਿਵੇਂ ਤੁਸੀਂ ਅੱਗੇ ਵਧਦੇ ਹੋ, ਤੁਹਾਨੂੰ ਆਪਣੇ ਮਨ 'ਤੇ ਬਹੁਤ ਦਬਾਅ ਪਾਉਣਾ ਪੈਂਦਾ ਹੈ। ਉਦਾਹਰਣ ਵਜੋਂ, ਤੁਹਾਡੀ ਸਮੱਸਿਆ ਇਹ ਹੋ ਸਕਦੀ ਹੈ ਕਿ ਤੁਸੀਂ ਆਪਣੀ ਆਮਦਨ ਵਿੱਚ 25 ਪ੍ਰਤੀਸ਼ਤ ਵਾਧਾ ਕਰਨਾ ਚਾਹੁੰਦੇ ਹੋ। ਸ਼ੁਰੂਆਤੀ ਵਿਕਲਪ ਇਹ ਹੋ ਸਕਦੇ ਹਨ ਕਿ ਤੁਸੀਂ ਓਵਰਟਾਈਮ ਕੰਮ ਕਰੋ, ਤਰੱਕੀ ਪ੍ਰਾਪਤ ਕਰਨ ਲਈ ਇੱਕ ਵਾਧੂ ਡਿਗਰੀ

ਪ੍ਰਾਪਤ ਕਰੋ, ਤੁਸੀਂ ਕੋਈ ਹੋਰ ਪਾਰਟ-ਟਾਈਮ ਕੰਮ ਕਰੋ, ਆਦਿ। ਪਰ ਜਿਵੇਂ-ਜਿਵੇਂ ਤੁਸੀਂ ਅੱਗੇ ਵਧਦੇ ਹੋ, ਤੁਹਾਨੂੰ ਹੋਰ ਅਤੇ ਹੋਰ ਵਿਕਲਪਾਂ 'ਤੇ ਵਿਚਾਰ ਕਰਨਾ ਪਵੇਗਾ। ਪਰ ਇਹ ਮਹੱਤਵਪੂਰਨ ਹੈ ਕਿ ਤੁਸੀਂ ਘੱਟੋ-ਘੱਟ 20 ਹੱਲ ਲਿਖੋ। ਅਤੇ ਇੱਕ ਵਾਰ ਜਦੋਂ ਤੁਸੀਂ ਵਿਕਲਪ ਲਿਖ ਲੈਂਦੇ ਹੋ, ਤਾਂ ਉਹਨਾਂ ਨੂੰ ਇੱਕ-ਇੱਕ ਕਰਕੇ ਅਜ਼ਮਾਉਣਾ ਸ਼ੁਰੂ ਕਰੋ ਜਦੋਂ ਤੱਕ ਤੁਸੀਂ ਆਪਣੀ ਸਮੱਸਿਆ ਦਾ ਹੱਲ ਨਹੀਂ ਕਰ ਲੈਂਦੇ।

3. **ਬ੍ਰੇਨਸਟਰਮਿੰਗ:** ਇਸ ਤਕਨੀਕ ਵਿੱਚ ਅਸੀਂ 3 ਤੋਂ 7 ਲੋਕਾਂ ਦਾ ਇੱਕ ਸਮੂਹ ਬਣਾਉਂਦੇ ਹਾਂ ਅਤੇ ਸਮੱਸਿਆ ਦੇ ਸੰਭਾਵੀ ਹੱਲ ਵਿਕਲਪਾਂ 'ਤੇ ਚਰਚਾ ਕਰਦੇ ਹਾਂ। ਭਾਗੀਦਾਰਾਂ ਦੁਆਰਾ ਸੁਝਾਏ ਗਏ ਸਾਰੇ ਹੱਲ ਵਿਕਲਪਾਂ ਨੂੰ ਨੋਟ ਕੀਤਾ ਜਾਂਦਾ ਹੈ। ਇਸ ਬਾਰੇ ਕੋਈ ਬਹਿਸ ਨਹੀਂ ਹੁੰਦੀ ਕਿ ਵਿਕਲਪ ਚੰਗਾ ਹੈ ਜਾਂ ਤਰਕਹੀਣ, ਸਿਰਫ਼ ਸਾਰੇ ਹੱਲ ਵਿਕਲਪਾਂ ਨੂੰ ਨੋਟ ਕੀਤਾ ਜਾਂਦਾ ਹੈ। ਅਤੇ ਅੰਤ ਵਿੱਚ ਇਹਨਾਂ ਹੱਲ ਵਿਕਲਪਾਂ ਨੂੰ ਇੱਕ-ਇੱਕ ਕਰਕੇ ਅਜ਼ਮਾਇਆ ਜਾਂਦਾ ਹੈ ਜਦੋਂ ਤੱਕ ਸਮੱਸਿਆ ਪੂਰੀ ਤਰ੍ਹਾਂ ਹੱਲ ਨਹੀਂ ਹੋ ਜਾਂਦੀ।

ਸਟ੍ਰੈੱਸ ਮੈਨੇਜਮੈਂਟ ਨਾਲ ਸਬੰਧਤ ਉਪਯੋਗੀ ਸੁਝਾਅ:

- **ਸਮੱਸਿਆ ਨੂੰ ਨਾ ਵਧਾਓ ਸਗੋਂ ਇੱਕ-ਇੱਕ ਕਰਕੇ ਹੱਲ ਕਰੋ:** ਇੱਕ ਵੱਡੀ ਸਮੱਸਿਆ ਤੋਂ ਨਾ ਡਰੋ ਸਗੋਂ ਇਸਨੂੰ ਕਈ ਟੁਕੜਿਆਂ ਵਿੱਚ ਹੱਲ ਕਰੋ।
- ਤੁਸੀਂ ਆਪਣੀ ਸਮੱਸਿਆ ਨੂੰ ਹੱਲ ਕਰਨ ਲਈ ਉੱਪਰ ਦੱਸੇ ਗਏ ਕਿਹੜੇ ਤਰੀਕਿਆਂ ਦੀ ਵਰਤੋਂ ਕਰ ਸਕਦੇ ਹੋ? ਇੱਕ ਵਾਰ ਜਦੋਂ ਤੁਹਾਨੂੰ ਪਤਾ ਲੱਗ ਜਾਂਦਾ ਹੈ ਕਿ ਤੁਹਾਡੇ ਲਈ ਕਿਹੜਾ ਤਰੀਕਾ ਸਹੀ ਹੈ, ਇਸ ਤੋਂ ਬਾਅਦ ਸਮੱਸਿਆ ਦਾ ਹੱਲ ਕਰਨਾ ਸ਼ੁਰੂ ਕਰੋ।

• • •

ਅਧਿਆਇ 58

ਸਟ੍ਰੈੱਸ ਮੈਨੇਜਮੈਂਟ ਅਤੇ ਵਿਦਿਆਰਥੀ

"ਜੀਵਨ ਭਰ ਵਿਦਿਆਰਥੀ ਬਣੋ, ਕਿਉਂਕਿ ਇਸ ਦੁਨੀਆਂ ਵਿੱਚ ਸਿੱਖਣ ਲਈ ਬਹੁਤ ਕੁਝ ਹੈ।"

-ਰਾਜਲ

ਵਿਦਿਆਰਥੀ ਜੀਵਨ ਇੱਕ ਵਿਅਕਤੀ ਦੇ ਜੀਵਨ ਵਿੱਚ ਇੱਕ ਬਹੁਤ ਮਹੱਤਵਪੂਰਨ ਅਤੇ ਯਾਦਗਾਰ ਸਮਾਂ ਹੁੰਦਾ ਹੈ। ਸਾਨੂੰ ਵਿਦਿਆਰਥੀ ਜੀਵਨ ਦੌਰਾਨ ਹੀ ਜ਼ਿੰਦਗੀ ਦੇ ਬਹੁਤ ਸਾਰੇ ਸੁੰਦਰ ਅਤੇ ਯਾਦਗਾਰ ਪਲ ਦੇਖਣ ਨੂੰ ਮਿਲਦੇ ਹਨ। ਤੁਸੀਂ ਵੀ ਸੋਚਣ ਦੀ ਕੋਸ਼ਿਸ਼ ਕਰੋ ਕਿ ਤੁਹਾਨੂੰ ਆਪਣੇ ਵਿਦਿਆਰਥੀ ਜੀਵਨ ਵਿੱਚੋਂ ਕਿੰਨੇ ਯਾਦਗਾਰ ਪਲ ਮਿਲੇ।

ਪਰ ਅੱਜ ਦੇ ਸਮੇਂ ਵਿੱਚ, ਵਿਦਿਆਰਥੀ ਜੀਵਨ ਵਿੱਚ ਵੀ ਬਹੁਤ ਸਟ੍ਰੈੱਸ ਦੇਖਿਆ ਜਾਂਦਾ ਹੈ। 15-20 ਸਾਲ ਪਹਿਲਾਂ, ਪ੍ਰੀਖਿਆ ਵਿੱਚ ਅੰਕ ਪ੍ਰਾਪਤ ਕਰਨਾ ਬਹੁਤ ਮੁਸ਼ਕਲ ਸੀ, ਪਰ ਅੱਜ 100 ਵਿੱਚੋਂ 100 ਵੀ ਅਕਸਰ ਦੇਖਿਆ ਅਤੇ ਸੁਣਿਆ ਜਾਂਦਾ ਹੈ। ਇਸ ਲਈ, ਇਹ ਕਹਿਣਾ ਗਲਤ ਨਹੀਂ ਹੋਵੇਗਾ ਕਿ ਮੁਕਾਬਲਾ ਬਹੁਤ ਵਧ ਗਿਆ ਹੈ। ਜਦੋਂ ਲੋਕ ਚੰਗੀ ਸਿੱਖਿਆ ਪ੍ਰਾਪਤ ਕਰਦੇ ਹਨ, ਤਾਂ ਉਨ੍ਹਾਂ ਦੇ ਮਨ ਵਿੱਚ ਇਹ ਧਾਰਨਾ ਆਉਂਦੀ ਹੈ ਕਿ ਕਿਉਂਕਿ ਮੈਂ ਬਹੁਤ ਪੜ੍ਹਿਆ-

ਲਿਖਿਆ ਹਾਂ, ਮੈਂ ਇਸ ਤੋਂ ਹੇਠਾਂ ਕੋਈ ਕੰਮ ਨਹੀਂ ਕਰਾਂਗਾ, ਇਸ ਲਈ ਬੇਰੁਜ਼ਗਾਰੀ ਵੀ ਵਧ ਰਹੀ ਹੈ। ਵੈਸੇ ਵੀ, ਸਟ੍ਰੈੱਸ ਘਟਾਉਣ ਲਈ ਕੁਝ ਸੁਝਾਅ ਜੋ ਮੈਂ ਵਿਦਿਆਰਥੀਆਂ ਨੂੰ ਦੇਣਾ ਚਾਹੁੰਦਾ ਹਾਂ। (ਰਾਜਨੀਤੀ ਟਾਈਮ ਮੈਨੇਜਮੈਂਟ ਵਿੱਚ ਮੈਂ ਵਿਦਿਆਰਥੀਆਂ ਲਈ ਸਮਾਂ ਪ੍ਰਬੰਧਨ ਨਾਮਕ ਇੱਕ ਨਵਾਂ ਭਾਗ ਜੋੜਿਆ ਹੈ ਜੋ ਤੁਹਾਨੂੰ ਬਹੁਤ ਸਾਰੀਆਂ ਚਿੰਤਾਵਾਂ ਤੋਂ ਬਚਾ ਸਕਦਾ ਹੈ। ਇਸ ਵਿਸ਼ੇ ਬਾਰੇ ਵਧੇਰੇ ਜਾਣਕਾਰੀ ਲਈ ਤੁਸੀਂ ਰਾਜਨੀਤੀ ਟਾਈਮ ਮੈਨੇਜਮੈਂਟ ਦਾ ਅੱਪਡੇਟ ਕੀਤੀ ਪੁਸਤਕ ਪੜ੍ਹ ਸਕਦੇ ਹੋ):

- **ਸਿੱਖਣ ਲਈ ਪੜ੍ਹਾਈ ਕਰੋ, ਅੰਕ ਪ੍ਰਾਪਤ ਕਰਨ ਲਈ ਨਹੀਂ:** ਜਦੋਂ ਅਸੀਂ ਪਹਿਲਾਂ ਤੋਂ ਇਹ ਧਾਰਨਾ ਬਣਾਉਂਦੇ ਹਾਂ ਕਿ ਮੈਨੂੰ ਇੰਨੇ ਸਾਰੇ ਅੰਕ ਪ੍ਰਾਪਤ ਕਰਨੇ ਪੈਣਗੇ ਜਾਂ ਜੇ ਮੈਨੂੰ 90% ਅੰਕ ਨਹੀਂ ਮਿਲੇ ਤਾਂ ਕੀ ਹੋਵੇਗਾ? ਜਦੋਂ ਅਸੀਂ ਅਜਿਹੀਆਂ ਗੱਲਾਂ ਬਾਰੇ ਸੋਚਦੇ ਹਾਂ, ਤਾਂ ਅਸੀਂ ਆਪਣੇ ਆਪ 'ਤੇ ਬੇਲੋੜਾ ਦਬਾਅ ਪਾਉਂਦੇ ਹਾਂ ਜਦੋਂ ਕਿ ਅਸੀਂ ਕਿਸੇ ਵਿਸ਼ੇ ਨੂੰ ਉਤਸੁਕਤਾ ਨਾਲ ਸਿੱਖਣ ਦੇ ਇਰਾਦੇ ਨਾਲ ਪੜ੍ਹਦੇ ਹਾਂ, ਤਾਂ ਸਾਡੇ ਅੰਦਰ ਉਤਸ਼ਾਹ ਹੁੰਦਾ ਹੈ ਅਤੇ ਅਸੀਂ ਆਪਣੇ ਆਪ ਤੋਂ ਦਬਾਅ ਨੂੰ ਦੂਰ ਕਰਦੇ ਹਾਂ। ਸਕੂਲ ਦੇ ਸ਼ੁਰੂਆਤੀ ਦਿਨਾਂ ਵਿੱਚ, ਮੈਂ ਕੰਪਿਊਟਰ ਵਿਸ਼ੇ ਤੋਂ ਬਹੁਤ ਡਰਦਾ ਸੀ ਕਿਉਂਕਿ ਮੈਨੂੰ ਇਹ ਸਮਝ ਨਹੀਂ ਆਉਂਦਾ ਸੀ ਅਤੇ ਮੈਂ ਅਕਸਰ ਇਸ ਵਿੱਚ ਫੇਲ੍ਹ ਹੋ ਜਾਂਦਾ ਸੀ ਜਾਂ ਕਿਸੇ ਤਰ੍ਹਾਂ ਪਾਸ ਹੋ ਜਾਂਦਾ ਸੀ। ਪਰ ਖੁਸ਼ਕਿਸਮਤੀ ਨਾਲ ਬਾਅਦ ਵਿੱਚ ਮੈਂ ਕੁਝ ਅਧਿਆਪਕਾਂ ਨੂੰ ਮਿਲਿਆ ਜਿਨ੍ਹਾਂ ਨੇ ਇਸ ਵਿਸ਼ੇ ਨੂੰ ਇੰਨੇ ਦਿਲਚਸਪ ਤਰੀਕੇ ਨਾਲ ਪੜ੍ਹਾਇਆ ਕਿ ਮੈਂ ਇਸਨੂੰ ਸਮਝਣ ਲੱਗ ਪਿਆ ਅਤੇ ਮੈਂ ਇਸ ਬਾਰੇ ਹੋਰ ਜਾਣਨਾ ਚਾਹੁੰਦਾ ਸੀ ਅਤੇ ਸ਼ਾਇਦ ਇਹੀ ਕਾਰਨ ਸੀ ਕਿ ਇੱਕ ਸਮਾਂ ਸੀ ਜਦੋਂ ਮੈਂ ਇਸ ਵਿਸ਼ੇ ਤੋਂ ਭੱਜਦਾ ਸੀ ਅਤੇ ਬਾਅਦ ਵਿੱਚ ਮੈਂ ਕੰਪਿਊਟਰ ਵਿਸ਼ੇ ਵਿੱਚ BCA A Level (PGDCA), B Level (MCA), CSSA ਅਤੇ CSSP ਡਿਗਰੀਆਂ ਲਈਆਂ। ਇਸ ਲਈ ਮੈਂ ਤੁਹਾਨੂੰ ਦੁਬਾਰਾ ਸੁਝਾਅ ਦੇਣਾ ਚਾਹੁੰਦਾ ਹਾਂ ਕਿ ਸਿੱਖਣ ਲਈ ਪੜ੍ਹਾਈ ਕਰੋ, ਨੰਬਰਾਂ ਲਈ ਨਹੀਂ।
- **ਅਜਿਹਾ ਵਿਸ਼ਾ ਚੁਣੋ ਜੋ ਭਵਿੱਖ ਵਿੱਚ ਤੁਹਾਡੇ ਲਈ ਸਭ ਤੋਂ ਵੱਧ ਲਾਭਦਾਇਕ ਹੋਵੇ:** ਬਹੁਤ ਸਾਰੇ ਲੋਕ ਸਿਰਫ਼ ਇਸ ਲਈ ਵਿਸ਼ਾ ਚੁਣਦੇ ਹਨ ਕਿਉਂਕਿ ਉਨ੍ਹਾਂ ਦੇ ਦੋਸਤ ਨੇ ਉਹ ਵਿਸ਼ਾ ਚੁਣਿਆ ਹੈ ਜਾਂ ਉਨ੍ਹਾਂ ਦੇ ਵੱਡੇ ਚਾਹੁੰਦੇ ਹਨ ਕਿ ਉਹ ਉਸ ਵਿਸ਼ੇ ਦੀ ਪੜ੍ਹਾਈ ਕਰਨ, ਪਰ ਬਾਅਦ ਵਿੱਚ ਉਨ੍ਹਾਂ ਨੂੰ ਪਛਤਾਵਾ ਹੁੰਦਾ ਹੈ ਕਿ ਉਨ੍ਹਾਂ ਨੂੰ ਉਹ ਵਿਸ਼ਾ ਨਹੀਂ ਚੁਣਨਾ ਚਾਹੀਦਾ ਸੀ ਕਿਉਂਕਿ ਪਹਿਲਾਂ ਉਹ ਇਸ ਵਿਸ਼ੇ ਨੂੰ ਨਹੀਂ ਸਮਝਦੇ ਅਤੇ ਦੂਜਾ ਚੁਣਿਆ ਹੋਇਆ ਵਿਸ਼ਾ ਭਵਿੱਖ ਵਿੱਚ ਉਨ੍ਹਾਂ ਲਈ ਉਪਯੋਗੀ ਨਹੀਂ ਹੈ। ਉਦਾਹਰਣ ਵਜੋਂ "X" ਨਾਮ ਦਾ ਵਿਦਿਆਰਥੀ ਆਪਣੇ ਸਭ ਤੋਂ ਚੰਗੇ ਦੋਸਤ "Y" ਨੂੰ ਦੇਖ ਕੇ ਜੀਵ ਵਿਗਿਆਨ (ਬਾਇਓਲੋਜੀ) ਨੂੰ ਇੱਕ ਵਿਸ਼ੇ ਵਜੋਂ ਚੁਣਦਾ ਹੈ ਪਰ ਉਸਨੂੰ ਜੀਵ ਵਿਗਿਆਨ ਵਿੱਚ ਕੋਈ ਦਿਲਚਸਪੀ ਨਹੀਂ ਹੈ। ਜੇਕਰ ਉਹ ਆਪਣੇ ਪੁਰਖਿਆਂ ਦੇ ਕਾਰੋਬਾਰ ਨੂੰ ਵਧਾਉਣ ਵਿੱਚ ਦਿਲਚਸਪੀ ਰੱਖਦਾ ਹੈ, ਤਾਂ ਬਿਹਤਰ ਹੁੰਦਾ ਜੇਕਰ ਉਸਨੇ ਕਾਮਰਸ ਜਾਂ ਮੈਨੇਜਮੈਂਟ ਦੀ ਪੜ੍ਹਾਈ ਕੀਤੀ ਹੁੰਦੀ।
- **ਪ੍ਰੀਖਿਆ ਦਾ ਦਿਨ:** ਜ਼ਿਆਦਾਤਰ ਵਿਦਿਆਰਥੀ ਪ੍ਰੀਖਿਆ ਵਾਲੇ ਦਿਨ ਬਹੁਤ ਚਿੰਤਤ ਹੁੰਦੇ ਹਨ ਅਤੇ ਖੋਜ ਤੋਂ ਪਤਾ ਚੱਲਿਆ ਹੈ ਕਿ ਦਿਮਾਗ ਚਿੰਤਾ ਦੀ ਸਥਿਤੀ ਵਿੱਚ ਓਨਾ

ਵਧੀਆ ਕੰਮ ਨਹੀਂ ਕਰ ਸਕਦਾ ਜਿੰਨਾ ਸ਼ਾਂਤ ਅਵਸਥਾ ਵਿੱਚ ਕਰ ਸਕਦਾ ਹੈ। ਇਹ ਕਹਿਣ ਦਾ ਅਰਥ ਬਹੁਤ ਸਰਲ ਹੈ, ਸਾਨੂੰ ਕੀ ਕਰਨਾ ਚਾਹੀਦਾ ਹੈ ਤਾਂ ਜੋ ਪ੍ਰੀਖਿਆ ਦੌਰਾਨ ਸਾਡਾ ਦਿਮਾਗ ਸ਼ਾਂਤ ਰਹੇ, ਪਹਿਲਾਂ ਮੈਂ ਤੁਹਾਨੂੰ ਦੱਸਦਾ ਹਾਂ ਕਿ ਜਦੋਂ ਮੈਂ ਕਾਲਜ ਦਾ ਵਿਦਿਆਰਥੀ ਸੀ ਤਾਂ ਮੈਂ ਕੀ ਕਰਦਾ ਸੀ:

- ਮੈਂ ਇਸ ਗੱਲ ਦਾ ਧਿਆਨ ਰੱਖਦਾ ਸੀ ਕਿ ਪ੍ਰੀਖਿਆ ਵਾਲੇ ਦਿਨ ਮੈਂ ਆਪਣੀ ਨੀਂਦ ਚੰਗੀ ਤਰਹ ਪੂਰੀ ਕਰਾਂ।
- ਪ੍ਰੀਖਿਆ ਵਾਲੇ ਦਿਨ, ਮੈਂ ਆਪਣੇ ਸਹਿਪਾਠੀਆਂ ਨੂੰ ਜਿੰਨਾ ਹੋ ਸਕੇ ਘੱਟ ਮਿਲਣ ਦੀ ਕੋਸ਼ਿਸ਼ ਕਰਦਾ ਸੀ ਕਿਉਂਕਿ ਜਦੋਂ ਵੀ ਮੈਂ ਪ੍ਰੀਖਿਆ ਵਾਲੇ ਦਿਨ ਇਨ੍ਹਾਂ ਲੋਕਾਂ ਨੂੰ ਮਿਲਦਾ ਸੀ, ਤਾਂ ਇਸ ਗੱਲ ਦੀ ਬਹੁਤ ਸੰਭਾਵਨਾ ਹੁੰਦੀ ਸੀ ਕਿ ਉਹ ਇਸ ਬਾਰੇ ਚਰਚਾ ਕਰਦੇ ਕਿ ਕਿਹੜਾ ਪ੍ਰਸ਼ਨ ਆਉਣ ਵਾਲਾ ਹੈ ਜਾਂ ਤੁਸੀਂ ਇਹ ਵਿਸ਼ਾ ਜਾਂ ਵਿਸ਼ਾ ਪੜ੍ਹਿਆ ਹੈ ਜਾਂ ਨਹੀਂ (ਆਦਿ)? ਜਿਸ ਕਾਰਨ, ਮਨ ਵਿੱਚ ਉਲਝਣ ਹੋਰ ਵੀ ਵੱਧ ਸਕਦੀ ਹੈ।
- ਮੈਂ ਪ੍ਰੀਖਿਆ ਕੇਂਦਰ ਵਿੱਚ ਕੋਈ ਕਾਪੀ ਜਾਂ ਕਿਤਾਬ ਨਹੀਂ ਲੈ ਕੇ ਜਾਂਦਾ ਸੀ ਤਾਂ ਜੋ ਪ੍ਰੀਖਿਆ ਸ਼ੁਰੂ ਹੋਣ ਤੋਂ ਪਹਿਲਾਂ ਮੈਂ ਕੁਝ ਵੀ ਨਾ ਪੜ੍ਹ ਸਕਾਂ ਅਤੇ ਇਸ ਲਈ ਮੇਰੀ ਉਲਝਣ ਨਾ ਵਧੇ।
- ਪ੍ਰੀਖਿਆ ਕੇਂਦਰ ਲਈ ਘਰੋਂ ਨਿਕਲਣ ਤੋਂ ਪਹਿਲਾਂ, ਮੈਂ ਹੈੱਡਫੋਨ ਲਗਾ ਕੇ ਹਨੂੰਮਾਨ ਚਾਲੀਸਾ ਅਤੇ ਉਨ੍ਹਾਂ ਦੀ ਆਰਤੀ ਸੁਣਦਾ ਹੁੰਦਾ ਸੀ, ਪ੍ਰਭੂ ਤੋਂ ਮਦਦ ਮੰਗਦਾ ਸੀ ਅਤੇ ਫਿਰ ਪ੍ਰੀਖਿਆ ਦੇਣ ਲਈ ਘਰੋਂ ਨਿਕਲਦਾ ਸੀ।
- ਇਮਤਿਹਾਨ ਖਤਮ ਹੋਣ ਤੋਂ ਬਾਅਦ ਵੀ, ਮੈਂ ਆਪਣੇ ਸਹਿਪਾਠੀਆਂ ਦਾ ਸਿਰਫ਼ ਮੁਸਕਰਾਹਟ ਨਾਲ ਸਵਾਗਤ ਕਰਦਾ ਸੀ ਅਤੇ ਪੇਪਰ ਕਿਵੇਂ ਹੋਇਆ ਇਸ ਬਾਰੇ ਜ਼ਿਆਦਾ ਚਰਚਾ ਨਹੀਂ ਕਰਦਾ ਸੀ।
- ਇਮਤਿਹਾਨ ਖਤਮ ਹੋਣ ਤੋਂ ਬਾਅਦ, ਜਿਵੇਂ ਹੀ ਘਰ ਪਹੁੰਚਦਾ, ਉਹ ਪ੍ਰਸ਼ਨ ਪੱਤਰ ਨੂੰ ਕਿਤੇ ਸੁਰੱਖਿਅਤ ਰੱਖ ਦਿੰਦਾ ਸੀ। ਭਾਵੇਂ ਇਮਤਿਹਾਨ ਅਗਲੇ ਦਿਨ ਹੁੰਦਾ ਸੀ, ਫਿਰ ਵੀ ਮੈ ਥੋੜ੍ਹਾ ਆਰਾਮ ਕਰਦਾ ਕਿਉਂਕਿ ਇਸ ਨਾਲ ਦਿਮਾਗ ਨੂੰ ਕੁਝ ਸ਼ਾਂਤੀ ਮਿਲਦੀ ਸੀ ਅਤੇ ਇਹ ਦਿਮਾਗ ਨੂੰ ਰੀਚਾਰਜ ਕਰਦਾ ਸੀ ਅਤੇ ਇਸਨੂੰ ਬਿਹਤਰ ਢੰਗ ਨਾਲ ਪੜ੍ਹਨ ਲਈ ਤਿਆਰ ਕਰਦਾ ਸੀ।
- ਮੈਂ ਪ੍ਰੀਖਿਆ ਵਾਲੇ ਦਿਨ ਬਹੁਤਾ ਅਧਿਐਨ ਨਹੀਂ ਕਰਦਾ ਸੀ। ਮੈਂ ਸਿਰਫ਼ ਮਹੱਤਵਪੂਰਨ ਨੁਕਤਿਆਂ ਜਿਵੇਂ ਕਿ ਨੋਟਸ ਜਾਂ ਮਹੱਤਵਪੂਰਨ ਚੀਜ਼ਾਂ ਦਾ ਅਧਿਐਨ ਕੀਤਾ ਅਤੇ ਕਿਸੇ ਵੀ ਨਵੇਂ ਵਿਸ਼ੇ ਦਾ ਬਿਲਕੁਲ ਵੀ ਅਧਿਐਨ ਨਹੀਂ ਕੀਤਾ।
- ਮੈਂ ਪ੍ਰੀਖਿਆ ਵਾਲੇ ਦਿਨ ਹਲਕਾ ਖਾਣਾ ਖਾਂਦਾ ਹੁੰਦਾ ਸੀ।

ਹੁਣ ਇਹ ਤਾਂ ਦੀ ਮੇਰੀ ਗੱਲ। ਇਹ ਗੱਲਾਂ ਮੇਰੇ ਲਈ ਬਹੁਤ ਲਾਭਦਾਇਕ ਸਾਬਤ ਹੋਈਆਂ ਅਤੇ ਅਜਿਹੀਆਂ ਕਈ ਤਕਨੀਕਾਂ ਨੂੰ ਲਾਗੂ ਕਰਕੇ ਮੈਂ 9 ਡਿਗਰੀਆਂ/ਸਰਟੀਫਿਕੇਟ ਪ੍ਰਾਪਤ ਕਰਨ ਦੇ ਯੋਗ ਹੋਇਆ। ਤੁਹਾਨੂੰ ਵੀ ਉਹ ਤਕਨੀਕਾਂ ਅਪਣਾਉਣੀਆਂ ਚਾਹੀਦੀਆਂ ਹਨ ਜੋ ਤੁਹਾਨੂੰ ਪਸੰਦ ਹਨ ਅਤੇ ਬਾਕੀਆਂ ਨੂੰ ਛੱਡ ਦੇਣਾ ਚਾਹੀਦਾ ਹੈ। ਵੈਸੇ, ਮੈਨੂੰ ਉਮੀਦ ਹੈ ਕਿ ਤੁਹਾਨੂੰ ਵੀ ਇਨ੍ਹਾਂ

ਤਕਨੀਕਾਂ ਤੋਂ ਉਹੀ ਲਾਭ ਮਿਲੇਗਾ ਜੋ ਮੈਨੂੰ ਮਿਲਿਆ ਹੈ ਅਤੇ ਤੁਸੀਂ ਤੇਜ਼ੀ ਨਾਲ ਸਫਲ ਵੀ ਹੋ ਸਕੋਗੇ।

ਸਟ੍ਰੈੱਸ ਮੈਨੇਜਮੈਂਟ ਨਾਲ ਸਬੰਧਤ ਉਪਯੋਗੀ ਸੁਝਾਅ:-

- ਤੁਹਾਨੂੰ ਇਮਤਿਹਾਨ ਵਾਲੇ ਦਿਨ ਕੀ ਕਰ ਸਕਦੇ ਹੋ, ਇਸ ਬਾਰੇ ਸੋਚਣ ਲਈ ਵੀ ਕੁਝ ਸਮਾਂ ਕੱਢਣਾ ਚਾਹੀਦਾ ਹੈ ਤਾਂ ਜੋ ਤੁਹਾਡਾ ਮਨ ਸ਼ਾਂਤ ਅਤੇ ਠੰਡਾ ਰਹੇ ਅਤੇ ਤੁਸੀਂ ਇਮਤਿਹਾਨ ਦੌਰਾਨ ਬਿਹਤਰ ਸੋਚ ਸਕੋ ਅਤੇ ਤੁਸੀਂ ਤੇਜ਼ੀ ਨਾਲ ਸਫਲਤਾ ਪ੍ਰਾਪਤ ਕਰ ਸਕੋ।
- ਪ੍ਰੀਖਿਆ ਲਈ ਚੰਗੀ ਤਰ੍ਹਾਂ ਤਿਆਰੀ ਕਰੋ ਕਿਉਂਕਿ ਤਿਆਰੀ ਆਤਮਵਿਸ਼ਵਾਸ ਨੂੰ ਵਧਾਉਂਦੀ ਹੈ। ਪਰ ਜੇਕਰ ਤੁਸੀਂ ਪਹਿਲਾਂ ਤੋਂ ਬਿਲਕੁਲ ਵੀ ਤਿਆਰੀ ਨਹੀਂ ਕੀਤੀ ਹੈ ਅਤੇ ਤੁਸੀਂ ਸਿਰਫ਼ ਪ੍ਰੀਖਿਆ ਵਾਲੇ ਦਿਨ ਹੀ ਤਿਆਰੀ ਕਰਦੇ ਹੋ, ਤਾਂ ਤੁਹਾਡਾ ਆਤਮਵਿਸ਼ਵਾਸ ਵਧਣ ਦੀ ਬਜਾਏ, ਇਹ ਘੱਟ ਜਾਂਦਾ ਹੈ ਅਤੇ ਤੁਹਾਡੀ ਦੁਬਿਧਾ ਵੀ ਵਧ ਜਾਂਦੀ ਹੈ।

• • •

ਅਧਿਆਇ 59

ਸਟ੍ਰੈੱਸ ਮੈਨੇਜਮੈਂਟ ਅਤੇ ਪਤੀ-ਪਤਨੀ

"ਖੁਸ਼ ਪਤੀ ਪਤਨੀ ਭਵਿੱਖ ਵੱਲ ਦੇਖਦੇ ਹਨ, ਭੂਤਕਾਲ ਵੱਲ ਨਹੀਂ"

-ਡੇਲ ਪੈਟਰਿਜ

ਵਿਆਹੁਤਾ ਜੀਵਨ ਵਿੱਚ ਪ੍ਰਵੇਸ਼ ਕਰਨਾ ਇੱਕ ਵਿਅਕਤੀ ਦੇ ਜੀਵਨ ਵਿੱਚ ਇੱਕ ਬਹੁਤ ਹੀ ਮਹੱਤਵਪੂਰਨ ਪਲ ਹੁੰਦਾ ਹੈ। ਕਿਸੇ ਮਹਾਨ ਵਿਅਕਤੀ ਨੇ ਕਿਹਾ ਹੈ ਕਿ ਇਸ ਦੁਨੀਆਂ ਵਿੱਚ ਵਿਆਹ ਤੋਂ ਵੱਡਾ ਕੋਈ ਜੁਆ ਨਹੀਂ ਹੈ। ਜੇਕਰ ਵਿਆਹ ਸਫਲ ਹੁੰਦਾ ਹੈ ਤਾਂ ਤੁਹਾਡੀ ਜ਼ਿੰਦਗੀ ਸਵਰਗ ਬਣ ਜਾਵੇਗੀ ਅਤੇ ਜੇਕਰ ਵਿਆਹ ਅਸਫਲ ਹੁੰਦਾ ਹੈ ਤਾਂ ਤੁਹਾਡੀ ਜ਼ਿੰਦਗੀ ਨੂੰ ਨਰਕ ਬਣਨ ਤੋਂ ਕੋਈ ਨਹੀਂ ਰੋਕ ਸਕਦਾ।

ਇਨ੍ਹਾਂ ਸ਼ਬਦਾਂ ਤੋਂ ਤੁਸੀਂ ਸਮਝ ਗਏ ਹੋਵੋਗੇ ਕਿ ਵਿਆਹ ਕਿਸੇ ਵਿਅਕਤੀ ਦੇ ਜੀਵਨ ਵਿੱਚ ਕਿੰਨੀ ਨਿਰਣਾਇਕ ਭੂਮਿਕਾ ਨਿਭਾ ਸਕਦਾ ਹੈ ਅਤੇ ਜੇਕਰ ਇਹ ਚਾਹੇ ਤਾਂ ਇਹ ਤੁਹਾਡੀ ਜ਼ਿੰਦਗੀ ਨੂੰ ਖੁਸ਼ੀਆਂ ਨਾਲ ਭਰ ਸਕਦਾ ਹੈ ਜਾਂ ਦੁੱਖਾਂ ਦਾ ਹੜ੍ਹ ਲਿਆ ਸਕਦਾ ਹੈ।

ਇਸ ਅਧਿਆਇ ਵਿੱਚ ਮੈਂ ਤੁਹਾਡੇ ਨਾਲ ਕੁਝ ਸੁਝਾਅ ਸਾਂਝੇ ਕਰਨਾ ਚਾਹੁੰਦਾ ਹਾਂ ਜੋ ਤੁਹਾਡੀ ਵਿਆਹੁਤਾ ਜ਼ਿੰਦਗੀ ਨੂੰ ਬਿਹਤਰ ਬਣਾਉਣ ਵਿੱਚ ਮਦਦ ਕਰ ਸਕਦੇ ਹਨ:

1. **ਬਰਾਬਰ ਸੋਚ ਵਾਲਾ ਰਿਸ਼ਤਾ:** ਵਿਆਹ ਲਈ ਆਪਣੇ ਸਾਥੀ ਦੀ ਚੋਣ ਕਰਦੇ ਸਮੇਂ, ਇਹ ਦੇਖਣਾ ਬਿਹਤਰ ਹੁੰਦਾ ਹੈ ਕਿ ਤੁਹਾਡੇ ਸਾਥੀ ਦੀ ਸੋਚ ਦਾ ਪੱਧਰ ਤੁਹਾਡੇ ਬਰਾਬਰ ਹੋਵੇ, ਕਿਉਂਕਿ ਰੰਗ ਰੂਪ ਸਮੇਂ ਦੇ ਨਾਲ ਬਦਲਦਾ ਰਹਿੰਦਾ ਹੈ ਪਰ ਜੇਕਰ ਸੋਚ ਅਤੇ ਇਰਾਦੇ ਚੰਗੇ ਹੋਣਗੇ ਤਾਂ ਤੁਸੀਂ ਲੰਬੇ ਸਮੇਂ ਤੱਕ ਵਿਆਹੁਤਾ ਜੀਵਨ ਦਾ ਆਨੰਦ ਮਾਣ ਸਕੋਗੇ।
2. **ਕਦੇ ਵੀ ਪੈਸੇ ਲਈ ਵਿਆਹ ਨਾ ਕਰੋ:** ਤੁਸੀਂ ਬਾਲੀਵੁੱਡ ਫਿਲਮਾਂ ਵਿੱਚ ਅਕਸਰ ਦੇਖਿਆ ਹੋਵੇਗਾ ਕਿ ਬਹੁਤ ਸਾਰੇ ਲੋਕ ਸਫਲਤਾ ਦੇ ਸ਼ਾਰਟਕੱਟ ਲੱਭਦੇ ਹਨ ਅਤੇ ਉਨ੍ਹਾਂ ਵਿੱਚੋਂ ਸਭ ਤੋਂ ਮਹੱਤਵਪੂਰਨ ਹੈ ਕਿਸੇ ਅਮੀਰ ਵਿਅਕਤੀ ਨੂੰ ਪਿਆਰ ਦੇ ਜਾਲ ਵਿੱਚ ਫਸਾਉਣਾ ਅਤੇ ਉਸ ਨਾਲ ਵਿਆਹ ਕਰਨਾ, ਪਰ ਅਜਿਹੀ ਗਲਤੀ ਨਾ ਕਰੋ, ਜ਼ਿੰਦਗੀ ਵਿੱਚ ਪੈਸਾ ਬਹੁਤ ਮਹੱਤਵਪੂਰਨ ਹੈ ਪਰ ਜੇਕਰ ਤੁਹਾਡੇ ਕੋਲ ਸਿਰਫ਼ ਪੈਸਾ ਹੈ ਅਤੇ ਮਾਨਸਿਕ ਸ਼ਾਂਤੀ ਨਹੀਂ ਹੈ ਤਾਂ ਅਜਿਹੇ ਪੈਸੇ ਦਾ ਕੋਈ ਫਾਇਦਾ ਨਹੀਂ ਹੈ ਅਤੇ ਦੂਜਾ, ਜੋ ਲੋਕ ਅਜਿਹਾ ਕਰਦੇ ਹਨ ਤਾਂ ਉਨ੍ਹਾਂ ਨੂੰ ਇਸ ਦੁਨੀਆਂ ਵਿੱਚ ਕੋਈ ਇੱਜ਼ਤ ਨਹੀਂ ਮਿਲਦੀ। ਅਤੇ ਜਿੱਥੋਂ ਤੱਕ ਮੇਰੀ ਰਾਏ ਦਾ ਸਵਾਲ ਹੈ, ਜੇਕਰ ਤੁਸੀਂ ਮੈਨੂੰ ਪੁੱਛੋ ਕਿ ਦੁਨੀਆਂ ਦਾ ਸਭ ਤੋਂ ਵੱਡਾ ਅਪਰਾਧ ਕੀ ਹੈ ਤਾਂ ਮੇਰਾ ਸਿੱਧਾ ਜਵਾਬ ਹੋਵੇਗਾ "ਪੈਸੇ ਲਈ ਵਿਆਹ ਕਰਨਾ"। ਅਜਿਹਾ ਕਰਕੇ ਤੁਸੀਂ ਨਾ ਸਿਰਫ਼ ਕਿਸੇ ਦਾ ਵਿਸ਼ਵਾਸ ਮਾਰਦੇ ਹੋ ਸਗੋਂ ਇੱਕ ਪੂਰੇ ਪਰਿਵਾਰ ਨੂੰ ਵੀ ਬਰਬਾਦ ਕਰਦੇ ਹੋ।
3. **ਤੁਹਾਡੇ ਬੱਚੇ ਤੁਹਾਡੇ ਹੰਕਾਰ ਨਾਲੋਂ ਜ਼ਿਆਦਾ ਮਹੱਤਵਪੂਰਨ ਹਨ:** ਤੁਹਾਡੇ ਬੱਚੇ ਆਪਣੀ ਇੱਛਾ ਨਾਲ ਨਹੀਂ ਸਗੋਂ ਤੁਹਾਡੀ ਇੱਛਾ ਨਾਲ ਪੈਦਾ ਹੋਏ ਹਨ। ਤੁਸੀਂ ਉਨ੍ਹਾਂ ਨੂੰ ਜ਼ਿੰਦਗੀ ਦਿੱਤੀ ਹੈ, ਇਸ ਲਈ ਇਹ ਤੁਹਾਡੀ ਜ਼ਿੰਮੇਵਾਰੀ ਹੈ ਕਿ ਉਨ੍ਹਾਂ ਨੂੰ ਇੱਕ ਚੰਗਾ ਬਚਪਨ ਦਿਓ ਅਤੇ ਉਨ੍ਹਾਂ ਨੂੰ ਇੱਕ ਚੰਗਾ ਇਨਸਾਨ ਬਣਾਓ। ਆਪਣੇ ਜੀਵਨ ਸਾਥੀ ਨਾਲ ਨਿੱਜੀ ਮਤਭੇਦਾਂ ਨੂੰ ਪਾਸੇ ਰੱਖੋ।
4. **ਸਿਰਫ਼ ਉਨ੍ਹੇ ਹੀ ਬੱਚੇ ਚੰਗੇ ਹਨ, ਜਿਨ੍ਹਾਂ ਨੂੰ ਤੁਸੀਂ ਇੱਕ ਬਿਹਤਰ ਜ਼ਿੰਦਗੀ ਦੇ ਸਕਦੇ ਹੋ:** ਜਿਵੇਂ ਕਿ ਮੈਂ ਪਹਿਲਾਂ ਕਿਹਾ ਸੀ, ਬੱਚੇ ਆਪਣੀ ਮਰਜ਼ੀ ਨਾਲ ਨਹੀਂ, ਸਗੋਂ ਤੁਹਾਡੀ ਇੱਛਾ ਨਾਲ ਤੁਹਾਡੇ ਕੋਲ ਆਉਂਦੇ ਹਨ। ਇਸ ਲਈ, ਇਹ ਬਿਹਤਰ ਹੋਵੇਗਾ ਜੇਕਰ ਤੁਸੀਂ ਪਹਿਲਾਂ ਤੋਂ ਯੋਜਨਾ ਬਣਾ ਲਓ ਕਿ ਤੁਸੀਂ ਕਿੰਨੇ ਬੱਚਿਆਂ ਨੂੰ ਇੱਕ ਬਿਹਤਰ ਜ਼ਿੰਦਗੀ ਦੇ ਸਕਦੇ ਹੋ। ਚੰਗਾ ਭੋਜਨ, ਚੰਗੀ ਸਿੱਖਿਆ ਵਰਗੀਆਂ ਬੁਨਿਆਦੀ ਜ਼ਰੂਰਤਾਂ ਦੇ ਨਾਲ, ਤੁਹਾਨੂੰ ਆਪਣਾ ਕੀਮਤੀ ਸਮਾਂ ਅਤੇ ਧਿਆਨ ਵੀ ਦੇਣਾ ਪਵੇਗਾ।
5. **ਬੰਦ ਦਰਵਾਜ਼ਿਆਂ ਪਿੱਛੇ ਬਹਿਸ ਅਤੇ ਆਲੋਚਨਾ ਕਰੋ:** ਵਿਆਹੁਤਾ ਜੀਵਨ ਵਿੱਚ, ਬਹਿਸ ਅਤੇ ਆਲੋਚਨਾ ਜ਼ਰੂਰ ਹੁੰਦੀ ਹੈ, ਪਰ ਇਹ ਬਿਹਤਰ ਹੈ ਜੇਕਰ ਇਹ ਚੀਜ਼ਾਂ ਪਤੀ-ਪਤਨੀ ਵਿਚਕਾਰ ਬੰਦ ਦਰਵਾਜ਼ਿਆਂ ਪਿੱਛੇ ਹੋਣ। ਜਦੋਂ ਇਹ ਚੀਜ਼ਾਂ ਉਸ ਬੰਦ

ਦਰਵਾਜ਼ੇ ਵਿੱਚੋਂ ਬਾਹਰ ਆਉਂਦੀਆਂ ਹਨ, ਤਾਂ ਰਿਸ਼ਤੇ ਦੀ ਭਰੋਸੇਯੋਗਤਾ ਘੱਟਣ ਲੱਗ ਪੈਂਦੀ ਹੈ ਅਤੇ ਦੂਜੇ ਲੋਕ ਤੁਹਾਨੂੰ ਆਪਣੇ ਫਾਇਦੇ ਲਈ ਵਰਤਦੇ ਹਨ।

ਇਹ ਸਨ ਕੁਝ ਸੁਝਾਅ ਆਪਣੇ ਵਿਆਹੁਤਾ ਜੀਵਨ ਨੂੰ ਚਿੰਤਾ-ਮੁਕਤ ਰੱਖਣ ਲਈ, ਇਹਨਾ ਨੂੰ ਲਾਗੂ ਕਰੋ ਅਤੇ ਬਿਹਤਰ ਜ਼ਿੰਦਗੀ ਦਾ ਆਨੰਦ ਮਾਣੋ।

ਸਟ੍ਰੈਸ ਮੈਨੇਜਮੈਂਟ ਨਾਲ ਸਬੰਧਤ ਉਪਯੋਗੀ ਸੁਝਾਅ:

- **ਘਰ ਤੋਂ ਬਾਹਰ ਵੀ ਸਤਿਕਾਰ ਦਿਖਾਓ:** ਜਦੋਂ ਵੀ ਤੁਸੀਂ ਘਰ ਤੋਂ ਬਾਹਰ ਨਿਕਲਦੇ ਹੋ, ਆਪਣੇ ਜੀਵਨ ਸਾਥੀ ਨੂੰ ਵਿਸ਼ੇਸ਼ ਸਤਿਕਾਰ ਦਿਓ, ਉਨ੍ਹਾਂ ਨਾਲ ਸਤਿਕਾਰ ਨਾਲ ਗੱਲ ਕਰੋ, ਕਿਸੇ ਵੀ ਤਰ੍ਹਾਂ ਦੇ ਮਜ਼ਾਕ ਨਾ ਕਰੋ।
- **ਨਿਯਮਤ ਬੱਚਤ ਯੋਜਨਾ ਬਣਾਓ:** ਸਿਰਫ਼ ਖਰਚ ਕਰਨ ਲਈ ਪੈਸੇ ਨਾ ਕਮਾਓ, ਸਗੋਂ ਅਚਾਨਕ ਲੋੜਾਂ ਲਈ ਵੀ ਕੁਝ ਬਚਤ ਕਰੋ ਅਤੇ ਆਪਣੇ ਬੱਚਿਆਂ ਦੇ ਉੱਜਵਲ ਭਵਿੱਖ ਲਈ ਨਿਯਮਿਤ ਤੌਰ 'ਤੇ ਪੈਸੇ ਦਾ ਨਿਵੇਸ਼ ਕਰੋ।

• • •

ਅਧਿਆਇ 60

ਸਟ੍ਰੈੱਸ ਮੈਨੇਜਮੈਂਟ ਅਤੇ ਤਕਨਾਲੋਜੀ

"ਇਕੱਲੀ ਤਕਨਾਲੋਜੀ ਕਾਫ਼ੀ ਨਹੀਂ ਹੈ।"

-ਸਟੀਵ ਜੌਬਸ

ਅਜੋਕਾ ਯੁੱਗ ਤਕਨਾਲੋਜੀ ਦਾ ਯੁੱਗ ਹੈ ਅਤੇ ਸਾਡੀ ਦੁਨੀਆ ਵਿੱਚ ਲਗਭਗ ਸਾਰੇ ਕੰਮ ਤਕਨਾਲੋਜੀ ਦੁਆਰਾ ਕੀਤੇ ਜਾ ਰਹੇ ਹਨ, ਇਸ ਲਈ ਅਸੀਂ ਚਾਹੀਏ ਜਾਂ ਨਾ ਚਾਹੀਏ, ਸਾਨੂੰ ਤਕਨਾਲੋਜੀ ਵਿੱਚ ਨਿਪੁੰਨ ਹੋਣਾ ਪਵੇਗਾ। ਜੋ ਕੰਮ ਕਰਨ ਵਿੱਚ ਪਹਿਲਾਂ ਕਈ ਦਿਨਾਂ ਤੋਂ ਕਈ ਹਫ਼ਤਿਆਂ ਦਾ ਸਮਾਂ ਲੱਗਦਾ ਸੀ, ਹੁਣ ਉਹ ਇੰਟਰਨੈੱਟ ਰਾਹੀਂ ਲਗਭਗ ਤੁਰੰਤ ਹੋ ਜਾਂਦਾ ਹੈ। ਇਸੇ ਤਰ੍ਹਾਂ, ਪਹਿਲਾਂ ਕਾਰੋਬਾਰੀਆਂ ਨੂੰ ਪੈਸੇ ਦੇ ਲੈਣ-ਦੇਣ ਲਈ ਆਪਣੇ ਨਾਲ ਪੈਸੇ ਲੈ ਕੇ ਜਾਣਾ ਪੈਂਦਾ ਸੀ, ਜੋ ਕਿ ਬਹੁਤ ਅਸੁਵਿਧਾਜਨਕ ਸੀ, ਪਰ ਤਕਨਾਲੋਜੀ ਦੀ ਮਦਦ ਨਾਲ, ਹੁਣ ਤੁਸੀਂ ਪਲਕ ਝਪਕਦੇ ਹੀ ਔਨਲਾਈਨ ਪੈਸੇ ਦਾ ਲੈਣ-ਦੇਣ ਕਰ ਸਕਦੇ ਹੋ ਅਤੇ ਪੈਸੇ ਆਪਣੇ ਕੋਲ ਰੱਖਣ ਦੀ ਸਿਰਦਰਦੀ ਤੋਂ ਬਚ ਸਕਦੇ ਹੋ। ਤਕਨਾਲੋਜੀ ਦੇ ਬਹੁਤ ਸਾਰੇ ਫਾਇਦੇ ਹਨ ਅਤੇ ਨੁਕਸਾਨ ਵੀ ਹਨ। ਅਤੇ ਆਓ ਤਕਨਾਲੋਜੀ ਦੇ ਉਨ੍ਹਾਂ ਪਹਿਲੂਆਂ 'ਤੇ ਚਰਚਾ ਕਰੀਏ ਜੋ ਸਾਡੇ ਲਈ ਚਿੰਤਾ ਦਾ ਕਾਰਨ ਬਣਦੇ ਹਨ:

1. **ਤਕਨੀਕੀ ਯੰਤਰ ਜਿਵੇਂ ਕਿ ਮੋਬਾਈਲ, ਮਾਡਮ ਆਦਿ ਵਿੱਚੋ ਹਾਨੀਕਾਰਕ ਕਿਰਨਾਂ ਨਿਕਲਦੀਆਂ ਹਨ ਜਿਸ ਕਰਕੇ ਇਹਨਾ ਨੂੰ ਛੋਟੇ ਬੱਚਿਆਂ ਤੋਂ ਦੂਰ ਰੱਖੋ:** ਭਾਵੇਂ ਇਹ ਕਿਰਨਾਂ ਹਰ ਕਿਸੇ ਨੂੰ ਪ੍ਰਭਾਵਿਤ ਕਰਦੀਆਂ ਹਨ, ਪਰ ਕਿਉਂਕਿ ਸਾਡਾ ਕੰਮ ਇਨ੍ਹਾਂ ਤੋਂ ਬਿਨਾਂ ਨਹੀਂ ਚੱਲ ਸਕਦਾ, ਇਸ ਲਈ ਇਨ੍ਹਾਂ ਨੂੰ ਰੱਖਣਾ ਸਾਡੀ ਮਜਬੂਰੀ ਹੈ, ਪਰ ਇਨ੍ਹਾਂ ਨੂੰ ਛੋਟੇ ਬੱਚਿਆਂ ਤੋਂ ਦੂਰ ਰੱਖੋ। ਜਦੋਂ ਸਾਡੇ ਘਰ ਇੱਕ ਬੱਚਾ ਪੈਦਾ ਹੋਇਆ, ਤਾਂ ਅਸੀਂ ਵਾਈ-ਫਾਈ ਮਾਡਮ ਹਟਾ ਦਿੱਤਾ ਅਤੇ ਜਦੋਂ ਬੱਚਾ ਕੁਝ ਸਾਲਾਂ ਦਾ ਹੋ ਗਿਆ, ਤਾਂ ਅਸੀਂ ਇਸਨੂੰ ਦੁਬਾਰਾ ਲਗਾ ਦਿੱਤਾ।
2. **ਆਪਣਾ ਯੂਜ਼ਰਨੇਮ ਅਤੇ ਪਾਸਵਰਡ ਡਾਇਰੀ ਵਿੱਚ ਲਿਖ ਲਓ ਅਤੇ ਇਸਨੂੰ ਕਿਸੇ ਨਾਲ ਸਾਂਝਾ ਨਾ ਕਰੋ:** ਕਿਉਂਕਿ ਜਿਵੇਂ ਕਿ ਮੈਂ ਕਿਹਾ ਸੀ ਕਿ ਇਹ ਔਨਲਾਈਨ ਦਾ ਯੁੱਗ ਹੈ, ਇਸ ਲਈ ਸਾਨੂੰ ਆਪਣੇ ਈਮੇਲ, ਬਹੁਤ ਸਾਰੀਆਂ ਵੈੱਬਸਾਈਟਾਂ, ਬੈਂਕ ਨਾਲ ਸਬੰਧਤ ਬਹੁਤ ਸਾਰੇ ਯੂਜ਼ਰਨੇਮ ਅਤੇ ਪਾਸਵਰਡ ਯਾਦ ਰੱਖਣੇ ਪੈਂਦੇ ਹਨ ਪਰ ਸਾਡੇ ਦਿਮਾਗ ਦੀ ਵੀ ਇੱਕ ਸੀਮਾ ਹੁੰਦੀ ਹੈ ਅਤੇ ਕਈ ਵਾਰ ਚੀਜ਼ਾਂ ਦਿਮਾਗ ਤੋਂ ਇੰਨੇ ਅਵਿਸ਼ਵਾਸ਼ਯੋਗ ਤਰੀਕੇ ਨਾਲ ਗਾਇਬ ਹੋ ਜਾਂਦੀਆਂ ਹਨ ਕਿ ਅਸੀਂ ਇਸ 'ਤੇ ਵਿਸ਼ਵਾਸ ਨਹੀਂ ਕਰ ਸਕਦੇ ਅਤੇ ਜਦੋਂ ਅਜਿਹਾ ਹੁੰਦਾ ਹੈ ਤਾਂ ਅਸੀਂ ਚਿੰਤਤ ਹੋ ਜਾਂਦੇ ਹਾਂ। ਜਦੋਂ ਅਸੀਂ ਖਾਤਾ ਬਣਾਉਂਦੇ ਹਾਂ ਤਾਂ ਅਸੀਂ ਸੋਚਦੇ ਹਾਂ ਕਿ ਅਸੀਂ ਇਸਨੂੰ ਯਾਦ ਰੱਖਾਂਗੇ ਪਰ ਕੁਝ ਹਫ਼ਤਿਆਂ ਜਾਂ ਮਹੀਨਿਆਂ ਬਾਅਦ ਅਸੀਂ ਇਸਨੂੰ ਭੁੱਲ ਜਾਂਦੇ ਹਾਂ, ਇਸ ਲਈ ਇਹ ਬਿਹਤਰ ਹੈ ਕਿ ਅਸੀਂ ਇਸਨੂੰ ਡਾਇਰੀ ਵਿੱਚ ਲਿਖ ਲਈਏ।
3. **ਆਪਣੇ ਕ੍ਰੈਡਿਟ ਕਾਰਡ ਦੇ ਵੇਰਵੇ ਕਿਸੇ ਨਾਲ ਸਾਂਝੇ ਨਾ ਕਰੋ:** ਕ੍ਰੈਡਿਟ ਕਾਰਡ ਤੁਹਾਨੂੰ ਖਰੀਦਦਾਰੀ ਵਿੱਚ ਬਹੁਤ ਸਾਰੀਆਂ ਸਹੂਲਤਾਂ ਪ੍ਰਦਾਨ ਕਰਦਾ ਹੈ ਪਰ ਅੱਜਕੱਲ੍ਹ ਬਹੁਤ ਸਾਰੀਆਂ ਜਾਅਲੀ ਕੰਪਨੀਆਂ ਸਾਡੇ ਕ੍ਰੈਡਿਟ ਕਾਰਡ ਤੋਂ ਪੈਸੇ ਚੋਰੀ ਕਰਨ ਦੀ ਉਡੀਕ ਕਰ ਰਹੀਆਂ ਹਨ, ਇਸ ਲਈ ਬਿਹਤਰ ਹੈ ਕਿ ਤੁਸੀਂ ਆਪਣੇ ਕ੍ਰੈਡਿਟ ਕਾਰਡ ਦੇ ਵੇਰਵੇ ਸਿਰਫ਼ ਲੈਣ-ਦੇਣ ਕਰਦੇ ਸਮੇਂ ਅਤੇ ਭਰੋਸੇਯੋਗ ਕੰਪਨੀਆਂ ਨਾਲ ਤਸਦੀਕ ਕਰਨ ਤੋਂ ਬਾਅਦ ਹੀ ਸਾਂਝਾ ਕਰੋ ਅਤੇ ਜਿੱਥੇ ਵੀ ਸ਼ੱਕ ਹੋਵੇ, ਇੱਕ ਕਦਮ ਪਿੱਛੇ ਹਟ ਜਾਓ ਅਤੇ ਇਸਨੂੰ ਬਿਲਕੁਲ ਵੀ ਸਾਂਝਾ ਨਾ ਕਰੋ।
4. **ਨਕਲੀ ਫ਼ੋਨ ਕਾਲਾਂ ਤੋਂ ਸਾਵਧਾਨ ਰਹੋ:** ਅੱਜਕੱਲ੍ਹ, ਬਹੁਤ ਸਾਰੇ ਨਕਲੀ ਫ਼ੋਨ ਕਾਲ ਹੋ ਰਹੇ ਹਨ ਜੋ ਤੁਹਾਨੂੰ ਕਦੇ ਕਰੰਸੀ ਦੇ ਨਾਮ 'ਤੇ ਅਤੇ ਕਦੇ ਬੈਂਕ ਦੇ ਨਾਮ 'ਤੇ ਧੋਖਾ ਦੇਣ ਦੀ ਕੋਸ਼ਿਸ਼ ਕਰਦੇ ਹਨ। ਇਸ ਲਈ, ਕਦੇ ਵੀ ਇਨ੍ਹਾਂ ਛੋਟੇ-ਛੋਟੇ ਲਾਲਚਾਂ ਦਾ ਸ਼ਿਕਾਰ ਨਾ ਹੋਵੋ ਅਤੇ ਆਪਣੀ ਜਾਣਕਾਰੀ ਸਾਂਝੀ ਨਾ ਕਰੋ, ਨਹੀਂ ਤਾਂ ਇਹ ਲੋਕ ਇੱਕ ਮਿੰਟ ਦੇ ਅੰਦਰ ਤੁਹਾਡੀ ਸਾਰੀ ਮਿਹਨਤ ਦੀ ਕਮਾਈ ਖੋਹ ਲੈਣਗੇ।
5. **ਤਕਨੀਕੀ ਉਤਪਾਦਾਂ ਦੀ ਕੀਮਤ ਘਟਦੀ ਰਹਿੰਦੀ ਹੈ, ਇਸ ਲਈ ਬਹੁਤ ਮਹਿੰਗੇ ਤਕਨੀਕੀ ਉਤਪਾਦ ਨਾ ਖਰੀਦੋ:** ਉਦਾਹਰਣ ਵਜੋਂ, ਤੁਸੀਂ 25000 ਦਾ ਮੋਬਾਈਲ ਖਰੀਦਦੇ ਹੋ ਅਤੇ ਸਿਰਫ਼ 5 ਤੋਂ 6 ਮਹੀਨਿਆਂ ਬਾਅਦ ਤੁਸੀਂ ਦੇਖਦੇ ਹੋ ਕਿ ਉਸ ਮੋਬਾਈਲ ਦੀ ਕੀਮਤ 20000 ਦੇ ਆਸ-ਪਾਸ ਹੋ ਗਈ ਹੈ। ਮੈਂ ਇਹ ਨਹੀਂ ਕਹਿ ਰਿਹਾ ਕਿ ਤੁਹਾਨੂੰ

ਅਜਿਹੀ ਖਰੀਦਦਾਰੀ ਬਿਲਕੁਲ ਨਹੀਂ ਕਰਨੀ ਚਾਹੀਦੀ, ਪਰ ਮੇਰਾ ਇੱਕ ਛੋਟਾ ਜਿਹਾ ਸੁਝਾਅ ਹੈ ਕਿ ਜੇਕਰ ਤੁਹਾਨੂੰ ਇੱਕ ਬਹੁਤ ਮਹਿੰਗਾ ਮੋਬਾਈਲ ਖਰੀਦਣਾ ਹੈ ਜਿਵੇਂ ਕਿ 70,000-80,000, ਤਾਂ ਇਸਨੂੰ ਉਦੋਂ ਖਰੀਦੋ ਜਦੋਂ ਇਸਦੀ ਕੀਮਤ ਘੱਟ ਜਾਂਦੀ ਹੈ ਜਿਵੇਂ ਕਿ ਦੀਵਾਲੀ ਸੇਲ ਵਿੱਚ, ਉਨ੍ਹਾਂ ਦੀਆਂ ਕੀਮਤਾਂ ਵਿੱਚ ਵੱਡੀ ਛੂਟ ਹੁੰਦੀ ਹੈ ਅਤੇ ਤੁਸੀਂ ਉਸ ਬਚੇ ਹੋਏ ਪੈਸੇ ਨੂੰ ਕਿਤੇ ਹੋਰ ਨਿਵੇਸ਼ ਕਰਨ ਲਈ ਵਰਤ ਸਕਦੇ ਹੋ।

ਸਟ੍ਰੈੱਸ ਮੈਨੇਜਮੈਂਟ ਨਾਲ ਸਬੰਧਤ ਉਪਯੋਗੀ ਸੁਝਾਅ:

- ਇੱਕ ਡਾਇਰੀ ਰੱਖੋ ਜਿਸ ਵਿੱਚ ਤੁਸੀਂ ਆਪਣੇ ਸਾਰੇ ਯੂਜ਼ਰਨੇਮ ਅਤੇ ਪਾਸਵਰਡ ਲਿਖ ਸਕੋ ਅਤੇ ਹੁਣ ਤੋਂ ਇਸ ਵਿੱਚ ਆਪਣੇ ਸਾਰੇ ਯੂਜ਼ਰਨੇਮ ਅਤੇ ਪਾਸਵਰਡ ਲਿਖ ਲਓ।
- ਫਰਜ਼ੀ ਕਾਲਾਂ ਤੋਂ ਸਾਵਧਾਨ ਰਹੋ ਅਤੇ ਉਨ੍ਹਾਂ ਨਾਲ ਗੱਲ ਕਰਨ ਤੋਂ ਬਚੋ। ਜਿਵੇਂ ਹੀ ਤੁਹਾਨੂੰ ਸਮਝ ਆਵੇ ਕਿ ਇਹ ਇੱਕ ਫਰਜ਼ੀ ਕਾਲ ਹੈ, ਇਸਨੂੰ ਤੁਰੰਤ ਡਿਸਕਨੈਕਟ ਕਰੋ ਅਤੇ ਇਸਨੂੰ ਬਲਾਕ ਕਰੋ।

• • •

ਸਾਰ

ਕਲਪਨਾ ਕਰੋ ਕਿ ਜੇਕਰ ਤੁਹਾਡੀ ਪਿੱਠ 'ਤੇ 100 ਕਿਲੋਗ੍ਰਾਮ ਦੀ ਥੈਲੀ ਰੱਖੀ ਜਾਵੇ, ਤਾਂ ਕੀ ਤੁਸੀਂ ਸਹੀ ਢੰਗ ਨਾਲ ਤੁਰ ਸਕੋਗੇ? ਚਿੰਤਾ ਸਾਡੀ ਪਿੱਠ 'ਤੇ 100 ਕਿਲੋਗ੍ਰਾਮ ਦੀ ਥੈਲੀ ਵਾਂਗ ਹੈ, ਜਿਸ ਕਾਰਨ ਅਸੀਂ ਆਪਣੀ ਜ਼ਿੰਦਗੀ ਆਮ ਵਾਂਗ ਨਹੀਂ ਜੀ ਸਕਦੇ ਅਤੇ ਕਈ ਸਮੱਸਿਆਵਾਂ ਨਾਲ ਘਿਰੇ ਰਹਿੰਦੇ ਹਾਂ। ਪਰ ਚੰਗੀ ਖ਼ਬਰ ਇਹ ਹੈ ਕਿ ਅਸੀਂ ਆਪਣੀ ਜ਼ਿੰਦਗੀ ਦੀਆਂ ਲਗਭਗ 90 ਪ੍ਰਤੀਸ਼ਤ ਚਿੰਤਾਵਾਂ ਨੂੰ ਹੱਲ ਕਰ ਸਕਦੇ ਹਾਂ ਅਤੇ ਆਪਣੀ ਜ਼ਿੰਦਗੀ ਨੂੰ ਸ਼ਾਨਦਾਰ ਅਤੇ ਯਾਦਗਾਰ ਬਣਾ ਸਕਦੇ ਹਾਂ ਅਤੇ ਇਹ ਰਾਜਨੀਤਿਕ ਸਟ੍ਰੈੱਸ ਮੈਨੇਜਮੈਂਟ ਵਿੱਚ ਦੱਸੇ ਗਏ ਸਿਧਾਂਤਾਂ ਨੂੰ ਲਾਗੂ ਕਰਕੇ ਸੰਭਵ ਹੋਵੇਗਾ।

ਇਸ ਕਿਤਾਬ ਨੂੰ ਲਿਖਣ ਦਾ ਮੇਰਾ ਇੱਕੋ ਇੱਕ ਮਕਸਦ ਤੁਹਾਡੀਆਂ ਚਿੰਤਾਵਾਂ ਨੂੰ ਘੱਟ ਕਰਨਾ ਅਤੇ ਤੁਹਾਡੀ ਖੁਸ਼ੀ ਨੂੰ ਵੱਧ ਤੋਂ ਵੱਧ ਕਰਨਾ ਸੀ। ਮੈਂ ਇਹਨਾਂ ਪ੍ਰਭਾਵਸ਼ਾਲੀ ਸਿਧਾਂਤਾਂ ਨੂੰ ਆਪਣੀ ਜ਼ਿੰਦਗੀ ਵਿੱਚ ਲਾਗੂ ਕਰਨ ਤੋਂ ਬਾਅਦ ਹੀ ਤੁਹਾਡੇ ਨਾਲ ਸਾਂਝਾ ਕੀਤਾ ਹੈ। ਇਹਨਾਂ ਸਿਧਾਂਤਾਂ ਨੇ ਮੇਰੀ ਜ਼ਿੰਦਗੀ ਵਿੱਚ ਚਮਤਕਾਰੀ ਸੁਧਾਰ ਲਿਆਂਦੇ ਅਤੇ ਮੇਰੀ ਜ਼ਿੰਦਗੀ ਖੁਸ਼ੀ ਅਤੇ ਸਫਲਤਾ ਨਾਲ ਭਰ ਗਈ ਅਤੇ ਮੈਨੂੰ ਪੂਰੀ ਉਮੀਦ ਹੈ ਕਿ ਤੁਹਾਨੂੰ ਵੀ ਰਾਜਨੀਤਿਕ ਸਟ੍ਰੈੱਸ ਮੈਨੇਜਮੈਂਟ ਤੋਂ ਇਹੀ ਲਾਭ ਮਿਲੇਗਾ ਅਤੇ ਜੇਕਰ ਅਜਿਹਾ ਹੁੰਦਾ ਹੈ ਤਾਂ ਮੈਂ ਮਹਿਸੂਸ ਕਰਾਂਗਾ ਕਿ ਇਸ ਕਿਤਾਬ ਦੇ ਰੂਪ ਵਿੱਚ ਮੇਰੀ ਕੋਸ਼ਿਸ਼ ਸਫਲ ਹੋਈ ਹੈ।

ਕਿਰਪਾ ਕਰਕੇ ਮੈਨੂੰ ਦੱਸੋ ਕਿ ਤੁਹਾਨੂੰ ਇਹ ਕਿਤਾਬ ਕਿਵੇਂ ਲੱਗੀ।

ਰਾਜਨੀਤੀ ਸਟ੍ਰੈੱਸ ਮੈਨੇਜਮੈਂਟ ਪੜ੍ਹਨ ਅਤੇ ਹਮੇਸ਼ਾ ਮੇਰੇ ਵਿੱਚ ਆਪਣਾ ਪਿਆਰ ਅਤੇ ਵਿਸ਼ਵਾਸ ਬਣਾਈ ਰੱਖਣ ਲਈ ਤੁਹਾਡਾ ਦਿਲੋਂ ਧੰਨਵਾਦ।

ਮੈਂ ਤੁਹਾਡੇ ਉੱਜਵਲ ਭਵਿੱਖ ਲਈ ਪ੍ਰਮਾਤਮਾ ਅੱਗੇ ਅਰਦਾਸ ਕਰਦਾ ਹਾਂ।

ਸਵਰਗੀ ਰਾਧੇਸ਼ਿਆਮ ਗੁਪਤਾ ਦਾ ਪੋਤਾ

"ਰਾਜਲ"

ਈਮੇਲ : rajalneeti@gmail.com

ਵੈੱਬਸਾਈਟ : www.rajalneeti.com

ਯੂਟਿਊਬ : www.youtube.com/rajalneeti

ਇੰਸਟਾਗ੍ਰਾਮ : www.instagram.com/rajalneeti

ਫੇਸਬੁੱਕ : www.facebook.com/therajal

ਟਵਿੱਟਰ : www.twitter.com/therajal

ਧੰਨਵਾਦ

- ਸਾਡੇ ਬਾਉਜੀ (ਦਾਦਾ ਜੀ) ਸਵਰਗੀ ਰਾਧੇਸ਼ਿਆਮ ਗੁਪਤਾ ਜੀ ਸਾਡੇ ਆਦਰਸ਼ ਹਨ, ਸਾਡੇ ਪ੍ਰੇਰਨਾ ਸਰੋਤ ਹਨ, ਅੱਜ ਅਸੀਂ ਜੋ ਵੀ ਹਾਂ, ਉਨ੍ਹਾਂ ਕਰਕੇ ਹੀ ਹਾਂ।
- ਸਵਰਗੀ ਡਾ. ਕੀਰਤੀ ਬਾਲਾ (ਬੁਆ ਜੀ)
- ਮੇਰੇ ਪੂਰੇ ਪਰਿਵਾਰ ਦਾ ਧੰਨਵਾਦ, ਤੁਸੀਂ ਮੇਰੀ ਤਾਕਤ ਹੋ।
- ਸਾਡੀ ਅੰਮਾ ਜੀ (ਦਾਦੀ ਜੀ) ਸ਼੍ਰੀਮਤੀ ਕਾਮਿਨੀ ਦੇਵੀ ਗੁਪਤਾ ਜੀ ਦਾ ਦਿਲੋਂ ਧੰਨਵਾਦ ਜਿਨ੍ਹਾਂ ਦਾ ਆਸ਼ੀਰਵਾਦ ਅਤੇ ਮਾਰਗਦਰਸ਼ਨ ਹਮੇਸ਼ਾ ਸਾਡੇ ਪਰਿਵਾਰ ਦੇ ਨਾਲ ਹੈ।
- ਤਸਵੀਰਾਂ ਲਈ ਗੂਗਲ, ਯਾਹੂ ਅਤੇ ਹੋਰ ਸਰਚ ਇੰਜਣਾਂ ਦਾ ਦਿਲੋਂ ਧੰਨਵਾਦ।

ਮੇਰੇ ਦਿਲ ਦੀਆਂ ਗਹਿਰਾਈਆਂ ਤੋਂ ਧੰਨਵਾਦ

- ਪਾਠਕਾਂ ਦਾ ਜਿਨ੍ਹਾਂ ਦੇ ਪਿਆਰ ਅਤੇ ਵਿਸ਼ਵਾਸ ਨੇ ਰਾਜਨੀਤੀ ਟਾਈਮ ਮੈਨੇਜਮੈਂਟ ਨੂੰ ਸਭ ਤੋਂ ਵੱਧ ਵਿਕਣ ਵਾਲਾ ਬਣਾਇਆ ਅਤੇ ਮੈਨੂੰ ਰਾਜਨੀਤੀ ਸਟ੍ਰੈੱਸ ਮੈਨੇਜਮੈਂਟ ਲਿਖਣ ਦੀ ਊਰਜਾ ਦਿੱਤੀ।
- ਡਾਇਮੰਡ ਗਰੁੱਪ ਦੇ ਚੇਅਰਮੈਨ ਸਤਿਕਾਰਯੋਗ ਸ਼੍ਰੀ ਨਰਿੰਦਰ ਵਰਮਾ ਜੀ ਦਾ ਜਿਨ੍ਹਾਂ ਤੋਂ ਮੈਨੂੰ ਹੋਰ ਬਿਹਤਰ ਕਰਨ ਦੀ ਪ੍ਰੇਰਨਾ ਮਿਲੀ।

ਮਾਣਯੋਗ ਮੁਖ ਮੰਤਰੀ ਸ਼੍ਰੀ ਅਦਿਤਜਨਾਥ ਯੋਗੀ ਜੀ ਰਾਜਲਨੀਤੀ ਟਾਈਮ
ਮੈਨਜਮੈਂਟ ਜਾਰੀ ਕਰਦੇ ਹੋਏ

ਤਤਕਾਲੀਨ ਮਾਣਯੋਗ ਰਾਜਪਾਲ ਸ਼੍ਰੀ ਰਾਮ ਨਾਇਕ ਜੀ ਰਾਜਲਨੀਤੀ ਲੜੀ ਦੀ ਇਕ ਹੋਰ
ਕਿਤਾਬ ਜਾਰੀ ਕਰਦੇ ਹੋਏ

ਰਾਜਲਨੀਤੀ ਲੜੀ ਦੀ ਇਕ ਹੋਰ ਕਿਤਾਬ ਹਿਮਾਚਲ ਪ੍ਰਦੇਸ਼ ਦੇ ਮਾਣਯੋਗ ਰਾਜਪਾਲ ਸ੍ਰੀ ਸ਼ਿਵ ਪ੍ਰਤਾਪ ਸ਼ੁਕਲਾ ਜੀ ਦੁਆਰਾ ਜਾਰੀ ਕੀਤੀ ਗਈ

ਮਾਣਯੋਗ ਸੰਸਦ ਮੈਂਬਰ ਅਤੇ ਅਭਿਨੇਤਾ ਸ੍ਰੀ ਰਵੀ ਕਿਸ਼ਨ ਜੀ ਰਾਜਲਨੀਤੀ ਲੋਕਵਿਹਾਰ ਦਾ ਕਵਰ ਪੇਜ ਲਾਂਚ ਕਰਦੇ ਹੋਏ

ਹਿੰਦੁਸਤਾਨ ਟਾਈਮਜ਼ ਲਖਨਊ ਵਿਚ ਪ੍ਰਕਾਸ਼ਿਤ

From school dropout to bestseller author, Gkp man redeems self

GORAKHPUR: The wonders that timely and proper mentoring can do is oft repeated and well documented, and the story Rajal Gupta is just another chapter in that book.

Then just 9, Rajal Gupta, under severe stress, failed Class 6 and then decided to altogether discontinue studies in Class 9, following continuous humiliation by school teachers. The teachers even told his parents that the boy was so weak that there were hardly any chances of him clearing Board exams.

"You are good-for-nothing. It is best that you leave and sit at your father's watch shop,' these teachers said. Some even used to make me stand on the last bench from the first period to the last, as other students mocked me. Such remarks and repeated humiliation finally pushed me into depression and I thought I really was good-for-nothing," Gupta recalled. "At home, I didn't tell anyone the actual reason why I was not going to school but confided in my Dadaji," he said.

His grandfather, Radhey Shyam Gupta, stood by him, counselled and mentored the boy. The healing touch not only helped him come out of depression but also transformed his personality from a shy, introvert boy to a confident, outspoken student. After a lay-off from studies for a year, he rejoined classes, cleared his Board exams, and went on to collect four professional degrees including those in journalism, LLB, PGDBA, and certificates like B Level, among others, shutting up critics.

Recently, Gupta, now 34, has got a big reason to smile. A 160-page book which he wrote on time management, 'Rajal Niti: Time Management', has been listed among the bestsellers by publisher Diamond Publications, as it is witnessing a huge demand on online sites like Amazon and Flipkart. The book is available in nine languages including English, Hindi, Malayalam, Odia, Bengali and Gujarati, and so far, has sold over 25,000 copies.

Rajal Gupta

> The publisher told me that the book is being demanded by students, so they asked me to add a separate chapter on time management for students
>
> **RAJAL GUPTA**, Author

The earlier edition of the book, consisting of 76 pages, was released by chief minister Yogi Adityanath in 2017. Gupta had also received a congratulatory message from the secretary of vice-president M Venkaiah Naidu in 2017 for the book.

The latest edition of the book has an added chapter titled 'Time management for students'. "The publisher told me that the book is being demanded by students, so they asked me to add a separate chapter on time management for students," Gupta said.

In the wake of a surge of complaints about stress, especially in this time of the pandemic, Gupta is currently working on his second book on stress management for different sections of society, including students, traders, professionals and hopes that it will be completed soon.

Abdul Jadid

ਮੀਡਿਆ ਕਵਰੇਜ

युवा राजल की लिखी किताबें न सिर्फ भारत में बल्कि पूरे विश्व में युवाओं का कर रहीं हैं मार्गदर्शन

دنیا کو بہترین راہ دکھائی ہوئی نوجوان مصنف راجل کی کتابیں نوجوانوں کی کر رہیں رہنمائی

ਮੀਡਿਆ ਕਵਰੇਜ

सराहा जा रहा राजलनीति का टाइम मैनेजमेंट

राजलनीति -2 : पुस्तक का विमोचन करते मुख्यमंत्री योगी आदित्यनाथ

गोरखपुर : टाइम मैनेजमेंट को लेकर युवा लेखक राजल गुप्ता द्वारा लिखी गई राजलनीतिः 2 पुस्तक लोगों में खूब सराही जा रही है। इस किताब से आमजन को ऐसे सिद्धांतों की जानकारी मिल रही है, जिससे कोई भी व्यक्ति अपने समय का बेहतर प्रबंधन करके कम समय में आगे बढ़ सकता है। इस पुस्तक का लोकार्पण दो दिन पूर्व गोरखनाथ मंदिर में मुख्यमंत्री योगी आदित्यनाथ द्वारा किया गया।

लेखक राजल ने बताया कि इससे पूर्व के संस्करण राजलनीति-1 का लोकार्पण भी पिछले वर्ष योगी आदित्यनाथ द्वारा ही किया गया था। उन्होंने बताया कि राजलनीति-1 के पहले अध्याय 'बच्चे मुश्किल में हों तो मां ही काम आती है' को इंटरनेट पर पांच लाख से ज्यादा लोगों ने पढ़ा और सराहा है।

"दैनिक जागरण"
गोरखपुर
23/10/2017

सीएम ने किया राजल नीति-2 का विमोचन

GORAKHPUR (21 Oct): राजल नीति-2 टाइम मैनेजमेंट पुस्तक का विमोचन सीएम योगी आदित्यनाथ ने गोरखनाथ मंदिर परिसर में किया. उन्होंने इस पुस्तक की सफलता के लिए लेखक राजल को शुभकामनाएं दी. राजल नीति के पूर्व संस्करण का लोकार्पण भी उन्होंने ही किया था. इस पुस्तक के पहले अध्याय 'बच्चे मुश्किल में हों तो मां ही काम आती है' को इंटरनेट पर पांच लाख से ज्यादा लोगों ने पढ़ा और सराहा था. राजल नीति-2 के लेखक राजल ने कहा कि वे खुद भी एक युवा हैं इसलिए आज के युवाओं की अपेक्षाएं, उनकी समस्याओं से भलीभांति परिचित हैं. उन्होंने कहा कि हमारे देश के युवा अपने कीमती समय का इस्तेमाल अपने जीवन के लक्ष्य की प्राप्ति के लिए करें ताकि देश उन्नति की ओर अग्रसर हो. इस अवसर पर कामिनी, राजेश, पूनम, नीतू, साक्षी, विजयलक्ष्मी, नीरज वर्मा, धीरज वर्मा आदि लोग मौजूद रहे.

"दैनिक जागरण I-Next"
गोरखपुर
22/10/2017

सीएम ने राजलनीति 2 का किया विमोचन

"हिंदुस्तान", गोरखपुर 19/10/2017

ਮੀਡਿਆ ਕਵਰੇਜ

मुख्यमंत्री ने किया राजल नीति-2 का विमोचन

गोरखपुर (एसएनबी)। राजलनीति: टाइम मैनेजमेंट पुस्तक का विमोचन मुख्यमंत्री योगी आदित्यनाथ ने गोरखनाथ मंदिर प्रांगण में किया। उन्होंने इस पुस्तक की सफलता के लिए लेखक राजल को शुभकामनाएं भी दी। राजलनीति के पूर्व संस्करण का लोकार्पण भी योगी आदित्यनाथ द्वारा हुआ था। इस पुस्तक के पहले अध्याय "बच्चे मुश्किल में हों तो माँ ही काम आती है" को इंटरनेट पर पांच लाख से ज्यादा लोगों ने पढ़ा और सराहा था। राजलनीति के दूसरे संस्करण को अपने नाना स्व. पुरुषोत्तम गुप्त व नानी स्व. सुषमा गुप्ता को समर्पित करते हुए राजल ने कहा की आज वो जो भी हैं अपने दादाजी स्व. राधेश्याम गुप्त की प्रेरणा से हैं। ...

"राष्ट्रीय सहारा"
गोरखपुर 19/10/2017

मुख्यमंत्री ने किया राजलनीति -२ का लोकार्पण

"आज" गोरखपुर,19/10/2017

सीएम ने किया राजलनीति-2 का विमोचन

गोरखपुर। टाइम मैनेजमेंट संबंधित पुस्तक राजलनीति-2 का विमोचन सीएम योगी आदित्यनाथ ने किया। उन्होंने इस पुस्तक की सफलता के लिए लेखक राजल को आशीर्वाद दिया।

राजलनीति के पूर्व संस्करण का विमोचन भी महंत योगी आदित्यनाथ ने 19 अक्टूबर 2016 को किया था। इस पुस्तक के पहले अध्याय बच्चे मुश्किल में हों तो मां ही काम आती है को इंटरनेट पर पांच लाख से ज्यादा लोगों द्वारा पढ़ा और सराहा गया है। राजल ने इस पुस्तक को अपने नाना स्व. पुरुषोत्तम गुप्त व नानी स्व. सुषमा गुप्ता को समर्पित किया है। कहा कि आज वो जो भी हैं अपने दादा स्व. राधेश्याम गुप्त की प्रेरणा से हैं। जहां तक इस पुस्तक का विषय है मै खुद भी एक युवा हूं और इसलिए आज के युवाओं की अपेक्षाएं, उनकी समस्याओं से भली भांति परिचित हूं। हमारे देश के युवा अपने कीमती समय का इस्तेमाल अपने जीवन के लक्ष्य की प्राप्ति के लिए करें और हमारा देश उन्नति की ओर अग्रसर हो। इस अवसर पर शैवाल श्रीवास्तव, कामनी, राजेश, पूनम, नीतु, साक्षी, विजयलक्ष्मी, नीरज वर्मा, धीरज वर्मा आदि उपस्थित थे।

"तूफान : शान ए पूर्वान्चल",गोरखपुर
22/10/2017

GFR Gorakhpur News

पुस्तक को भारत सरकार द्वारा कॉपीराइट भी प्राप्त है। यह पुस्तक अमेज़न जैसी ऑनलाइन वेबसाइट पर भी उपलब्ध होगी।
https://www.facebook.com/GorakhpurLive/
http://gorakhpur.finalreport.in/

सीएम योगी ने किया राजलनीति 2 का लोकार्पण

गोरखपुर न्यूज़ फ़ाइनल रिपोर्ट

मुख्यमंत्री ने किया राजलनीति 2 का लोकार्पण

न्यूज़ लाइव इंडिया . कॉम

'गोरखपुर : CM योगी आदित्यनाथ ने किया 'राजलनीति 2' का विमोचन' Eenadu India Hindi -

गोरखपुर : CM योगी आदित्यनाथ ने किया 'राजलनीति 2' का विमोचन

ईनाडु इंडिया . कॉम

गोरखपुर में मुख्यमंत्री योगी आदित्यनाथ ने किया राजनीति 2 का लोकार्पण

Gorakhpur Times

गोरखपुर में मुख्यमंत्री योगी आदित्यनाथ ने किया राजलनीति 2 का लोकार्पण

गोरखपुर टाइम्स . कॉम

''भारत के माननीय उपराष्ट्रपति श्री वेंकैया नायडू जी ने राजलनीति टाइम मैनेजमेंट पुस्तक को अपनी शुभकामनाएं दी''

उपराष्ट्रपति ने राजलनीति किताब के लिए दी बधाई

गोरखपुर। देश के उपराष्ट्रपति वैंकैया नायडू ने शहर के युवा लेखक राजल गुप्त की किताब 'राजलनीति' के लिए उन्हें शुभकामना दी है। मंगलवार को राजल ने बताया कि उपराष्ट्रपति के निजी सचिव एन युवराज ने पत्र भेजकर किताब मिलने की पुष्टि की है। साथ ही शुभकामना संदेश भी दिया है।

''हिन्दुस्तान''. गोरखपर

उप राष्ट्रपति ने दी 'राजलनीति-2' के लिए शुभकामना

गोरखपुर (एसएनबी)। भारत के उप राष्ट्रपति वेंकैया नायडू ने युवा लेखक राजल को उनकी पुस्तक 'राजलनीति-2' के लिए शुभकामनाएं दी हैं। इस पुस्तक का विषय समय प्रबंधन है। राजल को उप राष्ट्रपति ने एक पत्र के माध्यम से अपनी शुभकामनाएं दी। राजलनीति-2 का विमोचन इसी वर्ष उत्तर प्रदेश के मुख्यमंत्री महंत योगी आदित्यनाथ ने किया था। वर्ष 2006 में महंत योगी आदित्यनाथ ने ही राजलनीति के प्रथम संस्करण का भी विमोचन किया था। राजलनीति-2 ऐसे सिद्धांत बताती है जिन पर चलकर व्यक्ति अपने समय का बेहतर प्रबंधन करके कम समय में ही काफी आगे बढ़ सकता है। लेखक राजल ने बताया कि पुस्तकों की लोकप्रियता का देखते हुए राजलनीति तथा राजलनीति-2 का अंग्रेजी संस्करण भी जल्द ही उपलब्ध होगा।

''राष्ट्रीय सहारा'', गोरखपुर

आनंदीबेन पटेल
राज्यपाल, उत्तर प्रदेश

सत्यमेव जयते

राज भवन
लखनऊ - 226 027

28 मार्च, 2025

सन्देश

मुझे यह जानकर अतीव प्रसन्नता हुई कि श्री राजल गुप्त द्वारा "राजल नीति लोकव्यवहार" नामक पुस्तक का प्रकाशन किया गया है।

लेखक समाज का प्रतिनिधि होता है। प्रेरणादायी पुस्तकें समाज का सिर्फ प्रतिबिम्ब ही नहीं अपितु उन्नायक भी होती हैं। इसलिए एक मजबूत और सुसंस्कृत समाज के निर्माण में उच्च लेखन, उत्कृष्ट साहित्य सदैव अपेक्षित है।

मैं जन–मानस में पुस्तक की अधिकाधिक उपयोगिता हेतु अपनी हार्दिक शुभकामनाएं प्रेषित करती हूं।

(आनंदीबेन पटेल)

योगी आदित्यनाथ

मुख्य मंत्री
उत्तर प्रदेश

सं०: 367/C.M.U.P./2025

लोक भवन,
लखनऊ - 226001
दिनांक : 09-04-2025

प्रिय श्री राजल गुप्त जी,

आपकी पुस्तक 'राजल नीति टाइम मैनेजमेंट' की एक प्रति प्राप्त हुई, धन्यवाद।

यह अत्यन्त सराहनीय है कि पुस्तक का 07 भाषाओं में अनुवाद किया गया है। मुझे आशा है कि इस प्रयास से यह पुस्तक इन भाषाओं के जानकार पाठकों को समय प्रबन्धन के महत्व से परिचित कराने में सफल होगी।

सद्भावनाओं सहित,

आपका,

(योगी आदित्यनाथ)

श्री राजल गुप्त,
'वाच हाउस',
रेती का पुल,
गोरखपुर–273001,
उत्तर प्रदेश।

ભૂપેન્દ્ર પટેલ
મુખ્યમંત્રી, ગુજરાત રાજ્ય

તા. ૧૪-૦૨-૨૦૨૫

સંદેશ

પુસ્તક એ માણસનો સાચો મિત્ર છે. પુસ્તકો વાંચવાથી બુદ્ધિ અને શક્તિનો વિકાસ થાય છે. માણસની પ્રગતિનો જો કોઇ આધાર હોય તો પુસ્તક જ છે, જે થકી સમાજ અને રાષ્ટ્રનો વિકાસ શક્ય બને છે.

રાજલ ગુપ્ત લિખિત હિન્દી પુસ્તકનું ગુજરાતી સંસ્કરણ **રાજલનીતિ ટાઈમ મેનેજમેન્ટ** સ્વરૂપે **ડાયમંડ પૉકેટ બુક્સ પ્રા. લિ., નવી દિલ્હી** દ્વારા પ્રકાશિત કરવામાં આવ્યું છે તે આવકારદાયક છે. આ પુસ્તક ઓછા સમયમાં કેવી રીતે તૈયારી કરવી તે અંગે માર્ગદર્શન પૂરું પાડશે અને વિદ્યાર્થીઓના સમયની બચત કરશે. પરીક્ષા સમયના ટૂંકાગાળામાં સમયનો બચાવ કરવો અને વધુ કામ થાય તે મહત્ત્વની બાબત આ પુસ્તકમાં સમાયેલી છે.

વિદ્યાર્થી મિત્રોને આ પુસ્તક ખૂબ જ ઉપયોગી થઈ પડશે એવી શ્રદ્ધા સાથે સૌને શુભેચ્છા સહ અભિનંદન.

આપનો,

(ભૂપેન્દ્ર પટેલ)

To,
Shree Rajal Gupt,
"Watch House", Retee ka Pul,
Gorakhapur – 273001. (Uttar Pradesh)

पुष्कर सिंह धामी

मुख्यमंत्री, उत्तराखंड

उत्तराखण्ड सचिवालय
देहरादून - 248001
फोन : 0135-2650433
0135-2716262
फैक्स : 0135-2712827
कैम्प कार्यालय
फोन : 0135-2750033
0135-2750344
फैक्स : 0135-2752144

महोदय,

आपके द्वारा प्रेषित पुस्तक **"राजल नीति" लोक व्यवहार** मुझे प्राप्त हुई। बहुत–बहुत धन्यवाद। उक्त पुस्तक के अवलोकन से स्पष्ट है कि कोई भी व्यक्ति अपने समय का बेहतर प्रबन्धन करके कम समय में ही स्वयं को आगे बढ़ा सकता है। मुझे आशा है कि इस पुस्तक के अध्ययन करने से हमारे देश के युवा अपने कीमती समय का उपयोग करके अपने जीवन के लक्ष्य को प्राप्त कर सकते हैं। मुझे यह भी आशा है कि यह पुस्तक पाठकों तथा विशेष रूप से युवाओं के लिए अत्यन्त उपयोगी सिद्ध होगी।

मुझे आशा ही नहीं वरन् पूर्ण विश्वास है कि भविष्य में भी आपसे इसी प्रकार का स्नेह/सहयोग प्राप्त होता रहेगा।

आपका,

(पुष्कर सिंह धामी)

श्री राजल गुप्त जी,
वाच हाउस,
रेती का पुल, गोरखपुर,
उत्तर–प्रदेश।

पंकज चौधरी
PANKAJ CHAUDHARY

सत्यमेव जयते

वित्त राज्य मंत्री
भारत सरकार
MINISTER OF STATE FOR FINANCE
GOVERNMENT OF INDIA

20 MAY 2025

प्रिय श्री राजल जी,

मेरे लिए यह अत्यंत प्रसन्नता की बात है कि मेरे क्षेत्र के निवासी द्वारा समय प्रबंधन जैसे महत्वपूर्ण विषय पर लिखित पुस्तक इतनी लोकप्रिय सिद्ध हुई है।

प्रकृति ने सभी मनुष्यों को भिन्न-भिन्न क्षमताएं तथा रंग-रूप प्रदान किया है, किन्तु केवल समय ही है जो सबको समान रूप से प्राप्त है। समय के सही उपयोग हेतु समय प्रबंधन की आवश्यकता होती है, जिस पर आपके द्वारा लिखित यह पुस्तक पूर्ण रूप से प्रकाश डालती है तथा इससे उनके जीवन पर पड़ने वाले सकारात्मक प्रभावों को भी दर्शाने में सफल होती है।

मैं, आपको इस पुस्तक की रचना के लिए बधाई देता हूं तथा इस पुस्तक की और अधिक सफलता की आशा करता हूं ।

शुभकामनाओं सहित।

(पंकज चौधरी)

श्री राजल गुप्त,
पता-"वाच हाउस", रेती का पुल
गोरखपुर, उत्तर प्रदेश-273001

मुख्यमंत्री ने किया राजल नीति का विमोचन

पूर्वांचल राज्य ब्यूरो

गोरखपुर। शहर के युवा लेखक राजल की नई पुस्तक राजल नीति लोकव्यवहार का विमोचन मुख्यमंत्री योगी आदित्यनाथ ने किया साथ ही साथ पुस्तक की सफलता के लिए आशीर्वाद स्वरुप शुभकामनायें भी दीं। यह पुस्तक मुख्यतः बातचीत की कला, आत्मविश्वास बढ़ाने, सहयोग पाने और लोगों से बेहतर तालमेल विकसित करने के विषयों पर केंद्रित हैं। राजल नीति लोकव्यवहार का बांग्ला और पंजाबी संस्करण भी जल्द प्रकाशित होगा। इससे पूर्व भी मुख्यमंत्री द्वारा राजल नीति टाइम मैनेजमेंट पुस्तक का विमोचन हुआ था जिसका अनुवाद हिंदी, अंग्रेजी, बांग्ला, मराठी, गुजराती, ओड़िया, पंजाबी इत्यादि भाषाओं में हुआ था।राजल ने विमोचन के लिए मुख्यमंत्री योगी आदित्यनाथ के प्रति आभार व्यक्त किया। इस प्रयास को अपने स्वर्गीय दादाजी राधेश्याम गुप्त को समर्पित किया,और बताया की वो जो कुछ भी हैं.अपने स्वर्गीय दादाजी राधेश्याम गुप्त की वजह से हैं और उनकी यह सफलता उन्हें ही समर्पित है उनकी वजह से ही वो कक्षा 6 फेल और पढ़ाई छोड़ने से 9 डिग्री/सर्टिफिकेट की यात्रा तय कर पाए जिसमे एल. एल. बी, जर्नालिज्म, पी. जी./ डी. बी. ए और बी लेवल जैसी 4 प्रोफेशनल डिग्रियां भी शामिल हैं।इसके साथ ही दादी कामिनी देवी गुप्ता के प्रति भी आभार व्यक्त किया। राजल ने यह भी कहा पुस्तक पाठकों के प्यार के बिना अधूरी है इसलिए पाठको के स्नेह के बिना यहाँ तक पहुंचना संभव नहीं था साथ ही साथ डायमंड बुक्स के निदेशक नरेन्द्र वर्मा के प्रति भी आभार व्यक्त किया।राजल अब तक 6 पुस्तकें लिख चुकें हैं जिनमे राजल नीति टाइम मैनेजमेंट, राजल नीति स्ट्रेस मैनेजमेंट और राजल नीति लोकव्यवहार प्रमुख है।राजल नीति पुस्तकों का विमोचन मुख्यमंत्री योगी आदित्यनाथ,उत्तर प्रदेश के तत्कालीन राज्यपाल राम नाइक और हिमाचल प्रदेश के राज्यपाल शिव प्रताप शुक्ला कर चुके हैं और उन्हें उत्तर प्रदेश की राज्यपाल आनंदीबेन पटेल,गुजरात के मुख्यमंत्री भूपेंद्र पटेल, उत्तराखंड के मुख्यमंत्री पुष्कर सिंह धामी, केंद्रीय वित्त राज्य मंत्री पंकज चौधरी और भारत के तत्कालीन उपराष्ट्रपति वेंकैया नायडू भी शुभकामनाएं दे चुकें हैं।

पूर्वांचल राज्य 29/5/2025

युवा लेखक राजल की पुस्तक 'राजल नीति' का विमोचन

गोरखपुर। मुख्यमंत्री योगी आदित्यनाथ ने गृह जनपद गोरखनाथ मंदिर में प्रवास के दौरान शहर के युवा लेखक राजल की नई पुस्तक 'राजल नीति लोकव्यवहार' का विमोचन किया और साथ ही साथ पुस्तक की सफलता के लिए आशीर्वाद स्वरुप शुभकामनायें भी दीं। युवा लेखक राजल गुप्त ने बताया कि 'राजल नीति लोकव्यवहार' नामक यह पुस्तक मुख्यतः बातचीत की कला, आत्मविश्वास बढ़ाने, सहयोग पाने और लोगों से बेहतर तालमेल विकसित करने के विषयों पर केंद्रित हैं। इस पुस्तक का बांग्ला और पंजाबी संस्करण भी जल्द प्रकशित होगा। इससे पूर्व भी मुख्यमंत्री द्वारा 'राजल नीति टाइम मैनेजमेंट' पुस्तक का विमोचन किया गया था।

लेखक ने अपने दादा जी प्रेरणा को समर्पित किया सफलता राजल ने विमोचन के लिए मुख्यमंत्री योगी आदित्यनाथ के प्रति आभार व्यक्त किया। अपनी सफलता को अपने दादा स्वर्गीय राधेश्याम गुप्त को समर्पित किया और बताया की वो जो कुछ भी हैं अपने स्वर्गीय दादा जी की वजह से हैं और उनकी यह सफलता उन्हें ही समर्पित है। उनकी वजह से ही वो कक्षा 6 फेल और पढ़ाई छोड़ने से 9 डिग्री/सर्टिफिकेट की यात्रा तय कर पाए जिसमे एल. एल. बी, जर्नालिज्म, पी. जी. डी. बी. ए और बी लेवल जैसी 4 प्रोफेशनल डिग्रियां भी शामिल हैं।

इसके साथ ही दादी कामिनी देवी गुप्ता के प्रति भी आभार व्यक्त किया।

राजल ने यह भी कहा पुस्तक पाठकों के प्यार के बिना अधूरी है। इसलिए पाठको के स्नेह के बिना यहाँ तक पहुंचना संभव नहीं था। साथ ही साथ डायमंड बुक्स के निदेशक नरेन्द्र वर्मा के प्रति भी आभार व्यक्त किया।

लेखक राजल की अब तक छह पुस्तकें हो चुकी है प्रकाशित राजल अब तक 6 पुस्तकें लिख चुकें हैं जिनमे राजल नीति टाइम मैनेजमेंट, राजल नीति स्ट्रेस मैनेजमेंट और राजल नीति लोकव्यवहार प्रमुख है।

वॉइस ऑफ़ लखनऊ 29/5/2025

मुख्यमंत्री ने किया राजल नीति का विमोचन। स्रोत: विज्ञप्ति

मुख्यमंत्री ने किया राजल नीति पुस्तक का विमोचन

गोरखपुर। शहर के युवा लेखक राजल की नई पुस्तक राजल नीति लोकव्यवहार का विमोचन मुख्यमंत्री योगी आदित्यनाथ ने गोरखनाथ मंदिर में किया। सीएम ने इसके लिए उन्हें शुभकामनाएं दीं। राजल ने बताया कि यह पुस्तक मुख्यतः बातचीत की कला, आत्मविश्वास बढ़ाने, सहयोग पाने और लोगों से बेहतर तालमेल विकसित करने के विषयों पर केंद्रित है। इसके पूर्व मुख्यमंत्री ने राजल नीति टाइम मैनेजमेंट पुस्तक का विमोचन किया था। जिसका अनुवाद हिंदी, अंग्रेजी, बांग्ला, मराठी, गुजराती, ओड़िया, पंजाबी भाषा में हुआ है। राजल ने विमोचन के लिए मुख्यमंत्री के प्रति आभार व्यक्त किया। इस प्रयास को अपने स्व. दादा राधेश्याम गुप्त को समर्पित किया। साथ ही दादी कामिनी देवी गुप्ता के प्रति भी आभार व्यक्त किया। ब्यूरो

अमर उजाला 29/5/2025

सीएम ने किया राजल का बुक लॉन्च

GORAKHPUR (28 May): सिटी के युवा और प्रसिद्ध लेखक राजल गुप्ता की नई पुस्तक राजल नीति लोकव्यवहार का विमोचन मुख्यमंत्री योगी आदित्यनाथ ने मंगलवार को किया. मुख्यमंत्री ने पुस्तक की सफलता के लिए राजल गुप्ता को शुभकामनाएं दी. साथ ही इस पुस्तक को पढ़ने की भी इच्छा जाहिर की है. यह पुस्तक खासतौर पर बातचीत की कला, आत्मविश्वास बढ़ाने, पॉजिटिव रहने, अपने व्यक्तित्व को निखारने और लोगों से बेहतर तालमेल विकसित करने के विषयों पर केंद्रित है. राजल गुप्ता ने बताया कि राजल नीति लोकव्यवहार का बांग्ला और पंजाबी संस्करण भी जल्द प्रकाशित होगा.

राजल ने विमोचन के लिए मुख्यमंत्री योगी आदित्यनाथ के प्रति आभार व्यक्त किया है.

दैनिक जागरण Inext 29/5/2025

CM Yogi launches book on public etiquette

Gorakhpur: Chief Minister Yogi Adityanath on Tuesday unveiled 'Rajal Neeti: Lok Vyavhaar', the latest book by author Rajal, extending his blessings and best wishes for its success.

The book focuses on key aspects of human interaction, including art of conversation, confidence-building, collaboration and social harmony. Bengali and Punjabi editions of the book are set to be released soon. Yogi had earlier launched 'Rajal Neeti: Time Management' by the same author and the book has since been translated into Hindi, English, Bengali, Marathi, Gujarati, Odia and Punjabi. Rajal expressed gratitude to the CM and dedicated the book to his late grandfather, Radheshyam Gupta, while acknowledging support of his grandmother, Kamini Devi Gupta and thanked readers and director of the publishing house, Narendra Verma, for their encouragement. "I have authored six books so far, including 'Rajal Neeti: Stress Management' and received commendations from UP Governor Anandiben Patel, Gujarat CM Bhupendra Patel, Uttarakhand CM Pushkar Singh Dhami, MoS Finance Pankaj Chaudhary and former Vice President Venkaiah Naidu," said Rajal.

Times of India (U.P edition) 29/5/2025

मुख्यमंत्री ने किया 'राजल नीति' का विमोचन

गोरखपुर। शहर के युवा लेखक राजल की नई पुस्तक 'राजल नीति लोकव्यवहार' का विमोचन मुख्यमंत्री योगी आदित्यनाथ ने किया। सीएम ने पुस्तक की सफलता के लिए बधाई व शुभकामनाएं भी दीं। यह पुस्तक मुख्यतः बातचीत की कला, आत्मविश्वास बढ़ाने, सहयोग पाने और लोगों से बेहतर तालमेल विकसित करने के विषयों पर केंद्रित है। राजल नीति लोकव्यवहार का बांग्ला और पंजाबी संस्करण भी जल्द प्रकाशित होगा।

हिंदुस्तान 29/5/2025

DIAMOND BOOKS
BEST SELLER
RAJAL NEETI
TIME MANAGEMENT
BEST SELLER
'Get Maximum Success in Minimum Time'
"RAJAL"
राजल नीति
टाइम मैनेजमेंट
રાજલનીતિ
ટાઇમ મેનેજમેન્ટ
MARATHI
राजलनीति
टाइम मॅनेजमेंट
कमी वेळेत मिळवा जास्त यश
"राजल"
টাইম ম্যানেজমেন্ট
রাজলনীতি
ରାଜଲ ନୀତି
ଟାଇମ୍ ମ୍ୟାନେଜମେଣ୍ଟ
Available in Hindi, English, Bangla, Gujarati, Marathi, Odia, Punjabi
Available at:
Flipkart
amazon
diamondbook.in

www.ingramcontent.com/pod-product-compliance
Lightning Source LLC
LaVergne TN
LVHW060614051026
849519LV00002B/592
* 9 7 8 9 3 7 4 7 6 1 7 6 2 *